"भावी पिढ्यांचा यावर विश्वास बसणं कठीण होईल, की हाडामांसाचा असा एक माणूस खरोखरच या पृथ्वीतलावर होता."

अल्बर्ट आइन्स्टाइन

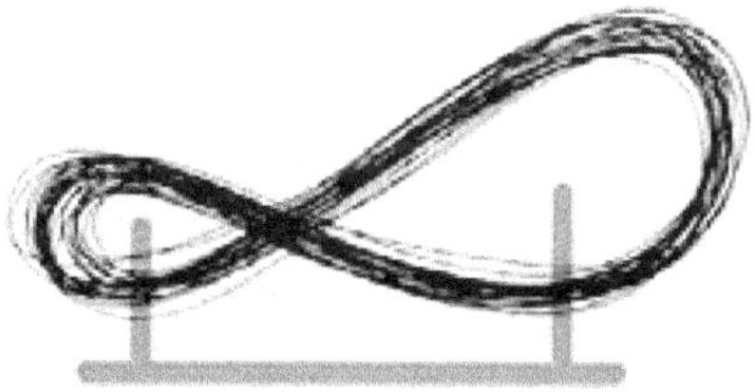

अखंड प्रेरणा

गांधीविचारांची

सकाळ प्रकाशन

अखंड प्रेरणा गांधीविचारांची

संकल्पना । संपादन : रघुनाथ माशेलकर

Marathi Language Edition: 2nd October, 2011

Third Edition: January, 2023

Translated from the original -

Timeless Inspirator - Reliving Gandhi

Editor: Raghunath Mashelkar

Editorial Team (Original Edition) :
Dr. Triveni Goswami Mathur
Jayshree Shahade
Sushil Borde

Sakal Papers Pvt. Ltd.
595, Budhwar Peth,
Pune – 411002, India
www.esakal.com
Enquiries Contact: +91 20 24405678 / sakalprakashan@esakal.com

First Edition: 2nd October, 2010 (Hard case)

Second Edition: January, 2011 (Paper Back)

ISBN 978-93-84316-91-4

Layout and design : Pradeep Khetmar

Illustrations : Design Tadka

अनुक्रमणिका

रघुनाथ माशेलकर

कमालीचे आशावादी असलेले माशेलकर हे एक वैशिष्ट्यपूर्ण असे बहुपेडी व्यक्तिमत्त्व आहे. १९९८मध्ये या वैज्ञानिकाला 'जे. आर. डी. टाटा कॉर्पोरेट लीडरशिप ॲवॉर्ड'ने गौरवण्यात आले. हा विशेष सन्मान खास भारतीयांसाठी राखून ठेवण्यात आलेला असतो. जगातील वेगळी वाट चोखाळणाऱ्या वैज्ञानिकांसाठी राखीव असलेला सर्वोच्च सन्मान 'फेलो ऑफ रॉयल सोसायटी' म्हणून दिला जातो. १९९८मध्ये माशेलकरांची त्यासाठी निवड झाली होती. त्यानंतर त्यांनी गरिबांच्या गरजा भागवण्यासाठी 'गांधीवादी अभियांत्रिकी' म्हणजे 'जास्तीत जास्त लोकांसाठी थोडक्यातून जास्तीत जास्त मिळवणे' ही पथदर्शी संकल्पना राबवली. का? त्यांनी स्वतः अत्यंत हलाखीच्या परिस्थितीत, रस्त्यावरच्या दिव्यांच्या उजेडात अभ्यास केल्याचा अनुभव त्याला कारणीभूत असल्याचे ते सांगतात. गरिबीचे चटके त्यांना चांगलेच ठाऊक आहेत.

हळद व बासमती तांदळाचे स्वामित्व हक्क भारतीय पारंपरिक ज्ञानाच्या आधारे अमेरिकेच्या घशातून ओढून काढायचा पराक्रम माशेलकरांनी केला. मात्र, भारतीय प्रयोगशाळांमधील आधुनिक ज्ञान व तंत्रज्ञानाच्या उलट हस्तांतरणाचा नवा पायंडा रुजवण्यासाठी त्यांनी अमेरिकेतील काही बहुराष्ट्रीय कंपन्यांना परवाने दिले.

टाटा व रिलायन्ससारख्या भारतातील आघाडीच्या कंपन्यांच्या संचालक मंडळाचे ते सदस्य आहेत. जागतिक पातळीवरच्या २८ विद्यापीठांनी त्यांना डॉक्टरेटची मानद पदवी बहाल केलेली आहे. शासनाने त्यांच्यावर विश्वास दाखवत अत्यंत सामर्थ्यशाली अशा बारा माशेलकर समित्या स्थापन केल्या आहेत. सतत भेडसावणाऱ्या प्रश्नांबाबत त्या काम करतात.

सी. एस. आय. आर. या जगातील मोठ्या साखळी प्रयोगशाळांमध्ये माशेलकरांच्या नेतृत्वाखाली अभूतपूर्व बदल घडून आले. ही प्रगती विसाव्या शतकातील विज्ञान व तंत्रज्ञानाने मिळवलेल्या दहा सर्वोच्च गोष्टींपैकी एक ठरली. भारताच्या राष्ट्रपतींच्या हस्ते त्यांना पद्मभूषण व अमेरिकेचे माजी राष्ट्राध्यक्ष जॉर्ज बुश यांच्या हस्ते 'स्टार ऑफ एशिया' या अलंकरणांनी गौरवण्यात आले.

माशेलकर म्हणतात, ''देवाने जर मला एक वर दिला, तर '२०५० मध्ये भारत देश पुन्हा जगाचे नेतृत्व करत असलेले स्वप्न खरे कर', म्हणून मी सांगेन.''

प्रेरणा व प्रतिबिंब...

‘टाइमलेस इन्स्पिरेटर- रिलिव्हिंग गांधी’ हे इंग्रजी पुस्तक तयार करण्याची प्रक्रिया व्यक्तिगतपणे माझ्यासाठी आध्यात्मिक अनुभव देणारी ठरली. संपूर्ण संपादकीय समिती याच अनुभवातून गेली. पृथ्वीतलावर जन्मलेल्या एका महात्म्याकडून मिळालेल्या भक्कम वारशाचे पुन्हा स्मरण करण्याचा हा आमचा प्रामाणिक प्रयत्न होता.

गांधीजींना पुन्हा सचेतन करण्यासाठी कुठल्या स्वयंसेवकांनी योगदान दिले? ही सारी भारताच्या विविध क्षेत्रांतील बिनीची माणसे आहेत. जगातील महान क्रीडापटूंपासून ते वैज्ञानिकांपर्यंत, देशाचे प्रतिनिधित्व करणाऱ्या उद्योजकांपासून ते सामाजिक कार्यकर्त्यांपर्यंत, चैतन्यदायी राजकीय नेत्यांपासून ते सर्जनशील कलावंतांपर्यंत आणि दैवी देणगी लाभलेल्या संगीतकारांपासून ते मुरब्बी मुत्सद्द्यांपर्यंत सगळे यात आहेत. आघाडीच्या या सर्व विचारवंतांनी महात्माजींना अशा प्रकारे शब्दांमधून जिवंत केले आहे की त्याला तोड नाही.

संपादक म्हणून मी अगदी भरून पावलो. आदर्श किंवा नायक ठरणाऱ्या किती तरी जणांनी ‘महात्माजींच्या मार्गा’चे सिंहावलोकन करण्यासाठी मी दिलेल्या निमंत्रणाला चटकन होकार दिला. गांधीजींकडे त्यांनी त्यांच्या चष्म्यातून पाहिले आहे. स्वतःच्या अद्वितीय पद्धतीने त्यांनी गांधीजींचे चित्र रेखाटले आहे.

माझ्यासारखा भौतिकतावादी वैज्ञानिक गांधींमध्ये एवढा गुंतण्याचे कारण काय, असे एखाद्याच्या मनात सहजच येऊ शकते. २५ एप्रिल २००८च्या दुपारी या सगळ्याची सुरुवात झाली. मी सिडनीत होतो. ऑस्ट्रेलियन ॲकेडमीत मला तंत्रज्ञानात्मक विज्ञान व

अभियांत्रिकी या विषयावर व्याख्यान द्यायचे होते, त्याची तयारी करत होतो. या ॲकेडमीचा फेलो म्हणून येत्या दोन दिवसांत कॅनबेरामध्ये माझा सन्मान करण्यात येणार होता.

माझ्या श्रोत्यांमध्ये विज्ञान, व्यापार, अध्ययन व शासन अशा सर्वच थरांतली आघाडीची माणसे असणार होती. मला नुकतेच कळले होते, की चाळीस वर्षांच्या इतिहासात त्या ॲकेडमीने फेलो म्हणून सन्मानासाठी निवडलेला मी पहिलावहिला भारतीय होतो. मी क्षणात निर्णय घेतला, की आपण भारताबद्दल बोलायचे. आपल्याला भारतीय या नात्याने याचा अतिशय अभिमान वाटत असतो. मी स्वतःलाच प्रश्न विचारला, की विसाव्या शतकात भारताने जगाला सर्वांत मोठी कोणती भेट दिली होती? मला आइन्स्टाइन यांचे शब्द आठवले, 'भावी पिढ्यांचा यावर सहसा विश्वास बसणार नाही, की पृथ्वीवर अशा प्रकारचा एक जिवंत माणूस होऊन गेला.' खरंच! २० व्या शतकात भारताने सबंध जगाला दिलेली हीच खरी सगळ्यात मोठी देणगी.

त्यानंतर मी पुन्हा स्वतःला प्रश्न विचारला, २१ व्या शतकात भारताकडून जगाला मिळणारी सर्वांत मोठी भेट कुठली बरे असू शकेल? कमालीच्या विषमतेपोटी जगाचे दिवसेंदिवस विभाजन होत चालले आहे. ४०० कोटी लोकांचे दिवसाचे उत्पन्न दोन डॉलर्स एवढेही नाही. जगातील ८० कोटी लोकांना रोज उपाशीपोटी झोपावे लागते. निरनिराळ्या आव्हानांमुळे जगाचे भवितव्य आधीच धोक्यात आलेले आहे. त्यात जागतिक तापमानवाढ व हवामानातील बदल या समस्या आघाडीवर आहेत.

त्यानंतर मला गांधीजींची दोन वचने आठवली : "सर्वांच्या कल्याणासाठी असणाऱ्या विज्ञानाच्या कोणत्याही प्रकारच्या शोधाला मी बक्षीस देईन." तसेच, "पृथ्वी प्रत्येकाच्या गरजा भागवण्याइतकी समर्थ आहे, पण प्रत्येकाची हाव भागवण्याइतकी ती समर्थ नाही." पहिले वचन परवडण्याच्या संदर्भातील आहे तर दुसरे शाश्वततेच्या संदर्भातील. परवडणे व शाश्वतता हे दोन मुद्दे सहा दशकांपूर्वी गांधीजींच्या हातातले जणू परिसाचे दगड होते. मला वाटते, जगाला आज भेडसावणाऱ्या समस्यांचे निराकरण करायलाही ते तितकेच उपयोगी ठरणारे आहेत. तर गांधीजींचा मार्ग असा, या दोन वचनांवर आधारलेला होता. त्यांचे उपाय-त्यांची अभियांत्रिकी (गांधीवादी अभियांत्रिकी) जगाला तारणारी आहे. त्याचप्रमाणे गांधीवादी अभियांत्रिकी ही एकविसाव्या शतकात भारताने जगाला दिलेली सर्वोत्तम भेट ठरू शकेल.

या विचारानंतर माझ्या व्याख्यानाचे शीर्षक निश्चित झाले : 'भारतीय नवे तंत्रज्ञान : गांधीजी ते गांधीवादी अभियांत्रिकी'. विज्ञान, अभियांत्रिकी व तंत्रज्ञानाचा व्यवहारात उपयोग करणाऱ्या अकादमीतील श्रोत्यांपुढे मी बोलत असलो, तरीही मला हा संदेश अशा सूत्रातून करून द्यायला हवा होता की जो सहजासहजी आचरणात यावा.

ते काय असू शकेल? अभियंते व तंत्रज्ञ नेहमी 'कमीत कमीतून जास्तीत जास्त'साठी

धडपडत असतात. कमी किमतीत, कमी वेळात आणि कमी जागेत काम साधले जाणे त्यांना हवे असते. उद्योगावर आधारित व्यवसाय करणाऱ्यांचीही धडपड 'कमीत कमीतून जास्तीत जास्त लोकांसाठी जास्तीत जास्त' कसे साधता येईल यासाठीच असते. याचा नेमका अर्थ तरी काय? याचा अर्थ म्हणजे कमीत कमीतून (साधनसंपत्ती) जास्तीत जास्त (कामगिरी), जास्तीत जास्त (लाभ) मिळवण्यासाठी साधणे. गांधीवादी अभियांत्रिकीमध्ये वेगळाच संदेश अभिप्रेत आहे. त्यात कमीत कमीतून (साधनसंपत्ती) जास्तीत जास्त (कामगिरी) जास्तीत जास्त लोकांसाठी आहे, जास्तीत जास्त (फायदा) कमावण्यासाठी नाही. गांधीजी म्हणाले होते ते लक्षात असू द्या- सगळ्यांच्या हितासाठी. मूठभरांच्या फायद्यासाठी नाही, तर जास्तीत जास्त लोकांसाठी. 'कमीत कमीतून जास्तीत जास्त लोकांसाठी जास्तीत जास्त' हा मंत्रच झाला. तो मी एप्रिल २००८ मध्ये कॅनबरा येथे हे व्याख्यान दिल्यापासून दिल्ली ते वॉशिंग्टनपर्यंत सतत उच्चारतो आहे.

त्यानंतर सुविख्यात सी. के. प्रल्हाद यांच्याशी माझी भेट झाली. (त्यांना सगळेजण सीके म्हणतात.) ते मुळातच पिरॅमिडच्या तळाशी असलेल्या संपत्तीबद्दल बोलत असत. मी सांगत होतो, हा विशिष्ट मंत्र वापरून पिरॅमिडच्या तळाशी असलेल्या वर्गासाठी उत्पादने व सेवांची निर्मिती कशी करता येईल याबद्दल. आम्ही दोघांनी एकत्रितपणे विचारमंथन केले. त्यातून आम्ही संयुक्तपणे लिहिलेला शोधनिबंध जन्माला आला, *'Innovations Holy Goal'* (नवीन तंत्रज्ञानाचे पवित्र ध्येय). *'हार्वर्ड बिझनेस रिव्ह्यू'*च्या (जुलै-ऑगस्ट २०१०) अंकात तो प्रसिद्ध झाला. दुर्दैवाने सीकेंचा तो शेवटचा शोधनिबंध ठरला. 'गांधीवादी अभियांत्रिकी' हा वाक्प्रयोग *हार्वर्ड बिझनेस रिव्ह्यू*सारख्या अत्यंत प्रतिष्ठित नियतकालिकात पहिल्यांदाच झळकला. जागतिक व्यावसायिक विश्वाला नंतरच्या कित्येक दशकांपर्यंत सहज आचरणात आणता येणाऱ्या संदेशाचा हा सन्मान होता.

तर एप्रिल २००८ मध्ये ऑस्ट्रेलियातल्या श्रोत्यांपुढे 'गांधीवादी अभियांत्रिकी' या विषयावरील व्याख्यानापासून ते नंतर जुलै २०१० मध्ये *हार्वर्ड बिझनेस रिव्ह्यू*मध्ये *'गांधीवादी नवे तंत्रज्ञान'* हा शोधनिबंध प्रसिद्ध होईपर्यंतच्या प्रवासाची नवलकथा आहे ती अशी. तीच माझ्यासारख्या भौतिकतावादी वैज्ञानिकाला महात्मा गांधींमध्ये गुंतवायला सर्वप्रथम कारणीभूत ठरली. परिणामी, अद्वितीय अशा समर्पणाच्या भावनेची जाणीव मला झाली. या साऱ्यामुळे या प्रेरक दंतकथानायकाचे शाश्वत अस्तित्व माझ्या कल्पनेत प्रकटू लागले. मानवाच्या कल्याणासाठीच विज्ञानाचा उपयोग केला जावा, याचा पुरस्कार करण्यातच मी माझ्या आयुष्याचा जास्तीत जास्त काळ घालवला आहे. गरिबांना होणारे आजार दुर्लक्षित राहतात. गरिबांच्या दुर्दशेकडे कुणीच लक्ष देत नाही. उपाशी पोटं तशीच राहतात. मलाही त्याची सवय आहे, कारण मी या सगळ्यातून सुरुवातीच्या काळात गेलेलो आहे. म्हणून तर गांधीजी नेमके काय म्हणतात त्याचा अर्थ व्यवस्थितपणे मला कळतो.

असे असल्यामुळेच तर भारतीय कुटुंबांना कमीत कमी किमतीत टाटा नॅनो कार मिळाल्याने आनंदाचे भरते येते, ते बघून मीही हरखून जातो. पाय कापावा लागलेल्या कुणाला जयपूर फूट पद्धतीचा कृत्रिम पाय बसवून खरोखर पायांवर उभे राहता येते आणि तेही पाश्चिमात्य देशांच्या तुलनेत अत्यल्प दरात, तेव्हाही मला खूप आनंद होतो. अरविंद आय केअर्सतर्फे 'फिलँथ्रोपी ऑफ साइट'अंतर्गत आता नेत्रहीन श्रीमंतांप्रमाणेच गरिबांनाही जगातील सौंदर्य स्वतःच्या डोळ्यांनी बघायची सोय झालेली आहे. पाश्चिमात्यांच्या खर्चाच्या तुलनेत शंभरावा भाग ठरेल इतक्या कमी खर्चात ते मोतीबिंदूची शस्त्रक्रिया करतात. गांधीवादी अभियांत्रिकीची ही उत्कृष्ट उदाहरणे आहेत. मी ती वैज्ञानिकाच्या चष्म्यातून पाहत असतो.

याच चष्म्यातून गांधीजी मला वैज्ञानिकाच्या रूपात दिसतात. पण कलावंताच्या चष्म्याचे काय? पोलिस अधिकारी, उद्योजक, पत्रकार व क्रीडापटूंच्या चष्म्याचे काय? हे पुस्तक अशा किती तरी प्रकारच्या चष्म्यांमधून दिसणारी गांधीजींची रूपे दाखवत त्यांचा उपयोग आजच्या काळात गांधीजींच्या आदर्शांचे औचित्य तपासून पाहायला, त्याबाबत चर्चा करून त्याआधारे विश्लेषण करायला मार्गदर्शक म्हणून नक्कीच होऊ शकेल.

त्यांच्या आदर्शांचे औचित्य समजून घेण्याबरोबरच त्यांचे अनुकरण व प्रसारही उज्ज्वल भवितव्यासाठी महत्त्वाचा ठरणार आहे. या सर्व लेखकांनी त्यांच्या स्वतःच्या क्षेत्रासंदर्भात गांधीजींच्या विचारांचे मर्म सांगितले आहेच, शिवाय आजच्या काळात गांधी विचारधारेतील महत्त्वाच्या घटकांवरही भर दिला आहे.

यातील अत्यंत सखोल विचारांपैकीच हा एक : ''कणा मोडलेल्या अन् भीतीने पछाडलेल्या देशवासीयांना त्यांनी मातीतून पुन्हा ताठ उभे केले आणि स्वातंत्र्याच्या दिशेने त्यांचा रथ ओढायला लावले.''

तसेच- ''जेव्हा ओझ्याचे रूपांतर जबाबदारीत होते अन् आस्था सर्जनशीलतेत परिवर्तित होते तेव्हा गांधीजींचा आत्माच सक्रिय झालेला असतो.''

गांधीजी हे शेवटी गांधीजी होते. त्यांनी आत्मज्ञानाची वरची पातळी गाठलेली होती. ते त्यांचे जीवन पूर्णत्वाने जगले. स्वतःच्या क्षमतांचा त्यांनी पुरेपूर वापर केला. अंतरात्म्याच्या आदेशाचे त्यांनी पालन केले. प्रामाणिकपणे आणि सत्याच्या मार्गाने ते चालत राहिले. 'बोले तैसा चाले' या उक्तीप्रमाणे आचरण ठेवल्यामुळे आत्मज्ञानाची वरची पातळी ते गाठू शकले. त्यांनी प्रत्यक्ष अनुभवल्यामुळेच त्यांची तत्त्वे वैश्विक परिणाम घडवणारी व काळानुरूप आपल्याला आपल्या गरजांमध्ये बदल घडवून आणायला आत्मसात करण्याजोगी विलक्षण प्रभावी ठरतात.

हे पुस्तक फक्त सुविचारांचा संग्रह नाही. प्रेरणांचा अभाव असलेल्या व त्यांचा शोध

घेणाऱ्या तरुणाईसाठी हे पुस्तक उत्तम प्रकारे जीवन जगण्यासाठी मार्गदर्शक ठरू शकेल. मी आजच्या तरुणांविषयी बोलतो आहे. ते आदर्शांचा सर्वत्र शोध घेत असतात. क्षणोक्षणी सभोवताली दिसणारी फसवणूक पाहून त्यांची मने निराशेने ग्रासलेली आहेत. चहुबाजूंना त्यांना विक्षिप्तपणा दिसतो. आयुष्यात पदोपदी नकारात्मकता त्यांना भेडसावत असते. प्रेरणेच्या आशेने ते इकडे-तिकडे बघत असतात. त्यांच्यासाठी ही शाश्वत दंतकथा, हा शाश्वत स्फूर्तिदाता होय. हे पुस्तक एका शाश्वत स्फूर्तिदात्याबद्दलचे आहे. तोच आगामी सहस्रकातल्या भावी पिढ्यांना मार्ग दाखवत राहील, त्यांच्यावर परिणाम घडवत राहील.

शाश्वत स्फूर्तिदात्याबद्दलचे हे पुस्तक जगभरातील लाखो वाचकांपर्यंत, विशेषतः तरुणांपर्यंत पोहोचेल अशी आशा करतो. अशीही आशा करतो, की यातील सखोल तरीही आजच्या वाटणाऱ्या संदेशांचे मनन करताना त्यांच्या मनातही तरंग उठतील. अशीही आशा करतो, की जगाच्या कल्याणासाठी आवश्यक ते बदल घडवण्यासाठी स्वतः त्या प्रक्रियेत सामील होण्याची प्रेरणा त्यांना यातून मिळेल.

(अनुवाद : नीला शर्मा)

अभय बंग

डॉ. अभय बंग यांचे बालपण महात्मा गांधींनी स्थापन केलेल्या सेवाग्राम आश्रमात गेले. तिथल्या वातावरणातून त्यांना सामाजिक आदर्श व प्रेरणांचे बाळकडू मिळाले. ते आणि त्यांच्या पत्नी डॉ. राणी बंग यांनी पुढे मानवतावादी खडतर अशी वाटचाल अथकपणे चालण्यासाठी निवडली.

महाराष्ट्रातल्या अत्यंत मागासलेल्या जिल्ह्यांपैकी एक असलेल्या गडचिरोली जिल्ह्यात त्यांनी **'Society for Education, Action and Reaserch in Community Health' (S.E.A.R.C.H.)** या संस्थेची स्थापना केली. समुदायावर आधारित आरोग्याची काळजी व त्याबाबतच्या संशोधनासाठी ही संस्था काम करते. या संस्थेच्या माध्यमातून त्यांनी हाती घेतलेल्या प्रकल्पांमुळे दुर्गम भागातल्या आदिवासींचे जीवनमान तर सुधारलेच, शिवाय इतर विकसनशील देशांसाठी हे काम वस्तुपाठ ठरले आहे.

डॉ. अभय बंग यांच्या कामाची राष्ट्रीय व आंतरराष्ट्रीय पातळीवर वाखाणणी करण्यात आली आहे. 'महाराष्ट्रभूषण' ते 'मॅगसेसे अ‍ॅवॉर्ड'पर्यंत किती तरी सन्मानांनी त्यांच्या या वेगळ्या वाटचालीला गौरवण्यात आलेले आहे.

डॉ. अभय व राणी बंग यांनी प्रतिकूल परिस्थितीशी झुंजत मिळवलेले एवढे मोठे यश म्हणजे माणसाच्या दुर्दम्य आशावादातून काय घडू शकते याचा पुरावाच म्हणायला हवा.

"श्रद्धा ही बाहेरून मिळणारी गोष्ट नाही; ती मनातच निर्माण व्हावी लागते."

महात्माजींना भेटताना

माझा जन्म झाला त्याच्या आधीच त्यांची हत्या करण्यात आली होती. मी त्यांना कधीच पाहिले नाही, तरीही आयुष्यात घडणाऱ्या वेगवेगळ्या प्रसंगी त्यांच्याशी माझी गाठभेट होत राहिली. त्यांच्याशी माझे रक्ताचे नाते नव्हते, तरीसुद्धा ते मला माझे आजोबा असल्यासारखेच कायम वाटले. त्यांच्या त्या झुडपासारख्या मिशा. या आजोबांचे रक्त माझ्या नसांमध्ये सळसळू लागले.

माझ्या आयुष्यावर त्यांचा प्रभाव माझ्या जन्माआधीपासूनच पडायला सुरुवात झाली. महात्माजींच्या काही सहकाऱ्यांनी सुरू केलेल्या एका महाविद्यालयात माझे वडील ठाकुरदास बंग हे व्याख्याते होते. ते वर्ध्याला राहत असत. हे गाव सेवाग्रामपासून जवळ होते. याच सेवाग्राममध्ये महात्माजींनी जीवनाशी संबंधित प्रयोग वैयक्तिक व सामुदायिक पातळीवर केले होते. इथूनच त्यांनी राष्ट्राला स्वतंत्र करण्यासाठीचे आंदोलन चालवले होते. त्यात माझे वडीलही सहभागी झाले होते आणि त्यासाठी त्यांना तुरुंगवासही भोगावा लागला होता. दुसऱ्या महायुद्धानंतर भारताला स्वातंत्र्य मिळण्याची शक्यता अगदी जवळ येऊन ठेपली असताना त्यांची सुटका झाली. त्यानंतर माझ्या वडिलांनी अर्थशास्त्रात विशेष प्रशिक्षण घेण्यासाठी अमेरिकेतल्या ओहियो विद्यापीठात जायचे ठरवले. शिक्षणासाठी परदेशी जाणे ही त्या काळी आयुष्य बदलून टाकणारी मोठी घटना समजली जायची. परदेशी जाण्याआधी गांधीजींचा आशीर्वाद घेण्यासाठी वडील सेवाग्रामला गेले.

आश्रमातल्या कुटीत गांधीजी बसलेले होते. सारवलेल्या जमिनीवर अंथरलेल्या चटईवर बसून ते काही तरी लिहिण्यात गर्क होते. "बापू", वडिलांनी हाक मारली. "बापू, तुरुंगातून माझी सुटका झाली आहे. अर्थशास्त्रातील पुढचा अभ्यास करण्यासाठी मी देश सोडून अमेरिकेला जातो आहे." चष्मा अन् पांढऱ्या मिशा असलेला तो तपकिरी वर्णाचा त्यांचा

चेहरा. त्यांनी वर पाहत फक्त एकच वाक्य उच्चारले,

''तुला जर अर्थशास्त्राचाच अभ्यास करायचा असेल तर अमेरिकेला जाऊ नकोस, भारतातल्या खेड्यांमध्ये जा.''

माझे वडील शांतपणे कुटीबाहेर आले. त्यांच्या संपूर्ण आयुष्याची दिशा अवघ्या त्या एका वाक्याने बदलली. त्यांनी मग भूदान व ग्रामदानासारख्या राजकीय परिवर्तन घडवणाऱ्या आंदोलनात स्वतःला झोकून दिले. ग्रामदान ही संपूर्ण गावाने एकत्र येऊन काम करायची चळवळ होती. आज ५५ वर्षांनंतरही माझे वडील ते काम तेवढ्याच तळमळीने करत आहेत. एकदा मिळालेली ऊर्जा त्यांच्याबाबत कधीच न संपणारी ठरली आहे.

मी एकदा माझ्या वडिलांना विचारले होते, ''तुमच्यात अशी काय जादू होती?'' त्यावर त्यांनी मला एक प्रसंग सांगितला. अतिशय विद्वान समाजवादी राम मनोहर लोहिया यांनीसुद्धा बापूंना असाच प्रश्न एकदा विचारला होता. लोहियांना कुतूहल होतं, की एकाच पट्टीत, खालच्या सुरात आणि बऱ्याचदा पुरेसे ऐकायला येणार नाही अशा आवाजात बोलत असूनही महात्मा गांधी त्यांच्या भाषणांमधून कशी काय ठिणगी पेटवू शकायचे? तेव्हा बापूंनी उत्तर दिले होते, ''मला नेमकं सांगता येणार नाही; पण एक शक्यता आहे, मी स्वतः जे आचरणात आणत नाही ते मी कधीच इतरांना करायला सांगत नाही. भारतातल्या जनतेला खऱ्या-खोट्यातला फरक कळतो.''

३० जानेवारी १९४८ च्या सायंकाळी त्यांची हत्या करण्यात आली. त्या वेळी अल्बर्ट आइनस्टाइन म्हणाले होते, ''भावी पिढ्यांना खरेही वाटणार नाही, की हाडामांसाचा असा कुणी या पृथ्वीवर होऊन गेला.'' मीही भावी पिढीतलाच एक आहे, मात्र ते खरोखरच होऊन गेले यावर माझा सहजी विश्वास बसतो. मला त्यांचे अस्तित्व जाणवते.

बापू जरी नंतरच्या काळात राहिले नसले, तरी माझे बालपण गेले त्या सेवाग्रामच्या आश्रमात त्यांची सावली रेंगाळताना जाणवते.

आश्रमातल्या ज्या शाळेत मी शिकलो ती त्यांनीच सुरू केलेली होती. नवा माणूस घडवणाऱ्या शिक्षणप्रणालीचे त्यांनी स्वप्न पाहिले होते. त्या नव्या शिक्षणप्रणालीला ते 'नई तालीम' असे म्हणायचे. परिपूर्ण व्यक्ती म्हणून घडण्यासाठी मुलांनी बुद्धी, मन आणि हातांचा वापर करत शिक्षण घेतले पाहिजे, हे त्यांचे पहिले तत्त्व होते. प्रत्यक्ष ते काम करून आणि तसे जगून शिक्षण घेतले जावे, हे दुसरे तत्त्व होते. प्रत्येक विद्यार्थ्याने समाजोपयोगी, उत्पादक ठरणारे काम शिकावे आणि रोजगार मिळवून देणाऱ्या त्या कामात समरस व्हावे, हे तिसरे तत्त्व होते. थोडेसे माहितीचे तुकडे मिळवण्यापेक्षा नैतिक मूल्यांचे महत्त्व शिक्षणप्रक्रियेत खूप मोठे आहे, हे त्यांचे चौथे तत्त्व होते. एकदा ते म्हणाले होते, ''नयी

तालीम ही भारताला मी दिलेली मोठी भेट ठरेल.'' या शैक्षणिक तत्त्वांच्या पायावर माझ्या शाळेतल्या अभ्यासक्रमाची आखणी करण्यात आलेली होती. आम्ही कृतीतून शिकायचो. खरे म्हणजे अन्नातल्या पोषक घटकांबद्दलची माहिती मला नंतर वैद्यकीय महाविद्यालयातल्या शिक्षणात जेवढी मिळाली त्यापेक्षा किती तरी जास्त शाळेतल्या स्वयंपाकघरातल्या पाठांमधून मिळालेली होती.

भूमिहीन गरिबांसाठी जमिनीचे दान मागण्यासाठी भूदान चळवळीत गांधीजींच्या अनुयायांबरोबर गावोगावी फिरताना समाजशास्त्र व त्याबाबतच्या कौशल्यांचे शिक्षण आपोआपच होत गेले. ते अक्षरशः फिरते विद्यापीठच होते! ते आता हयात नाहीत, तरी अजूनही ते मला शिकवत आहेत.

मी आणि माझ्या भावाने पुढे काय करायचे, असा विचार चालू होता. आपण कोण व्हायचे आहे, देशाला आणि मुख्यतः इथल्या ग्रामीणांना कशाची गरज आहे याबाबत आमचे चिंतन सुरू होते. अन्न आणि औषधे. ठरले! माझ्या भावाने शेतकऱ्यांच्या मदतीसाठी कृषिशास्त्राचा अभ्यास करायचा अन् मी रुग्ण गावकऱ्यांना बरे करण्यासाठी वैद्यकीय शिक्षण घ्यायचे.

महात्मा नव्हतेच तिथे; पण तसे कसे म्हणता येईल? आम्हाला तसा निर्णय घेण्याची प्रेरणा कुणी दिली होती?

मी वैद्यकीय महाविद्यालयात प्रवेश घेतला आणि बुद्धिजीवी शिक्षणात पुरता बुडून गेलो. गांधी हलके हलके मागे पडले. मला अत्यंत बुद्धिमान असा यशस्वी डॉक्टर व्हायचे होते. वर्षांमागून वर्षे गेली. लवकरच मी वैद्यकीय पदव्युत्तर पदवीसाठीचे शिक्षण घेण्यासाठी भारतातल्या नामांकित शिक्षणसंस्थेत दाखल झालो. आधुनिक वैद्यकशास्त्रातल्या तंत्रज्ञानात्मक चमत्कारांची धुंदी चढू लागली होती.

पण आतून काही तरी बोचत होते. का बरे आनंदी राहू शकत नव्हतो मी? एवढी बेचैनी कशामुळे होती? 'हे शिक्षण तू कुणासाठी घेतो आहेस? हे उच्च तंत्रात्मक वैद्यकीय शिक्षण घेतल्यावर त्याचा उपयोग करताना तुला अमेरिकेला जाण्याखेरीज दुसरा पर्याय उरणार नाही.' त्या पदव्युत्तर पदवी शिक्षणसंस्थेतून (पोस्ट-ग्रॅज्युएट इन्स्टिट्यूट ऑफ मेडिसिन इन इंडिया) बाहेर पडणारे बहुतेक सारेच डॉक्टर हेच तर करतात. 'तुलाही जायचे आहे तिथे? मग भारतातल्या खेड्यांचे काय?'

माझी झोप उडाली. काही तरी मोठीच गफलत झाली होती. आतली बोच वाढू लागली. हे करू की ते करू? एवीतेवी मी उच्च शिक्षणासाठीच्या राष्ट्रीय स्पर्धा परीक्षेत पहिला आलेलो होतोच. ठरवून टाकले, 'ही इन्स्टिट्यूट सोडून मी बाहेर पडतो आहे.' तिथल्या संचालकांना मी सांगताच ते चकित झाले. मी म्हणालो, ''माझा योग्य उपयोग व्हावा यासाठी मी

आदिवासी भागात जातो आहे.''

महात्माजींना जाऊन तेव्हा वीस वर्षे झालेली होती; पण मी तसे म्हणू शकत होतो का? माझ्या आतल्या आवाजात ते सामावलेले नव्हते का?

आणखी पंधरा वर्षे सरली. मी आणि माझी पत्नी राणी, आम्ही दोघांनी मध्य भारतातल्या दुर्गम अशा गडचिरोली जिल्ह्यात समुदायाचे आरोग्यरक्षण व संशोधन संस्था (कम्युनिटी हेल्थकेअर अ‍ॅण्ड रिसर्च ऑर्गनायझेशन) स्थापन केली. शंभर गावांमधून आम्ही आरोग्याबाबतच्या समस्यांचा अभ्यास सुरू केला. साथीच्या रोगांसंदर्भातला अभ्यास, स्थानिक पातळीवरील उपाययोजनांचा विकास व गावकऱ्यांना त्यांच्या आरोग्याची काळजी घेण्यासाठी स्वयंपूर्ण व्हायला मदत करणारा प्रशिक्षण कार्यक्रम आम्ही घेत होतो. 'लान्सेट' या जगप्रसिद्ध नियतकालिकात या संदर्भातले आमचे शोधनिबंध वरच्यावर प्रसिद्ध होऊ लागले. ग्रामीण महिलांच्या स्त्रीरोगाविषयीच्या समस्यांना जागतिक सार्वजनिक आरोग्य कार्यक्रमासाठीच्या विषयपत्रिकेत आणल्याचे, किंवा बालकांना न्यूमोनिया झाल्यास उपचारांसाठी स्थानिक पद्धतीवर आधारलेली प्रणाली विकसित करण्याचे श्रेय आम्हाला देण्यात आले. काम जोर धरत गेले.

डॉक्टर म्हणून काम करताना बऱ्याचदा दारू पिणारेही दिसत. त्यांच्या व्यसनाबाबत मी काही करू शकत नसे. त्याकडे दुर्लक्ष करून मी माझ्या कामावर लक्ष केंद्रित करायचो. एकदा डिसेंबर महिन्यातल्या थंडीत अचानक आरडाओरडा ऐकू आला. आमच्या घराजवळच्या मैदानात काही भटक्या कुटुंबांनी तळ ठोकला होता. पुरुषांनी बायकोला मारहाण करणे तिथे रोजचेच होते. दुसऱ्या दिवशी सकाळी पाहतो तर काय- खूप मारहाण झालेली एक बाई तिच्या सात कच्च्याबच्च्यांना पाठीशी घालत होती. नेहमीसारखाच दारू पिऊन आलेल्या तिच्या नवऱ्याने तिला आणि मुलांना निर्दयपणे मारहाण करून वर त्यांची राहुटी जाळून टाकली होती. त्यांची अंथरूण-पांघरुणेही जळून खाक झाली होती. त्यांना तसेच टाकून तो निघून गेला होता. ती बाई तिच्या लेकरांना घेऊन राहुटीची राख झालेली बघत होती. तिच्या डोक्यावरचे छप्पर पार नाहीसे झालेले होते.

राणीने तिला आणि तिच्या मुलांना घालायला कपडे आणि पांघरायला कांबळी दिली; पण तेवढ्याने भागणार नव्हते हे आम्हाला कळत होते. 'यात मी काय करणार? दारू हा काही माझा व्यावसायिक प्रश्न नाही. तो तर सामाजिक प्रश्न आहे.' मी माझ्या मनाची समजूत पटवत होतो; पण जेवढी मी त्या प्रश्नाला बगल देत होतो तेवढा तो उसळी मारून समोर येत होता. त्या उद्ध्वस्त स्त्रीला लोंबकळून असणारी तिची सात मुले... ते दृश्य नजरेसमोरून हटायला तयार नव्हते.

'अरे, पण तू तर डॉक्टर आहेस!' मी स्वतःचीच वकिली करत स्वतःशी बोललो. 'दारूचे

व्यसन घालवण्यासाठी कुठलेही रामबाण औषध नाही. तुझ्या डॉक्टरी तज्ज्ञपणाचा इथे काहीच उपयोग नाही. उगीच कशाला वेळ घालवतोस?' रिचर्ड ॲटनबरोंच्या 'गांधी' या चित्रपटातले नेमके ते दृश्य माझ्या नजरेसमोरून तरळून गेले. गांधीजींना एक असहाय महिला पलीकडच्या काठावर दिसते. लाज झाकायला अंगावर पुरेशी वस्त्रे नसल्याने शरीर आकसलेली. गांधीजी डोक्यावरची पगडी काढून उलगडतात. ते लांबलचक वस्त्र तिच्याकडे भिरकावतात. त्या प्रतिमेतून मला माझ्या प्रश्नाचे उत्तर गवसते.

गावातल्या महिलांशी एकेकट्याने किंवा समूहाच्या पातळीवर आम्ही संवाद सुरू केला. नवऱ्याचे दारू पिणे ही त्यांची सगळ्यात मोठी समस्या होती. दारू ही गडचिरोलीतील महिलांसाठी शाप ठरत होती.

करावे तरी काय? पुरुषांची तर बऱ्या-वाईटाबाबतची शुद्धच हरपलेली आहे. सरकार दारू विकायला प्रोत्साहन देते, कारण त्यातून मोठ्या प्रमाणात महसूल मिळतो. मला फार तोकडेपणा जाणवू लागला. वैद्यकीय प्रशिक्षणात मला या रोगाबाबत काहीच शिकवलेले नव्हते. म्हणून मी बापूंकडे पुन्हा जायचे ठरवले. दारूसंबंधी त्यांनी काय लिहिले आहे त्याचा धांडोळा घेतला. दारूचा प्रश्न मोडीत काढण्यासाठी त्यांनी चांगलीच व्यूहरचना केलेली आढळली. त्यात त्यांनी समाजाच्या पुनर्बांधणीसाठी दारूबंदीचा त्यांच्या कार्यक्रमात समावेश केलेला आहे. दारूच्या दुकानांमध्ये जाणाऱ्या ग्राहकांना अडवणे व त्यांचे मन वळवण्याच्या प्रयत्नांबाबतही त्यांनी प्रयोग केले होते. लवकरच आम्ही गडचिरोलीत त्याबाबतचे पुरावे गोळा केले आणि धक्कादायक माहिती उजेडात आली. दारिद्र्यरेषेखालच्या व अत्यंत मागास अशा गडचिरोली जिल्ह्यासाठी सरकारी विकास आराखड्यात चौदा कोटी रुपये जाहीर झालेले होते. दुसरीकडे, इथे दारूविक्रीतून होणाऱ्या वार्षिक उत्पन्नाचा आकडा वीस कोटी येत होता. जेव्हा ही वस्तुस्थिती सांगत आम्ही गावोगाव हिंडलो तेव्हा शाळकरी मुलांनाही दारिद्र्यामागे काय गोम आहे ते लक्षात आले.

एक गोष्ट अशीही लक्षात आली, की राज्य शासनाकडून दारूविक्रीसाठी दिले जाणारे परवानेच 'बेकायदा' होते. कारण फार पूर्वी केंद्र शासनाने आदिवासी जिल्ह्यांमध्ये दारूविक्री न करण्याचा ठराव केलेला होता. आणि त्याही मागचे कारण असे होते, की आदिवासी दारूला लवकर बळी पडतात हे तेव्हाच समजलेले होते.

बापूंचे दुसरे तंत्र होते ते नागरी कायदेभंगाचे. सरकारचे जे चुकते आहे त्यासाठी 'नकारा'चा वापर. सहा वर्षांपेक्षा जास्त कालावधीची सामाजिक चळवळ गडचिरोलीत राबवण्यात आली आणि तिच्यामार्फत गावोगावच्या रहिवाशांना दारू सोडून देण्यासाठी प्रेरित करण्यात आले. १५० गावांमध्ये सामाजिक पातळीवर ही बंदी जाहीर झाली. तिथे दारूचा थेंबही गावात येऊ दिला जाणार नाही याची खबरदारी घेण्यात आली. ३५० सामाजिक संघटना व ६०० गावांमधल्या गावकऱ्यांनी शासनाकडे विनंतिअर्ज पाठवला.

सरकार नमायला तयार होईना तेव्हा आम्ही दुसरे पाऊल उचलले. गांधीजींच्या जयंतीला, म्हणजे २ ऑक्टोबरला जिल्हापातळीवर सभा आयोजित केली.

शेकडो गावकरी जमले. त्यातल्या निम्म्या तर महिलाच होत्या. त्या खूप आशेने आल्या होत्या. एका उद्ध्वस्त भटक्या बाईची ही असंख्य रूपे होती. त्या सभेत असा ठराव झाला, की त्याच दिवसापासून दारूपासून मुक्तीबाबत जिल्हाभर लोकच काय तो निर्णय घेतील. लगेच दारूविरोधातला प्रचार सुरू झाला. त्यात तरुण व महिला आघाडीवर होत्या. आमच्या दोन्ही मुलांनी (एक चार वर्षांचा व दुसरा अकरा) आमच्यासोबत अटक करवून घेण्यात आनंद मानला. एकदा ते त्यांच्या वर्गमित्रांना त्या निदर्शनांमध्ये सामील होण्यासाठी घेऊन आले; पण आम्ही त्यांना त्यांच्या पालकांची परवानगी घ्यायला परत पाठवले. आश्चर्य म्हणजे त्यांच्यातली बहुतेक मुले परत तिथे आली. त्यांच्या पालकांनी सांगितले, ''दारूबंदीसाठीच्या आंदोलनासाठी तुम्ही खुशाल तुरुंगात गेलात तरी आमची काहीच हरकत नाही.''

महात्माजी एकदा म्हणाले होते, ''देशाचा राज्यकारभार एका दिवसापुरता जरी माझ्या हातात आला तरी मी संपूर्ण देशभरातली सगळी दारू दुकाने ताबडतोब बंद करून टाकीन.'' गडचिरोलीत त्यांचाच 'आत्मा' सक्रिय होऊन आम्हाला चेतवत होता.

शासनाला अखेर नमावे लागले. जिल्ह्यातली दारूविक्री थांबली. दारूची दुकाने बंद झाली. त्यांचे परवाने रद्द करण्यात आले.

१८ एप्रिल १९९५ रोजी सकाळी मी फिरायला गेलो असताना अचानकच छातीत खूप दुखू लागले. हृदयाशी जोडलेल्या धमन्यांमध्ये काही तरी गडबड आहे, हे माझ्या ताबडतोब लक्षात आले. अवघ्या ४४ व्या वर्षी मला तो हृदयविकाराचा त्रास जाणवत होता.

मृत्यूला सामोरे जाण्यासाठी मी कुठला तयार असणार? इतकी सगळी वर्षे मी जणू जीवन गृहीतच धरत आलो होतो. खरे आयुष्य तर अजून सुरू व्हायचे होते. स्वतःच्या तब्येतीकडे माझे पार दुर्लक्ष झालेले होते. आजारी पडण्याची मी कल्पनाच केलेली नव्हती, तिथे मृत्यूचे काय सांगता? आता मात्र आयुष्य माझ्या हातून निसटत चाललेले होते आणि मी अंथरुणात पडून राहण्यावाचून काहीच करू शकत नव्हतो. तीन महिन्यांपूर्वी मी मागवलेले डीन ऑर्निश यांचे 'रिव्हर्सिंग हार्ट डिसीज' (हृदयरोग पूर्णपणे बरा करता येतो) हे पुस्तक नेमके त्याच वेळी येऊन पोहोचले. मी जर नियतिवादी असतो तर ते पुस्तक मला कसे अगदी गरजेच्या वेळी मिळणे ही कशी नशिबाची योजना होती, असे वाटले असते. त्या पुस्तकात वैयक्तिक आरोग्य जोपासनेचा कार्यक्रम दिलेला होता. त्यातली सैद्धांतिक स्पष्टीकरणे व पटणाऱ्या शास्त्रीय पुराव्यांमुळे वाचणाऱ्याला अधिक फायदा होत होता.

माझ्यासाठी तो जगण्यासाठी केलेला अटीतटीचा प्रयत्न होता. शिवाय मला गांधीजींच्या आश्रमाशी जोडलेली माझी पाळेमुळे त्यामुळे पुन्हा आठवत होती. ऑर्निश यांच्या उपचारपद्धतीत सुचवलेली जीवनशैली ही गांधीजींच्या आश्रमातल्या जीवनपद्धतीशी नाते सांगत होती. गेली २५ वर्षे मी तीच आचरणात आणलेली आहे. तिचे परिणाम मला वयाच्या ४४व्या वर्षी जाणवायला सुरुवात झाली. रोज सकाळी फिरताना मी बागेत थोडा वेळ उभा राहतो आणि जगण्यासाठी आणखी एक दिवस माझ्या वाट्याला आल्याची कृतज्ञता मनातल्या मनात व्यक्त करतो. ही देणगीच तर होती, तीही नितांतसुंदर. मी ती मिळवण्यासाठी स्वतः काहीच खटपट केलेली नव्हती. कोरोनरी अँजिओप्लास्टीच्या वेळी ऑपरेशन टेबलावर पडलेलो असताना पहिल्यांदा ही भावना माझ्या मनात आली. काही क्षणांपुरता मी खूप चिंतेत आणि भेदरलेलो होतो, आणि अचानक कुठून तरी दोन प्रवाह वाहत आले. एक होता ईशावास्योपनिषदातील. त्यातली प्रार्थना सेवाग्राम आश्रमात आम्ही रोज म्हणायचो.

ओम् पूर्णमद पूर्णमिदम्,

पूर्णात पूर्ण मुदच्यते,

पूर्णस्य पूर्णमदाय,

पूर्णमेवावशिष्यते!

(हे विश्व संपूर्ण आहे. त्याला निर्मिणारी शक्तीही संपूर्ण आहे. ती अनंत आहे. तिथे उत्पत्ती नाही की लय नाही. हे अनंत आहे. हे कायम असेच राहणार आहे. सर्वत्र शांती असू दे.)

दुसरा प्रवाह होता तो आधुनिक भौतिकशास्त्रातून आलेला. बिग बँग सिद्धांतानुसार सांगायचे, तर दोन प्रचंड वस्तू एकमेकींवर आदळल्या. त्यातून निर्माण झालेल्या ऊर्जेतून आपल्या विश्वाचा उगम झाला. ती ऊर्जा परमाणू इलेक्ट्रॉन तसेच अणूच्या केंद्राचा एक मूलभूत घटक प्रोटॉन यांसारख्या रूपांमध्ये साकार झाली. सर्व काही आकाराला आले ते या कणाकणांतून किंवा या ऊर्जेतून. माझे शरीर किंवा माझे सारे अस्तित्वच मुळी अशा घटकांचा झालेला एक संयोग आहे. मग मृत्यू म्हणजे काय? या अणुरेणूंची फेररचना म्हणजेच मृत्यू हे नक्की. या विचाराने माझी भीती पार संपली. मी माझ्या विसर्जनासाठी तयार झालो.

या अनुभूतीमुळे माझ्या मनात काही तरी करण्याची ऊर्मी बळावली. शारीरिक तंदुरुस्ती पुन्हा मिळवण्यासाठी मी गेली काही वर्षे काही तरी आंतरिक शोधत होतो ते मिळाले. एक मूलभूत प्रश्न मनात होता, 'देव खरोखरच आहे का? माझे त्याच्याशी काय नाते आहे?' तर्काच्या आधारे चालणाऱ्या बुद्धीला 'देव' या संकल्पनेबद्दल शंका होती. याचे उत्तर मिळायला

मला फार वेळ लागला नाही. महात्मा गांधींचे आत्मचरित्र मी पुन्हा एकदा वाचून काढले. त्यातल्या एका साध्या वाक्याने अचानक मला एक नवा अर्थ उलगडून दाखवला. गांधीजींनी असे म्हटले होते, 'देव म्हणजे एखादी व्यक्ती नव्हे, तर ते तत्त्व आहे.' मला उत्तर सापडले होते!

गांधीजींनी आणखी एका ठिकाणी म्हटले आहे, 'सत्य हाच परमेश्वर!' सत्य हे तत्त्व जर का देव म्हणून मान्य केले तर मग त्याचा शोध आणि अनुभव घेणेही शक्य आहे. त्याचा बोध होऊ शकतो. सत्य हे सर्वत्र असते, जसा देव सर्वत्र असतो. या विचारामुळे माझ्या मनात 'देवा'बद्दल मोकळेपणा निर्माण झाला. यामुळे आध्यात्मिक व वैज्ञानिक माहितीचा छान समन्वयही घडून आला.

रुग्णालयातून मला घरी सोडण्यात आल्यावर मी आधी सेवाग्राम आश्रमात गेलो. तिथे बापूंच्या कुटीत जाऊन बसलो. डोळे मिटले. मला ते साक्षात तिथे बसून चरखा चालवत असल्याचे जाणवले. मी त्यांना विचारले, 'मी काय करू?'

'परमेश्वरापुढे पूर्णपणे समर्पण कर.' त्यांनी सांगितले आणि ते पुन्हा चरखा चालवण्यात दंग झाले.

त्यांच्या कामात व्यत्यय न आणता मी शांतपणे बाहेर निघून आलो.

आता अनेकदा मला त्या भेटीचे खूप आश्चर्य वाटते. मी त्या वेळी जे पाहिले, जे ऐकले ते नेमके काय होते? कोण बोलले होते माझ्याशी? इतक्या वर्षांनंतर माझ्याशी बोलायला ते कसे काय परत आले होते? मग माझ्या लक्षात आले, की ते तर गेलेच नव्हते. ते नेहमीच माझ्या रक्तातून, माझ्या हाडांमधून माझ्या सोबतच होते. माझ्या अस्तित्वाची खोलवर पातळी म्हणजे जाणीव. माझी जाणीव, तुमची जाणीव, गांधीजींची जाणीव आणि वैश्विक जाणीव म्हणजे देव. ही जाणीव सर्वत्र एकच. आपण सारे एकच.

अर्थातच मी त्यांच्याशी गाठीभेटी सुरू ठेवलेल्या आहेत.

('रिसर्जन्स'मध्ये प्रसिद्ध झालेल्या लेखातील संपादित अंश)

(www.resurgence.org)

(अनुवाद : नीला शर्मा)

प्रसिद्ध अर्थशास्त्रज्ञ, सनदी अधिकारी व मत्सुद्दी म्हणून ओळखल्या जाणाऱ्या अबीद हुसैन यांनी मायभूमीच्या सेवेसाठी विविध प्रकारच्या भूमिका बजावल्या आहेत. बहुश्रुत व प्रभावी, दृढ व स्पष्टवक्ता असलेले अत्यंत उमदे असे हे व्यक्तिमत्त्व आहे.

हुसैन यांना अमेरिकेतले भारताचे माजी राजदूत म्हणून खूपजण ओळखतात, पण भारताच्या नियोजन मंडळाचे सदस्य व वाणिज्य मंत्रालयाचे सचिव म्हणून त्यांनी बजावलेली कामगिरीही वाखाणण्याजोगी आहे. अबीद हुसैन समिती अहवाल म्हणून सर्वत्र ओळखल्या जाणाऱ्या दस्तऐवजात परिवर्तनासाठी उपयुक्त ठरणाऱ्या शिफारसी केलेल्या आहेत. शास्त्रीय व औद्योगिक संशोधन समितीने केलेल्या समीक्षेवर त्या आधारित आहेत.

सध्या हुसैन हे अनेक राष्ट्रीय संघटना व शैक्षणिक संस्थांशी घट्टपणे जोडून घेऊन त्यांच्या समृद्ध अनुभव व दृष्टीचा लाभ त्यांना करून देत आहेत. राष्ट्रासाठी महत्त्वाच्या ठरणाऱ्या विविध समकालीन मुद्द्यांबाबत बोलण्यासाठी ते अनेक चर्चासत्रांमध्ये सहभागी होतात. त्यातून विधायक गोष्टींसाठी त्यांच्या विचारांचे समाजाला योगदान होते.

अबीद हुसैन

"माझे आयुष्य हाच माझा संदेश आहे."

गांधी : स्थलकालातीत व्यक्तिमत्त्व

गांधींचा विचार वगळला तर भारताची कहाणी अपूर्ण आणि निर्जीव बनेल. गांधींनी भारताच्या स्वातंत्र्यलढ्याला विलक्षण आयाम प्रदान केले. त्यांनी भारताच्या स्वातंत्र्य चळवळीला इतिहासातील एका युगप्रवर्तक अध्यायाचे विस्मयकारक असे स्वरूप प्राप्त करून दिले. त्यांच्याशिवाय तो इतिहास चारित्र्य आणि नैतिकता या सद्‌गुणांच्या भव्य-दिव्य तेजस्वी आविष्कारापासून वंचित राहिलेला दिसेल. या देशातील कणा मोडलेल्या आणि धास्तावलेल्या लोकांना राखेतून उत्थान करण्याची आणि स्वातंत्र्याच्या तेजस्वी ताऱ्याला गवसणी घालण्याची प्रेरणा दिली.

राजकीय परिवर्तन

भारताच्या राजकीय जीवनात प्रवेश केल्यानंतर गांधीजींनी येथील राजकारणाचे स्वरूप आणि चौकटच बदलून टाकली. त्यांनी भारताच्या स्वातंत्र्य चळवळीचा उद्देश संपूर्णपणे बदलून 'पूर्ण स्वराज्य' हेच ध्येय ठरवून टाकले. त्यांनी जाणले, की कायदेशीर वकिली करून स्वातंत्र्य मिळणे शक्य नाही. त्यांना हे माहीत होते, की उत्तम शिकलेले आणि सुखवस्तू वकील भारताच्या स्वातंत्र्यलढ्याचे चांगले समर्थक होऊ शकतात, परंतु ते देशातील जनतेची जागा घेऊ शकत नाहीत. जनतेचे पाठबळ नसल्याने त्यांचे प्रयत्न कितीही प्रामाणिक आणि सुनियोजित असले तरी त्याचा आविष्कार मुका, बहिरा आणि निष्प्रभ ठरेल.

गांधींना कळून चुकले होते, की सरकारला अर्ज-विनंत्या करून किंवा योजनाबद्ध संसदीय डावपेच करून स्वातंत्र्य मिळणे शक्य नाही. रस्त्यावर येणारे सर्वसामान्य लोक आणि खेड्यापाड्यांतील माणसे हीच स्वातंत्र्य चळवळीची खरी ताकद आहे. ते जर जागृत झाले आणि त्यांना सुसंघटित केले तर ते स्वातंत्र्याची चळवळ पुढे नेतील. त्यांनी राजकारणी लोकांना बंद दरवाज्यांच्या सभागृहातून बाहेर काढले आणि रस्त्यावर आणि शेतात आणले, जेथे सर्वसामान्य माणसे त्यांच्या दुर्दैवाच्या साखळ्यांत अडकली होती आणि दारिद्र्याच्या काट्यांनी बेजार झाली होती. भारताकडे सामान्य माणसांच्या दृष्टीने बघितले जावे असे त्यांना वाटे. त्यांनी जाहीर केले, की ज्याला समाजाचे कल्याण करावयाचे आहे त्या प्रत्येकाने जनतेच्या स्वातंत्र्यलढ्यात सहभागी झाले पाहिजे. त्यांची अशी अपेक्षा होती, की राजकारणी लोकांनी व राजकीय कार्यकर्त्यांनी जनतेच्या आशा-आकांक्षा समजून घेतल्या पाहिजेत. त्यांनी जवाहरलाल नेहरूंना सांगितले, की तुम्ही हिमालयाची उत्तुंगता, गंगेची प्रशांतता आणि परमेश्वराने बहाल केलेल्या या देशातील सर्व सुंदर गोष्टी पाहिल्या आहेत. आता खेड्यापाड्यांत जा आणि तेथील जनतेची दुर्दशा आणि दारिद्र्य पाहा आणि विचार करा, की तुम्ही त्यांना त्यांच्या रोजच्या पोटापाण्याच्या विवंचनेतून बाहेर काढून स्वतःचे जीवन बदलण्यासाठी कसे प्रवृत्त कराल.

राजकारणातील जनसामान्यांच्या सहभागाच्या ताकदीविषयी गांधींना गुरुकिल्ली सापडली होती. जे लोक झोपड्या-खोपटांत दहशतीखाली जगत होते त्यांना त्यांनी निर्भयतेचा मार्ग दाखवला आणि भारताच्या राजकीय प्रक्रियेत सामावून घेतले. गांधींच्या प्रोत्साहनामुळे जनसामान्यांच्या जीवनात जादू केल्यासारखा उत्साह संचारला आणि पुढे जाऊन त्यांनी ब्रिटिश शासनाला हादरवून सोडले.

राष्ट्रीय राजकारणाचे धोरण ठरवताना गांधींनी उच्च मूल्यांचा आग्रह धरला आणि त्यातून राजकारणाला नैतिकतेचे अधिष्ठान प्राप्त करून दिले. त्यांच्या धोरणातील खंबीरपणाची पाळेमुळे त्यांचा जनसामान्यांपाशी असलेल्या नैतिकतेच्या शक्तीवर जो गाढ विश्वास होता त्यात विसावलेली होती. त्या नैतिकतेचा आविष्कार पुढे अहिंसक आंदोलनांतून दिसून आला. गांधींना खात्री होती, की सामान्य माणसाच्या नैतिक ताकदीला एकदा वाट करून दिली की तिला बंदुकीच्या गोळ्यांनीदेखील दडपून टाकता येणार नाही.

ज्यांना लोकप्रिय व्हायचे आहे त्यांनी लोकांच्यात मिसळले पाहिजे आणि त्यांच्या दुःखमय आयुष्याशी समरस झाले पाहिजे, असे ते सांगत. कारण लोकांच्या हलाखीच्या अवस्थेची जाणीव झाल्याशिवाय कोणालाही त्यांच्या गरजा काय आहेत ते कळणार नाही. अशा प्रकारे त्यांनी भारतीय स्वातंत्र्याच्या चळवळीला कायद्याच्या लेखणीबहाद्दरांच्या हातातून बाहेर काढून तिचे परिवर्तन एका नैतिकतेवर आधारित सामान्य माणसांच्या शौर्यगाथेत केले.

शांततेच्या मार्गावरून चालणारी सार्वत्रिक चळवळ असे स्वरूप असल्यामुळे स्वातंत्र्य

चळवळ लोकप्रिय झाली आणि भारतीय जनतेला ब्रिटिशांच्या दडपशाहीला न जुमानता स्वातंत्र्य मिळविण्याची ताकद प्राप्त झाली. गांधींनी जनतेला सार्वजनिक हितासाठी त्याग करण्याचे आवाहन केले. त्यांनी लोकांना कृतिशील बनवले. त्यांनी समाजाच्या मनावर हे बिंबवले, की नुसत्या तात्त्विक गोष्टींची चर्चा करत न बसता, धार्मिक स्तोत्रे गात न बसता, राष्ट्रप्रेमाची गाणी गात न बसता प्रत्यक्ष कृती करून कर्मयोगाचे आचरण करणे जीवन सुखी करण्यासाठी आवश्यक आहे. गांधींच्या पूर्वी भारताचे राजकारण काही दशके वेगवेगळ्या विचारांच्या कलात्मक लेखनात आणि आवेशपूर्ण भाषणांत अडकून पडले होते. गांधींनी सत्याग्रहाचे अभिनव तंत्र शोधून काढले. त्याला त्यांनी 'सत्याचे सामर्थ्य' असे म्हटले. या माध्यमातून त्यांनी जतनेला फार मोठी शस्त्रांची ताकद असलेल्या ब्रिटिश सत्तेच्या अन्यायकारक कायद्यांना न जुमानता अहिंसक मार्गाने प्रतिकार करण्याची व नाकारण्याची प्रेरणा दिली.

अनेक वेळा निराशाजनक अनुभव आणि माघार घेण्याचे प्रसंग येऊनही नैतिकता आणि सत्य यावर आधारलेल्या राजकारणाला भविष्यात नक्कीच यश आणि महत्त्व प्राप्त होईल, हा त्यांचा निर्धार गांधींनी कधीही डळमळू दिला नाही. जनतेच्या स्वातंत्र्याच्या चळवळीला नवीन आयाम देण्यासाठी त्यांनी सत्याग्रहाचा मंत्र दिला. त्यांनी स्वैर वर्तनाला कधीही प्रोत्साहन दिले नाही किंवा त्याचे समर्थनही केले नाही.

असहकार व सविनय कायदेभंग

पूर्ण स्वराज्य मिळवण्याचा गांधींचा निर्धार दृढ आणि अविचल होता. देशाचे आणि देशातील जनतेचे कधीही भरून न येणारे नुकसान करणारे ब्रिटिश शासन चालू ठेवणे हे त्यांना सहन होत नव्हते. ब्रिटिशांनी भारताला इतके हतबल बनवले जितके पूर्वी कुणीही बनवले नव्हते. भारताची अर्धपोटी जनता दिवसेंदिवस अर्धमेल्या अवस्थेकडे वाटचाल करत होती. गांधींना दुःख होत होते, की ब्रिटिश सरकार त्यांच्या कायद्यांच्या माध्यमातून भारतीय जनतेला अतिशय अपमानकारक वागणूक देत आहे. या भावनेतूनच त्यांनी ब्रिटिश शासनाविरुद्ध आंदोलन उभे केले. मनाची अशी पक्की धारणा झाल्यामुळेच त्यांना वाटले, की अशा परिस्थितीत सरकारशी सहकार्य करणे म्हणजे पाप आहे. त्यांच्या दृष्टीने चांगल्याबरोबर सहकार्य करणे ही जितकी चांगली गोष्ट आहे, तितकीच वाईट शासनाला सहकार्य न करणे हीदेखील चांगली गोष्ट आहे. स्वातंत्र्यप्राप्तीचे जागवलेले ध्येय सत्याग्रहाच्या मार्गाने पूर्ण करावयाचे होते. अहिंसक नकार हे ध्येय साध्य करण्याचे साधन होऊ शकते. हिंसा त्यांना मान्य नव्हती. स्वातंत्र्य मिळविण्याचा मार्ग रक्तलांच्छित असावा हे त्यांना मान्य नव्हते. आपल्यावर झालेला अन्याय दूर करण्यासाठी जर हिंसेचा मार्गच अनुसरायचा असेल, इंग्लिश लोकांची हत्या करायची असेल तर मी स्वराज्याशिवाय राहणे पसंत करीन, असे ते म्हणत.

गांधी म्हणायचे, "अहिंसा हे माझ्या श्रद्धेचे पहिले कलम आहे आणि तेच माझ्या पंथाचे

शेवटचे कलम आहे. हिंसा करणाऱ्या शत्रूचा प्रतिकार करण्यासाठीदेखील हिंसा करायला अहिंसा मान्यता देत नाही. कारण तसे केले तर एका दुष्ट माणसाऐवजी अनेक दुष्ट माणसे निर्माण होतील.'' त्यांच्या मते 'सत्याग्रह म्हणजे हिंसेविषयी संपूर्ण संयम बाळगणे. अहिंसा आणि सत्याग्रह असे सहजासहजी साध्य होत नाहीत. त्यासाठी हातात बंदूक धरणाऱ्या माणसापेक्षा अधिक धाडस दाखवावे लागते.'

जे स्त्री-पुरुष गरिबी आणि दारिद्र्यात राहून निमूटपणे अन्याय सहन करत होते त्यांना जागृत करून अन्यायकारक सामाजिक आणि राजकीय कायदे तोडण्यासाठी सिद्ध करण्याकरिता गांधींनी सत्याग्रहाचे अनेक उपक्रम राबवले. सूत कातणे, धान्य दळणे, मुताऱ्या साफ करणे हे सर्व मार्ग ते सत्याग्रहाच्या जोडीने वापरत आणि सत्याग्रहाच्या लढ्याला उत्तेजन देत; पण त्यांनी कधीही बेशिस्त आणि मनमानी वागणुकीला मान्यता दिली नाही. ते म्हणायचे, ''लोक चूक करणार नाहीत असे मानणे हे चूक आहे. कायदा मोडा पण बेकायदा वागू नका.'' गांधींनी नियंत्रण नसलेल्या स्वातंत्र्याला कधीच मान्यता दिली नाही. जेव्हा असहकाराची चळवळ स्वातंत्र्याकडे वाटचाल करत होती तेव्हा ते म्हणाले होते, ''माझ्यासाठी अहिंसा अधिक महत्त्वाची आहे. रक्तलांच्छित विजयाला मी कशी मान्यता देऊ? नागरी असहकाराची चळवळ सत्याग्रहाबरोबर जोडलेली असणे म्हणजे कायदा मोडण्याचा गुन्हा करणे नव्हे. ते कृत्य नागरी आहे, म्हणजेच त्याचा अर्थ गुन्हा करणे नाही.'' सत्याग्रह करणाऱ्याने अन्यायकारक कायदा मोडल्यावर तो मोडल्याबद्दल जी शिक्षा ठरलेली असेल ती निमूटपणे स्वीकारली पाहिजे. सत्याग्रही माणूस अन्यायकारक कायद्याचे पालन न करून शासनाशी असहकार करतो, परंतु तो असे कोणतेही कृत्य करत नाही ज्याने नैतिकतेला बाधा येईल. गांधींनी सुचवलेल्या सत्याग्रहाचे हेच तर वैशिष्ट्य आहे. सत्याग्रहाची संकल्पना त्यांच्या मनात सहजासहजी आली नाही. त्यांनी स्वतः त्या मार्गाचा अनुभव घेतला आणि स्वतःचे आयुष्य त्या दृष्टीने सुनियोजित करून इतरांच्या पुढे स्वतःचे आदर्श उदाहरण निर्माण केले.

अपारंपरिक कृतिकार्यांचे उपक्रम

अहिंसेने करावयाचे अनेक अपारंपरिक उपक्रम जनतेसमोर ठेवून गांधी भारताचे अविवाद्य सर्वोच्च नेता बनले. रूढींविरुद्ध असलेल्या त्यांच्या कृतियोजनांमुळे काही वेळा त्यांचे अतिशय विश्वासू अनुयायीदेखील चकित होऊन भांबावून गेले. तरीही ज्या तऱ्हेने गांधींनी त्या उपक्रमांची रचना केली आणि लोकांना त्या कल्पना प्रत्यक्षात आणण्यासाठी स्वतःभोवती जमा केले ते पाहून ते थक्क झाले. परंतु त्यांच्या कार्यक्रमांपैकी काही कार्यक्रम त्यांनी रद्ददेखील केले. ते पाहून त्यांच्या अनेक अनुयायांना त्यांच्या निर्णयाचे कोडे पडायचे. परंतु, त्यांच्यापाशी प्रतियोजना करून परिस्थितीचा तोल सांभाळण्याची क्षमतादेखील होती. त्यांच्या दृष्टीने कोणतीही योजना ही अंतिम नव्हती. ते त्यांच्या संकल्पनेचा संपूर्ण आराखडा

मनात तयार करत आणि नंतर हळूहळू सावधगिरीने परिणामांचे निरीक्षण करत. जरूर तेव्हा फेरबदल करत ती प्रत्यक्षात आणत. त्यांनी त्यांच्या संकल्पना स्वतःच्या जीवनाने अनुसरल्या आणि सत्य आत्मसात करण्याचा प्रयत्न केला. तो एक प्रकारे स्वतःला जाणून घेण्याचा अट्टहास होता आणि त्याच वेळी सत्याचे कधीही न संपणारे प्रयोग होते.

गांधींचा असा विलक्षण विश्वास स्वतःच्या आतल्या आवाजावर होता, की तो आवाज त्यांना विशिष्ट कृती करण्यासाठी मार्गदर्शन करतो, असे ते सांगत. नागरी सविनय कायदेभंग, मिठाचा सत्याग्रह आणि भारत छोडो आंदोलन हे सर्व कार्यक्रम या वर्गातीलच होते. वल्लभभाई पटेल यांचा त्यांच्या मिठाच्या सत्याग्रहाबद्दल आक्षेप होता. जवाहरलालना आश्चर्य वाटत होते आणि चित्तरंजनदासांना ती एक गमतीशीर गोष्ट वाटली होती. ''आतापर्यंत गांधी म्हणत होते, की जर आपण खादी बनवली तर स्वराज्य नक्कीच मिळवू. आता ते म्हणतात, आपण मीठदेखील बनवू या!'' असहकाराच्या चळवळीचा भाग म्हणून लोकांनी कर देणे बंद करावे असे गांधींना वाटत होते. पटेलांचे म्हणणे होते, की लोकांनी शेतसारा देण्याचे बंद करावे; पण गांधींचा त्याला विरोध होता. कारण ते आंदोलन हिंसेच्या दिशेने जाईल अशी त्यांना भीती वाटत होती. त्याचबरोबर त्यांना हीदेखील भीती वाटत होती, की जर शेतसारा न भरण्याचा कार्यक्रम स्वराज्याशी जोडला तर शेतकरी सर्वनाश ओढवून घेतील. गांधींनी मिठाचा कर न भरण्याचा निर्णय याचसाठी घेतला, की त्यामुळे शेतकऱ्यांना त्यांची जमीन आणि जनावरे गमवावी लागणार नाहीत. ज्यांना गांधींच्या या निर्णयावर आश्चर्य वाटले होते ते सर्व या उपक्रमाचे यश पाहून भारावून गेले. त्यांनी भारत छोडो कार्यक्रमाची संकल्पना मांडली तेव्हा काँग्रेस कार्यकारिणीचे बहुसंख्य सभासद त्यांच्याशी सहमत नव्हते. गांधींनी त्यांना सांगितले, की काँग्रेसने तिचा निर्णय अमलात आणावा, कारण भारताचे सुपुत्र 'भारत छोडो' आंदोलन उचलून धरतील. आणि प्रत्यक्षात तसेच झाले. ही गांधींच्या महानतेतील एक महत्त्वाची गोष्ट आहे, की जे बहुसंख्य लोकांना अशक्य वाटत असे ते गांधी यशस्वी करून दाखवीत. स्वतःच्या विचारप्रणालीपासून जरादेखील विचलित न होता त्यांनी अशक्य गोष्टी शक्य करून दाखवल्या. त्यांच्या अपयशांसकट गांधी सर्वोत्तम ठरले आणि त्यांची महानता वाढतच गेली.

सामुदायिक निर्णयावर विश्वास असूनही आणि मतभेदाच्या हक्काला मान्यता असूनही गांधी कायम त्यांच्या विचारांवर ठाम राहिले आणि त्यांना जे योग्य वाटले ते त्यांनी कधीही सोडले नाही. तरी त्यांना माहीत होते, की ते काही सर्वार्थाने बिनचूक असू शकत नाहीत, आणि म्हणूनच ते इतरांबरोबर त्यांची बाजू मांडून चर्चा करत असत. पाटण्याच्या भूकंपाच्या घटनेच्या वेळी गांधी आणि टागोर यांच्यात गरमागरम मतभेद झाले. जेव्हा गांधी त्यांचे विचार पटवून न देताच टागोरांना सोडून गेले तेव्हा टागोरांनी त्यांना पत्र लिहिले, की ते त्यांच्या मताशी सहमत नाहीत; परंतु जेव्हा गांधीजी त्यांना सोडून गेले तेव्हा त्यांना त्यांच्या घराच्या जमिनीवर देवाच्या पाऊलखुणा दिसल्या. त्यांची काही मते आपल्याला पटत

नसतील; परंतु आपल्याला त्यांच्यापाशी असलेल्या अंतर्ज्ञानी शक्तीवर विश्वास ठेवावा लागतो, की ज्यायोगे त्यांनी लोकांना त्यांच्या कार्यक्रमांशी बांधून घेतले आणि त्याचाच विकास पुढे अनेक प्रश्नांनी ग्रासलेल्या समाजाला दिलासा देण्यात झाला.

दारिद्र्य आणि हालअपेष्टा

गांधींच्या दृष्टीने गरिबांचे दुःख म्हणजे एखादे सुभाषित नव्हते किंवा चिंतन करण्याची गोष्ट नव्हती. ते म्हणत, ''ते दुःख ही प्रत्यक्षातील गोष्ट आहे. पांढरपेशा लोकांना माहीत नाही, की भारतातील करोडो गरीब लोक अर्धपोटी राहून हळूहळू मृत्यूकडे वाटचाल करत आहेत. त्यांना माहीत नाही, की फायदा आणि दलालीच्या मार्गाने ते जो पैसा मिळवतात तो गरीब लोकांचे रक्तशोषण करून मिळवलेला असतो.'' गरीब आणि असहाय लोकांबद्दल त्यांना जी काळजी वाटायची त्याचा प्रत्यय त्यांनी लोकांना जो मंतरलेला ताईत दिला आहे त्यावरून येतो. ते म्हणतात, ''मी तुम्हाला मंतरलेला ताईत देणार आहे. जेव्हा तुम्ही तुमच्या कृतीविषयी साशंक असता किंवा जेव्हा तुमच्यातील स्वार्थ आक्रमक होतो तेव्हा तुम्ही पुढील कसोटीवर तपासून योग्य तो निर्णय घ्या. तुम्ही ज्या दरिद्री आणि दुर्बल माणसाला पाहिले असेल त्याची आठवण जागवा आणि स्वतःला प्रश्न विचारा, की मी जे पाऊल टाकण्याचा विचार करतो आहे त्यातून त्या गरिबाला किती लाभ होणार आहे? त्याला त्यातून काही फायदा होणार आहे काय? माझ्या या कृतीतून त्या दरिद्री आणि असहाय माणसाला त्याच्या स्वतःच्या पायावर उभे राहण्याची ताकद आणि त्याचे भवितव्य ठरवण्याची शक्ती मिळणार आहे का? दुसऱ्याच शब्दांत सांगायचे, तर त्यातून भुकेल्या आणि आध्यात्मि कदृष्ट्या उपाशी लाखो माणसांना सुखाचा मार्ग सापडणार आहे काय? मग तुम्हाला असा अनुभव येईल, की तुमची शंका आणि उफाळलेल्या स्वार्थाचे निरसन झाले आहे.'' ज्यांचा गरिबी हटविण्याच्या कार्यावर विश्वास होता अशा कार्यकर्त्यांना गांधींनी ही मार्गदर्शक तत्त्वे सांगितली. गांधींच्या दृष्टीने ज्या स्वराज्यात तळागाळातील गरीब लोकांना देण्यासाठी व त्यांना दुःखातून मुक्त करण्यासाठी काही नसेल ते स्वराज्य म्हणजे एक मृगजळ असेल, तो एक स्वातंत्र्याचा व्यर्थ आभास असेल. गांधींना वाटे, की जे हृदय इतरांची दुःखे आणि यातना पाहून अनुकंपेने द्रवत नाही ते हृदय म्हणजे एक निर्जीव दगड आहे.

जेव्हा पटेल आणि नेहरूंनी स्वातंत्र्याचा उत्सव साजरा होत असलेल्या दिल्लीमध्ये येण्यासाठी गांधींना नौखालीमध्ये निरोप पाठवला तेव्हा गांधींनी दिल्लीला येण्याचे नाकारले. त्यांनी निरोप आणलेल्या माणसाबरोबर उलट निरोप पाठवला, की इथे नौखालीमध्ये हजारो लोकांची कत्तल केली जात आहे, तेव्हा मी दिल्लीला रोषणाई पाहण्यासाठी कसा येऊ शकतो? ते आणि तो दूत ज्या झाडाखाली उभे होते त्या झाडाचे एक पडलेले पान त्यांनी उचलले व ते त्या दूताला देऊन ते म्हणाले, ''पटेल आणि नेहरूंना हे पान दे आणि त्यांना सांग, की या गरिबाकडे तुम्हाला देण्यासाठी दुसरी काही भेटवस्तू नाही.'' असे म्हणून ते

पान त्या दूताला देताना त्या पानावर त्या दूताचे अश्रू पडले. तेव्हा गांधी म्हणाले, ''कदाचित या वृद्ध वृक्षाचे सुकलेले पान मी त्यांना दिलेले देवाला आवडले नसावे म्हणून त्याने या आसवांनी ओले केले असावे.'' याचा अर्थ असा नाही की गांधींनी स्वातंत्र्यदिनाचे अवमूल्यन केले. त्यांच्या दृष्टीने दुःखितांचे दुःखनिवारण या गोष्टीला प्राधान्य होते.

गांधी आणि अर्थव्यवस्था

गांधी स्वतः फकिरासारखे राहिले असतील, पण ते अथक प्रयत्न करून स्वतःचा आणि कुटुंबाचा आर्थिक स्तर उंचावणाऱ्या लोकांच्या विरोधात नव्हते. गांधींच्या दृष्टीने स्वतंत्र भारताची गुणवत्ता सामान्य माणसाला अन्न, पाणी, कपडालत्ता आणि सामाजिक सेवा कशा प्रकारे पुरवल्या जातात यावरून ठरवली जावी.

भारताची बहुसंख्य जनता खेड्यापाड्यांतून राहत असल्याने गांधींना ग्रामीण अर्थकारणाची विशेष आस्था होती. त्यांच्या दृष्टीने जर खेड्यांचा विनाश झाला तर भारताचा विनाश होईल. त्यांच्या योजनेमध्ये उदात्त मानवी ऊर्जा निर्माण करण्यासाठी सत्याग्रह हे साधन होते, तर सर्वोदयाच्या रेशमी धाग्याने समाजातील सर्व घटकांना एकत्र बांधण्याची योजना होती.

१९४०पासून १९६०च्या अखेरपर्यंत भांडवलशाही लोकप्रिय होती आणि मार्क्सप्रणीत अर्थकारण उदयाला येत होते. या दोन अर्थव्यवस्था सातत्याने परस्परांशी संघर्ष करत होत्या. एक दुसरीवर प्राधान्य मिळविण्याचा प्रयत्न करत होत्या. गांधींना या दोन्ही अर्थव्यवस्थांची पुरेपूर कल्पना होती आणि घडत असलेल्या बदलाचीही जाणीव होती, पण त्यांनी त्यावर काहीही भाष्य केले नाही. त्याचप्रमाणे या दोन्ही अर्थव्यवस्थांचे दुष्परिणामही त्यांना माहीत होते आणि त्यांच्या अकार्यक्षमतेचीही त्यांना कल्पना होती. त्यांच्या मते या दोन्ही आर्थिक व्यवस्थांचे मूलभूत तत्त्व काळाच्या ओघात नाहीसे झाले आहे. भांडवलशाही आणि साम्यवाद यांच्यामधून जाणारी तिसरी अर्थव्यवस्था ते शोधत होते. त्यांनी 'विश्वस्ताची भूमिका' ही तिसरी स्वतंत्र अर्थव्यवस्था प्रतिपादन केली. या व्यवस्थेमध्ये त्यांना कालांतराने मानवाच्या कल्याणाची अपेक्षा होती. त्यांनी विश्वस्ताच्या भूमिकेला स्वदेशी उत्पादनांचीही जोड दिली. त्यांना अशी आशा वाटत होती, की या मार्गाने स्वदेशी उत्पादन करून लोकांना रोजगार मिळेल व त्यांचा आत्मसन्मान जपला जाईल. खेड्यापाड्यांत जे व्यवसाय चालत व जी कौशल्ये वापरली जात त्यांना उत्तेजन देऊन ऊर्जितावस्था मिळवून देण्याचाही त्यांनी प्रयत्न केला. त्यांनी स्वतःच्या खादी कपड्याचे सूत स्वतः कातले व कापड स्वतः विणले व त्यातून स्वाभिमान आणि स्वावलंबन याचे एक उत्तम उदाहरण समाजासमोर ठेवले.

गांधींनी स्वदेशी आणि उत्पादनातील स्वयंसिद्धता यासाठी जे आवाहन केले त्यातून त्यांना भारताने इतर देशांत जी आर्थिक प्रगती झाली आहे त्यापासून अलिप्त राहावे, असा संदेश द्यायचा नव्हता. उलटपक्षी, त्यांची अशी इच्छा होती, की बाहेरच्या जगातले वारे त्यांच्या

झोपडीतही शिरावे, परंतु त्याने त्यांच्याच पायाखालची वाळू वाहून नेऊ नये. ते म्हणत, की जर मला माहीत आहे की हा देहदेखील एक सुव्यवस्थित यंत्र आहे, तर मी यंत्राला विरोध कसा करेन? साधी दात कोरण्याची काडी हेदेखील एक यंत्रच आहे. त्यांचा आक्षेप असा होता, की यंत्राने मानवावर कुरघोडी करू नये. त्यांच्या नजरेत मानवाला सर्वांत अधिक प्राधान्य होते आणि बाकी सर्व त्यानंतरचे होते; मग ते कितीही महत्त्वाचे आणि आकर्षक असले तरी त्याचे स्थान मानवी प्रतिष्ठेपुढे दुय्यम असावे. कोणत्याही आर्थिक सुधारणांचा उपयोग जोपर्यंत यथायोग्य रीतीने आणि यथायोग्य प्रमाणात केला जात नाही तोपर्यंत त्या अपेक्षित असलेला व्यक्तिगत बदल आणि सामाजिक बदल घडवून आणू शकणार नाहीत. गांधींनी सांगितले, की जे महत्त्वाचे आहे ते मोठ्या प्रमाणावरील उत्पादन नव्हे तर सर्वांना आवश्यक असे उत्पादन हवे.

अर्थव्यवस्था सुव्यवस्थित चालण्यासाठी सर्वांच्या गरजा पूर्ण केल्या पाहिजेत आणि लोकांच्या हावरटपणाला मुरड घातली पाहिजे. गांधींच्या आर्थिक पुनर्रचनेच्या आराखड्यात भांडवल आणि मजुरी यांच्यातील वाद मिटवण्यासाठी समानता हे मध्यवर्ती सूत्र होते. मिळकत आणि संपत्ती यांच्या विषम वाटणीमध्ये सुधारणा करून तो समतोल करण्याची तरतूद होती. त्याचप्रमाणे ज्या उत्पादन पद्धतीने माणसाच्या मानवी अधिकारावर आक्रमण होते आणि व्यक्तीच्या कामाची निवड करण्याचा हक्क हिरावून घेतला जातो ती पद्धती मानवाला हितकारक नाही. गांधींचा असा आग्रह होता, की स्वतंत्र भारतात सामान्य माणसाला अन्न, पाणी, कपडालत्ता, सामाजिक सेवा या परवडतील अशा मिळाल्या पाहिजेत आणि प्रत्येक व्यक्तीला धर्म-वंश-लिंगनिरपेक्ष समान प्रतिष्ठा मिळाली पाहिजे.

त्यांची अशी धारणा होती, की राजकारण आणि अर्थकारण या दोन्हींचा उद्देश समग्र समाजाचे कल्याण हेच आहे; केवळ एका विशिष्ट सामाजिक गटाचे अथवा वर्गाचे कल्याण असा नाही. त्यांचा खादी आणि ग्रामीण उद्योगाचा कार्यक्रम हा समाजातील तळागाळातील सामान्य आणि गरीब माणसांपर्यंत पोहोचणे, त्यांना किमान काम आणि उत्पन्न मिळवून देणे हाच होता. ते असेही म्हणाले होते, की जर सरकार खादी आणि ग्रामीण उद्योगाशिवाय देशातील सर्व माणसांना रोजगार उपलब्ध करून देऊ शकत असेल तर ते त्यांचा लाकडी चरखा आणि खादी गुंडाळून ठेवतील. पुढे ते असेही म्हणाले, की जर माझ्या लाकडी चरख्याने एखाद्याला एका दिवसाचे अन्न शिजवायला जळणही मिळत असेल तर मी तो चरखा जाळून टाकायलाही तयार आहे.

धर्म आणि राजकारण

महात्माजींचे प्रमुख कार्यक्षेत्र राजकारण हेच राहिले असले तरी त्यांनी काही धार्मिक जाणिवा राजकारणात आणल्या. तरीसुद्धा त्यांच्या धर्मविषयक संकल्पनेचा पोथीनिष्ठ धर्माशी सुतराम संबंध नव्हता.

गांधींनी लिहून ठेवले आहे, की त्यांच्या मते कोणतेही राजकारण धर्मनिरपेक्ष असू शकणार नाही. पण ते पुढे असेही सांगतात, की त्यांना तो अंधश्रद्धा असलेला धर्म अपेक्षित नाही जो इतर धर्मांचा द्वेष करतो व धर्माधर्मांत संघर्ष निर्माण करतो. त्यांना अपेक्षित होता परधर्मसहिष्णुतेचा वैश्विक धर्म. ते म्हणत, नैतिकता नसलेले राजकारण टाळले पाहिजे. नैतिकता नसलेले राजकारण म्हणजे समाजाच्या विनाशाचा मार्ग आहे, कारण तसे राजकारण माणसातील माणुसकी मारून टाकते. त्यांना त्यांच्या हिंदुधर्माबद्दल जो आदर वाटे तोच आदर त्यांना इतर धर्मांबद्दल वाटायचा. त्यामुळेच ते सांगत, एका धर्मातून दुसऱ्या धर्मातील धर्मांतर अनावश्यक आहे. त्यांच्या मते, ''आपली ईश्वराकडे प्रार्थना 'जो प्रकाश तू आम्हाला दिला आहेस तो इतरांनाही दे,' अशी नसावी, तर 'त्यांना सर्व प्रकाश आणि सत्य दे ज्याची त्यांना त्यांच्या समग्र कल्याणासाठी गरज आहे,' अशी असावी.'' गांधी रूढ अर्थाने सर्वसंगपरित्याग करून एकान्तवासात जाऊन स्वतःची मुक्ती करून घेणारे यती नव्हते. त्यांना समग्र मानवसमाजाच्या अस्तित्वात समकल्याणकारी बदल हवा होता. त्यांना आध्यात्मिक अत्युच्चतेची अपेक्षा नव्हती. एकदा राधाकृष्णननी त्यांना विचारले, ''तुमची परमेश्वराबद्दलची संकल्पना काय आहे?'' ते म्हणाले, ''पूर्वी माझी समजूत होती, की परमेश्वर म्हणजे सत्य. आता मी मानतो, की सत्य हाच परमेश्वर आहे!''

ते भगवद्गीतेकडे आकर्षित झाले, कारण त्यांना तिच्यात धर्म आणि अधर्म यांच्यामधील चिरंतन स्पर्धेमध्ये विजयातून विनाश निर्माण होताना आणि अखेर नैतिकतेची श्रेष्ठता सिद्ध होताना दिसली. शक्तीला जर नैतिक कारणाचे पाठबळ नसेल तर तिचा विनाश झाल्याचे इतिहास दाखवतो. त्यांच्या मते गीतेचा अंतिम संदेश युद्ध हा नसून शांतता हा आहे. त्यांचे असे मत होते, की सर्व धर्मांमध्ये मानवतेच्या आणि सहिष्णुतेच्या मूल्यांवर विणलेला असा एक वैश्विक पोत आहे एका विशिष्ट चौकटीत बांधलेला आहे. त्यांचा धर्माधिष्ठित कर्मठपणाला विरोध होता. संकुचित प्रादेशिकतेलाही त्यांचा विरोध होता, कारण त्यात नैतिकता अस्तित्वात नसते. जेव्हा धर्माच्या नावाखाली नैतिकतेचे उल्लंघन केले जाते तेव्हा धर्म अनैतिक ठरतो. आज हिंदू आणि मुस्लिम त्यांच्या त्यांच्या धर्मांची टरफले पकडून बसले आहेत. ते विवेकशून्य बनले आहेत. गीतेतील श्रीकृष्णाच्या त्या प्रतिपादनावर त्यांचा ठाम विश्वास होता, जेव्हा कृष्ण सांगतो, की 'कोणत्याही पद्धतीने जो कोणी माझी नितांत श्रद्धेने प्रार्थना करतो त्याला त्याच्या त्या पद्धतीने माझ्यापर्यंत पोहोचता येते.' म्हणूनच त्यांची प्रार्थनेची सभा 'ईश्वर, अल्ला तेरे नाम, सबको सन्मति दे भगवान' या भजनाने सुरू होत असे.

नैतिक तत्त्वज्ञान आणि राजकारण यांचे नाते राजकारणाच्या व्यावहारिक चौकटीत बसवणे खूप कठीण आहे. तत्त्वज्ञ आणि धार्मिक माणसे लोभ आणि महत्त्वाकांक्षा यांचा वारा लागू नये म्हणून राजकारणापासून अलिप्त राहतात. राजकारणात महत्त्वाकांक्षेची फार मोठी भूमिका असते. गांधी हे धार्मिक वृत्तीचे गृहस्थ होते. त्यांच्या दृष्टीने धर्म म्हणजे शुद्ध बुद्धीने

केलेला सत्याचा शोध होता. ते म्हणतात, ''माझी भीतीपासून सुटका झाली. कारण त्यांना हे समजून चुकले, की ईश्वरावरील विश्वास हाच प्रेम आणि सत्य आत्मसात करण्याचा उचित मार्ग आहे. राजकारण आणि धर्म यातील दुरावा दूर करणे हा एक फार गुंतागुंतीचा आणि आवश्यक असा प्रकल्प आहे, पण त्यासाठी खूप काही करण्याची गरज आहे. गांधींचे माहात्म्य हेच आहे, की त्यांना या दोन्हींची बेमालूम सांगड घालता आली आणि तीही धर्माच्या सनातन रूढींना न अनुसरता. 'सर्वधर्मसमभाव' हाच त्यांचा संप्रदाय होता.

गांधींना जाणीव होती, की भारतीय लोकांच्या धार्मिक श्रद्धा बळकट आहेत. म्हणूनच त्यांनी त्यांची काही विशिष्ट धार्मिक प्रतीके उचलली आणि ती राष्ट्रीय आकांक्षांशी जोडली, की ज्यामुळे राजकीय कार्याला काही विश्वासार्हता प्राप्त होईल. त्यांना कल्पना होती, की भारतीय लोकांना सांस्कृतिक प्रतीकांची गरज आहे ज्यायोगे त्यांच्या मनात सुप्त स्वरूपात असलेली आत्मसन्मानाची ऊर्जा जागृत होईल. एकदा का ही राष्ट्रप्रेमाची ऊर्जा जागृत झाली, की मग ती सार्वत्रिक उद्रेक निर्माण करील आणि त्यातून राष्ट्रीयतेची भावना जागृत होईल. त्यांनी वापरलेली रामराज्याची संकल्पना ही स्वातंत्र्य चळवळीत चेतना निर्माण करण्यासाठी होती. त्यांना भारताची प्राचीन ऊर्जा पुनर्निर्मित करावयाची होती, ज्यायोगे भारताला पुन्हा एकदा तशा प्रकारचे वैभव प्राप्त करून घेता येईल. भारताच्या संस्कृतीचा अभ्यास केल्यानंतर त्यांची खात्री पटली होती, की भारतीय जनतेच्या श्रद्धा आणि पूर्वानुभव यांत खूप ताकद आहे. त्या श्रद्धांना तिलांजली देण्याऐवजी त्यांना त्या श्रद्धा जतन करून ठेवायच्या होत्या. त्यांचे असे मत होते, की आपण परंपरागत रीतिरिवाजांबरोबर प्रवास करावा पण त्यात बुडून जाऊ नये. धर्म आणि राजकारण यांची सुयोग्य सांगड घातल्यामुळे गांधी एकाच वेळी संत आणि मुत्सद्दी राजकारणी म्हणून मान्यता पावले. त्यांची स्वधर्मावर श्रद्धा होती. त्यांच्या दृष्टीने सर्वधर्मसमभावामुळे सर्व धर्मांना समान स्थान प्राप्त होते. मार्टिन ल्यूथर किंग म्हणाले होते, ''मला ख्रिश्चन धर्माची सुयोग्य जाणीव गांधींच्यामुळे झाली.''

गांधींचा अंत

गांधींना अजून काही सांगायचे बाकी असतानाच त्यांचे निधन झाले. टागोर धीटपणाने म्हणाले होते, की गांधींना यश मिळणार नाही. किंबहुना, बुद्धाचा जसा पराभव झाला तसा गांधींचा पराभव होईल. येशू ख्रिस्त माणसांना विषमतेपासून परावृत्त करण्यात ज्याप्रमाणे अपयशी ठरला त्याचप्रमाणे गांधी अपयशी ठरतील. तरीसुद्धा त्यांनी आपले सर्व जीवन एक महान, उदात्त उदाहरण म्हणून जगून दाखवले. यासाठी युगानुयुगे त्यांचे स्मरण केले जाईल.

येशू ख्रिस्ताच्या क्रूसावरील मृत्यूप्रमाणेच गांधींचा मृत्यू झाला. दुष्टता आणि सुष्टता यामधील तो ताणतणाव होता, धर्म आणि आणि राजकारण यातील तो संघर्ष होता. ''तसेच असेल तर ज्या सामान्य लोकांपाशी विचार करण्याची क्षमता नाही अशा लोकांचा उद्धार करण्यासाठी

प्रत्येक युगात एक येशू ख्रिस्त बळी गेला पाहिजे.''

गांधी 'हे राम!' म्हणत मृत्यू पावले. अंतिम सत्य शोधण्यासाठी ज्याने अपार यातना सहन केल्या अशा महात्म्याचा तो अखेरचा आक्रोश होता.

(अनुवाद : नंदकुमार पुरोहित)

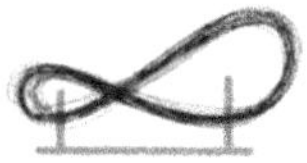

अमजद अली खाँ

प्रत्येक माणसात ताल सामावलेला असतो. हृदयाच्या ठोक्यागणिक तो साकार होत असतो. ख्यातनाम सरोदवादक अमजद अली खाँ जेव्हा त्यांच्या अद्वितीय शैलीत हे तंतुवाद्य छेडतात तेव्हा हेच जाणवते. त्यांच्या शैलीतल्या नावीन्याचे रहस्य काय, तर गायकी अंगाने वाजवणे. अत्यंत गुंतागुंतीचे स्वरसमूह तिन्ही सप्तकांमध्ये फिरवत लीलया वाजवण्याच्या तांत्रिक क्षमतेत त्यांचा हात कुणीच धरू शकत नाही.

ग्वाल्हेरच्या सुप्रसिद्ध सेनीया बंगश संगीत घराण्यातल्या सहाव्या पिढीचे ते सरोदवादक आहेत. जगभर होणाऱ्या त्यांच्या कार्यक्रमांद्वारे त्यांच्या चाहत्यांच्या भावनांना तर ते खोलवर हात घालतातच, शिवाय त्यांचे बौद्धिक समाधान करणाऱ्या स्वराकृती ते सादर करतात.

अमजद अली खाँ यांना आजवर 'पद्मश्री', 'पद्मभूषण', 'संगीत नाटक अकादमी पुरस्कार', 'तानसेन पुरस्कार' व 'युनेस्को'च्या (युनायटेड नेशन्स एज्युकेशनल सायंटिफिक अॅण्ड कल्चरल ऑर्गनायझेशन) 'इंटरनॅशनल म्युझिक फोरम अॅवॉर्ड'सह विविध पुरस्कार व अलंकरणांनी गौरवण्यात आले आहे.

"प्रत्येकाला स्वत:च्या आतच शांतीचा शोध घ्यावा लागतो. ही शांतताही कशी, तर बाहेरचा कुठल्याही परिस्थितीने ढळणार नाही अशी!"

प्रेम व सत्याची मनमोहक सुरावट

महात्मा गांधींचे आपल्यावर अपरंपार ऋण आहेत याबद्दल काही वादच नाही. ते काळाच्या किती तरी पुढे होते. ते द्रष्टे होते. आध्यात्मिकदृष्ट्या त्यांनी कमालीची उंची गाठली होती. सत्याग्रहाच्या आंदोलनापासून अहिंसेच्या चळवळीपर्यंत त्यांनी जे विचार मांडले आणि भविष्याचे जे चित्र पाहिले त्याच्या आधाराने आपण आपला शोध घेऊ पाहतो.

गांधीजींबद्दल मला काय वाटते, हे जेव्हा मला आपल्या देशात किंवा परदेशात विचारले जाते, तेव्हा माझे मन आनंदाने, अभिमानाने भरून येते. खूपशी खिन्नताही दाटून येते. सुरुवातीच्या भावना अशासाठी असतात, की गांधीजी लक्षवेधी भारतीय होते. चांगुलपणा, सत्य, प्रेम, अहिंसा व शांतीचे प्रतीक म्हणून ते जगभर ओळखले गेले. खिन्नता अशासाठी, की भयंकरच वाट चुकलेल्या अशा एका भारतीयाच्या हातूनच त्यांची हत्या झाली, ज्याच्यापुढे तिरस्काराचाच आदर्श होता; आणि तो विचार अजूनही आपल्या समाज अन् राजकारणाच्या काही भागांमध्ये आहेच आहे. गांधीजींनी एका बाबतीत मूलभूत योगदान दिलेय, त्याबद्दल मला खूप प्रशंसा करावीशी वाटते, ते म्हणजे त्यांनी सत्याला सर्वोच्च स्थान दिले. पारंपरिक धार्मिक रूढींपेक्षा त्यांनी तर्काधिष्ठित सत्याला प्राधान्य दिले.

वेळोवेळी मी माझ्या संगीतसभेचा प्रारंभ महात्मा गांधींना वंदन करूनच करत आलो आहे. गांधीजी तसेच त्यांना वाटणाऱ्या अहिंसा, आध्यात्मिकता आणि शांततेबद्दलच्या यांबद्दल ओढीशी खूप निकट संबंध असलेल्या दोन लोकप्रिय भक्तिरचना मी वाजवतो.

'वैष्णव जन तो' आणि 'रामधून' ही ती गाणी. त्या थोर महात्म्याला मानवंदना म्हणूनच मी 'बापूकंस' या रागाची रचना केली. पॅरिसला झालेल्या युनेस्को या परिषदेत मला गांधीपदकाने सन्मानित करण्यात आले, त्या प्रसंगी मी तो राग सर्वप्रथम वाजवला होता. २००६ मध्ये दक्षिण आफ्रिकेतही मी तो सादर केला होता. भारताचे पंतप्रधान डॉ. मनमोहन सिंग यांच्या निमंत्रणावरून मी त्या वेळी सत्याग्रह आंदोलनाच्या शतक महोत्सवात सहभागी होण्यासाठी गेलो होतो. योगायोगाने त्याच वेळी भारताला स्वातंत्र्य मिळून साठ वर्षे झाली होती.

गांधीजींनी जागवलेल्या देशभक्तीच्या आणि राष्ट्रीयत्वाच्या भावनेचाच निश्चित परिणाम असा, की आज जगभर त्या भावना लोकांना पुन्हा जागवाव्याशा वाटतात, अंगीकाराव्याशा वाटतात. जातीयवादातून आज होणारी हत्याकांडे आणि विविध प्रकारांनी अंगावर चालून येणारा दहशतवाद रोखायचा असेल तर गांधीजींनी सांगितलेली देशभक्ती आणि राष्ट्रीयतेची भावना पुन्हा जोपासल्याखेरीज गत्यंतर नाही.

आपण सर्वांनी यासाठी आपापले योगदान गांधीजींच्या सांगण्यानुसार करायलाच हवे. ते आवर्जून सांगायचे, "या जगात जो बदल आपल्याला हवा वाटतो तो आपल्यापैकी प्रत्येकात घडायला हवा."

तेव्हा, त्यांच्या सत्य, प्रेम, अहिंसा आणि शांतीच्या मोहक सुरावटीचे आत्म्यापर्यंत झंकार उठवून, त्यांच्या प्रेरणेने भारून जाऊन पुन्हा त्या भावनांचे पुनरुज्जीवन करण्यासाठी आपण सगळे मिळून झटू या.

(अनुवाद : नीला शर्मा)

अनिल गुप्ता हे अहमदाबादच्या 'इंडियन इन्स्टिट्यूट ऑफ मॅनेजमेन्ट'मध्ये प्राध्यापक आहेत. ग्रामीण भारतातल्या अगदी आतल्या भागात लपून राहिलेले साधनहीन तंत्रज्ञान उजेडात आणण्याचे व्रत त्यांनी घेतलेले आहे. नव्या कल्पना व त्यांच्या निर्मात्यांच्या शोधात गुप्ता 'शोधयात्रा' काढत असतात. 'आधुनिक गांधी' म्हणून ओळखल्या जाणाऱ्या गुप्तांनी आतापर्यंत चार हजार किलोमीटरची पदयात्रा केली आहे.

'हनी बी नेटवर्क' तसेच 'नॅशनल इनोव्हेशन फाउंडेशन' स्थापन करण्यात अनिल गुप्तांनी पुढाकार घेतलेला आहे. 'राष्ट्र ही प्रयोगशाळा' असल्याची त्यांची ठाम धारणा आहे. प्रत्येक भारतीयाच्या मनात सर्जनाची क्षमता दडलेली असल्याचे ते बोलून दाखवतात. भारतातील तळागाळातल्या नवीन तंत्रज्ञांना जगापुढे आणणे आणि त्यांचे महत्त्व जाणवून देणे हेच त्यांनी जीवनकार्य मानलेले आहे. अनिल गुप्तांनी अनेक स्वयंसेवकांना ई-व्यासपीठ तयार करण्यासाठी प्रेरित केले आहे. या ई-व्यासपीठाच्या माध्यमातून हजारो विद्यार्थ्यांचे अभ्यास प्रकल्प अनौपचारिक क्षेत्राच्या गरजा पुऱ्या करण्यासाठी सिद्ध केले जातील. यातून देशाचा संशोधन-तंत्रज्ञानाबाबतचा गुणांक वाढायला मदत होणार आहे.

नवीन तंत्रज्ञान, संवेदनशीलता व उत्कटता यांचे व्यक्तिरूप म्हणजे अनिल गुप्ता.

अनिल गुप्ता

"बलवानांएवढीच संधी दीनदुबळ्यांनाही जिथे मिळू शकेल तीच माझ्या मते खरी लोकशाही.

समवेदनेतून आलेलं तंत्रज्ञान : सीमेपलीकडे जाण्यासाठी वाटचाल

एक खूप प्रसिद्ध गोष्ट आहे. गांधीजींना ती वारंवार सांगायला आवडायची. एक छोटीशी मुलगी तिच्या पाठीवर धाकट्या भावाला घेऊन डोंगराळ भागातून चाललेली होती. तिला धाप लागली होती, तरीसुद्धा ती हसत हसत तिच्या भावाशी गप्पा मारत पुढे निघालेली होती. थोड्या वेळाने तिला एक वाटसरू भेटला. त्याने विचारले,"तुझ्या पाठीवर ओझं आहे. तुला त्रास होत असेल ना?" तिने चटकन म्हटले, "हे ओझं नाहीये. हा तर माझा भाऊ आहे !"

ओझे जेव्हा जबाबदारी ठरते आणि त्याच्याकडे सर्जनात्मक दृष्टीने पाहिले जाते तेव्हा कृतीत गांधीवादाचा आत्मा अवतरतो. ते थोर कृतिसंशोधक होते. ते प्रयत्न करून पाहायला कचरत नसत. ते बऱ्याचदा असे प्रयत्न जाणीवपूर्वक करत, आणि अनेकदा त्यांना हवा तसा परिणाम त्यातून घडून येई. नेहमीच म्हटले जाते, की प्रयत्नांती परमेश्वर. आपल्या अपेक्षेविरुद्ध काही घडले, म्हणजेच अपयश आले तरी त्यातूनही बरेच काही शिकायला मिळत असते. भारतीय मानसिकता व जाणिवा बदलण्याची त्यांची इच्छा अपूर्णच राहिली. खरे तर स्वातंत्र्यप्राप्तीनंतर देशाच्या नेत्यांनी महालांसारख्या इमारतींमध्ये राहून सर्वसामान्य जनतेच्या जगण्याशी फारकत घ्यावी हे त्यांना मान्य नव्हते. त्यावेळच्या राष्ट्रपतींचे निवासस्थान इस्पितळात रूपांतरित करावे, अशीही त्यांची इच्छा होती. कदाचित त्यांच्या आदर्शवादाच्या संसर्गामुळेच आजही अतिशय जटिल समस्यांची उकल करण्यासाठी काटकसरीचे उपाय योजावेसे वाटत असतील. आणि तेही कसे, तर संस्कृतीची सुसंगती न

हरवू देता. सर्जनात्मक पर्यायांसाठी कल्पना लढवणे आणि समानुभूतिपूर्वक धोरण आखणे हे बहुधा आजही गांधीजींच्या प्रभावामुळेच वाटत असावे.

गांधीजींच्या तत्त्वांपैकी एक महत्त्वाचे तत्त्व 'समवेदनेपासून सृजनशीलतेपर्यंत' तंत्रज्ञानात्मक उकल करण्याचा गांधीवादी मार्ग विकसित करताना दिसते. सहवेदना म्हणतानाही समवेदनेचा नेमका अर्थ त्यात येत नाही. दुसऱ्याची वेदना स्वत:चीच असल्यासारखी कल्पना करणे म्हणजे समवेदना. दुसऱ्याची वेदना अगदी जशीच्या तशीच आपल्या हृदयात जागवणे, हा त्याचा खरा अर्थ. त्यामुळे दुसऱ्याची वेदना ही आपली वेदना होते. यातून सृजनशीलता जन्म घेते. ती 'स्वान्तः सुखाय:'च्या मार्गाने पुढे जाते, म्हणजे स्वत:च्या आनंदासाठी केलेली कृती. सर्वसामान्य माणसे समस्यांची सोडवणूक करण्यासाठी जे नवीन तंत्रज्ञान वापरतात ते कधी त्यांच्यासाठी तर कधी इतरांसाठी असते. यातून समजुती, वर्ग, अंतर, सामाजिक खंड आदी मर्यादांना छेद दिला जाताना दिसतो.

हनी बी नेटवर्क (honeybee.org)च्या सदस्यांना दोन दशकांच्या वाटचालीत सर्वसामान्य माणसांच्या मनातल्या असामान्य मूल्यांची जाणीव झाली- मग ती तंत्रज्ञानाबाबत, सांस्कृतिक किंवा संस्थात्मक पातळीवरची का असेना. भारतीय समाजमानसात सारासार विवेकाबद्दल एक खोलवर जाणीव दडलेली आहे आणि गांधीजी हे तिचेच प्रतीक ठरले, किंवा त्यांनी ती अधिक स्पष्ट केली, असे म्हणायला हरकत नाही. ती जाणीव म्हणजे काय आणि कशी हे ठासून सांगण्यासाठी मी थोडा खुलासा करणार आहे. ही जाणीव त्यांच्याआधीही होती आणि ते गेल्यानंतरही आजतागायत आहे. त्यांचे योगदान आहे ते या बाबतीत, की त्यांनी मानवी मनाच्या अभिलाषा, आकांक्षा तसेच मनाचा ताबा घेण्यामुळे विखुरलेल्या मूलभूत घटकांना एकात्मतेच्या धाग्यात गुंफले. या सगळ्याचा उपयोग सप्तसूत्री साध्य करण्यासाठी केला. नीतिशास्त्र, उत्कृष्टता, समता, सहानुभूती, पर्यावरण, परिणामकारकता व शिक्षण हीच ती सप्तसूत्री. 'हनी बी'च्या गाभ्याशी हीच सप्तसूत्री आहे.

नवीन तंत्रज्ञानाच्या आंदोलनाच्या आमच्या वाटचालीत आम्हाला मिळालेल्या काही धड्यांबद्दल मी सारांशाने सांगणार आहे. हे धडे विकसनशील देशांसाठी तर उपयुक्त आहेतच, पण त्यांतले काही धडे अगदी विकसित देशांसाठीही उपयोगाचे ठरू शकतील.

प्रवास

आपल्या समाजातल्या दुर्लक्षित नायकांचा आदर करणे, त्यांची ओळख जगाला पटवून देणे व त्यांना पारितोषिक देणे, या कल्पनांनी अनेक स्वयंसेवकांच्या मनाचा ठाव दोन दशकांपूर्वी घेतला होता. हे सारे अशासाठी, की हे नायक आपल्या औपचारिक व अनौपचारिक स्वरूपाच्या कित्येक संस्थांना मदत करू शकतील. कारण बऱ्याचशा संस्थांमध्ये शिथिलता, 'धड बरेही नाही अन् धड चांगलेही नाही' अशी अवस्था, तसेच अक्षमता हे दोष निर्माण

झालेले दिसतात. त्यावर उतारा म्हणून प्रश्नांची सोडवणूक सर्जनशीलतेने करणाऱ्या या मंडळींची मदत होईल असे आम्हाला वाटले होते. ती मदत कशासाठी, तर सर्वसमावेशक व नवीन तंत्रज्ञानाच्या मार्गाने जाणारा भारत घडवण्याकरिता नवे संदर्भ हुडकण्यासाठी. 'हनी बी नेटवर्क'ने नवी ताकद गोळा करायला सुरुवात केल्यावर आम्ही 'सृष्टी' (सोसायटी फॉर रिसर्च ॲण्ड इनिशिएटिव्हज फॉर सस्टेनेबल टेक्नॉलॉजीज ॲण्ड इन्स्टिटयूशन्स (sristi.org)ची स्थापन केली. 'आयआयएम-ए' च्या 'धोरण व दृष्टिकोन समिती' (Policy and Perspective Commitee)च्या सूचनेवरून हे पाऊल उचलले. शेतकरी व इतर माहीतगार व्यक्तींनी दावे प्रकाशित करण्यापूर्वी ते तपासण्यासाठी ही समिती होती. त्याचबरोबरीने, SRISTI Innovations (SI) ही प्रकाशन व व्यावसायिकरणाचे साधन म्हणून सुरू करण्यात आली. १९९३ मध्ये 'दि प्यु कॉझर्वेशन स्कॉलर ॲवॉर्ड' मिळाल्याने माहितीच्या आधारावर गरिबांना बौद्धिक संपदा हक्क मिळवून देण्यासाठीच्या व्यासपीठाला आणखी बळकटी मिळाली. त्या सुमारास हनी बी नेटवर्क या संघटनेने त्या वेळेपर्यंत आर्थिकदृष्ट्या दुर्बलांना अजिबात न मिळणारी माहितीची श्रीमंती मिळवून देण्यासाठी विविध माध्यमांतून पाठपुरावा केला. १९८८-८९ मध्ये हे सारे घडत असताना 'डब्ल्यू टी ओ' किंवा 'कन्व्हेन्शन ऑन बायोलॉजिकल डायव्हर्सिटी' यांच्यापैकी कुणीही पुढे आले नाही. हे काम जसजसे पुढे सरकत गेले तसतसा माहिती व नवीन तंत्रज्ञानाचा एक मोठाच प्रवाह सर्जनक्षम गरिबांसाठी खुला झाला. हे प्रकाशन त्यांच्यासाठी जागरुकता आणणारे मोठेच प्रभावी माध्यम ठरले.

१९९७ मध्ये 'ग्रासरूट इनोव्हेशन ऑगमेन्टेशन नेटवर्क' (GIAN, gian.org) हे गुजरात सरकारच्या संयुक्त विद्यमाने सुरू झाले. नवीन तंत्रज्ञान, गुंतवणूक व उद्योगसंस्था हे तीन घटक एकमेकांशी जोडणारी आणि तिघांनाही फायदेशीर ठरणारी अशी ही GIAN होती. त्यात एक असेही होते, की नवीन तंत्रज्ञान शोधणारे, गुंतवणूकदार व उद्योगसंस्था या व्यवहारासाठी लागणारी रक्कम किती कमी करता येईल ते आपापसात बोलून ठरवू शकणार होते. जानेवारी १९९७ मध्ये आयआयएम या ठिकाणी झालेल्या 'International Conference on Creativity and Innovations' मध्ये आयआयटी, मद्रासच्या बरोबरीने 'उत्कृष्टपणे विकसित होणारे कार्य' (Best Incubator Award) म्हणून जेव्हा भारताच्या राष्ट्रपतींच्या हस्ते पारितोषिक मिळाले तेव्हा कृतकृत्यतेचा क्षण अनुभवला आणि GIAN ला भरपूर प्रसिद्धी मिळाली.

१९९८ मध्ये हनी बी नेटवर्क मॉडेलचा दर्जा उंचावण्यासाठी वित्त मंत्रालयाची खूप मनधरणी केल्यावर संबंधितांनी त्यात लक्ष घालण्याची तयारी दर्शवली. या कल्पनेत काही दम आहे हे ओळखून मग त्यांनी यात लक्ष घातले आणि पुढे इतिहास घडला. वित्तमंत्र्यांनी त्यांच्या १९९९ च्या अंदाजपत्रकासंबंधीच्या भाषणात अशी घोषणा केली, की तळागाळातले नवीन तंत्रज्ञ व पारंपरिक ज्ञानाची नोंद राष्ट्रीय पातळीवर करण्यात यावी. यासाठी 'नॅशनल फौंडेशन'

स्थापन करावे. त्याद्वारे या सगळ्याची औपचारिक व अनौपचारिक विज्ञानाशी सांगड घालावी. या मार्गाने शाश्वत तंत्रज्ञानाची कास धरणारे डॉ. आर. ए. माशेलकर यांनी 'नॅशनल इनोव्हेशन फौंडेशन' (NIF, nifindia.org) २००० मध्ये स्थापन झाल्यावर तिचे नेतृत्व करायला होकार दिला. त्यावेळेपर्यंत 'सृष्टी' स्थापन झालेलीच होती. आमच्याकडे तंत्रज्ञानाच्या नव्या कल्पना आणि पारंपरिक कामांच्या माहितीच्या तब्बल पाच हजार नोंदी होत्या. एनआयएफ स्थापन झाल्यावर त्यांची संख्या दुप्पट झाली. हे सारे घडायला दहा वर्षे लागली.

पुढच्या दहा वर्षांमध्ये खर्चाचे अंदाजपत्रक खाली जात राहिले. आर्थिक भाववाढ व माहितीमध्ये होत जाणारी वाढ या दोन्हींमुळे ते घडले. या काळात आम्ही एक लक्ष चाळीस हजार कल्पना, नवीन तंत्रज्ञान व पारंपरिक ज्ञानाच्या पद्धतींच्या आधारे काम करत राहिलो. त्या सगळ्याच नोंदी काही अत्युत्तम किंवा उल्लेखनीय नसल्या तरी आम्ही ते करत राहिलो. माहितीच्या अर्थशास्त्राच्या युगाचे द्योतक असलेला नवीन वाक्प्रचार निर्माण करत राष्ट्रपतींनी पारितोषिके दिली. डॉ. ए. पी. जे. अब्दुल कलाम यांनी आपल्या देशातल्या तळागाळातल्या प्रतिभावंतांना नुसती पारितोषिकेच दिली नाहीत तर आपल्या निवासस्थानी बोलावून त्यांचे स्वागत केले. सध्याच्या राष्ट्रपती श्रीमती प्रतिभा पाटील यांनी तर त्यांच्याही एक पाऊल पुढे जाऊन राष्ट्रपतींच्या निवासस्थानी या प्रतिभावंतांच्या नावीन्यपूर्ण कामाचे प्रदर्शन भरवले. असे करणाऱ्या त्या बहुधा पहिल्याच प्रमुख व्यक्ती असतील. त्यांनीच हे दशक 'नवीन तंत्रज्ञानाचे' म्हणून ठरवण्यासाठी देशाला साद घातली. तळागाळातल्या नवीन तंत्रज्ञांकडे आयआयटी व उद्योग जगतातल्या माणसांचे लक्ष सतत वेधत राहून त्यांची सांगड घालण्यात त्या सतत पुढाकार घेत असतात. भारत सरकारच्या विज्ञान व तंत्रज्ञान विभागातर्फे वाढते कार्यक्षेत्र व खाली जाणारी आर्थिक तरतूद यांच्यातली दरी त्यांनी लक्षात घेतली. त्या आधारे त्यांनी एनआयएफसाठी अनुदानाची तरतूद करण्याबाबत केंद्रीय मंत्रिमंडळाकडे प्रस्ताव दिला.

अशा तऱ्हेने विज्ञान व तंत्रज्ञान विभागाचे सचिव डॉ. टी. रामासामी यांच्या नेतृत्वाखाली एनआयएफ अनुदान मिळवूनही स्वायत्तता, लवचिकता व नवीन तंत्रज्ञांच्या दाराशी जाऊन संपर्क करण्याची संस्कृती टिकवून आहे. इतर सार्वजनिक उपक्रमांप्रमाणे जर एनआयएफ नवीन तंत्रज्ञ व तंत्रज्ञान व माहितीधारकांची वाट बघत थांबली असती तर गेल्या दशकात केवळ दहा-पंधरा हजारच नोंदी झाल्या असत्या. निरनिराळ्या खेड्यांमध्ये व शहरांतही सर्जनशील माणसे हेरण्यासाठी शोधमोहिमेची पद्धत वापरल्यामुळे तळागाळातल्या प्रतिभावंतांचा एवढा मोठ्या प्रमाणात धांडोळा घेण्याचा विक्रम करता आला.

खासगी व व्यावसायिक जीवनातले जमीन-अस्मानाएवढे अंतर सांधण्यासाठी तसेच ज्ञानग्रहण करण्यासाठी वर्षानुवर्षे जुनी प्रक्रिया समजावून घेण्यासाठी तेरा वर्षांपूर्वी शोधयात्रांना

सुरुवात झाली. त्यांचे आयोजन वर्षातून दोनदा (उन्हाळ्यात अन् हिवाळ्यात) असायचे. 'सृष्टी'ने यासाठी स्वयंसेवकांची जमवाजमव करण्याचे कार्य हाती घेतले. त्याचाच परिणाम असा, की देशाच्या वेगवेगळ्या भागांतल्या वीस राज्यांमधून कार्यकर्ते येऊन मिळाले आणि सगळ्यांनी मिळून आजवर चार हजार किलोमीटरच्या पदयात्रेचा टप्पा पार पाडलेला आहे. उन्हाळ्यात आम्ही अगदी उष्ण प्रदेशांत व हिवाळ्यात जास्तीत जास्त थंड प्रदेशात जायचा प्रयत्न करत राहिलो. पुढची शोधयात्रा २०११ मध्ये मेघालयात असेल.

स्वयंसेवकांना भोगाव्या लागणाऱ्या हालअपेष्टांमुळे त्यांच्याकडे आपल्या समाजात नेहमीच आदराने पाहिले जाते. अशा व्यक्तीने तिच्या ध्येयासाठी केलेल्या पाठपुराव्याबद्दल अधिकृततेचे साक्षीपुरावे सादर करावे लागत नाहीत. लोक त्यांच्या हेतूविषयी सहज विश्वास ठेवतात. गेल्या चार वर्षांमध्ये आम्ही आणखी एक विशेष प्रयत्न केला आहे. देशाच्या अशा भागांत गेलो जिथे आर्थिकदृष्ट्या कुठल्याही सुविधा न मिळालेल्या वर्गात असंतोष खदखदत असतो. जम्मू आणि काश्मीरच्या अनंतनाग जिल्ह्यापासून आम्ही सुरुवात केली. पश्चिम बंगालच्या पुरुलिया, आसाम व अरुणाचल प्रदेशाच्या सीमेला लागून असलेले धेमाजी, आंध्र प्रदेशातले अर्कू व्हॅली, ओरिसातील कोरापुट, बिहारमधल्या चंपारण व छत्तीसगढच्या बस्तर वगैरे भागांमधून आम्ही फिरलो. या सर्व ठिकाणी अतिरेक्यांकडून त्यांचा संताप व्यक्त करण्यासाठी हिंसाचार चालू असतो. सततचे दुर्लक्ष आणि इतर राज्यांपासून वेगळे पाडले गेल्याच्या तीव्र संतापाच्या उद्रेकातून तसे घडते आहे. असे सगळे असताना या सर्व ठिकाणी आम्हाला कमालीच्या जिव्हाळ्याने वागवण्यात आले, आमचे आपुलकीने स्वागत करण्यात आले. त्यांची ती शोकान्तिका आणि ते कारुण्य पाहून आम्हीही आतून हललो. अशा बिकट अवस्थेतही तिथली माणसे पारंपरिक ज्ञान आणि नवीन तंत्राचा वापर करून त्यांचे आयुष्य त्यातल्या त्यात सुकर करण्याचा प्रयत्न करतच आहेत. काटकसरीच्या उपायांचा पाठपुरावा, संवेदनशीलता व सर्जनशीलता यांचा वापर जीवनाच्या वेगवेगळ्या अंगांमध्ये करण्याच्या त्यांच्या धडपडीतून आम्हाला प्रचंड शिकायला मिळाले.

काही धडे : काही मार्गदर्शक बिंदू

संस्थांमध्ये काम करत असलेले तरुण व ज्येष्ठ वैज्ञानिक लोकमानसातील ज्ञान व सर्जनशीलतेला उत्तेजन देण्यासाठी त्यांचे मूल्यवर्धन का करत नाहीत?

आपल्या असे लक्षात येईल, की पुस्तकी ज्ञानातील उत्कृष्टतेला व्यावसायिक मूल्य देण्याची कल्पना आपल्या मनावर वर्षानुवर्षे बिंबवली गेली आहे. समाजातून आलेल्या अन् सामाजिक जीवनावर सुपरिणाम घडवणाऱ्या कामगिरीला गौरवण्याचे आपल्या मनातच येत नाही. खरे म्हणजे थोडीशी कल्पकता वापरली तर दोन्हींची सुरेख गुंफण होऊ शकते. एखादा माणूस वाखाणण्याजोगा विद्वान असतानाच समाजावर उत्तम परिणाम घडवण्याची कामगिरीही तो पार पाडू शकतो. गांधीजींनी २४ जुलै १९२९ रोजी चरख्यात सुधारणा

करण्यासाठी बक्षिसाची घोषणा केली होती. शतकानुशतके न सुटलेल्या समस्यांवर तोडगा सुचवणाऱ्यांसाठी पारितोषिकाची घोषणा भारत सरकारकडून अद्याप व्हायची आहे. (पण www.techpedia.in पाहा. त्यात अशा समस्यांची यादी दिलेली आहे, ज्यांच्यावर तोडगा हवा आहे. sristi.org वर पाहा.) आधुनिक विज्ञान व तंत्रज्ञानाची क्षमता एवढी आहे, की त्यांची स्थानिक व पारंपरिक ज्ञानाशी सहज सांगड घालता येईल यावर गांधीजींचा विश्वासच होता. बक्षीस नेहमी पैशांच्याच रूपात नसावे, यावरही त्यांचा विश्वास होता.

जोखीम घेण्यासाठी व नवीन तंत्र निर्माण करण्यासाठी स्वाभाविक प्रवृत्ती विकसित व्हायला खरोखरच संपत्तीची गरज असते, की तिच्या अभावामुळे हे घडून येते? नवीन तंत्र शोधण्यासाठी गरिबी प्रकर्षाने कारणीभूत होते का? काटकसरीची वृत्ती जिथे तिथे फोफावू शकते का?

दारिद्र्य संपवण्याबद्दल गांधीजींना कळकळ होती. आपल्या आयुष्यात कशाला प्राधान्य द्यावे यावर विचार करण्याबाबत त्यांचा नेहमी भर असायचा. गरिबांमधील सर्जनात्मक क्षमतेकडे ते पुरेसे लक्ष देऊ शकले नाहीत. कारागिरांच्या उत्कृष्टतेला ते कायमच दाद देत असत. त्यांच्या भवितव्याबाबतही त्यांना काळजी होती. मॅस्लॉव्ह या शास्त्रज्ञाच्या विधानाच्या बरोब्बर उलट त्यांच्या हे लक्षात आले होते, की कुणी दारिद्र्यात खितपत पडलेला असल्याने जीवनावश्यक मूलभूत गरजादेखील भागवू शकत नसला, तरी त्याने आध्यात्मिक उंची गाठायच्या आड मात्र त्यातले काहीच येत नाही.

नवीन तंत्रज्ञानाच्या शोधमोहिमेत अनेकांशी आमची गाठ पडली. रोजच्या भाकरीची शाश्वती नसतानाही ते समाजाला उपयुक्त ठरू शकणाऱ्या अर्थपूर्ण उपाययोजनांसाठी नवनवीन तंत्रज्ञान शोधायच्या प्रयत्नांमध्ये गढलेले होते. रोझादिनने प्रेशर कुकरवर आधारित एक्प्रेसो कॉफीयंत्र बनवायची संरचना केली होती. बाजारातील किमतीपेक्षा फारच कमी किमतीत तो कुकरमध्ये फेरबदल करून कित्येकांना कॉफीयंत्र तयार करून देत होता. शोधयात्रेदरम्यान बिहारच्या चंपारण जिल्ह्यातील मोतीहारीत त्याची पहिली भेट झाली. सुटे भाग जवळ ठेवता यावेत, या उद्देशाने आम्ही छोटीशी आर्थिक मदत त्याला बक्षिसी म्हणून देऊ केली, तर त्याने ती नाकारली. कॉफीयंत्र तयार करवून घेणारे जर कुकरचे सुटे भाग येतानाच सोबत आणणार असतील तर उपकरणांची गरजच काय आणि त्यासाठी पैसे कशाला घ्या, असा त्याचा मुद्दा होता. तो फक्त मजुरीची रक्कमच त्या लोकांकडून आकारत होता. तो आमच्याकडून पैसे घेऊ शकला असता व त्याच्या रोजच्या खर्चासाठी वापरू शकला असता; पण त्याने तसे केले नाही. का बरे वागला असेल तो असे? त्यात हावरेपणाचा अभाव होता का? की असंख्य लोकांच्या गरजा सहजासहजी भागवण्याच्या समाधानाने त्याचे मन तुडुंब भरलेले होते? काटकसरीने स्वतःच्या गरजा भागवता भागवता बहुधा त्याने इतरांच्या पैशांबाबतही आस्थेने विचार केला असावा. करीमभाई हे कुंभार होते अन् लोकांना आजारातून बरे

करायचे कामही ते करायचे. SRISTI कडून काही मदत आणि प्रसारमाध्यमांद्वारे पुरेशी प्रसिद्धी मिळाल्यामुळे त्यांचे जीवनमान उंचावले होते. त्यांनी पक्के घर बांधले होते, तरीही जुनी झोपडी पाडली नव्हती. उलट, भूतकाळाची आठवण जागी राहावी म्हणून ती तशीच ठेवली होती. त्यामुळेच की काय, त्यांचा भर ज्ञान व कौशल्ये जास्तीत जास्त वाढवून समाजाच्या ऋणातून मुक्त होण्यावर होता. एकदा त्यांच्या गावापासून शंभर किलोमीटर दूर असलेल्या माऊंट अबूहून एक रोगी त्यांच्याकडे आला. वीस रुपये फी देऊ करताना त्याच्या चेहऱ्यावर काहीसा दुःखी भाव असल्याचे करीमभाईंना जाणवले. त्यांनी त्याला परत कसा जाणार, हे विचारल्यावर तो म्हणाला, की बसभाड्याचे पैसे नसल्याने आता पायी चालत जाणार. करीमभाईंनी त्याला त्याच्या फीचे पैसे तर परत केलेच पण शिवाय बसभाडेही दिले. कमालीच्या भौतिकवादी व उपयुक्तवादाचा तर्क मांडणाऱ्या आधुनिकतेला हे बिनडोकपणाचेच वाटेल.

निसर्गाबद्दलच्या आस्थेसंदर्भात शिकवणारी एक घटना आहे. एकदा आम्ही एका चित्रपटनिर्मात्यासोबत जयंतीभाई यांच्यासोबत 'इंडियन स्पेस रिसर्च ऑर्गनायझेशन'कडून जयंतीभाईंवर माहितीपट तयार करण्यासाठी गेलो. जयंतीभाईंना उपचारांबद्दलचे त्यांचे तत्त्वज्ञान व पद्धतीबाबत माहितीपट तयार करायचा होता. आम्ही त्यांना रस्त्यालगतच्या एका दगडावर बसून जवळच्या झुडपाची डहाळी हातात धरायला सांगितली. तेवढ्यात आमच्या लक्षात आले, की करीमभाई बेचैन झाले आहेत. त्यांना त्रास होईल असे आम्ही केले तरी काय तेच आम्हाला कळेना. मग लक्षात आले, की त्या दृश्यातले त्या डहाळीचे महत्त्व सांगण्यासाठी आम्ही ती धरून ठेवल्यामुळे ते अस्वस्थ झाले होते. मी त्यांना म्हटले, की अशी किती तरी झुडपे रस्त्यालगत आहेत. या एकीने असा काय फरक पडतो? ते ऐकून तर करीमभाई संतापलेच. या घटनेमुळे आम्हाला समजले, की परिसंस्थेच्या चक्रातले प्रत्येक गोष्टीचे विशिष्ट स्थान आपण कधीच नीट समजून घेतलेले नसते. काटकसरीच्या गाभ्याशीसुद्धा अध्यात्म दडलेले आहे. मॅस्लॉव्हच्या सिद्धांतातील उतरंडीत तिला भौतिकवादी रूप दिलेले आहे. हे दोन्ही दृष्टिकोन परस्परभिन्न आहेत. आपण व्यवस्थापनशास्त्राचे शिक्षण देणाऱ्या बहुतांश संस्थांमध्ये मॅस्लॉव्ह शिकवतो, पण गांधीजींबद्दल काही बोलत नाही. गांधींना कृतीत आणण्याची गरज आहे.

एखाद्या गोष्टीच्या प्रसारासाठी बक्षिसी मिळणे किंवा न मिळण्यामुळे फरक पडतो का?

एक वरिष्ठ सहकारी व *'हनी बी'* नियतकालिकाच्या संपादकीय सल्लागार रिया सिन्हा यांनी हा प्रश्न त्यांच्या पीएच.डी.च्या प्रबंधात विचारला आहे. ही बाब लक्षात घेण्यासारखी आहे, की आपले स्वतःचे प्रश्न सोडवण्यासाठीची प्रेरणा दुसऱ्यांशी त्याबद्दलची देवाणघेवाण करताना मध्ये येतेच असे नाही. नव्या गोष्टी 'स्वान्त सुखाय' हेतूनेही केलेल्या असू

शकतात. स्वतःच्या आनंदासाठी केलेल्या गोष्टी इतरांचा विचार केल्याने लोककल्याणासाठी केलेल्या कार्याचे रूप घेतात. किती तरी कल्पक माणसे स्वतःच्या नव्हे तर दुसऱ्यांच्या समस्या सोडवण्यासाठी नव्या कल्पना लढवत असतात. इतरांनी त्यांचे अनुकरण करण्याबद्दल त्यांची अजिबात तक्रार नसते, पण याबद्दल एखाद्या शब्दाने जरी श्रेय दिले गेले तर ते त्यांना नक्कीच आवडते. रियाने तिच्या प्रबंधासाठीच्या संशोधनाचा भाग म्हणून जी.आय.ए.एन. या संस्थेच्या मदतीने एक गट तयार केला. त्यात अनुकरण करणारे होते अन् चढत्या क्रमाने नव्या कल्पना लढवणारेही होते. मनसुखभाई जगानी यांनी तयार केलेल्या तंत्रज्ञानाआधारे ते नवे काही तरी करत होते. मोटारसायकलला जोडलेल्या नांगरणीयंत्राचे पेटंट अमेरिका व भारताला मिळालेले होते. या शोधाचे अनुकरण करून इतरांनी स्थानिक गरजांनुसार यंत्र घडवायला मनसुखभाईंची काहीच हरकत नव्हती. किती तरी कल्पक माणसांनी त्यांच्या स्थानिक गरजा व सामाजिक संदर्भानुसार त्या मूळ रचनेत लहानसहान फेरफार घडवत नांगरणीयंत्रे घडवली. 'सर्वांसाठीचे तंत्रज्ञान' ही कल्पना लक्षात घेऊन यातून एक गोष्ट ठरवली गेली, की लोकांनी रोजगार मिळवण्यासाठी शोधून काढलेल्या तंत्रज्ञानाच्या आड आय.पी.आर.ने येऊ नये. याच वेळी असेही ठरले, की नवीन तंत्रज्ञान शोधणारी मुख्य व्यक्ती व त्यात सुधारणा घडवणारे इतरजण यांना त्यासाठीचा परवाना देण्यात यावा. दुसऱ्या कुणाला त्यात सुधारणेचा परवाना मिळू नये. या संकल्पनेवर अजूनही काम चालू आहे, पण आयपीआरला बंधनकारक वृत्तीऐवजी माणुसकीच्या दृष्टिकोनाकडे नेण्यात काहीसे यश आलेले आहे. यामुळे जवळपासच्या अर्थव्यवस्थेला नव्या तंत्रज्ञानाचा तसेच सामाजिक-सांस्कृतिक संपन्नतेचा लाभ करून घेता येईल.

राष्ट्रीय पातळीवरील विज्ञान, तंत्रज्ञान व नवीन तंत्रज्ञान शोधण्याची प्रणाली तळागाळातील लोकांच्या मूलभूत पद्धतीच्या नव्या कल्पना स्वीकारून आणखी संपन्न होऊ शकेल का?

डॉ. माशेलकर यांनी अलीकडच्या काही वर्षांमध्ये विज्ञान व तंत्रज्ञानासह सर्वच उच्चशिक्षण संस्थांमध्ये विस्तार, उत्कृष्टता व सर्वसमावेशकता आणली जावी, असे हिरिरीने म्हटलेले आहे. त्यांनी 'कमीत कमी'तून जास्तीत जास्त लोकांसाठी 'जास्तीत जास्त' उपलब्ध करून देण्याच्या गांधीवादी अभियांत्रिकीचेही समर्थन केलेले आहे. विज्ञान व तंत्रज्ञान विभागाची पुनर्रचना करून विज्ञान, तंत्रज्ञान व नवीन शोध (Department of science, Technology and Innovation- DOSTI) लावणारा विभाग घडवावा, हेही ते ठासून सांगतात. खूप खर्चिक जीवनमानाऐवजी साध्या राहणीचे महत्त्व पटवण्यासाठी गांधीजींच्या विचारांची उदाहरणे कुणाला आवडतील किंवा आवडणार नाहीत. कारण गांधीजी खूपच काटकसरीने जगायचे.

गांधीजींनी त्यांना गरीब राहण्यासाठी मोजावी लागणारी किंमत मोठी होती, हे सरोजिनी

नायडूंनी शब्दांचा श्लेष करून सांगितले ही वेगळी गोष्ट आहे. त्यांनी यावर प्रकाश टाकायचा प्रयत्न केला आहे, की गांधीजी अनेकदा हरिजन वस्तीत जास्त असत. त्या वेळी तिथले वातावरण त्यांना राहण्यालायक करणे महाग पडायचे. गांधीजींनी जपलेली एक गोष्ट त्या बहुतेक विसरल्या. गांधीजींना स्वच्छता तसेच सामाजिक सुरक्षिततेसाठी स्वतःला एक न्याय व दुसऱ्याला दुसरे, असे नको असायचे. हा धडा त्यांच्या सांगण्यातून पूर्णपणे निसटलेला आहे. प्रयोगशीलता, कल्पकता व वैश्विकता या बाबी देशातील विज्ञान व तंत्रज्ञानाच्या कार्यकक्षा वाढवायला उपयोगी पडू शकतील.

गांधीजींनी अनुसरलेल्या पद्धती आजही तेवढ्याच उपयुक्त ठरतील का?

देशाच्या विविध भागांमधून शोधयात्रा नेताना मी आणि माझ्या सहकाऱ्यांवर सर्वसामान्य शेतकरी, विद्यार्थी व नवे तंत्रज्ञान शोधणाऱ्यांचे खूप ऋण आहेत. दर सहा महिन्यांनी त्यांनी आठ ते दहा दिवस आमच्यासोबत पदयात्रा करत ठिकठिकाणी स्थानिक लोकांकडून बरेच काही जाणून घेतले. अशा पदयात्रा निरनिराळ्या भागांमध्ये घडताना तरुणांचा व इतरांचाही सहभाग अतिशय उत्कट होता. यातून नवा संवाद सुरू झाला. आपल्या समाजात पायी चालणाऱ्या, विशेषतः अवघड स्थितीतून चालणाऱ्यांबद्दल कमालीचा आदरभाव असतो ही गोष्ट अलाहिदा. आम्हाला मात्र तळागाळातल्या प्रतिभावंतांच्या असामान्य गोष्टी बघण्याची व त्यांच्याकडून त्या शिकून घेण्याची संधी मिळाली. बस्तरमध्ये आम्हाला असे दिसले, की तिथले लोक आजारी नसलेला कुणी मेला तर त्याला पुरत होते, पण आजारी माणूस मेला तर त्याला जाळत होते. आम्हाला असेही दिसले, की पुरलेल्या व्यक्तीच्या थडग्यावर ते ती संबंधित व्यक्ती त्यांच्या समाजातील असामान्य अशी जडीबुटीची जाणकार, उपचार करणारी किंवा शिक्षक म्हणून सर्वांचा आदर्श होती, हे दर्शविणारे स्मृतिचिन्ह उभारत असत. यामागे पुढच्या पिढीला त्या मयत व्यक्तींनी आयुष्यभर जपलेल्या उत्कृष्टतेचा दर्जा ओलांडून पुढे काम करण्याची प्रेरणा मिळावी हा हेतू असावा. पश्चिम बंगालमधील पुरुलिया व बांकुरामध्ये पदयात्रा करताना आम्हाला दिसले, की मातीचे अत्यंत कलात्मक अश्व वडाच्या झाडाला वाहिलेले होते. हेतू तोच होता- उत्कृष्टतेचा तेव्हाचा दर्जा जाणाऱ्या-येणाऱ्यांनी पाहावा अन् त्यापेक्षा चांगले काही घडवावे.

आम्हाला देशभरात ठिकठिकाणी असामान्य सर्जनशीलता, नवीन तंत्रज्ञान व इतरांचा विचार करणाऱ्या संस्था दिसल्या. यापैकी काहीच आपल्या सध्याच्या शैक्षणिक प्रणालीत दिसत नाही, हे मात्र गांधीजींच्या मार्गांचा अवलंब होण्याच्या दृष्टीने निराशाजनक वाटते. त्यांचा ठाम विश्वास होता, की माणसाच्या आयुष्यातील किती तरी महत्त्वाची मूल्ये अजूनही खेड्यांमध्ये सापडू शकतात. वाढते शहरीकरण लक्षात घेता आपल्यासमोर एक मोठे आव्हान आहे. वेगवेगळ्या खेड्यांमध्ये व शहरी भागांतही सामुदायिक पातळीवरची व्यासपीठे तयार करायला हवीत. शहरांप्रमाणेच कित्येक खेड्यांमध्येही कमालीचे शोषण,

सामाजिक पातळीवरचा अन्याय व लिंगभेद दिसतो आहे, हे नाकारून चालणार नाही. तेव्हा, गांधीजींची मूल्ये, संस्था व प्रतीकांचा आजच्या संदर्भात नव्याने अर्थ लावण्याची मोठी गरज आहे.

गांधीवादी संस्था गेल्या सहा दशकांमध्ये अशा निर्जीव कशामुळे झाल्या असाव्यात?

स्वातंत्र्यलढ्याच्या काळात ज्या माणसाकडे मोठ्या प्रमाणात नेते घडवण्याएवढी विलक्षण जाण होती, आणि त्यातले कित्येक नेते तर पंतप्रधान व्हायच्या तोडीचे होते, अशा माणसाने निर्माण केलेल्या संस्थांमध्ये मात्र फार काळ चैतन्य टिकू शकले नाही. तरुणांसोबत काम करता येणे व समीक्षात्मक विचारांचा अंतर्भाव नसणे या गोष्टी कदाचित यापैकी अनेक संस्थांना जड गेल्या असतील. किंबहुना नंतरच्या शासनाला तर सेवाभावनेचे मर्म म्हणून गांधीजींकडे बघण्याऐवजी ते फक्त प्रतीक म्हणूनच जाणवले. हे आम्हाला चंपारणमध्ये सर्वांत आधी आढळले. तिथे गांधीजी नीळ उत्पादक शेतकऱ्यांचे ब्रिटिशांनी जे शोषण चालवले होते त्याचा अभ्यास करण्यासाठी गेले होते. त्यांना तिथे भविष्यात शिक्षणाबाबत कोणती तत्त्वे अमलात आणावीत याबाबत आयोजित सभेत चर्चेसाठी निमंत्रित करण्यात आले होते. 'बुनियादी तालीम'ची बीजे रुजली ती इथे. त्या वेळी त्यांची काळजी घेणारे मथुरा भगत तेथील त्यांच्या स्मारकाची स्वच्छता अजूनही करतात.

त्यांचा नातू मात्र वृंदावन गावातील नवोदय विद्यालयात शिकू शकला नाही. याच गावात गांधीजींनी १९३९ मध्ये 'बुनियादी तालीम' देणारी शाळा सुरू केली होती (संदर्भ : *हनी बी*, खंड २० (१) जानेवारी ते मार्च २००९, ४-६). या विरोधाभासातून भारतात त्यांचे स्वप्न कितपत सत्यात आणले जाते आहे ते दिसून येते. गांधीजींनी मूलभूत शिक्षण देण्यासाठी स्थापन केलेल्या पहिल्यावहिल्या शाळेच्या भिंतीवर व छतावर गवत उगवलेले दिसते. हे असेच आहे. गांधीजींच्या मूल्यांनुसार चालणे सोपे नाहीच मुळी; पण या मूल्यांचा पाठपुरावा करायचेच ठरवले तर ते अवघडही नाही. आपल्यातील बहुतेकांनी ते सोडून दिले आहे, आणि तरीही गांधीजींच्या विचारांनुसार कृतीचा शोध पुढे चालवायचा आहे. आम्ही या शाळेत कल्पना सुचवण्याची स्पर्धा घेतली आणि किती तरी नव्या कल्पना आम्हाला त्यातून मिळाल्या; पण बाहेरच्या जगात काम चाललेले आहे ते इथल्यांना माहीत नव्हते. कदाचित त्यामुळेच शिक्षणाबाबत विचार करताना काम करता करता शिकण्याचा विचार त्यांनी अमलात आणलेला नव्हता.

आज व्यावसायिक शिक्षण हा अभ्यासात मागे पडणाऱ्यांसाठी एक पर्याय मानला जातो. तथाकथित मुख्य प्रवाहातले शिक्षण हे कुठल्याही कामाच्या सरावाशिवाय चालते. 'एनआयएफ' द्वारा मुलांच्या सर्जनशीलतेला वाव देण्यासाठी आयोजित आयजीएनआयटीई स्पर्धेला दर वर्षी देशभरातून भरपूर प्रतिसाद मिळतो. त्यातला विरोधाभास म्हणजे अभ्यासात

फारसे यश मिळवत नसलेल्या विद्यार्थ्यांकडून असामान्य दर्जाच्या नव्या कल्पना पुढे येताना आम्ही दर वर्षी पाहतो. देशाने आता दोन्हींपैकी एक काही तरी निश्चितपणे निवडायला हवे. आपल्याला प्रत्यक्ष कृतीद्वारे शिकणाऱ्यांबाबत पूर्वग्रह तसाच राहू द्यायचा आहे, की फक्त पुस्तकी शिक्षण घेणारे अन् ते शिक्षण अमलात आणणे न जमणारे विद्वान हवे आहेत?

अभ्यासक्रमात नवीन कल्पना सुचवायला वाव दिला तर बालवयातच सर्जनशीलता निर्माण होणार नाही का?

समाजाला भेडसावणाऱ्या असंख्य समस्यांना उत्तर शोधण्यासाठीची अस्वस्थता निर्माण करणारा धडा कुठल्याही इयत्तेच्या अभ्यासक्रमात अभावानेच आढळतो. लाखो महिला मोठ्या कष्टाने भातलावणी करतात, चहाच्या मळ्यांमध्ये हातांनी पाने तोडतात, मोहाच्या बियांचा गर काढतात. या सगळ्यांसाठी बापजाद्यांपासून चालत आलेले तंत्रज्ञानच अजूनही वापरले जाते. अभिजन धोरणकर्ते किंवा संशोधन व विकास (आर अ‍ॅण्ड डी) क्षेत्रातल्यांना आजवर कधीच याबाबत प्रगती करावीशी वाटली नाही. तळागाळातील नवीन तंत्र निर्माण करण्याऱ्यांनाही त्यांच्या सगळ्याच समस्यांवर मात करणे शक्य होत नाही. विशेषतः महिलांबाबतच्या समस्या तर दुर्लक्षितच राहतात. असे असले तरी हेही खरे, की किती तरी समस्यांवर स्थानिक पातळीवरील उपाययोजना शोधण्यात आलेल्या आहेत, पण त्यांना औपचारिक संशोधन व विकास यंत्रणांद्वारे पुरेसा पाठिंबा मिळालेला नाही. याबाबत विस्तार होण्याची गरज आहे. त्यामुळे विज्ञान व तंत्रज्ञान क्षेत्रात किती तरी गोष्टी साध्य होऊ शकतील. तरुणांना खूप आधीच माहितीची दारे खुली करून देताना काही गोष्टी लक्षात ठेवाव्यात.

१) न सुटलेल्या समस्यांकडे कदाचित भविष्यात मोठ्या प्रमाणात संवेदनशीलतेने बघितले जाऊ शकेल,

२) तळागाळातील सर्जनशील उपाय विनम्रपणा, कुतूहल व काटकसर तसेच निसर्गाला पूरक ठरण्यासाठीची वचनबद्धता जपणारे असतील. हे असे सगळे अजूनपर्यंत का नाही झाले, हे मात्र विचारू नका. हे सारे शिक्षणपद्धतीत सामावले जावे यासाठी आपण सातत्याने प्रयत्न करत राहू या.

नवीन कल्पनांवर आधारित तंत्रज्ञानावर आधारित स्थिर व फिरत्या वस्तुसंग्रहालयांमुळे लोकांच्या मनात याबाबत बदल घडून यायला मदत होईल का?

देशात मोठ्या प्रमाणात विज्ञान व तंत्रज्ञान उद्याने असली तरी नावीन्यपूर्ण तंत्रांचे महत्त्व पटवून देणारे एकही वस्तुसंग्रहालय अस्तित्वात नाही. हे क्षेत्र असे आहे, ज्यात सार्वजनिक व खासगी या दोन्ही क्षेत्रांना पुढाकार घ्यायला भरपूर वाव आहे. एनआयएफ अशा प्रकारचे

वस्तुसंग्रहालय अहमदाबादेत उभे करण्याच्या विचारात आहे. त्यातून इतरांनी प्रेरणा घेऊन तळागाळातल्यांकडून गवसलेले नवीन तंत्रज्ञान लोकांपुढे ठेवावे. समाजाला सर्जनशील, संवेदनशील व एकात्म करण्यासाठी असामान्य पारंपरिक ज्ञानाचा वापर करावा. या वस्तुसंग्रहालयांमध्ये कार्यशाळाही असाव्यात. त्यांच्या माध्यमातून तिथे येणाऱ्यांनी प्रयोग करून पाहावेत. आपल्या शिक्षणप्रणालीत हुशारीने घाई करून अपारंपरिक उपाययोजनांबाबत पुढाकार घ्यायला शिकवलेले असते.

त्याला इथे पायबंद असावा. रेल्वे, बसगाड्या, ढकलगाड्या आणि अगदी भ्रमणध्वनियंत्राच्या माध्यमातूनसुद्धा अशा प्रकारच्या संग्रहालयांची आजच्या घटकेला गरज आहे.

गांधीजी अंत्योदयाची म्हणजे शेवटच्या माणसाचा त्याच्या कल्याणाच्या दृष्टीने विचार करण्याची कल्पना मांडतात, तिचे मर्म लक्षात घेऊन आपण कोणतेही धोरण किंवा कार्यक्रम आखत नाहीत. हातपंपातील एक दोष दूर करायचा एक उपाय आम्ही बस्तरमध्ये पाहिला, तसा संपूर्ण देशात इतरत्र कुठेही प्रयत्न केला गेलेला आम्हाला दिसला नाही. अशा व्यासपीठांमुळे आपणच कर्तेकरविते असल्याची भ्रामक समजूत दूर होऊन आर्थिकदृष्ट्या गरीब पण जाणकाराकडून विनम्रतापूर्वक काही शिकण्याची जिज्ञासा वरच्या स्तरांत जागी होऊ शकेल, कुणी सांगावे? कदाचित नुसत्याच बोलघेवड्या विद्वत्तापूर्ण काल्पनिक मांडणीपेक्षा ही सहभागात्मक रचना व कार्यपद्धती प्रत्यक्षातही येईल.

तरुणांनी सामाजिकतेचे भान ठेवून कार्यरत राहावे, हा गांधीजींचा सल्ला आजही समर्पक ठरेल का?

एकदा एक तरुणांचा गट गांधीजींना भेटायला गेला. ग्रामीण भागातील विकासासाठी काय करावे, असे त्यांनी विचारले. गांधीजींनी उत्तर दिले, की मी खेड्यांमध्ये राहिलेलो नाही, त्यामुळे मी याचे उत्तर कसे देणार? त्या तरुणांनी तरीही गांधीजींचा पिच्छा पुरवला. बऱ्याचजणांचा यावर ठाम विश्वास होता, की गांधीजींकडे वाट्टेल त्या प्रश्नावर उत्तर सापडू शकते. स्वतः गांधीजींना मात्र तसे वाटत नव्हते. या विद्यार्थ्यांच्या सततच्या आग्रहामुळे गांधीजी शेवटी हे सांगायला तयार झाले, की समजा त्यांना ग्रामीण भागात काम करायचे असते तर त्यांनी काय केले असते. ते म्हणाले, की तिथे गेल्यावर नेमकी कुठून सुरुवात करायला हवी हे मी आधी पाहिले असते. समजा, पशुपालनासंदर्भात काम करायचे आहे, तर मी अशा प्रकारचा दुग्धोत्पादनातील तरबेज माणसाला पकडले असते, ज्याच्या गायी किंवा म्हशी जास्तीत जास्त दूध देतात, जो त्याच्याकडच्या जनावरांची उत्तम देखभाल करण्यासाठी प्रसिद्ध आहे. त्याच्या कुटुंबातील माणसे जनावरांना तब्येतीत ठेवण्यासाठी काय काय करतात याच्या नोंदी केल्या असत्या

गांधीजींनी असेही सांगितले, की त्या नोंदीचा वापर मी अत्यंत सुमार दर्जाचे दूध उत्पादन निघणाऱ्या सर्वसामान्य माणसांसाठी केला असता. दोन पद्धतींमधील दरी भेदणे हा माझा कृतिकार्यक्रम मी ठेवला असता. गांधीजींनी सुमारे शंभर वर्षांपूर्वी दिलेला हा मौलिक सल्ला आपण लक्षात घेतला असता तर पश्चिमात्य संकल्पनांवर आधारित पद्धती स्वीकारायची आपल्याला गरजच नव्हती.

व्यवस्थापनाच्या प्रत्येकच पैलूबाबत गांधीजी खूपच हुशार होते असे इथे सुचवायचे नाही, पण अनेक बाबतींत ते अतिशय तल्लख होते, याकडे फारसे लक्ष दिले गेलेले नाही. गेल्या वर्षी सुरतच्या 'एसव्हीएनआयटी'मधील एका अभियांत्रिकीच्या विद्यार्थ्याशी माझी भेट झाली. तो मला व्याख्यानासाठी बोलवायला खूप इच्छुक दिसला. ती मात्र नकार दिला. कारण अशा व्याख्यानानंतर कृतीत फारसे काही घडताना दिसत नाही. त्याने मला आव्हान दिले, की मी त्याच्या निमंत्रणाचा पुन्हा विचार करण्याअगोदर त्याला एखादे उद्दिष्ट द्यावे. मी त्या वेळी एक पोर्टल तयार करायच्या विचारात होतो. त्या माध्यमातून मला विद्यार्थ्यांनी त्यांच्या अभ्यासक्रमाच्या शेवटच्या वर्षात केलेले अभियांत्रिकी संदर्भातले सगळे प्रकल्प एकत्र करायचे होते, त्याचप्रमाणे समाजाच्या अजूनपर्यंत न सुटलेल्या समस्या व या विद्यार्थ्यांची सांगड घालायची होती, तळागाळातील लोकांनी तयार केलेल्या कल्पक तंत्रज्ञानाची या पोर्टलवर भर टाकायची होती. हे सारे ठरवल्यापासूनच्या सहा वर्षांमध्ये मी याबाबत फारसे काम करू शकलो नव्हतो. हिरण्मय मेहताने त्याच्या मित्रांना कामाला लावून केवळ महिन्याभरात पाच हजार प्रकल्प त्यात समाविष्ट करून उद्दिष्ट साध्य केले.

मी अर्थातच त्याच्या निमंत्रणाला मान देऊन व्याख्यानाला गेलो, त्याच्या कष्टांचे कौतुक केले आणि तिथे शिकवणाऱ्यांना विनंती केली, की विज्ञान तंत्रज्ञान व समाजाला एकत्र आणण्यासाठीच्या अशा प्रयत्नांना त्यांनी पाठिंबा द्यावा. ही गोष्ट तिथेच संपत नाही. हिरण्मयने विचारले, ''आता आणखी काय करू?'' मी म्हणालो, ''दहा हजार प्रकल्प.'' त्याने तेही संपवताच पुढच्या सहा महिन्यांतच पुन्हा दुप्पट आकडा सांगितला. 'सृष्टी' (एसआरआयएसटीआय)च्या सहकार्याने त्याने एक लाख प्रकल्प शंभरपेक्षा जास्त शिक्षणसंस्थांच्या माध्यमातून आणि साडेतीन लाख विद्यार्थ्यांचा पाठपुरावा करून techpedia.in साठी मिळवले. देशाच्या तंत्रज्ञानात्मक मानसिकतेचे रेखांकन अभूतपूर्व होते. कुठल्याही पाश्चिमात्य देशात खुल्या व्यासपीठावर अशा तऱ्हेची माहिती सादर करण्यात आलेली नव्हती.

सध्या एक वेगळी मोहीम हाती घेतली आहे. विद्यार्थ्यांना विविध समस्यांची माहिती घेऊन त्याआधारे प्रकल्प करायला शिकवावे, यासाठी त्या क्षेत्रातील व्यवसायगुरूंना उद्युक्त करायचे आहे. स्थानिक पातळीवरच्या चांगल्या कार्यपद्धती शोधून, त्यात आधुनिक विज्ञान व तंत्रज्ञानाची भर टाकून त्यांचा प्रसार लघू व्यावसायिक, शेतकरी, आदिवासी वगैरेंमध्ये

करण्याचे आव्हान आता समोर आहे. मला अजूनही एका गोष्टीबद्दल अपराधी वाटते, की दहापट क्षमता असलेल्या माणसाला मी सुरुवातीला एवढे छोटे उद्दिष्ट का दिले? ही भारतीय मानसिकतेतली मोठी त्रुटी नाही का? आपण अपेक्षाच फार थोड्याची करतो आणि थोडके मिळताच पटकन संतुष्ट होतो. काटकसरीचा मुद्दा मी नाकारत नाही; पण मला खात्रीने असे वाटते, की सर्वसामान्यांनाही समाजात ठरवले तर फार मोठे काही तरी साध्य करता येईल. 'एनआयएफ'ने गेल्या दहा वर्षांत दहा वेळा त्यांच्याकडील माहितीसाठ्याचा विस्तार केला आहे. त्यामुळे दर वर्षी त्यांचे अंदाजपत्रक कोसळते आहे. 'सृष्टी'कडून जीआयएएन, एनआयएफ व techpedia.in यांना मदत केली जाते आहे, हा भाग हे काम जागतिक पातळीवर होत असल्याचे निदर्शक आहे.

'सृष्टी'तले बरेचसे सहकारी इंग्लिश वाचू-लिहू शकत नाहीत. ते ज्यांना मदत करतात त्या सर्व संस्थांमधील लोकांपेक्षा त्यांना पैसेही कमी मिळतात. मग ते कुठल्या प्रेरणेने 'सात्त्विक' हा पारंपरिक खाद्योत्सव गेल्या सहा वर्षांपासून 'आयआयएम-ए'च्या प्रांगणात आयोजित करतात? त्यात नामशेष होणारे धान्य व पारंपरिक पाककृतींआधारे ते आरोग्यासाठी या सगळ्याचा वापर करून घेतात. तीस ते चाळीस हजारांपेक्षा जास्त लोक या खाद्योत्सवाला भेट देऊन या सर्जनशील समुदायाशी माहितीची देवाणघेवाण करतात. एनआयएफकडून या प्रसंगी नावीन्यपूर्ण तंत्रज्ञानाबद्दल जागरुकता निर्माण करण्यासाठी प्रदर्शन मांडले जाते.

गांधीजींच्या आत्म्याला जेव्हा कृतीतून आळवले जाते तेव्हा त्याचे उत्तम फळही मिळते. 'सृष्टी'मधील सहकारी अत्यंत कमी साधनसंपत्ती, कमालीची अनिश्चितता असूनही शांत असतात. तीव्र संघर्ष असलेल्या भागांमध्ये ते शोधयात्रा काढत असतात म्हणूनही तसे असू शकेल. त्यांच्यासारखी माणसे आणखी दिसायला हवीत.

गांधीवादी तत्त्वज्ञान व ते कृतीत आणण्याची अशी असंख्य उदाहरणे त्यांचे आजमितीलाही असलेले औचित्य अधोरेखित करण्यासाठी मी देऊ शकेन. गांधीजींनी राजकोटमध्ये उभ्या केलेल्या 'राष्ट्रीय शाला'द्वारा त्यांच्या जयंतीनिमित्त आयोजित कार्यक्रमात मला एक व्याख्यान द्यायचे होते. ते तयार करताना माझी जी द्विधा मनःस्थिती झाली ती सांगून या लेखाचा शेवट करतो. त्यापूर्वी अनेक थोर विचारवंतांनी तिथे व्याख्यान दिलेले असताना आता मी कितपत योग्य ठरू शकेन, ही चुटपूट मला लागलेली होती. फक्त माझ्यापुरती काही उदाहरणे समोर ठेवून मी विचार करू लागलो. त्यात खूप मौल्यवान असे काही माझ्या हाती लागले. माझ्या आयुष्यातील कित्येक गोष्टी गांधीजींच्या मूल्यांशी तंतोतंत जुळत नव्हत्या. दुसऱ्या दिवशी मी गांधीजींच्या विचारांचे हिऱ्यासारखे असलेले मोल सांगण्याचे ठरवून व्याख्यान द्यायला आपण पात्र असल्याचे मनाशी म्हटले. कारण ते विचार मला परिपूर्ण व पूर्ण शुद्ध नसल्याचा खजिना पुरवत होते.

गांधीजींच्या विचारांमधले सौंदर्य हेच तर आहे. सद्हेतूने त्यांचा पाठपुरावा करणाऱ्यावर ते

विचार अशक्य वाटणाऱ्या अपेक्षांचे ओझे लादत नाहीत.

गांधीजी स्वतःही परिपूर्ण नव्हते. बऱ्याच चुका त्यांच्या हातूनही घडल्या. आणि तसे पाहिले तर चुका करण्याचा अधिकार त्यांना हवा होता. पण त्यांचा कठोर व तापट स्वभाव नंतर करुणेत रूपांतरित झाला. संवेदनशीलता आणि दयाळूपणा या महात्म्यात आला.

त्यांची स्मृती जागवण्यासाठी आणखी स्मारके उभारण्यापेक्षा (दांडी येथे कोट्यवधी रुपये खर्चून स्मारक उभारायचा प्रयत्न करण्यात आलेला आहे.) आपण त्यांच्या मूल्यांमधून काही शिकू या. त्याला त्यांच्या आदर्शांची जोडू देऊ या. आधी संगितलेला स्मारकाचा प्रकार खूप महागडा आहे आणि तरीही तो साकारत राहणार. नंतर सांगितलेल्या स्मारकाला फारसे पैसे पडत नाहीत, मात्र खूप परिश्रम करावे लागतात.

परिवर्तन अत्यंत कठीण असते, असे कोण म्हणते?

(अनुवाद : नीला शर्मा)

अनिल काकोडकर

गांधीवादी स्वातंत्र्यसैनिकाच्या घरात जन्मलेले, खऱ्या अर्थाने भारताचे सुपुत्र ठरलेले आणि ऊर्जा सुरक्षिततेसाठी देशाचे नेतृत्व करणारे अनिल काकोडकर.

महान शास्त्रज्ञ डॉ. होमी भाभा यांच्या पाऊलखुणांवर चालणारे, भारतीय आण्विक ऊर्जा समितीचे अध्यक्ष अनिल काकोडकर यांनी भारताला ऊर्जा स्वावलंबी अशी महत्त्वाकांक्षी ओळख देण्यात मोठाच सहभाग दिला आहे.

देशाला सक्षम आणि सुरक्षित करण्यासाठी शांततापूर्ण आण्विक चाचण्या केल्या गेल्या त्या शास्त्रज्ञांच्या गटात काकोडकरांचा पुढाकार होता.

२००८ सालच्या इंडो-यूएस आण्विक कराराला 'तिसरे स्वातंत्र्य' (थर्ड फ्रीडम) असे म्हटले गेले. आपल्या दृष्टीने हे 'तंत्रज्ञान स्वातंत्र्य' होते. हा करार घडवून आणण्यात काकोडकरांची मुख्य भूमिका होती.

यापुढच्या काळात थोरियम हेच भविष्यातले इंधन असेल, असा त्यांचा ठाम विश्वास आहे. भारताच्या नव्या पिढीसाठी अणुभट्टी निर्माण करण्याच्या कामात ते कार्यरत आहेत.

काकोडकरांनी बघितलेली स्वप्ने मोठी आहेत तशीच धीट आहेत. ती प्रत्यक्षात येतील, असाच त्यांचा निश्चयही आहे.

समृद्ध, सुयोग्य अनुभवांपर्यंत पोहोचण्याचा विश्वास निर्माण करण्यासाठी परिणामांची पर्वा न करता निरंतर परिश्रम करत राहणे ही किंमत द्यावीच लागते.

एक अथांग महात्मा

भारताला स्वातंत्र्य मिळवून देण्यासाठी महात्मा गांधींनी अनेक नवे, अनवट मार्ग शोधले. आधी स्वत: अनुभव घ्यावेत यासाठी त्यांनी भारतभर प्रवास केला. भारताची लांबी-रुंदीच नाही, तर भारताचा श्वासही त्यांना जाणून घ्यायचा होता. भारतीय जनतेची जी काही जीवनशैली त्यांना दिसली त्या जीवनशैलीचा त्यांनी स्वत: जाणीवपूर्वक स्वीकार केला. त्यांनी जी शाश्वत मूल्ये अंगीकारली ती त्यांच्या सहकाऱ्यांनी आणि मोठ्या प्रमाणावर लोकांनीही स्वीकारली. जनता गांधीजींचा आदर करायची. त्यांच्यावर जनतेचा पूर्ण विश्वास होता. गांधीजी त्यांना आपल्यातलेच एक वाटायचे. गांधींजींमधला सर्वांत महत्त्वाचा पैलू म्हणजे त्यांच्याकडे राजकीय, सांस्कृतिक, धार्मिक, सामाजिक आणि आर्थिक गोष्टींकडे बघण्याचा एक सर्वसमावेशक दृष्टिकोन होता. त्यामुळे वैयक्तिकरीत्या आणि सार्वजनिक पातळीवरदेखील सर्व भारतीयांना ते एकत्र आणू शकले. आपले जे ध्येय आहे, जो आदर्श आपण ठरवला आहे त्यासाठी आयुष्य देण्याची भावना ते जागृत करू शकले. त्यांच्या व्यक्तिमत्त्वाचा पट इतका मोठा आहे की आपण साधी माणसे त्यातला थोडासाच भाग जाणून घेऊ शकतो.

मी गांधीवादी कुटुंबात जन्माला आलो याबद्दल स्वत:ला भाग्यवान समजतो. आपण स्वत: जो मार्ग निवडलेला आहे त्यावर चालण्याची खऱ्याखुऱ्या गांधीवाद्यांची असोशी मी जवळून पाहिली आहे. आमच्यामागे कायमच खंबीरपणे उभ्या असणाऱ्या या गांधीवाद्यांचे प्रेम मला मिळाले आहे. ही माणसे आपापल्या कामात अतिशय व्यग्र असायची; पण तरीही अगदी साध्या वाहनाने, प्रवासात कित्येक दिवस खर्च करून शंभरेक किलोमीटर्सचा प्रवास ती सहज करायची. प्रत्येक गांधीवादी माणूस हा स्वत:च्या मूल्यांशी बांधील, समर्पण करणारा, प्रामाणिक आणि त्यागाचे प्रतीक असलेला असाच होता.

समाजाच्या तळाशी असलेली माणसे आणि त्यांचा उद्धार याकडे गांधीजींचे पूर्ण लक्ष असायचे. स्वातंत्र्यासाठी उभारलेल्या राजकीय स्वरूपाच्या चळवळीतदेखील त्यांनी सर्वांत जास्त महत्त्व दिले ते या समाजाच्या आर्थिक, सामाजिक आणि मानसिक उंची वाढवण्याला. भारताला राजकीयदृष्ट्या स्वातंत्र्य मिळण्याच्याही पलीकडे, खूप वर त्यांची असामान्य दृष्टी होती. सत्य, अहिंसा, करुणाभाव, सहिष्णुता, असंग्रह आणि विश्वस्त वृत्ती ही मूल्ये त्यांनी दिली. भारतीय समाजाचे खरे कल्याण व्हायचे असेल तर या खांबांवरच समाज उभा असला पाहिजे, अशी मूल्यव्यवस्था त्यांनी सांगितली.

दुर्दैवाने गांधीयुगानंतर मूळ गाभा विरून गेला. आपल्या सार्वजनिक आयुष्यात काय राहिले, तर फसवणूक आणि पोकळ घोषणा. आता खरी गरज आहे ती आपल्या वैयक्तिक आणि सार्वजनिक आयुष्यात पुन्हा ती मूल्ये आणण्याची. आज आपण बघतो, की जगभरातच समाजातले काही लहान पण बलवान गट विकासाच्या नावाखाली पृथ्वीचे, साधनसंपत्तीचे शोषण करत आहेत. त्यामुळे पर्यावरणाचा ऱ्हास होत आहे. अनेकांपर्यंत अजूनही विकासाची फळे पोचलेली नाहीत. अशा प्रश्नांमधून वाट काढायची असेल तर गांधीजींनी सांगितलेली मूल्ये आणि तत्त्वे आचरणात आणावी लागतील.

मला इथे गांधीजींचे काही किस्से सांगायचे आहेत. त्यामुळे त्यांच्या विशाल व्यक्तिमत्त्वाचे काही पैलू समजतील. माझ्या पणजीकडून माझ्या आजीला आणि तिने मला सांगितलेल्या या गोष्टी आहेत. माझी पणजी तिच्या मुलासह, म्हणजेच पारनेरकर यांच्यासह गांधीजींच्या आश्रमात राहत होती. पारनेरकर हे शेती आणि दुग्धव्यवसायातले तज्ज्ञ होते. ते गांधीजींचे सहकारी होते. गौ सेवा संघाला त्यांनी आयुष्य वाहिले होते. गौ सेवा संघ म्हणजे सर्वांगीण ग्रामविकासासाठी गांधींजींनी उभारलेल्या अनेक कामांपैकी एक काम. आश्रमामध्ये सर्व लोक एखाद्या कुटुंबाप्रमाणे राहत. सर्वांना सारखी आणि आदराची वागणूक मिळत असे. प्रत्येक धर्माचे तिथे स्वागतच असायचे. सर्वधर्मीय प्रार्थनेसाठी प्रत्येकजण हजर असायचा. अस्पृश्यता समूळ नष्ट व्हावी, सर्व लोकांना सामाजिक समतेची वागणूक मिळावी यासाठी गांधीजी विशेष प्रयत्नशील होते. त्यासाठीच त्यांनी हरिजन चळवळ उभारली होती.

माझी पणजी ही पारंपरिक विचारसरणीच्या धार्मिक कुटुंबातून आलेली होती. तिच्या घरात देवपूजा करण्यासाठी एक खास जागा होती. तिच्या शुद्धतेच्या आणि पावित्र्याच्या कल्पना वेगळ्या असल्यामुळे त्या जागेत कोणालाही प्रवेश नव्हता. गांधीजींना हे माहीत होते. मात्र जेव्हा ते तिच्या घरी जात तेव्हा ते मुद्दामच देवाजवळ जायची परवानगी मागत, आणि तितक्याच शांतपणे माझी पणजी नकार देत असे. वास्तविक गांधीजी आयुष्यभर ज्या मूल्यांसाठी झगडले त्याच्याशी पूर्ण विसंगत अशीच ही बाब होती. मात्र गांधीजींनी या वृद्ध स्त्रीच्या भावनांना कधीच दुखावले नाही. आपल्याला माहीत आहेच, की ते सच्चे आणि शूर 'सत्याग्रही' होते, मात्र त्याचबरोबर अतिशय संवेदनशील आणि सहिष्णूही होते.

दुसरी गोष्ट आहे ती माझ्या आईच्या संदर्भात. वर्ध्याच्या महिलाश्रमात ती शिकत होती. त्या काळी ब्रिटिशांनी स्थापन केलेल्या आणि त्यांनी ठरवलेले शैक्षणिक अभ्यासक्रम राबवत असलेल्या शाळा होत्या. मात्र महिलाश्रम ही तशी शाळा नव्हती. संपूर्ण राष्ट्रहित नजरेसमोर ठेवून इथला अभ्यासक्रम तयार केलेला होता. साहजिकच इतर शाळांपेक्षा तो वेगळा होता. ब्रिटिशांनी चालवलेल्या शाळेत जायला साहजिकच सर्वांचा कडक विरोध होता. त्याच सुमाराला महर्षी कर्वे यांनी स्त्रीशिक्षणाचा पाया घातला आणि स्त्रियांसाठी विद्यापीठाचीही स्थापना केली. माझ्या आईच्या भविष्याच्या दृष्टीने महिलाश्रमातील काहीजणांनी तिला या विद्यापीठाची परीक्षा देण्याचा सल्ला दिला. तिने ही परीक्षा दिली व त्यात ती उत्तीर्ण झाली. खरे तर हे आश्रमातल्या नियमांच्या विरुद्ध होते. जेव्हा ही बातमी गांधीजींपर्यंत गेली तेव्हा त्यांनी अगदी शांतपणे तिला मिठाई दिली, आशीर्वादही दिले. सगळ्यांनाच आश्चर्य वाटले. पण तिने जे काही केले त्यामागचा मूळ विचार गांधीजींनी लक्षात घेतला याचा सगळ्यांनाच आनंद झाला.

गांधीजींनी जे लेखन केले, जी भाषणे केली ती आपल्याला माहिती आहेत. त्यात सर्वसमावेशक सामाजिक-आर्थिक विकासाची भूमिका ते मांडत. भारतातल्या ग्रामीण भागातल्या गरीब माणसाला वर कसे आणता येईल, हा विचार त्यात प्रामुख्याने असायचा. गांधीजींनी समाजाच्या तळापर्यंत जाऊन काम करणाऱ्या संस्था स्थापन केल्या होत्या. त्यातूनच त्यांचे गावाभिमुख तत्त्वज्ञान आणि भविष्यात भारत कसा असेल याचा दूरदृष्टीने विचार केलेला होता. हाताने कातलेले आणि विणलेले वस्त्र, गावातल्या उद्योगांकडे विशेष लक्ष, गाईला आणि एकूणच प्राणिसंपदेला केंद्रस्थानी ठेवून मांडलेली शेतीच्या विकासाची संकल्पना, 'नई तालीम' आणि 'बुनियादी शिक्षा' यासारखे शैक्षणिक कार्यक्रम, हरिजन सेवा संघ आणि अनेक इतर कार्यक्रम त्यांनी निर्माण केले होते. त्याचा मूळ गाभा असाच होता, की खेड्यात राहणारा गरीब माणूस स्वावलंबी आणि सक्षम झाला, त्याने सर्व चांगल्या मूल्यांचा स्वीकार केला, या देशातली भेदभावाची व विषमतेची भावना जाऊन प्रत्येकाला समान आदर मिळाला तर एक नवीन भारत त्यातून जन्माला येऊ शकेल. गांधीजींच्या कल्पना आणि तत्वे ही अतिशय स्पष्ट होती. त्यांच्या अंमलबजावणीत कोणतीही तडजोड केलेली त्यांना चालायची नाही. त्यांचा दृष्टिकोन विशाल होताच, त्याचबरोबर सहिष्णुता आणि दुसऱ्याचे मन वळवण्याची शक्तीही त्यांच्यात होती.

मला असे वाटते, की खेडे हा घटक आर्थिकदृष्ट्या स्वयंपूर्ण आणि सक्षम असावा असे गांधीजींना वाटायचे. त्यांची अशी इच्छा होती, की गावातली साधान संपत्ती वापरूनच गावात संपत्ती निर्माण व्हावी. गावाचा विकास होण्याच्या दृष्टीने अनेक प्रभावी मार्ग त्यांनी शोधले होते. एखाद्या पिरॅमिडचा विचार केला तर त्याच्या पायाकडे संपत्ती जास्त असणे महत्त्वाचे असते. हा पाया भक्कम करण्यावर त्यांचा भर होता. हा दृष्टिकोन ठेवल्यामुळे समाजातली विषमता कमी करणे आणि संपत्तीचे समान वाटप होणे या दोनही गोष्टी साध्य होत होत्या. समाजाच्या उतरंडीतल्या तळात असलेल्या लोकांना आदर मिळण्याची, सन्मानाने वागवण्याची प्रक्रिया यातूनच घडेल. सर्वांच्या सहभागातून नवी कामे उभी राहण्याच्या

दृष्टीने योग्य वातावरण निर्माण होणे हे अतिशय महत्त्वाचे असते.

गावातल्या लोकांचे उत्पन्न वाढावे यासाठी गांधींनी अनेक कृतिकार्यक्रम शोधून काढले होते. आपले काम उच्च दर्जाचे व्हावे आणि त्याचबरोबर उत्पन्न वाढावे या उद्देशाने संस्थांनी स्वत:च संशोधन व विकास (R & D) करावा, तंत्रज्ञान वाढवावे यासाठी गांधीजींनी प्रोत्साहन दिले होते. आता तळातल्या समाजासाठी नव्याने अशा कृतिकार्यक्रमांचा शोध घेण्याची आणि नव्या तंत्रज्ञानासह त्यांची अंमलबजावणी होण्याची गरज निर्माण झाली आहे. आजच्या जीवनमानाची गरज लक्षात घेऊन हे करायला हवे. त्याचबरोबर योजना आखतानाच संपत्तीचे विकेंद्रीकरण कसे होईल, आर्थिकदृष्ट्या तळातल्या माणसाचा विचार कसा होईल हे पाहिले पाहिजे.

अर्थातच या प्रक्रियेला अनेक पैलू आहेत. आवश्यक भांडवल टिकवून ठेवणे (Economical Viability with Necessary Capital (Micro Finance) Inputs), स्थानिक पातळीवर लोकांचा सहभाग वाढण्यासाठी त्यांना प्रशिक्षित करणे, स्थानिक गरजा असतील त्याप्रमाणे योग्य तंत्रज्ञान निर्माण करणे, वैयक्तिक उत्पन्नाबरोबरच स्थानिक पातळीवर गुणवृद्धी कशी होईल हे पाहणे आणि सर्वांत महत्त्वाचे म्हणजे तळातल्या
समाजाला सक्षम बनवण्यासाठी स्थानिक पातळीवर व्यवस्थित घडी बसवणे.

मात्र, सध्याची परिस्थिती वेगळीच आहे. आपल्या सामाजिक-राजकीय मूल्यांचा ऱ्हास झाला आहे. योग्य मूल्ये पुन्हा प्रस्थापित व्हावीत यासाठी प्रयत्न करणे हे एक अवघड आव्हान आहे. गांधीजींनी जे सांगितले होते ते कुठे तरी हरवून गेले आहे. मला अशी आशा वाटते, की गरिबांच्या शोषणावर आधारित नसलेली, सामाजिक-राजकीयदृष्ट्या मूल्यसंपन्न अशी व्यवस्था आपण पुन्हा नव्याने उभी करू शकू. मला वाटते, की सामाजिक विकासात योग्य समतोल राखणे, ही या संदर्भातली पहिली अट असेल.

या संदर्भात भाभा अणुसंशोधन केंद्राने (BARC) काही वर्षांपूर्वी एक छोटे पाऊल टाकले आहे त्याची गोष्ट मला सांगायची आहे. 'आकृती' नावाचा हा कार्यक्रम आहे. गावपातळीवर काम करणाऱ्या काही एनजीओंनी गावपातळीवर तंत्रज्ञान प्रदर्शन भरवले. यासाठी लागणारी सर्व माहिती त्यांना BARC ने पुरवली. BARC मधून मिळालेल्या तंत्रज्ञानावर आधारित स्थानिक साधने त्यांनी वापरली. त्यापासून रोजच्या उपयोगात येतील अशा काही वस्तू तयार केल्या. 'आकृती'ने 'निसर्गऋण' या नावाने काही साधने बनवली आहेत. त्यात टाकाऊ पदार्थांचे खतात तसेच विजेत रूपांतर करणारे साधन, शुद्ध पाणी पुरवणारे साधन, सौर ऊर्जेवर चालणारा ड्रायर आणि शेतीत उपयोगी पडणारी इतर अनेक साधने यात आहेत. या साधनांचा वापर वाढल्याचे चित्र दिसत आहे. तंत्रज्ञान आणि स्थानिक पातळीवरचा सहभाग यातून प्रत्यक्षात आलेले हे एक छोटेसे उदाहरण आहे.

नव्या भारताच्या गरजा पूर्ण करणारे शिक्षण आणि प्रशिक्षण हे गांधीजींच्या सखोल चिंतनाचे

अजून एक क्षेत्र होते. त्यातच किमान शिक्षण आणि विविध कौशल्यांना पूरक ठरणारे प्रशिक्षण यांचा प्रामुख्याने समावेश आहे. शिक्षण हे भारतीय संदर्भातले आणि भारतीय मूल्यांना प्राधान्य देणारे असावे, समाजाच्या गरजा पूर्ण करण्यासाठी ज्ञान आणि त्याचबरोबरीने कौशल्ये निर्माण करणारे असावे. नि:स्वार्थ बुद्धीने गावाच्या उद्धारासाठी प्रयत्न करणारी माणसे तयार करणे हाही शिक्षणाचा हेतू आहे.

लहान-मोठ्या सर्वांमध्येच श्रमप्रतिष्ठा रुजवायला हवी. या शिक्षण कार्यक्रमांची बांधणी बहुतेक सर्व प्रमुख शिक्षणतज्ज्ञांच्या विचारांवर आधारलेली आहे.

दुर्दैवाने आज ज्या पद्धतीचे शिक्षण मिळते त्यामुळे आजचा तरुण आपल्या समाजातल्या किंवा गावातल्या समस्याही सोडवू शकत नाही. तसेच खेड्यात, गावात चांगल्या संधी काय आहेत हेदेखील आजचा तरुण बघत नाही. आज अशी वेळ आली आहे, की गावात असलेले तरुण चांगल्या संधीच्या शोधात शहराकडे येताहेत आणि शहरातले तरुण परदेशी जात आहेत.

वास्तविक आजही बहुसंख्य लोक हे खेड्यांत राहतात. कधी तरी आपल्या भागाचा विकास होईल अशी ते वाट बघताहेत. आज असेच शैक्षणिक कार्यक्रम आखायला हवेत ज्यामुळे स्थलांतराची ही प्रक्रिया उलटी होईल आणि शहरातून लोक गावाकडे जातील. खेड्यात-गावात अशा संधी उपलब्ध व्हायला पाहिजेत. आपल्या कृषिक्षेत्रात योग्य संशोधन करण्याची, तंत्रज्ञानावर आधारित आणि पर्यावरणपूरक अशा क्षेत्रात काम करण्याची आज खरी गरज आहे. या मार्गानेही जीडीपी वाढवला जाऊ शकतो. गांधीजींनी सांगितलेल्या गोष्टी लक्षात ठेवून गावाचा सर्वांगीण विकास आणि मानवी साधनसंपत्तीचा विकास करण्याची गरज आहे. सुशिक्षित आणि प्रशिक्षित तरुण माणसांची अशी सेना आपल्याकडे पाहिजे, जी गावात जाऊन तंत्रज्ञानपूरक कामे उभारतील.

गांधीजींनी एक मोठी जन चळवळ उभारून आपल्या राजकीय स्वातंत्र्य मिळवून दिले. त्याची फळे आपण चाखतोय. मात्र, योग्य तत्त्वज्ञान, मूल्यव्यवस्था, ग्रामसुधारणा कार्यक्रम या कार्यक्रम ांना त्यांनी अतिशय महत्त्व दिले होते; मात्र त्याकडे पूर्ण दुर्लक्ष करून एक सामाजिक - राजकीय अवनती इथे निर्माण करून ठेवली आहे, हेही एक दुर्दैवच आहे. आता मात्र आपल्या तरुणाला गावात विकासाच्या चांगल्या संधी मिळतील असे वातावरण निर्माण करण्याची आणि गांधीजींचे तत्त्वज्ञान पुन्हा एकदा लक्षात घेण्याची वेळ आली आहे.

(अनुवाद : श्रुती पानसे)

अनिल राजवंशी

कृषिशास्त्रज्ञ म्हणून प्रसिद्ध असलेले अनिल राजवंशी स्वतः कोणे एके काळी शेतकरी होते. त्याबद्दल त्यांना अभिमान वाटतो. शेती व ऊर्जेची पुनर्निर्मिती या संदर्भातले संशोधन करण्यात त्यांनी आयुष्याचा २८ वर्षांपेक्षाही जास्त काळ घालवला आहे. यातून शाश्वत विकासासाठी उपायांचे नवे मार्ग त्यांनी शोधून काढले.

महाराष्ट्रातील फलटण येथे 'निंबकर ॲग्रिकल्चरल रिसर्च इन्स्टिट्यूट' (**NARI**– नारी) आहे. अमेरिकेतून पीएच.डी. मिळवून आल्यापासून राजवंशी हे या संस्थेच्या प्रमुखपदाची धुरा वाहत आहेत. भारताच्या ग्रामीण भागांमध्ये चालत आलेल्या जुन्या पद्धती गुंतागुंतीच्या विज्ञान व तंत्रज्ञानाचा वापर करून पार बदलून टाकून त्यांनी शेतीच्या विकासासाठी पथदर्शी काम केले आहे. याचा उपयोग ऊर्जा, पाणी, रोजगारनिर्मिती व निसर्गसंवर्धनाच्या क्षेत्रातही मोठ्या प्रमाणावर होऊ शकतो.

ग्रामीण भागातील स्वयंपूर्णतेसारख्या विषयावर राजवंशी यांनी केलेल्या विपुल लेखनामुळे त्यांच्याकडे भारतातल्या दृक्‌श्राव्य माध्यमांचे लक्ष वेधले गेले. माणसाचा विवेकवाद व आध्यात्मिक संवाद या संदर्भात तंत्रज्ञानाच्या माध्यमातून त्यांचा सखोल अभ्यास चाललेला आहे. साध्या, स्वयंपूर्ण व शाश्वत जीवनाचे ते चालतेबोलते उदाहरण आहेत.

“जोपर्यंत मानवी संस्कृतीच्या नैतिक संकल्पनेत अहिंसा केंद्रस्थानी येत नाही तोपर्यंत निसर्गावरील आक्रमणाला पायबंद घालणारी पर्यावरणरक्षणाची सुनियोजित चळवळ उभी करता येणार नाही.”

MKGandhi

शाश्वत विकास : गांधींनी दाखविलेला मार्ग

गांधीजींनी भारताला केवळ स्वातंत्र्यच दिले असे नाही तर त्यांनी जगाला आणि आपल्याला अहिंसा आणि शाश्वत जीवन जगण्याचा नवीन विचारदेखील दिला. त्यांची शिकवण आणि त्यांचे प्रयोग हे पूर्वी कधीही नव्हते इतके आज स्वीकारण्यायोग्य आहेत. जगाच्या ऊर्जास्रोतांवर ज्यामुळे फार मोठे ताण पडत आहेत त्या जागतिक पातळीवरील जीवनशैलीला आवर घालण्यासाठी आज आपण उपाय शोधतो आहोत तेव्हा तर गांधींचे विचार फारच मार्गदर्शक ठरतात.

युगानुयुगे प्रत्येक काळात भारताने जगाला नवीन विचार दिलेला आहे. बौद्ध धर्म, जैन धर्म, योगविद्या, शीख धर्म हे सर्व भारताने जगाला दिलेले आध्यात्मिक विचार आहेत. गांधीजींचा अहिंसा आणि शाश्वत जीवनशैलीचा संदेश ही त्याच पुरातन परंपरेची पुढे चालू असलेली प्रक्रिया आहे.

माझ्या मते शाश्वत विकासाच्या संदर्भात गांधीजींचे योगदान दोन प्रकारचे आहे. प्रथमतः साधी राहणी आणि उच्च विचारसरणी याविषयीचे त्यांचे प्रयोग. त्यांची अशी धारणा होती, की साध्या राहणीमुळे पृथ्वीवरील ऊर्जास्रोत मानवी समाजाला अखेरपर्यंत सुव्यवस्थितपणे पुरतील. “पृथ्वी आपल्या गरजा भागवायला समर्थ आहे पण लालसा पुरवण्याला नाही.” त्यांचे हे एक ससिद्ध वाक्य आपल्या आजच्या अवस्थेला बरोबर लागू पडते. दुसरे योगदान आहे त्यांचा सर्वसमावेशक विकासाचा आग्रह. त्यामुळेच त्यांनी ग्रामीण विकासाला

महत्त्वाचे स्थान दिले.

हे दोन्ही प्रश्न आजही तितकेच महत्त्वाचे आणि प्रस्तुत आहेत जितके ते १०० वर्षांपूर्वी होते जेव्हा गांधीजींनी त्यांची यादी वाचली होती.

गांधीजींचे अध्यात्म

गांधीजी हे अतिशय प्रज्ञावान आणि आध्यात्मिक वृत्तीचे होते. त्यांच्या आयुष्यात आध्यात्मिकतेचे स्थान सर्वप्रथम होते. त्यानंतर सामाजिक जीवन, राजकारण वगैरे. त्यांच्यातील आध्यात्मिकतेच्या प्रेरणेतून निर्माण झालेली कार्ये होती. त्याचप्रमाणे एखादी व्यक्ती जसजशी आध्यात्मिकतेत विकसित होत जाते तसतशा तिच्या आयुष्यातील प्राथमिकता बदलत जातात. जगण्याच्या केंद्रस्थानी मानसिक शांतीतून किंवा इतरांना मदत करून प्राप्त केलेला आनंद येतो आणि मग भौतिक गरजा, लालसा, अपेक्षा कमी होत जातात. वैयक्तिक आध्यात्मिक प्रगतीच्या प्रयत्नातूनच गांधीजींच्या साध्या आणि शाश्वत जीवनशैलीचे प्रयोग विकसित होत गेले.

अगदी सुरुवातीच्या काळातच त्यांना शरीर आणि मन यांच्या महतीची जाणीव झाली. या बाबतीत त्यांनी प्राचीन योगविद्येत नमूद केलेले सुदृढ शरीर आणि सशक्त मन यावर भर देणारे तत्त्व अंगीकारले. अशा प्रकारे त्यांनी आहार, उपवास, ब्रह्मचर्य या संदर्भात केलेले सर्व प्रयोग या श्रद्धेतूनच केले. याव्यतिरिक्त त्यांच्या हेदेखील लक्षात आले, की प्रचंड ताकद असलेल्या ब्रिटिशांच्या सत्तेशी लढा देण्यासाठी त्यांना त्यांचे शरीर सक्षम ठेवणे गरजेचे आहे. कारण त्यामुळे त्यांना दीर्घकाळ लढा देता येईल. याचा अर्थ शरीराला कमीत कमी अन्न आणि बाह्य मदतीची गरज लागली पाहिजे. गांधीजींनी हे सिद्ध करून दाखविले की साध्या राहणीने त्यांच्या मनात उच्च विचार निर्माण झाले. माझ्या मते शाश्वत जीवनशैलीचे ते एक सर्वोत्कृष्ट उदाहरण होते.

त्यांच्या अथक प्रयत्नांमुळे त्यांना भगवद्गीतेतील कर्मयोगातून स्फूर्ती मिळाली आणि त्यामुळेच त्यांनी त्यांच्या देशातील जनतेला व सहबांधवांना मदत करणे हे त्यांचे कर्तव्य मानले. असे अनेक प्रसंग आहेत, की जे लोक त्यांना भेटले त्यांनी त्यांच्या शरीराची कांती आणि शरीराभोवतीचे तेजोवलय पाहिले; त्यांच्या व्यक्तिमत्त्वातील प्रभावाची त्यांना जाणीव झाली. हे फक्त उच्च श्रेणीच्या योग्यालाच शक्य होते.

सुदृढ शरीर आणि सशक्त मन यामुळेच ते निर्भय बनले. या निर्भयतेमुळेच ते गुलामगिरी जाळून टाकू शकले आणि त्यांनी अहिंसा, सत्याग्रह यासारखे अभिनव डावपेच राजकारणात निर्माण केले. ब्रिटिशांशी समान पातळीवर आणि समान अटींवर संघर्ष करताना अनेक वेळा त्यांनी त्यांच्या निर्भयतेची प्रचिती दिली. १९२० ते १९३० च्या दशकात जेव्हा ब्रिटिशांची

वसाहतवादी सत्ता प्रचंड आक्रमक होती तेव्हा वसाहतवादी सत्ताधीशांपुढे अशा प्रकारे जनतेच्या प्रतिनिधीने वागणे हे एक अद्वितीय उदाहरण होते आणि त्यामुळे भारतीय जनतेचा आत्मविश्वास फार मोठ्या प्रमाणात वृद्धिंगत झाला.

ज्या वेळी माणसाची बुद्धी प्रगल्भ बनते तेव्हा तो आजूबाजूच्या वातावरणाविषयी संवेदनशील बनतो. इथेच अहिंसेचा उगम होतो- जिच्यामुळे सर्व जीवमात्र पवित्र वाटू लागतात.

गांधींनी औद्योगिकीकरणापासून सर्व व्यवहारांत हे अहिंसेचे तत्त्व वापरले. १९२० मधील अवजड यंत्रांच्या वापरातून मोठ्या प्रमाणावर होणारे उत्पादन ही जुलमी उत्पादन पद्धती आहे. त्यातून ऊर्जा आणि वस्तूंचे रूपांतर करणारी अकार्यक्षम तंत्रज्ञानाची निर्मिती होते आणि पर्यावरणाच्या ऱ्हासाची फिकीर केली जात नाही. हा त्यांचा विचार योग्य होता, म्हणूनच त्यांनी अंतर्ज्ञानाने आणि दूरदृष्टीने त्या औद्योगिकीकरण पद्धतीचा निषेध केला. साधी जीवनशैली आणि दैनंदिन उपयोगितेच्या सर्व वस्तू स्थानिक स्रोतांतून उपलब्ध होणाऱ्या पदार्थांतून निर्माण कराव्यात हाच मार्ग अहिंसात्मक मार्ग आहे आणि निसर्ग व पर्यावरणाला पूरक आहे, असे त्यांचे मत होते.

गांधी तंत्रज्ञान आणि विज्ञानाच्या विरोधात नव्हते. ते त्यांच्या काळाशी बांधलेले होते. ते म्हणायचे, "मी शरीर या मंदिराचा पुजारी आहे. कारण शरीर हेच अतिशय गुंतागुंतीचे यंत्र आहे. मग मी या यंत्राच्या विरोधी कसा असू शकतो?" ग्रामीण पातळीवरील उत्पादन तसेच सामान्य माणसाला परवडणारे उत्पादन आणि नैसर्गिक स्रोतांचा संयमाने केलेला उपयोग हे त्यांचे औद्योगिकीकरणाचे सूत्र होते. म्हणूनच मुंबईत वस्तू बनवून ग्रामीण भागात पाठवण्याच्या ते विरोधात होते. याच न्यायाने विजेची निर्मिती मुंबईत करायची आणि ती वर्धा या दूरच्या शहरात न्यायची, या व्यवस्थेला त्यांचा विरोध होता. त्यांची अशी इच्छा होती की वीज वर्ध्यामध्येच उपलब्ध स्थानिक स्रोतांमधून निर्माण करावी. विकेंद्रित वीजनिर्मिती आजकाल लोकप्रिय होत आहे. या उदाहरणावरून गांधींच्या दूरदृष्टीची खात्री पटावी.

ते स्वतः विज्ञान आणि अभियांत्रिकीच्या विरुद्ध नव्हते. त्यामुळे त्यांच्या योजना ते वैज्ञानिक परिभाषेत मांडू शकले नाहीत, परंतु त्यांनी मत आपले नेहमी बोलून दाखवले आहे. ते खेडे असे असेल जिथे स्वावलंबित्व असेल आणि त्या खेड्यातील नागरिक निसर्गाशी संतुलन सांभाळीत सुखाचे जीवन जगतील. आधुनिक जैव तंत्रज्ञान निसर्ग आणि पर्यावरणाच्या संवर्धनाला प्राधान्य देत आहे आणि अशा प्रकारे गांधीजींचे स्वप्न प्रत्यक्षात येण्याची शक्यता दिसून येत आहे.

मला विश्वास वाटतो, की आज जर गांधी जिवंत असते तर त्यांना पटले असते, की इंटरनेटच्या कनेक्टिव्हिटी माध्यमातून त्यांचे स्वयंपूर्ण खेड्याचे स्वप्न साकारता आले

असते. डेस्कटॉप मॅन्युफॅक्चरिंग, छोट्या आवाक्याचे पुन्हा पुन्हा वापरण्यायोग्य पॉवरपॅक वापरून ते अधिक सुलभ करता आले असते. आधुनिक कार्यक्षम ऊर्जास्रोत आणि उच्च तंत्रज्ञानाच्या मदतीने गांधींचे खेड्यातील लोकांना रोजगार मिळवून देण्याचे व सुखकारक जीवन उपलब्ध करून देण्याचे स्वप्न प्रत्यक्षात आणता येईल.

आध्यात्मिक वृत्ती आणि दूरदृष्टी यामुळे गांधीजी काळाच्या पुढच्या गोष्टी पाहत होते. उदाहरणार्थ, ऊर्जाबचतीमध्ये ते सर्वोत्तम बचत करणारे होते. त्यांच्या आश्रमात विजेशिवाय आणि कोणत्याही आधुनिक तांत्रिक उपकरणांचा वापर न करता ते राहत होते. जास्तीत जास्त मानवी गरजा स्वावलंबनाने आणि मानवी श्रमाने भागवण्यावर त्यांचा आग्रह ही एक आख्यायिका होऊन बसली होती. त्यांच्या काही घनिष्ठ सहकाऱ्यांनाही त्यांचे हे विचार खटकायचे आणि वाटायचे, की गांधीजी भारताला काळाच्या मागे, अश्मयुगाकडे घेऊन जात आहेत. काही का असेना, आजचे अत्याधुनिक उच्च दर्जाचे तंत्रज्ञान, माणूस आणि यंत्र यांचे परस्परसहकार्य साधणारी मुक्त रेडिओकेंद्रे, मानवी शक्ती वापरून वीजनिर्मितीचे उपकरण जे लॅपटॉप करिता वापरता येईल, मोबाईल वगैरे उपकरणे माणसाचा लठ्ठपणा आणि ऊर्जानिर्मिती असा दुहेरी प्रश्न सोडवतील, असा विश्वास बाळगायला हरकत नाही.

गांधीजींचा सर्वसमावेशक प्रगतीचा आग्रह होता. त्यांचे असे मत होते, की ग्रामीण प्रदेशातील लोकांचे सबलीकरण केले आणि त्यांना संघटित केले तर हा महान देश समृद्ध होऊ शकेल. म्हणूनच त्यांनी त्यांच्या आयुष्याची शेवटची तीस वर्षे ग्रामीण विकासावर भर दिला. त्यांना असा विश्वास वाटे, की भारताचे उज्ज्वल भवितव्य विकेंद्रित ग्रामीण विकासामध्ये आहे. ही जी दूरदृष्टी त्यांनी १९२० मध्ये दाखविली ती आज १०० वर्षांनंतरही उपयुक्त आहे.

उदाहरणच द्यायचे, तर स्वातंत्र्यानंतर ६३ वर्षे उलटली तरी अजून आपल्या देशातील ग्रामीण जनता अतिशय खालच्या दर्जाचे जीवन जगत आहे. त्यांना पुरेशी वीज मिळत नाही. ते अजूनही जुन्यापुराण्या चुलीवरच स्वयंपाक करतात, ज्यामुळे मोठ्या प्रमाणात हवा प्रदूषण होते. त्यांना शुद्ध पाणीदेखील मिळू शकत नाही. ते अंधारयुगात जगत आहेत, आणि आधुनिक तंत्रज्ञान त्यांच्यापर्यंत अजूनही पोचले नाही. काही आकडे असे सांगतात, की सुमारे १० लाख लोक केवळ हवा प्रदूषणामुळे दर वर्षी मरण पावतात. जोपर्यंत शास्त्रज्ञ, तंत्रज्ञ आणि राजकीय नेते एकत्र येऊन त्यांच्या जीवनपद्धतीत सुधारणा करीत नाहीत तोपर्यंत भारत एक प्रगत राष्ट्र म्हणून गणले जाणार नाही.

हे घडण्यासाठी ग्रामीण प्रदेशांत संपत्ती आणि रोजगारनिर्मितीची व्यवस्था निर्माण करावी लागेल. माझे असे मत आहे, की हे तेव्हाच शक्य होईल जेव्हा शेतीचा उत्पादनखर्च आणि शेतीपासून मिळणारे उत्पन्न शेतकऱ्याला परवडण्यासारखे असेल आणि ग्रामीण प्रदेश देशाला पुरेसे अन्नधान्य आणि वीज पुरवेल. ग्रामीण विकासाचे महत्त्व सांगताना गांधीजी म्हणत, की जमीनच देशाला संपत्ती निर्माण करून देते.

शेतीमधून ऊर्जानिर्मिती

भारतात दर वर्षी शेतीमधून जवळजवळ ६० ते ८० कोटी टन अवशिष्ट पदार्थ तयार होतात. त्यातील बहुतांश भाग हा टाकून द्यायचा कचरा म्हणून शेतजमिनीत जाळून टाकला जातो. असे केल्याने केवळ मोठ्या प्रमाणात प्रदूषण तयार होते. एवढेच नाही, तर महत्त्वाच्या ऊर्जानिर्मितीच्या स्रोताचा नाश केला जातो.

या कृषिजन्य अवशिष्ट पदार्थांवर प्रक्रिया करून सुमारे १५०० कोटी लिटर इथेनॉल दर वर्षी तयार करता येईल, जे भारताच्या ५०% तेलाच्या मागणीइतके आहे. त्याचप्रमाणे, जर आपण Pyrolysis Oil Route पद्धती वापरली तर त्यातून सुमारे भारताची ८०% डिझेलची मागणी पुरवली जाऊ शकते. पायरोलिसीस ऑइल वनस्पतीचे सुकलेले अवशेष (Biomass) खूप जलदगतीने ६००० ते ७००० सेंटिग्रेडपर्यंत गरम करून त्याचा धूर द्रुतगतीने विझवून टाकला की त्यातून तेल तयार होते. हे तेल त्यात काही सुधारणा केल्यावर गुणधर्मामध्ये डिझेलच्या जवळपास असू शकते.

किंवा जर हे कृषिजन्य अवशिष्ट पदार्थ त्याला योग्य अशा वीजनिर्मिती यंत्रणेमध्ये जाळले तर त्यातून ८००० मेगावॅट वीज उत्पादन करता येईल, जे भारताच्या सध्याच्या वीज उत्पादन क्षमतेच्या ५०% असेल. वनस्पतिजन्य अवशिष्ट पदार्थापासून गॅस बनविण्याच्या यंत्रणेचे तंत्रज्ञान आजमितीला सर्व जगभर पूर्णपणे विकसित झालेले आहे, आणि भारतातदेखील अशी जवळजवळ ९१ वीजनिर्मिती केंद्रे कार्यरत असून त्यातून ५०० मेगावॅट वीजनिर्मिती केली जात आहे.

सध्या हे कृषिजन्य अवशिष्ट पदार्थ, जे एकूण वनस्पतिजन्य अवशिष्ट पदार्थांच्या ६० ते ७५% आहेत, त्यांचा शेतकऱ्यांना आर्थिकदृष्ट्या काहीच फायदा होत नाही. ज्या अर्थी या अवशिष्ट पदार्थांपासून उच्च दर्जाची ऊर्जा आणि रासायनिक पदार्थ बनवता येऊ शकतात त्या अर्थी ते पदार्थ योग्य किमतीला विकले गेले पाहिजेत. अशा प्रकारे किमती ठरविल्या गेल्या तर शेतकऱ्यांना दर मोसमाला सुमारे ५००० ते ७००० रुपये अधिकचे उत्पन्न दर एकरी मिळू शकेल. या अधिकच्या उत्पन्नाने शेती करणे परवडण्यासारखे होईल आणि ग्रामीण प्रदेशांचा चेहरामोहरा बदलत जाईल. त्याव्यतिरिक्त भारताची वर्तमानकालीन ऊर्जेची समस्या दूर होऊन हा उद्योग सुमारे २,००,००० कोटी रुपयांचा असेल. त्याहीपुढे जाऊन हा उद्योग ग्रामीण भागात ५ कोटी रोजगार निर्माण करेल. अशा प्रकारे ऊर्जेकरिता शेती केली तर भारताची आर्थिकदृष्ट्या भरभराट होऊ शकते.

माझे असे मत आहे, की जेव्हा शेतकऱ्यांकडे दुर्लक्ष केले जाते तेव्हा देशाची कोणत्याही परिस्थितीतील टिकून राहण्याची क्षमता कालांतराने क्षीण होत जाते. जेव्हा शेतातून अन्नधान्य आणि इंधन दोन्ही निर्माण केले जाईल तेव्हा शेताची उपयुक्तता अनेक तऱ्हेने वाढेल.

भारतात सुमारे ६५% लोकसंख्या ग्रामीण प्रदेशात राहते. त्यामुळे शेतीपासून ऊर्जानिर्मिती केली तर शेती व्यवसायाला महत्त्व प्राप्त होईल. भारतामध्ये उच्च तंत्रज्ञानाधारित शेतीउद्योग निर्माण करण्याची मूलभूत क्षमता आहे. त्या क्षमतेचा योग्य उपयोग करून घेतला तर ग्रामीण प्रदेशाची परिस्थिती सुधारेल आणि एक चांगला भारत निर्माण होईल. गांधीजींनी ज्या कृषिउद्योगाची नेहमीच भलावण केली त्याच्या विकासाच्या दिशेने टाकलेले ते पाऊल असेल.

मला असेही वाटते, की जर उच्च तंत्रज्ञान ग्रामीण भागाच्या विकासासाठी वापरले तर हे साध्य करता येईल. उच्च तंत्रज्ञान वापरून कृषिजन्य अवशिष्ट पदार्थांसारखे अंगभूत सौम्य ऊर्जास्रोत असलेल्या पदार्थांचे रूपांतर इंधनामध्ये करता येते. तसेच सूर्य आणि वारा या ऊर्जास्रोतांचाही योग्य वापर करता येऊ शकतो. अशा तंत्रज्ञानातून उपलब्ध असलेल्या स्थानिक स्रोतांतून नवीन पदार्थ आणि नवीन सेवा उपलब्ध करता येतील. अत्याधुनिक उत्पादन पद्धती आणि वितरण व्यवस्था वापरून ते पदार्थ आर्थिकदृष्ट्या परवडतील असेही करता येतील. या प्रक्रियेत आपल्याला नैसर्गिक स्रोतांचा वापर करावयाचा असल्याने तंत्रज्ञानाचा विकास व उपयोग Biomimicry च्या दिशेने करावा लागेल.

लाखो वर्षांच्या प्रक्रियेतून निसर्गव्यवस्थेने अतिशय कार्यक्षम पदार्थ आणि ऊर्जेचे रूपांतर करणारे घटक विकसित केले आहेत. या प्रक्रियेत यंत्रणेचा आकार लहान होतो आणि तिची कार्यक्षमता तसेच गुंतागुंत वाढते. आमच्या काही नवीन रचना आणि तंत्रज्ञान हीच पद्धती वापरत आहेत. उदाहरणे द्यायची तर कॉम्प्युटर चिप्स, मोबाइल्स, पॉवर प्लान्ट्स अशी देता येतील. ही सर्व उपकरणे आकाराने खूप लहान, गुंतागुंतीच्या रचनेची, अतिशय कार्यक्षम तसेच आर्थिकदृष्ट्या परवडणाऱ्या किमती असलेली आहेत. तंत्रज्ञान विकसित करणाऱ्या अभियंत्यांनी हीच पद्धती ग्रामीण भागाच्या विकासाकरिता उपकरणे तयार करताना वापरली पाहिजे.

भविष्यासाठी उपयुक्त वस्तुपाठ

पृथ्वीवरील प्रत्येक नागरिकाची त्याला सुखाने जगता यावे अशी अपेक्षा असते. मला असे वाटते, की अमेरिकेतील सर्वसाधारण नागरिक जितकी ऊर्जा वापरतो त्यापेक्षा खूप कमी ऊर्जेमध्ये सुखाने जगणे शक्य आहे. उदाहरणार्थ, अमेरिकेत दरडोई ऊर्जेचा वापर ३५० जीजे प्रतिवर्ष एवढा आहे, तर तोच भारतात १८ जीजे प्रतिवर्ष एवढा आहे. जर प्रत्येक भारतीय माणसाने अमेरिकेतील जीवनशैलीप्रमाणे ऊर्जा वापरायची ठरवली तर पृथ्वीवरील सर्व ऊर्जास्रोत फक्त भारतालाच पुरतील.

माझे असे मत आहे, की ५०-७० जीजे प्रतिवर्ष ऊर्जेचा प्रत्येक व्यक्तीसाठी वापर करून किंवा अमेरिकेच्या तुलनेत एक पंचमांश ऊर्जेचा वापर करून चांगले आणि मानसिकदृष्ट्या

सुखावह जीवन जगता येईल. एवढ्या ऊर्जेच्या वापराने युरोपमधील नागरिकांची १९७० मध्ये जी जीवनशैली होती त्या स्तराचे जीवन जगणे शक्य आहे. या प्रकारच्या ऊर्जेच्या संयमित वापरामुळे पृथ्वीवरील ऊर्जेच्या स्रोतांवर खूप कमी ताण पडेल. त्याचबरोबर पर्यावरण प्रदूषणदेखील खूप प्रमाणात कमी होईल; परंतु हे तेव्हाच शक्य होईल जेव्हा प्रत्येक नागरिक गांधींनी घालून दिलेली मर्यादा 'साधी राहणी आणि उच्च विचारसरणी' मनापासून पाळण्याचे ठरवेल.

एकदा आपल्या मूलभूत गरजा पूर्ण झाल्या की आपण सर्व त्यापुढे जाऊन निरर्थक गोष्टींचा हव्यास धरतो. केवळ पैशांनी सुख मिळत नाही. जेव्हा आपल्या जगण्याला काही विवक्षित अर्थ असतो तेव्हाच मनाला सुखाचा अनुभव येतो. तो अर्थ माझ्या मनाप्रमाणे आपल्यापेक्षा ज्यांच्याकडे कमतरता आहे अशा लोकांना मदत करण्यातून आणि समाजाचे ऋण फेडण्यातून प्राप्त होतो. माझ्यासारखा अभियंता किंवा शास्त्रज्ञ योग्य प्रकारचे तंत्रज्ञान योग्य किमतीत गरीब लोकांना देऊन ते साध्य करू शकतो. हे प्रत्येकाला करता येण्यासारखे कर्तव्य आहे. गरीब लोकांचे जगणे उन्नत करण्यासाठी खरी गरज आहे ती राजकीय नेतृत्वाच्या इच्छाशक्तीची आणि योग्य मार्गदर्शनाची.

मला असेही वाटते, की आपल्या अस्तित्वाचा एकमेव हेतू स्वतःची आणि समाजाची स्थिती सुधारणे हाच असतो. वैयक्तिक संरचना म्हणजे प्रकृती, सुख आणि सर्वसामान्य सुखसोयी. आपली वैयक्तिक संरचना अध्यात्माच्या साहाय्याने विकसित करून आपण अधिक चांगले माणूस बनू शकतो. त्यामुळे आपला भावनिक विकास होऊन आपण आपले अस्तित्व उत्क्रांत करतो. जे आपल्याला मिळाले त्यातील उचित भाग समाजाला देऊन आपण समाजाला उत्क्रांत होण्याला मदत करतो. गांधीजींनी त्यांच्या प्रत्यक्ष कृतीतून आणि प्रयोगातून जो संदेश दिला आहे तो असे सांगतो, की स्वतःच्या संरचनेची उत्क्रांती आणि समाजाच्या संरचनेची उत्क्रांती या दोन्ही कृती एकाच वेळी केल्याने आपल्याला समाधान आणि आनंद मिळतो.

याचा अर्थ असा, की विकासाचा मंत्र आध्यात्मिकतेसह तंत्रज्ञान असा असला पाहिजे. या दोन्ही गोष्टी एकत्र आल्या की आपल्याला आपली लालसा कमी करण्याची प्रेरणा मिळते आणि आपण निसर्गाशी संतुलन ठेवून वागतो. महात्मा गांधींनी त्यांच्या समग्र जीवनात त्यांच्या आतल्या आवाजाच्या प्रेरणेने हेच सांगितले आहे.

(अनुवाद : नंदकुमार पुरोहित)

भारतातल्या आघाडीच्या महिला उद्योजकांचा विचार करताना शांत, संतुलित व स्थिर वृत्तीच्या अर्नवाझ आगा यांचे नाव चटदिशी आठवते. अनू या नावाने त्या ओळखल्या जातात. थर्मेक्स लिमिटेड या संयुक्त उद्योगाने साहसी भरारी घेतली ती त्यांच्याच नेतृत्वाखाली. ऊर्जा व पर्यावरण अभियांत्रिकीच्या माध्यमातून ८३० कोटी रुपयांपर्यंत या उद्योगाने मजल मारली ती अनू आगा या कंपनीच्या अध्यक्ष असताना. नंतर २००४ मध्ये त्या निवृत्त झाल्या. त्यांनी 'कॉन्फिडरेशन ऑफ इंडियन इंडस्ट्रीजच्या (सी आय आय) पश्चिम क्षेत्राचे अध्यक्षपदही भूषवलेले आहे.

'मायक्रो फाउंडेशन' या भारतासाठी नावीन्यपूर्ण असलेल्या संस्थेच्याही त्या सहसंस्थापक आहेत. ही संस्था देशभरातल्या औद्योगिक, सामाजिक व शैक्षणिक क्षेत्रात नावीन्यपूर्ण तंत्रज्ञानाला उत्तेजन देते. 'नॅशनल ॲडव्हायझरी कौन्सिल' व 'कॉमनवेल्थ ह्युमन राइट्स कमिशन'च्या त्या सभासद आहेत. त्यांना जवळच्या वाटणाऱ्या कित्येक स्वयंसेवी संस्थांच्या त्या पाठीराख्या आहेत. मुंबई व पुण्यातल्या वंचित मुलांना शिक्षण देण्यासाठी झटणाऱ्या 'आकांक्षा' या स्वयंसेवी संस्थेच्या त्या सध्या अध्यक्ष आहेत.

उद्योगातल्या सर्वोत्कृष्टतेबरोबरच जातीय सलोखा व मानवी हक्कांसाठी झटत राहणे ही त्या बांधिलकी मानतात.

अनु आगा

"एकाने डोळे फोडले म्हणून दुसऱ्यानेही डोळे फोडायचे ठरवले तर सगळे जगच आंधळे होईल."

कधीही जुने न होणारे गांधी

गांधींच्या नेतृत्वाखाली झालेल्या त्या अहिंसेच्या विलक्षक चळवळीमुळे भारताला ब्रिटिशांकडून राजकीय स्वातंत्र्य प्राप्त झाले. वसाहतवादी सत्तेविरुद्धच्या त्या मोहिमेचे नेतृत्व करताना गांधीजींनी सामाजिक असहकार व परिवर्तनाच्या तंत्रांचा परिचय करून दिला. त्यात किती तरी गोष्टी प्रथमच घडत होत्या. जाती, भाषा व रीतिभातींमुळे विभागलेल्या भारतीयांच्यात एकजूट निर्माण करण्याची क्षमता त्यांच्यात होती. एकाच शत्रूशी सर्वांना लढा द्यायचाय म्हणताना त्यांनी भारतीय समाजात युगानुयुगे चालत आलेल्या जुन्या भेदभावांचा अस्त करण्यात यश मिळवले. छळाविरुद्ध लढा तर द्यायचा, पण तो छळ करणाऱ्याचा तिरस्कार न करता, हे त्यांनी आम्हाला शिकवले. येशू ख्रिस्तापासून इतर धर्मांपर्यंत आणि हिंदू आध्यात्मिक परंपरेतही म्हटल्याप्रमाणे गांधींचा मार्ग हा समेट आणि क्षमाशीलतेवरच भर देतो. लोकांमध्ये चेतना निर्माण करण्याचे गांधींचे तंत्र जगाच्या किती तरी भागांतल्या शोषित समाजांत यशस्वीपणे वापरले गेले. अमेरिकेतल्या मार्टिन ल्यूथर किंग, दक्षिण आफ्रिकेतल्या नेल्सन मंडेला व डेसमंड टुटू, तिबेटमधल्या दलाई लामा व त्यांच्या अनुयायांना तसेच म्यानमारमधल्या आँग सान स्यू की यांनाही याच तंत्राने झपाटून टाकले. अहिंसेची मुळे दक्षिण भारतात रुजली. त्यांच्याच सुपरिणामामुळे वंशभेदाच्या त्या भयंकर काळानंतरही अल्पसंख्य श्वेतवर्णीयांना तिथे सूड आणि कठोर शिक्षेला तोंड द्यावे लागले नाही, ते नशीब समजायचे. अशाच प्रकारे अमेरिकेत मार्टिन ल्यूथर किंग व आफ्रिकन अमेरिकी जनतेला समान हक्क व प्रतिष्ठेचे आयुष्य जगायला मिळण्याची मागणी करताना शांततापूर्ण लढ्याचीच मदत झाली. आत्मसन्मान व सबलीकरणाची तीच चळवळ आजच्या काळात जेव्हा अमेरिकन जनतेने पहिला आफ्रिकन अमेरिकन राष्ट्रपती निवडला तेव्हा कळसाला पोहोचली आहे.

ज्या माणसाने साऱ्या जगाला झपाटून टाकले त्याचा त्याच्या देशबांधवांनाच वरच्यावर विसर पडतो आणि इथेच त्याच्यावर टीकाही केली जाते. त्याच्या कल्पना अव्यवहार्य आणि जुनाट पद्धतीच्या समजल्या जातात. आधुनिक काळाशी त्या विसंगत मानल्या जातात. भारतात आणि संपूर्ण जगापुढे आज निरनिराळी आव्हाने उभी राहिलेली असताना गांधींना आपण असे कालविसंगत मानणे हे दुर्दैवच म्हणायचे.

फक्त भारतच नव्हे, तर सबंध जगासाठी गांधीजींची साधी, सोपी शिकवण आजही तेवढीच सुसंगत आहे असे मला प्रकर्षाने वाटते. 'जशास तसे' म्हणत आज हिंसा आणि तिरस्काराच्या भावनेला न्याय्य ठरवले जात असताना त्यांचा अहिंसेचा आदर्श परम महत्त्वाचा ठरतो. त्यांनी आपल्याला योग्य शब्दांत बजावले होते, ''एकाने डोळे वटारले म्हणून दुसऱ्यानेही डोळे वटारायचे ठरवले, तर सगळं जगच आंधळं होईल.'' गांधीजी फाळणीच्या पूर्ण विरुद्ध होते, आणि ती झालीच तर नंतरच्या काळात तिच्यामुळे होऊ शकणाऱ्या भयंकर परिणामांचे भाकितही त्यांनी करून ठेवले होते. भारत व पाकिस्तान यांच्यात झालेल्या दोन युद्धांची दु:खद आठवण आपल्या सगळ्यांच्या मनात आहे. गेली कित्येक वर्षे आपण चांगले शेजारी होऊन राहणे सोडूनच दिले आहे आणि परस्परांवरचा विश्वास दिवसेंदिवस झपाट्याने खालावत चालला आहे. या न संपणाऱ्या भांडणामुळे दोन्ही देशांवरचा खर्चाचा बोजा कमालीचा वाढत चालला आहे. मर्यादित साधनसंपत्तीचा उपयोग भुकेल्यांच्या कल्याणासाठी करण्यापेक्षा सीमेवरच्या निष्फळ अस्त्र-शस्त्रांची कुमक वाढवण्यासाठी खर्च केला जातो आहे.

मृत्यूच्या काही काळ आधीच गांधीजींनी अमेरिकेला अणुबॉम्बवर निर्बंध घालण्यासंबंधी विनवले होते आणि त्यांच्याच या भारत देशात १९७४ मध्ये आण्विक स्फोट घडवण्यात येऊन त्याला सौम्य शब्दांत 'शांततापूर्ण आण्विक स्फोट' म्हणण्यात आले. दुसरा स्फोट १९९८ मध्ये करण्यात आला आणि जवळपास प्रत्येक भारतीयाने मनोमन टाळ्या पिटल्या. अण्वस्त्रांच्या या स्पर्धेत भाग घेताना आपण अहिंसेच्या संकल्पनेकडे पाठ फिरवली आहे. एवढेच नव्हे, तर देशातल्या गरिबांची काळजी घ्यायला जेमतेम पुरेल एवढीच असलेली तुटपुंजी संसाधने आपण अण्वस्त्रांच्या निर्मितीकडे वळवली आहेत.

'लोकजीवनात एकात्मता' हा गांधीजींचा आणखी एक आदर्श होता. त्याच्याकडे तर आपण जणू कायमसाठी पाठ फिरवलेली आहे. या देशात स्वातंत्र्यपूर्ण जीवन जगायला आपण सुरुवात केली त्या वेळी आदर्शाची मूर्तिमंत उदाहरणे म्हणावीत अशा तेजस्वी नेतेमंडळींनी आपले वातावरण भारलेले होते. तसेच काही आपल्या आजच्या बहुतांश नेत्यांबद्दल आपल्याला सांगता येते का ? फक्त राजकारणातच कशाला, प्रत्येक क्षेत्रात सध्या दुटप्पीपणाच भरून राहिलेला नाही का ? आपले बोलणे आणि वागणे यांमधले अंतर वाढायला लागले आहे. शस्त्रास्त्रांची स्पर्धा आणि सैनिकीकरणामुळे जो निधी लोकांचे

जीवनमान उंचावण्यासाठी वापरला जायला हवा त्याच्यावर गदा येते आहे. सार्वजनिक जीवनात घुसलेला भ्रष्टाचार तर लोकांच्या फायद्यासाठी आखलेल्या धोरणांच्या आणि त्यानुसार राबवण्यात येणाऱ्या योजनांची विश्वासार्हता व प्रभावीपणा घालवून बसला आहे. १९८० मध्ये राजीव गांधींच्या काळात एक अभ्यास करण्यात आला होता. त्याचा निष्कर्ष असा होता, की सामाजिक पायाभूत सुविधांवर सरकारतर्फे करण्यात येणाऱ्या खर्चाच्या ८० ते ८५ टक्के रक्कम चुकीचे व्यवस्थापन व भ्रष्टाचाराचा घास बनते आहे. समाजाच्या प्रत्येक अंगात कर्करोगासारखा भ्रष्टाचार पसरलेला असतानाही, गांधीजींना ज्या मूल्यांची चाड होती त्यांची आजच्या सार्वजनिक व खासगी आयुष्यात आपल्याला गरज वाटत नाही का?

अविचाराने केलेल्या विकासाच्या कामांमुळे उद्भवलेल्या समस्या आणि जागतिक हवामानात संभवणाऱ्या बदलांच्या भीतीमुळे तर गांधीजींचे विचार आजच्या काळात अत्यंत समर्पक ठरतात. आधुनिकता व जागतिकीकरणाचे सोंग घेऊन आपण व्यापारीकरणाचा उदोउदो करत आहोत. मात्र, पृथ्वीवरील साधनसंपत्तीचा मर्यादित साठा बघता त्याचा टिकाव लागणे शक्यच नाही. परिणामी, आर्थिक विषमतेची दरी मात्र वाढतच चालली आहे. अशा वेळी आपल्याला त्यांच्या त्या विधानाची आठवण झाली नाही. त्यांनी म्हटले होते ना, की ही 'पृथ्वी आपल्या गरजा भागवण्यासाठी पुरेशी आहे, पण हाव पुरवण्यासाठी अजिबात नाही.' १९२८ च्या सुरुवातीलाच गांधीजींना पाश्चात्त्य जगाच्या संसाधने ओरबाडायच्या अतृप्त वृत्तीची स्पष्ट जाणीव झालेली होती. त्यांनी म्हटले होते, ''पाश्चात्त्यांच्या पाठोपाठ भारतात कारखानदारी रुजू न देण्याची देवाने कृपा करावी.'' एका छोट्या बेटावरील एका चिमुकल्या राजवटी (इंग्लंड)कडून लादल्या जाणाऱ्या आर्थिक साम्राज्यवादापोटी आज जगाला वेठीस धरले गेलेले आहे. जर तीस कोटी लोकांनी असेच आर्थिक शोषण करायचे ठरवले तर सबंध जगावर टोळधाडीचे आक्रमण झाल्यासारखे होईल.''

एक गोष्ट लक्षात ठेवायला हवी, की राजकीय पातळीवरचा लढा हा गांधीजींच्या संपूर्ण लढ्याचा केवळ एक भाग होता. जातींच्या पातळीवर दडपशाही व जातीय हिंसाचारामुळे रोगग्रस्त होऊन मरणोन्मुख झालेल्या समाजात परिवर्तन घडवण्यावरही त्यांचा तेवढाच भर होता. अस्पृश्यांसाठी मंदिरांची दारे खुली करण्याचा प्रश्न असो किंवा नौखालीमध्ये जातीय दंगल उसळल्यावर छेडलेल्या आमरण उपोषणाचा प्रसंग, प्रत्येक वेळी स्वतः जातीने हजर राहून त्यांनी पुढाकार घेतला. भारतातल्या जातीय सलोख्यासाठी त्यांनी आयुष्य कुरवंडून टाकले. असे असताना आज स्वतंत्र भारतात मात्र शीखविरोधी किंवा मुस्लिमविरोधी भूमिका घेऊन त्या वेळच्या नरसंहारासारखे भयंकर वातावरण आपण पुन्हा निर्माण करू पाहतोय. गांधीजी जेथे जन्मले, लहानाचे मोठे झाले, त्या गुजरातेतच त्यांच्या सामाजिक सलोख्याच्या संदेशाचा विसर पडलेला असून आजघडीला त्या राज्यातली परिस्थिती अतिशय भयंकर झालेली आहे. विदेशी जोखडातून सुटून आपल्याला स्वातंत्र्य मिळाले त्याला साठ वर्षे

होऊन गेल्यावरसुद्धा अजूनही किती तरी भागांमध्ये हरिजनांना विहिरीतून पाणी घ्यायला किंवा रस्त्यावर पाय ठेवायला पूर्णपणे मज्जाव केला जातो आहे. तेव्हा, आपले काम अजून संपलेले नाही हे उघडच आहे. माहिती व तंत्रज्ञान किंवा स्वयंचलित वाहन उद्योगात, उपग्रहांवर आधारित दूरचित्रवाणी वाहिन्या किंवा शॉपिंग मॉल वगैरेंबाबत आपण कितीही पुढारलेलो असलो तरी सामाजिक न्यायाचे वातावरण येत नाही तोपर्यंत सारे निरर्थक आहे. आपल्यातली माणुसकी कुठे दूरदेशी हरवली आहे, तिला शोधण्यासाठीचा भला मोठा प्रवास अजून आपल्याला करायचा आहे, याचे दुःखद स्मरण आपल्याला असायला हवे.

आजचा भारत जर गांधीजींना बघता आला असता तर ते आनंदून गेले असते की निराश झाले असते?

धार्मिक हिंदू असूनही ते सर्व धर्मांचा आदर करायचे. बाबरी मशीद उद्ध्वस्त करण्याचा प्रसंग व हिंदू तसेच मुस्लिमांमध्ये पसरत चाललेली धर्मांधता बघून त्यांना यातना झाल्या असत्या याबद्दल मला शंका नाही.

विकासदर आज दरडोई ९ % असला तरी ३७ % जनता अजूनही दारिद्र्यातच खितपत पडून आहे आणि संपूर्ण जगात आपल्याकडील कुपोषितांची संख्या सर्वांत जास्त आहे. मला खात्री आहे, की वाढीचा असा असमतोल पाहून गांधीजींना खूप त्रास झाला असता.

समस्या चहुअंगांनी इतक्या वाढलेल्या असूनसुद्धा आपण गांधीजींच्या आयुष्याची समर्पकता आजच्या काळाच्या दृष्टीने लक्षातच घेत नाही, हे मोठे चमत्कारिक आहे. त्यांचे विचार किंवा त्यांच्या कल्पनांच्याही पुढे जाऊन त्यांचे अवघे आयुष्य हाच खरे तर फार मोठा संदेश होता. तिथे विचार आणि कृती, दृष्टिकोन आणि आचरणात भेदच नव्हता. त्यांनी जे सांगितले तसे ते स्वतः वागले. ते जे बोलले ते त्यांच्या जगण्याचेच सार होते. त्यांच्या आध्यात्मिक नेतृत्वामागे ही गुणवत्ता होती. तिच्यामुळे व्यावसायिक आणि विद्यार्थी सुखसुविधा आणि सुरक्षितता त्यागून, स्वातंत्र्याच्या चळवळीत उडी घेऊन उन्हातान्हात आणि धुळीने भरलेल्या वाटेवरून सहज चालत गेले.

भारतीय जीवनाचे मी ठळकपणे दाखवलेले एवढे सगळे नकारात्मक पैलू असूनही आणि एवढ्या समस्या असूनदेखील आपण हे लक्षात ठेवले पाहिजे, की भाषा, धर्म व रूढी-परंपरांची एवढी प्रचंड विविधता असतानाही भारताची राष्ट्र म्हणून असलेली एकसंधता संपून त्याचे तुकडे तुकडे होतील, हे भाकित मात्र सपशेल खोटे ठरलेले आहे. गांधीजींचा भारत १५ ऑगस्ट १९४७ रोजी जसा झालेला होता तसाच बलशाली, एकसंध व स्वतंत्र राष्ट्र म्हणूनच आजमितीसही टिकून आहे. मात्र जसजशी आपण पुढे वाटचाल करू तसतसे आपण लक्षावधी उपेक्षितांबाबत जास्तीत जास्त संवेदनशील व्हायला हवे आहे. ते अजूनही वंचित आहेत. जीवनावश्यक गरजा त्यांना नाकारल्या जात आहेत.

आपण जे काही मिळवलेले आहे आणि राष्ट्र म्हणून ज्या काही आव्हानांना तोंड देत आपल्याला मार्ग काढायचा आहे, त्यासाठी गांधीजींच्या मार्गाने जात आपल्याला व्यक्तिगत पातळीवर काही गोष्टींबाबत निश्चय करायला हवा :

भ्रष्टाचाराच्या राक्षसाशी लढा देण्यासाठी आपण कुणाकडूनही लाच किंवा कोणत्याही प्रकारची मेहेरबानी स्वीकारणार नाही किंवा इतरांवर करणार नाही, याबाबत आपली संमती आहे का?

आपल्या सीमित अनुभवांवर किंवा ऐकीव गोष्टींवर विश्वास ठेवून आपण एखाद्या समूहाबाबत सरसकट मत बनवणे थांबवू शकू का? अलीकडेच एक विचारगर्भ सुभाषित मला समजले. 'एखादा काटा टोचला म्हणून सगळ्या गुलाबपुष्पांचाच तिरस्कार करणे कितपत योग्य आहे?'

सर्व प्रकारच्या हिंसाचार व विध्वंसाचा धिक्कार करत आपण त्याविरुद्ध आवाज उठवणार की नाही?- विशेषेकरून आपल्याच कुटुंबात किंवा शेजारी तसे घडत असताना?

समानुभूती मनात बाळगत आपण एका तरी माणसाच्या आयुष्यात चांगला बदल घडवून त्याचे किंवा तिचे कल्याण करू शकणार नाही का?

गांधीजींसारखा किडकिडीत आणि दुबळा दिसणारा माणूसही नैतिकता व अद्‌भुत इच्छाशक्तीच्या बळावर त्या वेळच्या अतिबलाढ्य साम्राज्यापुढे आव्हान ठरला होता. सध्या चहुबाजूंनी आव्हाने आपल्यासमोर चालून येत असताना त्यांना तोंड देण्यासाठी हे लक्षात ठेवणे आपल्याला साह्यकारी ठरेल. मला असे वाटते, की आपण प्रत्येकाने लहान लहान पावले टाकत बदलांच्या मार्गावर वाटचाल सुरू ठेवली तर गांधीजींच्या मनातल्या भारताच्या जास्तीत जास्त जवळ आपण पोहोचू शकू. अशा लहान लहान , पण अर्थपूर्ण कृतीच आपल्याला असहायता, चमत्कारिकपणा व नकारात्मकेच्या भावनांमधून बाहेर काढू शकतील. त्यातूनच आपल्याला एकमेकांशी जोडून घेण्यासाठी मार्ग सापडतील. त्या सगळ्याचा परिणाम असा होईल, की तिरस्कार, गरिबी, निरक्षरता व अनियंत्रित भ्रष्टाचारापासून मुक्त होण्यासाठी आपल्याला दुसरी स्वातंत्र्य चळवळ उभारता येईल.

(अनुवाद : नीला शर्मा)

अरुण फिरोदिया

एक बुद्धिमान इंजिनियर आणि कुशल व्यावसायिक असलेले अरुण फिरोदिया हे कायनेटिक ग्रुपचे अध्यक्ष आहेत. भारतात दुचाकी वाहनांचे उत्पादन आणि निर्यात करण्यात ही कंपनी अग्रेसर आहे. सामाजिक भावना मनात जपणारे असे हे उद्योजक आहेत.

कायनेटिक इंजिनियरिंग लिमिटेडतर्फे लूना ही भारतीय बनावटीची लोकप्रिय मोपेड त्यांच्याच नेतृत्वातून तयार झाली. आंतरराष्ट्रीय दर्जाच्या स्कूटर्स भारतीय बाजारपेठेत आणण्याचे महत्त्वाचे काम त्यांनी केले आहे.

'एच. के. फिरोदिया फाउंडेशन' या नावाची संस्था त्यांनी स्थापन केली आहे. त्याद्वारा विज्ञान आणि तंत्रज्ञानाच्या क्षेत्रात उत्कृष्ट कामगिरी करणाऱ्या व्यक्तीसाठी एच. के. फिरोदिया पुरस्कार दिला जातो. हा या क्षेत्रातला मानाचा पुरस्कार आहे.

फिरोदिया हे विविध सार्वजनिक संघटना आणि शैक्षणिक संस्थांना आवर्जून वेळ देतात. सामाजिक आणि 'इंजिनियरिंग सोल्युशन्स' या विषयावरील त्यांचे लेखन प्रगतीच्या दिशेकडे नेणारे आणि त्यांचे द्रष्टेपण दाखवणारे आहे.

"स्वतःच्या गरजांसाठी शेजाऱ्यांवर अवलंबून नसलेली आणि तरीही आवश्यक बाबतीत एकमेकांवर अवलंबून असलेली अशी संपूर्ण प्रजासत्ताक खेडी म्हणजे माझी ग्रामस्वराज्याची कल्पना."

वर्तुळे वाढवू या, पिरॅमिड नको

महात्मा गांधींनी सांगितले होते, की भारत हा खेड्यांमध्ये वसतो. त्यांनी खेड्याच्या अर्थकारणावर खूप विचार केलेला होता. त्यांनी सांगितले होते, "प्रत्येक गावाने स्वतःला लागेल एवढे धान्य आणि वस्त्रे स्वतः निर्माण करायला हवीत. प्रत्येक गावात ज्येष्ठ आणि लहान मुलांसाठी खेळण्याचे मैदान हवे. एकत्र येण्यासाठी वेगळी जागा हवी. काही भाग गुरांसाठी राखीव हवा. जर याशिवाय जागा उपलब्ध असेल तर गांजा, तंबाखू, अफू अशा प्रकारची पिके सोडून नगदी पिके घ्यावीत. गावात एक सभागृह, शाळा आणि सार्वजनिक मंच असावा. नियंत्रित असा गावाचा स्वतःचा स्वच्छ आणि शुद्ध पाणीपुरवठा असावा. किमान शिक्षण हे सक्तीचे असावे. शक्यतो जास्तीत जास्त कार्यक्रम हे सहकारी तत्त्वावर चालावेत. आज आपल्याकडे ज्या पद्धतीने जातिव्यवस्थेची उतरंड आहे ती नसावी." पुढे ते म्हणतात, "अशा रचनेत असंख्य गावे येतील. ही वाढत जाणारी वर्तुळे आहेत, वर जाणारी नव्हेत. आयुष्य म्हणजे पायावर उभा असलेला आणि वर टोक असलेला पिरॅमिड नव्हे."

गावातले प्रत्येक कुटुंब स्वावलंबी असेल, 'लखपती' असेल, हे त्यांचे स्वप्न प्रत्यक्षात येणे शक्य आहे का?

हो, आहे. यासाठी गावाचे अर्थकारण केवळ शेतीवर अवलंबून न राहता विकेंद्रित झाले पाहिजे. कृषिउत्पादने आणि ग्रामीण सेवा विस्तारल्या पाहिजेत. कृषिआधारित उत्पादने

म्हणजेच डेअरी चालवणे, दुधापासून अन्य उत्पादने तयार करणे. इथपासून ते बायोमासपासून इंधन तयार करणे, सौर ऊर्जेपासून ऊर्जानिर्मिती करणे इत्यादी. आणि ग्रामीण सेवा याचा अर्थ कॉल सेंटर्स उभारणे, कॉम्प्युटर सॉफ्टवेअर तयार करणे असा नाही, तर ग्रामीण अर्थकारणाला पूरक अशा सेवा उभारणे. उदाहरणार्थ शाळा, आरोग्य, सांडपाणी व्यवस्था इथपासून ते व्यापार, वाहतूक, अन्न साठवणूक, यांत्रिक आणि विद्युत उपकरण दुरुस्ती कारखाने.

या पद्धतीने एखाद्याला काम कसे सुरू करता येईल?

'शेतीआधारित उद्योग' आणि 'ग्रामीण सेवा' ग्रामीण भागात सुरू करण्यासाठी प्राथमिक कृषीक्षेत्रात अधिकची उत्पादन आवश्यक आहे. त्यासाठी चार प्रकारच्या क्रांत्या करून सदाहरित क्रांती (evergreen revolution) उभारावी लागेल.

उत्पादनात क्रांती घडवून आणण्यासाठी जमिनीतल्या म्हणजेच मातीतल्या रसायनांची चिकित्सा करावी लागेल. त्या जमिनीत वातावरणाला पोषक ठरेल अशी रोपे लावावी लागतील. दुष्काळाशी आणि किडीशी सामना करून तग धरतील अशा प्रकारची बियाणे लागतील. त्यासाठी जनुक अभियांत्रिकीचा अभ्यास करावा लागेल. त्यात संशोधन व विकास (R&D) करून या गोष्टी साध्य कराव्या लागतील.

दर्जात्मक क्रांती घडवून आणण्यासाठी आंतरराष्ट्रीय दर्जानुसार उत्पादनांची वर्गवारी, श्रेणी करावी लागेल. काही उत्पादनांसाठी शीतगृहांची व्यवस्था करावी लागेल, त्याचप्रमाणे वाहतूकदेखील वातानुकूलित करावी लागेल.

नफ्यामध्ये क्रांती आणण्यासाठी शेतकऱ्यांना शेती उत्पादने, प्रक्रिया केलेले अन्नपदार्थ निर्यात करण्यासाठी प्रोत्साहन देणे, स्थानिक बाजारपेठ आणि निर्यात करण्यासाठी असणाऱ्या दरांची योग्य माहिती देणे, त्यासाठी ग्रामीण माहितीकेंद्रे उभारणे. ग्राहकांशी थेट बाजारपेठ उपलब्ध करून देण्यासाठी आंध्र प्रदेशातल्या 'रयतू बाजार'सारखे किंवा आयटीसीमधील ई-चौपाल अशी राज्य आणि आंतरराष्ट्रीय पातळीवर चळवळच सुरू झाली पाहिजे.

शेतीला योग्य आधार देण्याची क्रांतीदेखील घडवून आणावी लागेल. शेतीसाठी आवश्यक असणारे पाणी व्यवस्थापन, पावसाचे पाणी साठवण्याची व्यवस्था (rainwater harvesting), छोट्या कालव्यांच्या द्वारे पाणीपुरवठा (micro irrigation), सेंद्रिय शेती, सेंद्रिय खते, गांडूळ खत, जैविक खते, जैव विविधता, पडीक जमिनीचा विकास यातून शेतीला आधार मिळेल, शेती टिकून राहील.

जर अशी क्रांती घडवून आणली, अगदी काही प्रमाणात जरी घडून आली तरी शेतीतून चांगले उत्पन्न मिळेल. ग्रामीण समाज यातूनच शेतीआधारित उद्योग उभा करू शकेल. शेतीआधारित उत्पन्नातून ग्रामीण भागात चांगली रोजगारनिर्मिती होऊ शकेल, विशेषतः स्त्रियांना याचा लाभ घेता येईल. यामुळे जमिनीवरचा ताण कमी होईल. करंजा, कडुनिंब, जट्रोफा यासारखी झाडे लावली तर बायो-डिझेलला मदत होईल. गावामध्ये एका हेक्टरला १००० झाडे लावली तर १० किलो बिया दर वर्षी तयार होतील. त्यातून २.५ टन तेल निघू शकेल. म्हणजेच ५०,००० रुपये मिळतील.

ग्रामीण भागात मोठ्या प्रमाणावर प्राणिसंपत्ती आहे. प्रत्येक प्राणी दर वर्षाला ०.५ टन खत तयार करतो. त्यातून २२५ लिटर गॅसोलिन तयार होऊ शकते. एका प्राण्याच्या मागे ७००० रुपयांचा गॅस तयार झाल्यानंतर जी स्लरी उरते त्यातून ५०% अतिशय उत्तम सेंद्रिय खत तयार होते. या खतात नायट्रोजन, फॉस्फरस आणि पोटॅशियमसारखे पौष्टिक घटक असतात. प्रत्येक प्राण्यामागे ४००० रुपये असा हा हिशोब आहे. वाळलेली पाने, वाळलेली रोपे, काड्या, फांद्या, वाळलेला चारा, खरकटे याचे गांडूळ खत करून ७ रुपये किलोने विकले जाते. हे खत शेतजमिनीच्या सर्व गरजा भागवते. शेतीआधारित उत्पादनातून मिळणारे उत्पन्न हे शेतीतून मिळणाऱ्या उत्पन्नाएवढेच असते. म्हणजेच यातून शेतकऱ्याच्या उत्पन्नात चांगली वाढ होऊ शकेल.

ग्रामीण लोकांच्या खर्चात वाढ झाली तर त्यांच्या उत्पन्नातदेखील वाढ होईल. एकाने केलेला खर्च हे दुसऱ्याचे उत्पन्न असते. त्यातूनच ग्रामीण सेवा सुरू होऊ शकतील. शासन किंवा स्थानिक शासनाकडून विविध क्षेत्रांत नोकऱ्या उपलब्ध होऊ शकतील. ग्रामीण सेवांमधून जेवढे उत्पन्न मिळेल ते शेती किंवा शेतीआधारित उत्पादनातून मिळणाऱ्या उत्पन्नाएवढेच असेल. दुसऱ्या शब्दांत सांगायचे, तर ही तीनही क्षेत्रे एकमेकांना पूरक आहेत आणि ग्रामीण उत्पन्नात भर टाकू शकतील अशी आहेत. पंजाब या विकसित राज्यात याच प्रकारे तीनही क्षेत्रांनी उत्पन्नात समान भर टाकली आहे.

आजच्या तुलनेत बघायचे, तर ग्रामीण अर्थकारण नऊ पटीने श्रीमंत झालेले असेल. म्हणजेच प्रत्येक कुटुंब हे लखपती होऊ शकेल.

दहा कोटी लोक लखपती, अशा भारताची कल्पना करा. तो महात्मा गांधींच्या स्वप्नातला भारत असेल.

पण हे कसे करता येईल?

ही योजना कार्यान्वित करायची तर सार्वजनिक आणि खासगी भागीदारी करणे आवश्यक आहे. सरकारने यात तज्ज्ञ संस्थांमार्फत मदतनिसाची भूमिका निभावावी.

सरकारने यात शेती विद्यापीठांना कार्यान्वित करावे. दुष्काळाशी सामना करू शकणारी, रोगांशी सामना करू शकणारी, जास्त पिके देणारी अशी जनुकीयदृष्ट्या बदल केलेली बियाणे तयार करून शेतकऱ्यांना त्यांची माहिती करून देणे हे घडवावे लागेल. माहिती तंत्रज्ञानाचे जाळे तयार करावे लागेल, ज्यातून शेतकऱ्यांना अनेक प्रकारची माहिती मिळू शकेल. उदा. मातीच्या तपासणीविषयी सल्ला देणे, स्थानिक वातावरणानुसार शेतकऱ्यांनी काय पिकवावे याचा सल्ला देणे, बाजारपेठेची मागणी काय आहे आणि तिथे काय किंमत मिळू शकेल याची माहिती. याशिवाय ग्रामीण भागात पाण्याचे योग्य व्यवस्थापन करणे, वीजपुरवठा, दूरसंचार व्यवस्था आणि सर्वांत महत्त्वाचे म्हणजे शहर आणि गावांना जोडणारी वाहतूक व्यवस्था. सर्व ग्रामीण भागाला दूरसंचार व्यवस्थेने जोडण्याचे काम शासनाने करायला हवे. दूरसंचार व्यवस्था चांगली असेल तर मालाला योग्य किंमत कुठे मिळते आहे हे कळेल आणि शेतकरी त्या बाजारपेठेत आपला माल पाठवू शकेल.

ज्या ठिकाणी पाण्याची चांगली व्यवस्था आहे तिथल्या प्रदेशापेक्षा जिथे पावसाची वानवा आहे त्या ठिकाणी शेतकरी अर्धेच उत्पन्न काढू शकतो. पावसाचे पाणी अक्षरशः वाहून जाते. तिथे पाण्याचे योग्य व्यवस्थापन करण्याची तातडीची गरज आहे. यामुळे शेतकरी वर्षातून दोन किंवा जास्त पिके घेऊ शकतील. पाण्याचे दुर्भिक्ष असलेल्या ठिकाणी केवळ ११,००० कोटी रुपयांमध्ये १४ दशलक्ष हेक्टर्सना कायमची पाणीपुरवठ्याची सोय होऊ शकते.

दोन गावे एकमेकांशी जोडली जाणे हीच प्रगतीची किल्ली असते. जवळची गावे आणि शहरे यांना खेड्यांशी जोडणारे रस्ते चांगले असले पाहिजेत. एक खेडे ते गाव असा रस्ता तयार करण्यासाठी ४ कोटी रुपये लागतील. १,२०,००० कोटी रुपयांमध्ये ३०,००० खेडी जवळच्या गावांशी जोडली जातील. वीस वर्षांमध्ये संपूर्ण देशातले रस्ते अशा प्रकारे जोडले जातील. त्याचप्रमाणे शेतकऱ्याला थेट ग्राहकांशी जोडता येईल व आपला शेतीमाल विकता येईल, अशीही योजना आखली पाहिजे. यामुळे मध्यस्थ दलाल कमी होतील, ज्यामुळे शेतकऱ्याचे उत्पन्न दुप्पट होईल.

संपूर्ण देशभराची बाजारपेठ खुली होण्याच्या दृष्टीने तसेच मालाची ने-आण करण्यात सुलभता यावी म्हणून त्या संदर्भातल्या नियमांमध्ये बदल करावेत. या संदर्भात करात सवलत दिली तर शेतकऱ्यांना चांगला आर्थिक फायदा मिळेल. याशिवाय इतरही काही उपाय आहेत. त्यात सर्व ऑइल कंपन्यांना डिझेलमध्ये बायोडिझेल, पेट्रोलमध्ये इथेनॉल, सीएनजीमध्ये बायोगॅस वापरणे सक्तीचे करावे. करारानुसार शेतीचा अवलंब करावा. शेतीआधारित उत्पादनांच्या निर्मितीसाठी बहुराष्ट्रीय कंपन्यांना प्रोत्साहन द्यावे; म्हणजे त्यांच्याबरोबर तंत्रज्ञान तर येईलच, शिवाय निर्यात करण्यासाठी बाजारपेठही मिळेल. शेतीत संशोधन व विकास करण्यासाठी उद्योगांना योग्य सवलत व प्रोत्साहन द्यावे. अशा काही उपायांचा उपयोग होईल. मात्र, यात

सर्वांत गरज आहे ती हा सर्व कारभार लाल फितीत गुंडाळला जाऊ नये याची काळजी घेण्याची. यासाठी 'एक खिडकी' योजना वापरावी.

परदेशी गुंतवणूकदारांना प्रोत्साहन दिले तर बहुराष्ट्रीय कंपन्या भांडवल, तंत्रज्ञान आणि अशा अनेक गोष्टी सोबत आणू शकतात, शिवाय निर्यात करण्यासाठी बाजारपेठदेखील. मोठ्या प्रमाणावरची कामे करण्यासाठी फळे, फुले, औषधी आणि सुगंधी रोपांच्या उत्पादनासाठी, तसेच डेअरी, पोल्ट्री, मासेमारी इत्यादींसाठी कौशल्याची गरज असते. त्यासाठीही बहुराष्ट्रीय कंपन्यांची मदत होऊ शकते. अन्नप्रक्रिया करण्याची यंत्रणा बसवली तर शेतकऱ्यांना जास्त चांगली रक्कम मिळू शकते.

कॉर्पोरेट कंपन्यांशी करारानुसार शेती केली तर बिया, खते, आधुनिक पाणीव्यवस्था, पॉलीहाऊस अशा सोयी-सुविधांसाठी पूर्ण मदत मिळेल, शिवाय चांगले उत्पन्नदेखील मिळेल.

तेल कंपन्यांकडे आर्थिक ताकद असते, संशोधन व विकास करण्यासाठी तज्ज्ञ असतात आणि बायोगॅस, बायोडिझेल आणि इथेनॉल उत्पादनासाठीच्या रोपांची देखभाल करण्याची योग्य यंत्रणाही असते. ते आवश्यक ती यंत्रणा बसवून त्याची काळजी घेऊ शकतात. जकात कर आणि व्हॅटमध्ये सूट दिल्यास अशा प्रकल्पांकडे ते नक्कीच वळतील. यामुळे तेलाची आयात करण्यासाठी आपला देश इतरांवर अवलंबून आहे ते अवलंबित्व कमी व्हायला मदत होईल. देशातल्या पडीक जमिनीवर करंजा/जट्रोफा ही झाडे लावली तर ती जमीन लागवडीखाली येईल.

याशिवाय सरकारने बँकांना 'फूड बँक'ची स्थापना करायला मदत केली पाहिजे. फूड बँकेमध्ये शेतीमाल साठवण्याची व्यवस्था असायला हवी. एखाद्या शेतकऱ्याला पैशाची गरज असेल तेव्हा त्याने 'फूड बँके'त आपला माल साठवून ठेवावा. त्या मालावर त्याला कर्ज मिळावे. जर शेतकरी तीन महिन्यांच्या आत पैसे परत करू शकला नाही तर फूड बँकेने ते सार्वजनिक वितरण यंत्रणेमार्फत सरकारला विकावे. मधल्या काळात जर शेतकऱ्याला पैसे मिळाले तर त्याने माल साठवण्यासाठी लागणारे भाडे द्यावे, कर्ज परत करावे, डिपॉझिट म्हणजेच माल काढून घ्यावा, विकावा आणि चांगला नफा कमवावा.

यातून फूड बँक शेतकऱ्यांना चार प्रकारचे फायदे करून देऊ शकते. त्यांच्या मालासाठी योग्य किंमत, बिया घेण्यासाठी कर्ज, त्यांच्या नव्या पिकासाठी खते, साठवणूक करताना काही नुकसान झाले असेल तर त्या बदल्यात दिली जाणारी रक्कम, ज्या वेळेला बाजारपेठेत चांगला भाव मिळत असेल तेव्हा त्यांच्या मालाची विक्री करणे. प्रत्येक फूड बँक १० खेड्यांचे व्यवस्थापन बघेल. समजा, एका फूड बँकेसाठी २ कोटी लागतील असे धरले तर १२ हजार कोटींमध्ये खेड्यांच्या ६००० विभागांसाठी (६०,००० खेडी) ६००० फूड बँक्सची व्यवस्था होईल. अशा प्रकारे दहा वर्षांत संपूर्ण देशात ही व्यवस्था सुरू होईल.

१७८६ मध्ये ब्रिटिश सरकारने दुष्काळाशी सामना करण्यासाठी अशा प्रकारे 'गोलघर' उभारले होते. त्यात धान्याची साठवणूक केली जायची.

तरुण मुलांना स्वतःचा व्यवसाय करण्यासाठी बँक कमी व्याजदर आकारून कर्ज देऊ शकते. असे कर्ज तीन वर्षांसाठी देता येईल. यामुळे शेतीशास्त्र शिकलेल्यांना प्रोत्साहन मिळेल आणि ते गावातच राहतील.

शेती ही निसर्गाच्या इच्छेवर अवलंबून असते. त्यामुळे शेतात पाण्याची योग्य व्यवस्था आहे का, शेती आणि वातावरणानुसार, मातीच्या परीक्षणानुसार व शेतीतज्ज्ञांच्या सल्ल्यानुसार रोपांची लागवड झाली आहे का, रोग आणि दुष्काळ यांच्याशी सामना करण्यासाठीचे बियाणे वापरले आहे का, याचा विचार करून विमा कंपन्यांनी कर्ज द्यावे.

पिकांवर विमा देण्याने खासगी सावकरांच्या कचाट्यातून शेतकऱ्याची सुटका होईल. सध्या काही विशिष्ट फळांसारख्या काही पिकांसाठीच विमा दिला जातो. मात्र, दुष्काळ, पूर, वीज नसणे, कीड ही सर्व संकटे लक्षात घेऊन, त्यावर उपाय करून जे पीक घेतले जाईल त्या सर्व पिकांवर विमा देण्यास काही हरकत नाही.

अशा सर्व गोष्टी अमलात आणायच्या असतील तर आपल्याला नवीन व्यवस्था निर्माण करावी लागेल. पाणी व्यवस्थापन, सेंद्रिय शेती, शेतीआधारित उत्पादनांचे शिक्षण, रस्तेबांधणी अशी विविध विषयांतली माहिती असणारे आणि या क्षेत्रात काम करण्याची तळमळ असलेले अधिकारी आपल्याकडे असावे लागतील. विशिष्ट बजेटमध्ये ठराविक काम अमलात आणण्याची क्षमता अशा अधिकाऱ्यांमध्ये असावी. ते काम यशस्वी होण्यावर त्या अधिकाऱ्यांची बढती अवलंबून असावी.

भारताकडे संशोधन, प्रशिक्षणासाठी चांगली यंत्रणा आहे. मात्र, उपलब्ध मानवी संपत्तीला योग्य प्रकारे दिशा व चालना देण्याची गरज आहे.

शेवटी, शेतकऱ्यांकडे ६५% मतदानाची शक्ती आहे. जो कोणी त्यांच्या या मागण्या पूर्ण करेल त्यांनाच मतदान करायचे, असे हे शेतकरी ठरवू शकतात. अमेरिकेत केवळ १% शेतकरी आहेत, मात्र त्यांची एकजूट अशी आहे की त्यामुळे ते सरकारकडे सबसिडी मागू शकतात. भारतात तर सर्वाधिक प्रमाण शेतकऱ्यांचेच आहे. ते सरकारकडे शेतीपूरक मागण्या मान्य करून घेऊ शकतात. केवळ नशिबाला दोष देत बसणे आणि आत्महत्येचा मार्ग स्वीकारणे हा काही उपाय नाही. त्यांनी एकत्र यायला हवे, सहकारी सोसायट्या स्थापन करायला हव्यात. अमूल कंपनीने ज्याप्रमाणे यश खेचून आणले तीच पद्धती आपल्या गावात राबवायला हवी. अमूलने दाखवून दिले की जगातली सर्वांत मोठी दूध कंपनी कशी चालते. हीच पद्धती शेतीतसुद्धा आणता येईल.

फक्त त्यासाठी हजारो 'वर्गीस कुरियन' असण्याची गरज आहे.

गांधीजींच्या शब्दांत सांगायचे, तर ''केवळ पैशाच्या जोरावर तुम्ही आदर्श खेडे बनवू शकत नाही.'' त्यासाठी योग्य दृष्टी असण्याची गरज आणि दुर्दम्य इच्छाशक्ती असावी लागते.

(अनुवाद : श्रुती पानसे)

अरुण मायरा

अरुण मायरा हे संस्थात्मक पातळीवर होणाऱ्या परिवर्तनाच्या क्षेत्रातील वैचारिक धुरीणांपैकी एक आहेत. औद्योगिक जगतापासून सरकारी आणि सरकारी नसलेल्या उद्योगसंस्थांपर्यंतच्या जगात असलेले त्यांचे ग्राहक व्यूहरचनात्मक मुद्द्यांवर–प्रश्नांवर त्यांचा मौलिक सल्ला घेतात.

सुप्रसिद्ध 'बोस्टन कौन्सेलिंग ग्रुप'चे चेअरमन म्हणून त्यांनी जवळपास एक दशकभर बजावलेल्या लक्षणीय कामगिरीमुळे त्यांच्या लौकिकात भर पडली. 'टाटा ग्रुप'मधील त्यांची सुरुवातीची २५ वर्षे, मूळच्या अमेरिकेतील 'आर्थर डी. लिटल' या आघाडीच्या आंतरराष्ट्रीय कन्सल्टिंग कंपनीतील त्यांची प्रदीर्घ कारकीर्द, 'यूएन ग्लोबल कॉम्पॅक्ट'चे सल्लागार म्हणून त्यांचा अनुभव आणि ॲस्पन इंडियाचे एक विश्वस्त, या सगळ्याच नामोल्लेखातून त्यांची चतुरस्रता दिसून येते.

बोलण्याप्रमाणे लेखनातही उत्तम अभिव्यक्ती असल्याने एक प्रेरक व्यक्तिमत्त्व म्हणून त्यांना अनुसरणाऱ्यांची संख्या मोठी आहे. मोठा वाचकवर्ग लाभलेल्या बऱ्याच पुस्तकांचे लेखन त्यांनी केले आहे. या पुस्तकांमध्ये *'शेपिंग द फ्यूचर'*, *'रीमेकिंग इंडिया'* आणि *'ट्रान्स्फॉर्मिंग कॅपिटॅलिझम'* अशा पुस्तकांचा समावेश होतो.

भारताच्या नियोजन मंडळाचे सदस्य म्हणून औद्योगिकीकरण, नागरीकरण आणि पर्यटन अशा क्षेत्रांबाबतच्या जबाबदाऱ्या ते हाताळत आहेत.

"भांडवल 'भांडवल' म्हणून वाईट नसते. वाईट असतो तो त्याचा दुरुपयोग. कोणत्या ना कोणत्या प्रकारच्या भांडवलाची गरज नेहमीच भासत राहील."

लोकांसाठी असलेल्या, लोकांकडून चालवल्या जाणाऱ्या, लोकांच्या असलेल्या उत्पादन उद्योगांमध्ये होणारे 'इनोव्हेशन'

'इनोव्हेशन' म्हणजेच उद्योगांमध्ये नावीन्यपूर्ण पद्धती सुरू करून होकारात्मक बदल घडवून आणणे. ही संकल्पना सतत बदलत आहे. 'इनोव्हेशन'कडे पाहण्याचा पारंपरिक दृष्टिकोन शास्त्रज्ञ, आर अँड डी (रिसर्च अँड डेव्हलपमेंट - संशोधन व विकास) सर्वांत मोठी आर्थिक तरतूद, पेटंट्स आणि हक्कांपोटी दिल्या जाणाऱ्या मोठ्या रकमांची म्हणजेच रॉयल्टीजची आकडेवारी यांच्या प्रतिमांचे मी एक काल्पनिक चित्र रंगवतो. या दृष्टिकोनातून मोठ्या पाश्चिमात्य औषध उत्पादक कंपन्यांचे वर्णन 'इनोव्हेटिव्ह' (कल्पक) कंपन्या म्हणून केले जाते, तर दुसरीकडे अगदी अल्प किमतीत औषधे निर्माण करणाऱ्या भारतीय कंपन्या या काही इनोव्हेटिव्ह नाहीत. त्याचप्रमाणे 'इनोव्हेशन'कडे पाहण्याच्या या दृष्टिकोनातून बहुतेक माणसांना आपल्याला गरज असल्याची माहितीसुद्धा नसलेली कामे पुरवणारी बरीच नवी (आणि महागडी) उपकरणे ज्या कंपनीने निर्माण केली आहेत त्या 'ॲपल कॉम्प्युटर' कंपनीची पाश्चिमात्य देशांमधील उद्योगजगतविषयक नियतकालिकांनी सगळ्यात अधिक इनोव्हेटिव्ह कंपनी म्हणून गणना केली आहे.

अलीकडे 'इनोव्हेशन'च्या आणखी एका संकल्पनेला मान्यता देण्यात येत आहे. या संकल्पनेनुसार मोठ्या आर अँड डी प्रयोगशाळा आणि शास्त्रज्ञ महत्त्वाचे नसतात. खरे तर या संकल्पनेनुसार बरीच इनोव्हेशन्स औपचारिक शालेय शिक्षणसुद्धा नसलेल्या लोकांकडून

निर्माण झाली आहेत. त्याहीपेक्षा विशेष म्हणजे हे नव्या पद्धती सुचवणारे इनोव्हेटर पेटंट आणि रॉयल्टीजच्या व्यवस्थेबाहेर काम करतात. सगळ्यात महत्त्वाची बाब म्हणजे या नव्या कल्पनांमुळे-पद्धतींमुळे मर्यादित स्रोत असलेल्या लोकांचे प्रश्न सुटतात. मोठ्या 'इनोव्हेटिव्ह' कंपन्या, ज्या लोकांना त्यांची उत्पादने- मग ती औषध उद्योगातील असोत वा तंत्रज्ञान उद्योगातील- विकत घेणे परवडत नाही, त्यांना आपल्या बाजारपेठेबाहेरील समजतात आणि अशा लोकांनाच दुसऱ्या प्रकारचे, नव्या पद्धती सुचवणारे इनोव्हेटर उत्पादने आणि सेवा पुरवतात. 'इनोव्हेशन'च्या या संकल्पनेचे वर्णन 'काटकसरी इनोव्हेशन' किंवा 'परवडणारे इनोव्हेशन' आणि आता या क्षेत्रातील भारताच्या नेतृत्वाला मान्यता म्हणून 'इंडोव्हेशन' असेही केले जात आहे.

'उत्पादना'च्या संकल्पनेच्या बाबतीतही 'इनोव्हेशन्स' उदयास येत आहेत. उत्पादनाच्या पारंपरिक दृष्टिकोनातून कारखाने (बहुधा मोठेच) तसेच धातूंना आकार देणारी यंत्रे किंवा शिवणयंत्रे किंवा इलेक्ट्रॉनिक भागांची जुळणी करणारे यंत्र (इलेक्ट्रॉनिक असेंब्ली स्टेशन) अशा बाबींच्या प्रतिमा उभ्या राहतात. काही वर्षांपूर्वी आपण भारतातील उत्पादन उद्योगात असल्याचे जाहीर करून एका मोठ्या आंतरराष्ट्रीय बँकेच्या भारतीय संलग्न संस्थेच्या एका परदेशातील सीईओने (चीफ एक्झिक्युटिव्ह ऑफिसरने) भारतातील लोकांना चक्रावून टाकले होते.

आपली बँक भारतात खूप मोठे बीपीओ सेंटर चालवते आणि अशा सेंटरमध्ये कॉम्प्युटरसमोर बसलेल्या स्त्री कर्मचाऱ्यांच्या रांगाच्या रांगा असतात, असे स्पष्टीकरण त्यांनी दिले. इलेक्ट्रॉनिक असेंब्ली करणाऱ्या कारखान्यांमध्ये काम करणाऱ्या स्त्रिया ज्याप्रमाणे संबंधित साधनसामग्रीची वापरता येईल अशा वस्तूच्या स्वरूपात जुळवणी करत असतात, त्याप्रमाणेच आपल्या बीपीओ सेंटरमध्ये काम करणाऱ्या स्त्री कर्मचारी डेटाचे माहितीत रूपांतर करत असतात, असेही त्यांनी सांगितले. आपल्या बीपीओ सेंटरना 'फॅक्टरी' म्हणून न संबोधता 'सेवा (सर्व्हिस) देणारी' सेंटर म्हणून का संबोधायचे, असा प्रश्न त्यांना पडला. खरोखरच कार, फोन आणि 'ॲपल'ची करमणुकीची साधने असलेल्या उपकरणांसारख्या अनेक 'उत्पादित' वस्तूंच्या उत्पादनखर्चातील सामग्रीचे प्रमाण कमी होत असतानाच दुसरीकडे त्यातील ज्ञान आणि सॉफ्टवेअरचा भाग झपाट्याने वाढत आहे. म्हणूनच एखादी वस्तू 'उत्पादित वस्तू' म्हणून ओळखण्यासाठी त्यात सामग्रीचा भाग किती असावा, तसेच 'फॅक्टरी' म्हणून ओळखण्यासाठी जागा कशी असावी, असे प्रश्न त्या सीईओने उभे केले.

महात्मा गांधींचे मन खूप कल्पक होते. अहिंसेच्या मार्गाने सामाजिक आणि राजकीय बदल घडवून आणण्याच्या पद्धतीतील त्यांची कल्पकता भारत स्वतंत्र करण्यात साह्यभूत ठरली. तेव्हापासून त्यांच्या अशा या नावीन्यपूर्ण, कल्पक पद्धती इतर बऱ्याच देशांमध्येही

अंगीकारण्यात आल्यामुळे खूप चांगले परिणाम प्रत्यक्षात आले आहेत. ज्या गोष्टी जशा होत्या, तशा त्या का होत्या आणि लोकांची आयुष्ये सुधारण्यासाठी त्या वेगळ्या का होऊ शकल्या नाहीत, असे प्रश्न त्यांनी सतत विचारले. म्हणूनच तर त्यांच्या आत्मचरित्राचे शीर्षकच होते, 'माय एक्स्पीरिमेंट्स विथ टूथ' म्हणजेच *'माझे सत्याचे प्रयोग'*.

महात्माजी उत्पादनाचे मोठे पुरस्कर्ते होते. त्यांच्या दृष्टिकोनांच्या, मतांच्या काही चुकीच्या अन्वयार्थांच्या अगदी उलट. लोकांनी आपल्याला गरज असलेल्या गोष्टींचे उत्पादन करावे असे त्यांचे मत होते. म्हणजेच लोकांनी उत्पादनाच्या कामात गुंतलेले राहावे असे त्यांना वाटायचे.

तरीसुद्धा उत्पादनांची व्यवस्थित रचना कशी करावी या बाबतीत त्यांचा दृष्टिकोन हा औद्योगिकीकरण झालेल्या देशांमध्ये, त्यापैकीसुद्धा अर्थातच इंग्लंडमध्ये ज्या पद्धतीने उत्पादनाची जुळणी—व्यवस्थित रचना केली जात होती त्यापेक्षा वेगळा होता. मँचेस्टरमधल्या कापडाच्या गिरण्यांमुळे भारतातल्या छोट्या विणकरांच्या भवितव्याची हानी होत असल्याचे पाहून त्यांना दुःख झाले. म्हणून ते या कापडाच्या गिरण्या बघायला गेले. त्यांना त्या ठिकाणी यंत्रांची मोठी संख्या आणि एकाच इमारतीमध्ये दाटीवाटीने काम करणारी माणसे आढळली. वाढती उत्पादनक्षमता असलेल्या त्या यंत्रांची शक्ती, सामर्थ्य त्यांनी पाहिले. पण ही सगळी यंत्रे एकाच कारखान्यात दाटीवाटीने का ठेवावी लागत आहेत, असा प्रश्न त्यांनी यजमानांना विचारला. त्यावर सुरुवातीला ही यंत्रे वाफेवर चालत असल्यामुळे ती दूर अंतरावर वाहनांमधून नेता आली नाहीत आणि त्यामुळे सगळी यंत्रे स्टीम बॉयलरपाशी ठेवणे आवश्यक होते, असे उत्तर तिथल्या त्या कारखानदारांनी महात्माजींना दिले. पण दूरवर नेता येणारी वीज गेली काही दशके वापरली जात आहे, तर आता यंत्रे विखरून का ठेवता येऊ नयेत, असा पुढचा प्रश्न महात्माजींनी विचारल्याची नोंद आहे.

महात्माजी भारतात परतल्यावर त्यांनी हाच प्रश्न भारतीय उद्योगपतींनाही विचारला. अर्थातच त्याचे उत्तर होते- तोपर्यंत फ्रेडरिक टेलरच्या संकल्पनांमधून विकसित झालेल्या आणि त्यावर आधारलेल्या, तसेच चार्ली चॅप्लिनने आपल्या 'मॉडर्न टाइम्स' चित्रपटात खिल्ली उडवलेल्या मोठ्या प्रमाणावरील उत्पादनाच्या व्यवस्थापनाच्या तंत्रज्ञानाच्या दृष्टीने सगळे कामगार सुपरवायझरच्या दृष्टीच्या टप्प्यात ठेवणे आवश्यक होते. उत्पादनाच्या बऱ्याच कामांवर नियंत्रण ठेवणे, त्यात समन्वय साधणे आवश्यक होते, आणि त्यामुळेच महात्मा गांधींच्या संकल्पनेनुसार उत्पादनाची विखुरलेली व्यवस्था अस्तित्वात आणणे शक्य नव्हते.

आता आपल्यापाशी माहिती तंत्रज्ञान आणि दूरसंचाराचे जाळे आहे. भारतातील 'कंट्रोल सेंटर'मधील इंजिनियर जर परदेशातील कारखान्यांवर लक्ष ठेवू शकतात, त्यांचे प्रश्न सोडवू शकतात, तर आता देशातल्या उत्पादनाच्या जाळ्याच्या नमुन्याचा (नेटवर्क मॉडेलचा) विचार का केला जाऊ नये ? अर्थातच सिमेंटची भट्टी, पेट्रोलियम रिफायनरी किंवा

ऑटोमोबाइल स्टॅम्पिंग प्रेस अशा उद्योगांमधील उत्पादनांच्या पद्धतींसाठी मोठ्या प्रमाणावरील (लार्ज स्केल) युनिट्सची आवश्यकता असते. मात्र विणकाम, अन्नप्रक्रिया आणि छोट्या भागांच्या जुळणीसारख्या लार्ज स्केलची आवश्यकता नसलेल्या कार्यपद्धती विखरून प्रत्यक्षात आणता येतील.

ही दृष्टी प्रत्यक्षात आणण्यासाठी आवश्यक असलेले मुख्य 'इनोव्हेशन' हे उद्योगाच्या संकल्पनेत असते. लोक म्हणतात, अधिक मोठे परिणाम घडवून आणण्यासाठी छोट्या यशाची पायरी उंचावणे आवश्यक असते. लोकांच्या मनात अशा यशाची पायरी उंचावलेल्या उद्योगांची जी तत्काळ प्रतिमा असते तिच्यात अधिकाराच्या उतरंडीच्या पिरॅमिडच्या सगळ्यात वरच्या पातळीवरील मध्यवर्ती नियंत्रक असलेली मोठी कंपनी असते. अशा पद्धतीच्या यश उंचावलेल्या औद्योगिक संस्थेतील अधिकार–ताकद एकाच ठिकाणी एकवटलेली असते. अशा ठिकाणच्या माणसांना कार्यक्षमतेसाठी एका विशिष्ट प्रमाणित पद्धतीने कामे करावी लागतात.

असे मोठे उद्योग म्हणजे केंद्रीकरण झालेल्या सरकारी योजना असतील तर छोट्या घटकांनी पालन करावयाच्या तपशीलवार नियमांसह केंद्राकडून पैसा पाठवला जातो. असे उद्योग म्हणजे खासगी स्वरूपाच्या मोठ्या कंपन्या असतील तर अर्थार्जनातील जादा भाग स्थानिक घटकांकडून वरच्या दिशेने पाठवला जातो. केंद्राकडून तो बाजूला काढला जातो. त्यामुळे छोट्या घटकांना काही नवीन कल्पना–उपक्रम कल्पकतेने सुरू करणे, आपल्या स्वतःच्या कल्पनांच्या बाबतीत धोका पत्करणे आणि आपले स्वतःचेच लाभ, अर्थार्जनाचे जादा हिस्से गुंतवणे, अशा गोष्टींना काहीच वाव नसतो. बऱ्याच मोठ्या कंपन्यांमध्ये 'स्थानिक पातळीवर काम करा, विचार जागतिक पातळीवरून करा' असे घोषवाक्य असते. त्यांच्या दृष्टीने ही कल्पना परिणामकारकरीत्या प्रत्यक्षात उतरवणे हे त्या औद्योगिक संस्थेच्या पातळीवरील एक मोठे आव्हान असते. त्यांना ते करता आले तर स्थानिक गरजांशी मिळतेजुळते घेण्यासाठी उत्पादने आणि सेवा, तसेच उद्योगांचे नमुने यांच्यात ते त्या स्थानिक गरजांनुसार बदल घडवून आणतात आणि अशा प्रकारे महसूल–उत्पन्न वाढवतात, अगदी उत्पादनखर्चातील बचतही साध्य करतात.

थोडक्यात सांगायचे, तर अनेक विखुरलेल्या, स्वतंत्रपणे उत्पादने निर्माण करणाऱ्यांना एका मोठ्या जाळ्यात जोडणाऱ्या संस्थेत एकत्र आणणे हे आव्हान असते. तसेच औद्योगिक संस्थेच्या पातळीवरील आव्हान असते ते म्हणजे वैयक्तिक पातळीवरचे घटक स्थानिक परिणाम असलेले निर्णय घ्यायला स्वतंत्र असतानाच 'सामान्य' घटक सुव्यवस्थापित आणि सतत सुधारणेच्या मार्गावर राहतील अशा पद्धतीने नेटवर्क केलेल्या औद्योगिक संस्थेत निर्णय कसे घेतले गेले पाहिजेत? दुसरे आव्हान म्हणजे समान मूलस्रोत वाटून कसे घ्यायचे आणि कार्यक्षमतेसाठी या नेटवर्कला आवश्यक असलेल्या समान सुविधांसाठी कोणते

स्थानिक घटक योगदान देतील ते पाहणे. म्हणूनच 'जागतिक एकात्मते'बरोबर 'स्थानिक' कृती प्रत्यक्षात येण्यासाठी नियंत्रक–व्यवस्थापक रचनेचा आराखडा तयार करावा लागेल, तसेच त्या उद्योगाची आर्थिक व्यवस्था घालून द्यावी लागेल.

भारताला राजकीय स्वातंत्र्य मिळाले तेव्हा ऑगस्ट १९४७ मध्ये भारताचे पहिले स्वातंत्र्य अस्तित्वात आले. तसेच संपत्ती, धर्म, जात किंवा शिक्षणाचा भेदभाव न करता सगळ्यांनाच मतदानाचा अधिकार देणारा लोकशाही देश म्हणून राहण्याचा पर्याय निवडून देशाने आपल्या सगळ्याच नागरिकांना राजकीय स्वातंत्र्य दिले.

काहीजण म्हणतात, भारतीय उद्योगजगताला आर्थिक स्वातंत्र्य देणाऱ्या सुधारणांना चालना मिळाल्यावर १९९१ मध्ये भारताचे दुसरे स्वातंत्र्य प्रत्यक्षात आले. त्यानंतर भारतीय अर्थव्यवस्था आधीपेक्षा अधिक झपाट्याने वाढायला सुरुवात झाली. अलीकडच्या काळात विकासाचे दर ९% पर्यंतही पोचू लागले. तरीसुद्धा येथील उत्पादन काही एकूणच वाढ खेचून आणणारे वाढीचे इंजिन नव्हते. एकूण अर्थव्यवस्थेच्या तुलनेत १९९१ नंतर उत्पादन गेल्या बऱ्याच वर्षांमध्ये खूपच मंदावले. त्याचप्रमाणे अधिक वेगवान आर्थिक वाढीच्या या कालावधीदरम्यान अनेक मापदंडांनुसार वाढीतील समावेशात सुधारणा झाली नाही.

येत्या काही वर्षांमध्ये काम करणाऱ्यांच्या जगात दाखल होणाऱ्या अशा आणखी १०० दशलक्ष अपेक्षित लोकांना काम देण्यासाठी भारतीय अर्थव्यवस्थेला अधिक वेगाने आणखी नोकऱ्या निर्माण करणे आवश्यक आहे. एवढ्या लोकांच्या पगारी नोकऱ्या निर्माण करण्यामुळे देशाला 'लोकसंख्येच्या संख्याशास्त्रीय रूपातील लाभांश' मिळणे अपेक्षित आहे. आर्थिक वाढीत सहभागी होण्यासाठी लोकांना चांगल्या नोकऱ्या लागतात, म्हणजे त्यांना पुरेसे उत्पन्न मिळते आणि अर्थव्यवस्थेच्या एकूणच प्रकृतीवर ताण आणू शकतील अशी अनुदाने व साहाय्यनिधीद्वारे त्यांचा 'समावेश' करून घ्यावा लागत नाही.

म्हणूनच अधिक नोकऱ्या निर्माण करणाऱ्या कामाचे स्वरूप कसेही असो- सामग्रीवरील प्रक्रिया असेल वा माहितीवरील प्रक्रिया- उत्पादनाच्या पद्धतीच्या प्रकारानुसार भारताने वाढ साध्य केलीच पाहिजे. त्याहीपेक्षा, आर्थिक वाढीच्या मुख्य प्रवाहात पूर्णपणे एकात्म न झालेल्या पण सहज परिणाम होईल, संपर्क होईल अशा भूभागांमध्ये नोकऱ्यांची निर्मिती करण्याची अत्यंत गरज आहे. अशा भूभागातील तरुण अस्वस्थ असतात. उदाहरणार्थ, मध्यवर्ती, संवेदनशील भाग, ईशान्य भाग वा जम्मू-काश्मीरमधील डाव्या आघाडीचे अतिरेकी.

लोकशाही आणि बाजारपेठ (मार्केट) या दोन्हींपैकी कुठल्याही घटकाची ताकद न गमावता दोन्ही घटकांची ताकद एकत्रित करून त्या एकत्रित रूपाला पूर्णत्व देणाऱ्या विकासाचा

नावीन्यपूर्ण नमुना निर्माण करणे हे भारताचे विधिलिखित आहे. म्हणूनच भारताने 'लोकांसाठी, लोकांकडून चालणारे आणि लोकांचे' उद्योग आणि आणखी किती तरी 'इनोव्हेशन्स' निर्माण करणे आवश्यक आहे.

इनोव्हेशन्स किंवा अधिक चांगले उत्पादन आणि 'लोकांसाठी' असलेले उद्योग, अगदी अल्प उत्पन्न असलेल्या लोकांसाठी सेवा आणि उत्पादन देण्याच्या दृष्टीने असलेल्या प्रश्नांना उत्तरे अस्तित्वात आणतात. प्रा. सी. के. प्रल्हाद यांनी त्यांच्या 'द फॉर्च्युन ॲट द बॉटम ऑफ द पिरॅमिड' या प्रभावी आणि प्रेरक पुस्तकामध्ये उल्लेख केल्याप्रमाणे शांपूचे छोटे सॅशे हे अशा होकारात्मक बदलांचे प्रातिनिधिक उदाहरण आहे. त्यामुळे शांपूची बाटली न परवडणाऱ्या लोकांना शांपू विकत घेऊन त्याचा उपयोग करणे शक्य झाले.

अतिशय गरीब लोकांनाही टेलिफोनचा उपयोग करता येईल असे प्रति मिनिट काही पैसे देऊन करता येणारे मोबाइल कॉल हे आणखी एक उदाहरण आहे. पाश्चिमात्य देशांतील हॉस्पिटलांमधील शस्त्रक्रियांच्या दर्जाच्या पण त्यासाठी तिकडे येणाऱ्या खर्चाच्या एका छोट्या हिश्शामध्ये होणाऱ्या डोळ्यावरील आणि हृदयावरील शस्त्रक्रिया हे असेच आणखी एक उदाहरण आहे.

लोकांना शांपू विकत का घेता येत नाही किंवा इतरांप्रमाणे शिक्षण का परवडत नाही याचे कारण म्हणजे त्यांचे उत्पन्न पुरेसे नसते किंवा कुठले उत्पन्नच नसते. म्हणूनच नियमित स्वरूपाच्या अर्थव्यवस्थेत समाविष्ट होण्यासाठी त्यांना पुरेसे आणि कायमस्वरूपी उत्पन्नस्रोत उपलब्ध होणे आवश्यक असते. यासाठी उत्पादनाचे केवळ ग्राहक न राहता उत्पादने आणि सेवांचेही उत्पादक असणाऱ्या लोकांच्या उद्योगांच्या रचनेमध्ये होकारात्मक बदल, नावीन्यपूर्ण सुधारणा आवश्यक असतात.

खरे तर आधी उल्लेख केलेल्या काही उदाहरणांसह अल्प उत्पादनखर्च असलेली उत्पादने आणि सेवा यांचे उत्पादन व ते ग्राहकांपर्यंत पोचवणे या बाबतीत वर येणाऱ्या अनेक उदाहरणांच्या बाबतीत संबंधित घटक अल्प खर्चात उत्पादन करून ती ग्राहकांपर्यंत पोचवू शकत आहेत याचे कारण म्हणजे गरीब वर्गालाच उत्पादन आणि वितरण व्यवस्थेत ते सहभागी करून घेतात. या बाबतीत इतर उदाहरणे आहेत ती म्हणजे ग्रामीण भागातील बीपीओ, स्थानिक जलशुद्धीकरण आणि वितरण, 'औद्योगिक स्वरूप नसलेले' कुक्कुटपालनाशी निगडित उत्पादन आणि अन्नप्रक्रिया, ग्रामीण शिक्षण इत्यादी. हीही आहेत 'लोकांकडून' आकारास येणारी इनोव्हेशन्स आणि उद्योग.

या उद्योगांपैकी बऱ्याच उद्योगांमध्ये लोक मजुरीवर काम करणारे म्हणून कामावर घेतले जातात. तरीसुद्धा अधिक गरीब लोकांना उपजीविका उपलब्ध करून देणाऱ्या उद्योगांमध्ये असे कामगार त्या उद्योगांचे मालक किंवा शेअरहोल्डरही असतात. अशा पद्धतीत

संपत्तीच्या निर्मितीतही त्यांचा सहभाग असतो. हा प्रकार म्हणजेच 'लोकांचे' उद्योग. अनेक क्षेत्रांतील अतिलघू आणि लघू उद्योग - हातमाग, अन्नप्रक्रिया, प्राथमिक स्तरावरील इंजिनियरिंग, चामडे इत्यादी- आणि मायक्रो फायनान्स, टेलिकॉम, रीटेल, इतर सेवांमधील फ्रँचायजीज (सहविक्रेते) या प्रकारची उदाहरणे आहेत. अशा उद्योगांच्या संख्येत वाढ होण्यामुळे आर्थिक उलाढालींमध्ये अधिक विस्तारित सहभाग अस्तित्वात येतो.

अशा प्रकारे आर्थिक वाढीमध्ये लोकांच्या सहभागाचे विविध प्रकार असतात. लोकांसाठी असलेल्या इनोव्हेशन्स आणि उद्योगांमध्ये ते ग्राहक असतात. लोकांकडून साकार होणाऱ्या इनोव्हेशन्स आणि उद्योगांमध्ये ते अर्थार्जन करणारे असतात. लोकांची इनोव्हेशन्स आणि उद्योगांमध्ये ते मालक असतात. ती इनोव्हेशन्स ज्या बाबींमध्ये असतात ती या विविध प्रकारांमधून बदलत जातात.

अगदी पहिल्या प्रकारात इनोव्हेशन बहुतांशी उत्पादनाच्या आराखड्यात असते. नंतर ते उत्पादनाच्या आणि वितरणाच्या नमुन्यातील इनोव्हेशनमध्ये बदलते. अखेरीस ते उद्योगाच्या रचनेतील इनोव्हेशनमधील स्वरूपात रूपांतरित होते.

महात्मा गांधींनी गेल्या शतकातच विचार करून ठेवलेल्या पण प्रत्यक्षात येऊ न शकलेल्या उत्पादनाच्या एका नव्या व्यवस्थेमध्ये भारत हा नावीन्यपूर्ण कल्पनांची देणगी लाभलेले कल्पक, प्रतिभावंत लोक आणि आताच्या शक्तिशाली आयटी उद्योगामुळेही जागतिक पातळीवर नेतृत्व करू शकेल. अशा प्रकारे भारतही अधिक गतिमान आणि समावेशक वाढीच्या आपल्या एकविसाव्या शतकातील आकांक्षा साध्य करू शकतो.

(अनुवाद : माधव कर्वे)

अशोक झुनझुनवाला

अशोक झुनझुनवाला यांना 'ग्रामीण भारताची मशाल हाती धरणारा' म्हणून ओळखले जाते. ते अध्यापनक्षेत्रातले आहेत, मात्र त्यांची दृष्टी चार भिंतींचे वर्ग ओलांडून दूरवर जाणारी आहे. भारतातील समस्यांसाठी देशातच उत्तरे शोधण्यासाठी अशोक झुनझुनवाला यांनी कल्पक तंत्रज्ञानाचा वापर करणाऱ्या संस्था उभारण्याचा विचार प्रत्यक्षात आणला. त्यांच्या 'टेलिकम्युनिकेशन्स अॅण्ड कॉम्प्युटर नेटवर्क्स ग्रुप' (टीईएनईटी) या संस्थेद्वारा तंत्रज्ञानविषयक काम करणाऱ्या अनेक कंपन्यांना तयार करण्यात आले. त्या कंपन्या आता 'टीईएनईटी'सोबत भागीदारीत शहरी व ग्रामीण भागांत टेलिकॉम व बँकांच्या सेवा विकसित करण्याचे काम करतात.

अशोक झुनझुनवाला यांना विज्ञान व तंत्रज्ञानसेवेबद्दल पद्मश्री या उपाधीसह अनेक पुरस्कार मिळालेले आहेत. त्यात 'शांतिस्वरूप भटनागर पुरस्कार', 'डॉ. विक्रम साराभाई संशोधन पुरस्कार' व 'आयबीएम इनोव्हेशन' तसेच 'लीडरशिप फोरम अॅवार्ड'चाही समावेश आहे. त्यांना स्वीडनमधील 'इन्स्टिट्यूट ऑफ ब्लेकिंग इन्स्टिट्यूट टेक्नॉलॉजी'तर्फे मानद डॉक्टरेट देऊन गौरविण्यात आलेले आहे.

अशक्य ते शक्य करण्यासाठी तरुणांना आकर्षित करणे व देशाच्या खऱ्या गरजांचा शोध घेऊन त्यांची पूर्तता करण्यासाठी मार्गदर्शन करणे हे जीवितकार्य मानून अशोक झुनझुनवाला आता प्रयत्नशील आहेत.

"आयतेच काही मिळण्यापेक्षा ते परिश्रमपूर्वक मिळवण्यातच खरे समाधान दडलेले असते. पुरेपूर परिश्रम म्हणजे पुरेपूर विजय."

गांधीजींकडून आजच्या संदर्भात शिकताना : भारत दाखवणार प्रगतीचा मार्ग

१९८१ मध्ये मी भारतात परतलो व आयआयटी मद्रास (चेन्नई) येथे अध्यापनासाठी रुजू झालो. मला घरासाठी दूरध्वनी जोड हवा होता. तो मिळायला तब्बल आठ वर्षे लागली. बजाज चेतक ही दुचाकी घ्यायला चार वर्षे अन् स्वयंपाकासाठी एलपीजी जोडणी घ्यायलाही खूप काळ लागला. माझ्या विभागासाठी मला व्यक्तिगत संगणक संच हवा होता. त्याच्या खरेदीची गुंतागुंतीची प्रक्रिया निराशाजनक होती. आमच्या एका माजी विद्यार्थ्याला मी तो भेट म्हणून अमेरिकेहून पाठवायला सांगितला. कस्टमवाल्यांनी तो वर्षभर अडवून ठेवला. याचप्रमाणे मायक्रोप्रोसेसरसाठी १५० रुपये किमतीची चिप मिळवायला पुन्हा संपूर्ण वर्ष अन् अर्जविनंत्या लिहिलेल्या कागदांचे ढीग खर्ची पडले. त्या काळी मद्रास ते दिल्ली विमानाने जा-ये करण्यासाठी खर्च करावी लागणारी रक्कम ही माझ्या हातात पडणाऱ्या सहा महिन्यांच्या पगाराएवढी होती. स्वातंत्र्य मिळाल्यावर २५ वर्षांनंतरचा भारत हा असा होता.

नव्याने उदय पावणारा भारत

आता २५ वर्षांनंतरचा भारत लक्षणीयरीत्या बदललेला आहे, निदान ग्रामीण भागापुरता तरी. ग्रामीण भारत सध्या आत्मविश्वासाने आगेकूच करतो आहे. आपल्याकडे आता वर्षाला १५ कोटींपेक्षा जास्त दूरध्वनी जोडण्यांची भर पडते. जगातील दूरसंचार बाजारपेठेत जलदगतीने

वाढ होणाऱ्या देशांमध्ये आता आपली गणना होते. त्यासाठी लागणारे भाडेही खूप कमी व भारतीय समाजाच्या अगदी तळाच्या वर्गालाही परवडणारे आहे. मध्यमवर्गीय कुटुंबांना आता स्वयंचलित दुचाकी विकत घेणे अवघड राहिलेले नाही. टाटा नॅनोसारखी चारचाकीही आता सहजपणे त्यांच्या मालकीची होऊ शकते. देशांतर्गत कोठेही ते अत्यंत कमी दरात विमानप्रवास करू शकतात. 'दि इकॉनॉमिस्ट' या नियतकालिकाच्या आर्थिक माहीतगार कक्षाने २००६ मध्ये सादर केलेल्या अहवालात असे म्हटले होते, की २००६ ते २०२० या कालावधीत भारताकडून जागतिक आर्थिक वाढीत १२.२ टक्क्यांचे योगदान तसेच १४२.४ कोटी नवे रोजगार संभवतात.

भारताने ही दरी कल्पकतेने भरून काढली. माहिती व दूरसंचार तंत्रज्ञानाबाबतची (इन्फर्मेशन अ‍ॅण्ड कम्युनिकेशन टेक्नॉलॉजी - आयसीटी) कौशल्ये मोठ्या कल्पकतेने गेली काही वर्षे उपयोगात आणली जात आहेत. आपल्याकडे उच्च दर्जाची कौशल्ये असलेली व झपाटून काम करणारी माणसे आहेत. ती अत्यंत मर्यादित संसाधने व कमीत कमी जागतिक 'कनेक्टिव्हिटी' असतानाही प्रभावीपणे पाश्चिमात्य देशांसाठी काम करतात. त्यासाठी परदेशात संधी मिळण्याचीही वाट न बघता येथूनच ते सक्षमपणे काम करतात. सुरुवातीला बऱ्याच परदेशी ग्राहकांना भारतातून कितपत दर्जेदार काम करून मिळेल याबद्दल शंका वाटत होती. त्याच कारणाने माहितीच्या तपशिलाच्या सुरक्षिततेबाबतही ते साशंक होते. पण या विरोधाला न जुमानता आपल्या माणसांनी काम सुरू ठेवले. लवकरच त्याचे चांगले फळ मिळाले. जागतिक दर्जाच्या सेवा पाश्चिमात्य देशांना आपण भारतातून पुरवू लागलो. माहिती व तंत्रज्ञान विद्याशाखेच्या पदवीधराला नेहमीच्या कामांऐवजी विशिष्ट प्रकारच्या गुंतागुंतीच्या रचनेवर आधारित काम करता येण्यासाठी पंधरा वर्षांचा कालावधी जावा लागला. आता मात्र भारत हा जगभरात आयटी हब म्हणूनच नव्हे तर 'डिझाइन हाऊस' म्हणूनही ओळखला जातो. आपण यातून संपत्ती तर मिळवलीच आहे, शिवाय प्रचंड आत्मविश्वासही कमावला आहे. तो प्रत्येक क्षेत्रात दिसतो आहे.

आता आपण जगात कोणाहीपेक्षा कमी नसल्याची आपली खात्री पटत चालली आहे. भारतात राजकीय पातळीवर उदारीकरण व मुक्त बाजारपेठेची प्रक्रिया सुरू होताच आपली कल्पकताही उंच भरारी घेऊ लागली. परदेशांतूनही आयात केलेली उत्पादने व सेवा आपल्या देशातील बहुसंख्य लोकांना परवडणाऱ्या नाहीत, हे आपल्या लक्षात आले. आपण उत्तम दर्जाच्या उत्पादन व सेवांची निर्मिती करून आपल्या लोकांना परवडणाऱ्या किमतीत त्या उपलब्ध करून देण्यासाठी कल्पकतेचा पुरेपूर उपयोग केला. दूरसंचार व हवाई वाहतूक ही दोन्ही क्षेत्रे याची उदाहरणे आहेत. आपण आणखीही खूप काही केले. जगात सर्वाधिक वेगाने वाढणारी पवन ऊर्जापुरवठा करणारी कंपनी आपल्याकडे आहे. जगातील बारा शक्तिशाली सिमेंट कंपन्यांपैकी पाच भारतात आहेत. आपण आता स्वयंचलित वाहनांसाठी लागणाऱ्या सुट्या भागांची निर्मिती करणारी राजधानी म्हणून ओळखले जातो. टाटा नॅनो विकसित करून

(याआधी टाटा इंडिका व टाटा इंडिगो तसेच महिंद्रा कंपनीच्या स्कॉर्पिओ आणि बलेरोच्या माध्यमातून) जगाला हे सिद्ध करून दाखवले, की आपण कल्पकतेने सर्वश्रेष्ठ दर्जाची उत्पादने करायला सक्षम आहोत. माध्यमे, चित्रपट व संगीत या क्षेत्रांमध्येही सर्वोत्कृष्टता गाठत जगावर आपण आपला वेगळा ठसा उमटवला आहे. त्याचप्रमाणे आपण जैवतंत्रज्ञान व औषधनिर्मिती संदर्भातील शोधकार्यातही झटपट आघाडी घेतली. बिनतारी संपर्कयंत्रणेच्या (वायरलेस कम्युनिकेशन) क्षेत्रातही लवकरच आपण तांत्रिक पातळीवर जगात सर्वांच्या पुढे असू. आपल्याकडील बँक उद्योग तर जगातील काही ताकदवानांमध्ये अगोदरच जागा मिळवून आहे. अजूनही आपल्याकडे पायाभूत सुविधा फारशा चांगल्या नाहीत; पण आता आपण त्यांच्याकडे लक्ष केंद्रित केले आहे. आपली अर्थव्यवस्था वेगाने वाढत भारताला जागतिक पातळीवर वाढणारी प्रचंड ताकद म्हणून साकार करायच्या मार्गावर आहे.

पण ही वाढ समावेशक आहे का?

विकास व वाढणाऱ्या आत्मविश्वासाला भारतातील ग्रामीण भाग तसेच शहरांनजीकच्या गावांमध्ये दुर्दैवाने खीळ बसली. ७० कोटी लोकसंख्या असलेल्या ग्रामीण भारताचा सहभाग या वेगवान आर्थिक व दृष्टिकोनाबाबतच्या बदलांमध्ये नाही. या भागांमध्ये काहीच बदल झाले नाहीत असे नाही. दोन वर्षांपूर्वी सबंध जग आर्थिक मंदीच्या सावटाखाली असताना ग्रामीण भागातील अर्थव्यवस्थेमुळेच भारताला चटकन तोल सावरता आला. *'इनाम सिक्युरिटीज इंडिया रिसर्च'*च्या `Rural Opportunities From Resurgence' अर्थात 'पुनरुत्थानामुळे भारताच्या ग्रामीण भागाला मिळणाऱ्या संधी', या शीर्षकाने ३० जून २००९ रोजी प्रसिद्ध झालेल्या अहवालात म्हटले आहे, की भारताच्या एकूण देशांतर्गत उत्पन्नाच्या सुमारे ४५% सहभाग ग्रामीण बाजारपेठेचा असून हे प्रमाण शेती उत्पादनांपासून मिळणाऱ्या उत्पन्नाच्या जवळजवळ निम्मे आहे. भारतातील रहिवाशांचे सुमारे ७०% प्रमाण ग्रामीण भागात असून खरेदी केल्या जाणाऱ्या वस्तूंचे प्रमाण सुमारे ४०% एवढे तिथेच आहे. (शहरी पातळीवर चालणाऱ्या वापरापेक्षाही काही बाबतींत हे प्रमाण मोठे आहे.) वाढीतील हा लक्षणीय बदल अलीकडेच घडून आलेला आहे आणि तोही शासनाकडून ग्रामीण भागाकडे लक्ष केंद्रित केल्यानंतरच्या काळात. एनआरईजीएस, ग्रामीण आरोग्य अभियान यांसारखे कार्यक्रम व स्वर्णजयंती ग्रामीण स्वयंरोजगार योजना आदींमुळेही हा बदल घडायला मोठी मदत झाली आहे. असे असले तरीही ही वाढ अगदी ग्रामीण भारतातसुद्धा काहीशी एकांगी आहे. आकाराने मोठी खेडी व शहरांनजीकच्या त्याचप्रमाणे महामार्गांजवळच्या गावांची अवस्था भीषण आहे.

सुदैवाने प्रसारमाध्यमे, त्यातही दूरचित्रवाणी वाहिन्या ६,३७,००० खेड्यांमध्ये बहुसंख्येने व मोठ्या प्रमाणात पोचली आहेत. (कळत-नकळतपणे का होईना पण बहुतांश दैनंदिन मालिकांमधली पात्रे जास्तकरून ग्रामीण भागातील उच्च मध्यमवर्गीयांचे प्रतिनिधित्व

करतात.) 'नव्या भारता'च्या लाभांपासून वंचित राहिलेल्या खेड्यांमधील व शहरांमधील दरम्यानची विषमता यातून लक्षात येते. आपली लोकशाही व्यवस्था बळकट आहे. दर दोन वर्षांनी ७० कोटी ग्रामीण जनतेला मतदानाद्वारे सरकार निवडायची संधी मिळते. हेच सरकार त्यांना आर्थिक भरभराटीत सामावून घ्यायला अपयशी ठरते. आर्थिक वाढ जर समावेशक नसेल तर तिच्या डोक्यावर सतत टांगती तलवार असते व सामाजिकदृष्ट्याही ती फार काळ टिकाव धरू शकत नाही. अशी अवस्था राजकीयदृष्ट्या अस्थिरता निर्माण करणारी ठरते. यामुळे 'सिंगूर'सारखी प्रकरणे नक्षलप्रभावित क्षेत्रांमध्ये नजीकच्या काळात वरच्यावर दिसू लागली तर आश्चर्य वाटायला नको.

शहरी व ग्रामीण या दोन्ही पातळ्यांवर एकाच वेळी जलद गतीने विकास साधता येईल, अशा प्रकारचे कोणतेही उपयुक्त प्रारूप जगभरात कोठेही समोर आले नाही. युरोप, अमेरिका, किंवा अलीकडच्या काळात चीनच्या किनारी प्रदेशात आर्थिक वाढ सुरुवातीला छोट्या शहरी केंद्रांपुरतीच मर्यादित होती. नंतर ती ग्रामीण भागांत दिसू लागली. या भागांमध्ये लोकसंख्येची घनता नसल्याने तसे असावे. ग्रामीण भागांची रचना मग 'मागास', 'अविकसित' किंवा 'दुर्लक्षित भाग' अशा वर्गवारीच्या माध्यमातून बदलांच्या हेतूने होऊ लागली. खरे तर 'विकसित क्षेत्रांना' नेहमीच 'अविकसित क्षेत्रां'ची गरज भासत असते. खेड्यांमधले असोत किंवा शहरांतील वसाहतींमध्ये राहणारे मजूर स्वस्तात वापरायला त्यांना हवे असतात. बाजारपेठेलाही उत्कर्षाच्या दृष्टीने अविकसित क्षेत्रे ग्राहक म्हणून हवी असतात. गांधीजींना विचारण्यात आले होते, की भारत हा ब्रिटनसारखा 'विकसित' झालेला हवा आहे का? त्यावर त्यांचे उत्तर होते, "ब्रिटनला त्यांच्या राष्ट्राच्या विकासासाठी संपूर्ण जगभर वसाहती निर्माण करायची गरज वाटते आहे. लोकसंख्या वाढत राहिल्यावर अशा किती पृथ्वी वसाहतींसाठी उपलब्ध करता येतील?" भारतातील ग्रामीण जनतेने जर शहरांसारखे व्हायचे ठरविले तर नेमकी हीच द्विधा स्थिती निर्माण होऊ शकते. ७० कोटी ग्रामीण जनता व शहरांमधली अफाट लोकसंख्या पाहता प्रगतीची वाट खडतर आहे.

त्यावर कोणता उपाय सांगता येईल? उपाय दडलेला आहे तो कल्पकतेत. ग्रामीण भारतालाही संपत्ती व आत्मविश्वास प्राप्त करण्याच्या या प्रक्रियेत सोबत घेतल्याशिवाय तरणोपाय नाही. सुदैवाने सूचना व प्रसारण तंत्रज्ञान (आयसीटी) यामुळे उपलब्ध करून दिलेला सेतू यासाठी उपयुक्त ठरू शकतो. आयसीटी हे केवळ साधन आहे. त्याचा उपयोग प्रभावीपणे ग्रामीण भारताच्या गरजांच्या पूर्तीसाठी व्हायला हवा.

काही शक्यता व प्रयत्न

ग्रामीण भागात सुमारे एक कोटी पन्नास लाख बालके दर वर्षी शाळेत जायला पात्र ठरली आहेत, पण चांगल्या शिक्षकांची कमतरता तेथे भेडसावते. यात नियमानुसार सुधारणा घडविण्यासाठी आम्ही झगडत आहोत. आयसीटीच्या माध्यमातून मुलांना दूरस्थ पद्धतीने

शिक्षण देता येईल. हे काम सोपे नाही. फक्त संगणकसंच बसवून व प्रसारणाच्या माध्यमातून ग्रामीण भागातील स्थिती सुधारणार नाही. पायाभूत सुविधा पुरेशा नाहीत, वीज बरेचदा असून नसल्यासारखी, ही स्थिती असताना त्या ठिकाणी शिक्षणाचे आव्हान फार मोठे आहे. अशा प्रयत्नांच्या परिणामांना बोल लावण्याऐवजी काळजीपूर्वक काही प्रयोग आधी करायला हवेत. दुर्दैवाने असे बरेचसे प्रयोग यापूर्वी झालेत ते शहरी मानसिकता असलेल्यांकडून. त्यांना ग्रामीण भागातील लोकांचे म्हणणे ऐकूनच घ्यायचे नसते. थोडा वेळ जर ग्रामीण भागात नीट घालवला तर लक्षात येईल, की तेथील वडीलधाऱ्यांना त्यांची मुले १० वी, १२ वी पास व्हायला हवी आहेत. कारण त्याशिवाय त्यांना महाविद्यालयात शिक्षण घेता येणार नाही. ते शहरात राहिले असते तर बोर्डाच्या परीक्षेत मुलांना पास होता यावे म्हणून कोचिंग क्लासमध्ये मुलांना पाठवता आले असते, पण खेड्यात काही ते शक्य नाही, आयसीटी ट्यूशन्स का उपलब्ध करून देत नाही, याचे तसे काही खास कारण नाही. (भारतातून अमेरिकेतील मुलांना आयसीटीच्या माध्यमातून अनेक कंपन्या ट्यूशन देतात.)

आरोग्याच्या क्षेत्रातही यापेक्षा वेगळी स्थिती नाही. डॉक्टरांना खेड्यांमध्ये थांबायचे नसते. *'फ्रंटलाइन'*च्या १३ ते २६ फेब्रुवारी २०१० च्या अंकात 'Missing Doctors' अशा शीर्षकाचा एक माहितीपर लेख प्रकाशित झाला होता. भारतातील सार्वजनिक आरोग्य धोक्यात असल्याचे त्यात नमूद केलेले होते. त्यात म्हटले होते, 'संपूर्ण जगातील २०% रोगांचा भार भारताला सोसावा लागतो आहे. खरे म्हणजे यापैकी कित्येक आजारांना उच्च पातळीवरच्या वैद्यकीय तज्ज्ञांची किंवा महागड्या उपचारांची किंवा उच्च तंत्रज्ञानावर आधारित रोगनिदानाचीही गरज नाही.' ७० लाख पदवीधर डॉक्टरांपैकी एक चतुर्थांश डॉक्टर्स त्यांचा वैद्यकीय व्यवसाय शहर किंवा शहरातल्या भागांमध्येच करतात. ग्रामीण जनतेचे त्यांना प्राथमिक आरोग्यसुविधांबाबत काय हाल होतात, याच्याशी त्यांना काहीच देणेघेणे नसते. त्यामुळे ग्रामीण भागांतील प्राथमिक आरोग्य हे मोठ्या प्रमाणात अप्रशिक्षित, परवाना नसलेल्या व बेकायदा वैद्यकीय व्यावसायिकांच्या (आरएमपी) हातात गेले आहे. उत्तर भारतात १९९५ मध्ये यासंदर्भात हाती घेतलेल्या अभ्यासात असे आढळले, की फक्त ३% डॉक्टर्स हे एमबीबीएस पदवीधर किंवा ॲलोपॅथीद्वारा चिकित्सा करण्यास सक्षम आहेत. ६८% डॉक्टरांनी कोणत्याही चिकित्सापद्धतीचे प्रशिक्षण घेतलेले नाही.' ग्रामीण भारताला नेहमीच्या डॉक्टरांपेक्षा वेगळी प्रशिक्षित माणसे प्राथमिक आरोग्यासाठी पुरवले जाण्याबाबत विविध प्रकारचे प्रस्ताव येतात; पण त्यांना 'मेडिकल कौन्सिल ऑफ इंडिया'कडून केराची टोपली दाखवण्यात येते. त्यामुळे आरोग्यसुविधांसाठी फक्त आरएमपीच उरतात. आयसीटीच्या माध्यमातून या आरएमपींचे प्रशिक्षण करून त्यांच्यावर देखरेख ठेवणे व त्यांना शहरांतल्या डॉक्टरांशी आवाज किंवा व्हिडिओद्वारा जोडणे शक्य आहे. यामुळे ग्रामीण भागांतील आरोग्यसुविधा चटकन व दर्जेदार स्वरूपात मिळणे सोपे होऊ शकणार नाही का? दूरस्थ पद्धतीने काही प्रकारचे रोगनिदान शक्य आहे. पण ते गावकऱ्यांच्याच हितासाठी असायला हवे. आता पुन्हा वारेमाप कार्यक्रम करण्यापेक्षा जे करू

ते प्रयोग अत्यंत काळजीपूर्वक करण्याची गरज आहे.

भारतातील शेतीव्यवसाय गेल्या दोन वर्षांपासून थंडावलेला आहे. आरडाओरड आणि रडारडीपलीकडे जाऊन शेतकऱ्यांच्या आत्महत्या घडण्यापर्यंत वेळ आली. देशाला दुसऱ्या हरितक्रांतीची गरज असल्याचे सांगितले गेले, मात्र त्यासाठी उपयुक्त ठरू शकणाऱ्या कल्पनाही मांडल्या गेल्या नाहीत. जैवतंत्रज्ञान, नवीन बियाणे व पीकपद्धतीचा अवलंब करून एक बाजू झाली. याशिवाय परंपरागत सेंद्रिय शेती करून सकस अन्नधान्य मिळवण्याचाही बोलबाला सुरू आहे. याहीपेक्षा जास्त प्रभावी पद्धत म्हणजे शेतीसाठी उपयुक्त ठरू शकणाऱ्या जमिनीचा इंचभरही तुकडा वाया जाऊ देता कामा नये. त्याची सुपीकता वाढवून त्यावर सघन पद्धतीची लागवड करायला हवी. परंपरागत शेतकऱ्यांना त्यांच्या जमिनीच्या सुपीकतेबाबतचा नेमका अंदाज बांधता यायचा. त्यासोबत त्यांना पीकपद्धतीची उपयुक्त तंत्रेही समजायची आणि स्थानिक बाजारपेठेबाबत चांगली माहितीही असायची. आधुनिक कृषिशास्त्रामुळे ते सारे मोडीत निघाले. त्यांना त्यांच्या शेतीसोबत आधुनिक कृषिशास्त्र व स्थानिक बाजारपेठेची आता थोडीफार माहिती आहे.

शेतकऱ्यांना नव्या बाबी माहीत करून द्यायला सध्या बियाणे, खते व कीटकनाशक विकणाऱ्यांची स्थानिक पातळीवरची छोटी दुकाने किंवा विक्री विस्तारासाठी नेमलेले कर्मचारी एवढाच मर्यादित स्रोत उपलब्ध आहे. हे कर्मचारी मुळातच संख्येने फार थोडे आणि गरजेच्या वेळी त्यांची भेट दुरापास्त आहे. विक्रेते त्यांच्याकडचा माल शेतकऱ्यांच्या उपयोगाचा नसला तरी त्याच्या गळी उतरवायच्या मागे असतात. अशा प्रकारे माहितीचा अभाव प्रचंड आहे. अडचणींचे डोंगर येथेच संपत नाहीत. आधुनिक शेती महागड्या घटकांवर अवलंबून असते. शिवाय पिकांवर पडणारे रोग, अपुरा पाऊस आणि बाजारभाव केव्हाही कोसळण्याचे संकट असते ते वेगळेच. या सगळ्यामुळे शेतकऱ्याचे कंबरडे मोडले आहे. येथे आयसीटीची मदत होऊ शकते. चेन्नईमधील 'रुरल टेक्नॉलॉजी अँड बिझनेस इन्क्यूबेटर' (आरटीबीआय) - (ग्रामीण तंत्रज्ञान व व्यवसाय संगोपन) या आयआयटीशी संलग्न केंद्रात शेतकऱ्यांसाठी तंत्रज्ञानावर आधारित कॉलसेंटर उभारण्यात येत आहे. प्रत्येक शेतीची सविस्तर माहिती तेथे गोळा करण्यात येईल. त्यात तिथल्या पिकांची माहिती (छायाचित्रांसह), त्यासाठी काय वापरले व पिकाच्या वाढीची प्रक्रिया याबद्दलच्या तपशिलांची वेळोवेळी भर टाकण्यात येईल. यासाठी भ्रमणध्वनियंत्रांच्या माध्यमातून माहितीची देवाणघेवाण केली जाईल. गावांमध्ये हवामान खात्याची उपकेंद्रे स्थापन करण्यात येत असून त्यांना स्थानिक अद्ययावत माहितीसह सज्ज करण्यात येत आहे. याचप्रमाणे बाजारभावांची माहितीही या कॉलसेंटरमध्ये जमा होईल. त्यामुळे शेतमालाच्या खरेदीविक्री व्यवहाराला गती मिळू शकेल. जेव्हा एखाद्या शेतकऱ्याकडून या कॉलसेंटरवर काही विचारणा केली जाईल, तेव्हा लगेच त्याच्या संदर्भातली खडान्‌खडा माहिती असणारे पान संगणकाच्या पडद्यावर दिसेल. त्या आधारे त्याच्या किंवा तिच्या शेतासंबंधी गरजेनुसार पूरक

माहिती कॉलसेंटर कर्मचाऱ्याकडून पुरवली जाईल.

हे सारे एका बाजूला घडत असताना दुसरीकडे पीकतज्ज्ञ, बाजारपेठतज्ज्ञ किंवा गरज पडेल तेव्हा शेतीसाठी भांडवल उपलब्ध करून देणाऱ्यांशी संवाद साधायची सुविधाही अशा कॉलसेंटरमार्फत मिळू शकेल. अशा प्रकारच्या परिपक्व कॉलसेंटर तंत्रज्ञानाचा उपयोग पाश्चिमात्य देशांमधल्या व्यक्तींना ती उपकरणे व सेवा विकत घेताना होतो, तसाच तो शेतकऱ्यांनाही होऊ शकेल. यासाठी बरेचसे प्रयोग आणि कल्पकतेने शोधलेल्या विविध प्रकारच्या तंत्रज्ञानाचा वापर गरजेचा आहे. याशिवाय शेती व्यवसायातल्या जोखमींवर उपाययोजना आवश्यक असल्याने त्या प्रकारचे तंत्रज्ञान शोधायला हवे. एकोणिसाव्या व विसाव्या शतकात गरिबीच्या समस्येवर मात करण्यासाठी संधी मिळेल तेथे स्थलांतर करण्याचा तोडगा गरिबांनी शोधून काढला. विसाव्या शतकाच्या अखेरीस आयसीटी व कमी खर्चाच्या दळणवळणाच्या सुविधेमुळे इतर शक्यता निर्माण झाल्या आहेत. विकसित क्षेत्रांमुळे कमी उत्पन्न गटांच्या क्षेत्रात काम हस्तांतरित केले जाऊ शकते. याच कारणाने निर्मितीची कामे पाश्चिमात्य देशांकडून पूर्वेकडच्या देशांमध्ये हस्तांतरित करण्यात आली. त्यानंतर आयसीटीचा वापर करून दिल्या जाणाऱ्या सेवा भारतासारख्या देशांकडे हस्तांतरित करण्यात आल्या. बऱ्याच देशांनी अशा स्थलांतरांमधून सुरुवातीला संपत्ती कमवायची संधी शोधली. मात्र लवकरच आपला देश विकसित करण्याकडे त्यांनी मोर्चा वळवला. जपान, कोरिया, तैवानसारख्या देशांनी हे गेल्या शतकातच केले. भारताने मात्र सहस्रक उलटताना यात रस घ्यायला सुरुवात केली. आता हीच प्रक्रिया ग्रामीण भारताची शक्ती वाढवायला उपयुक्त ठरू शकेल का? शहरांमधले काम ग्रामीण भागात हस्तांतरित केल्याने तसेच परिणाम साधता येतील का? संगणक व प्रसारण या गोष्टी नसल्यास ग्रामीण भागातल्या युवकांना आयसीटीवर आधारित सेवा शहरांमध्ये किंवा जगात इतरत्र कोठेही देणे शक्य नाही. प्रत्येक गावातल्या बीपीओत फक्त २० ते ३० तरुणांनाच काम दिले जाऊ शकते. मात्र यामुळे ती प्रक्रिया तरी सुरू होईल. याला अर्थातच सुरुवातीला विरोध होऊ शकतो. यातून काही प्रश्न उभे राहतात. खेड्यातल्या रहिवाशांना हे जमेल? त्यासाठी पुरेशा पायाभूत सुविधा आहेत का? गुणवत्ता व सुरक्षिततेचे काय? यापेक्षा जास्त विकसित असलेल्या शहरी भागांमधून हे काम करून घेता येणार नाही का? पाश्चिमात्त्य देशांमधून भारतात सेवांचे हस्तांतर केले जाण्यापूर्वी तेथेही याच प्रकारचे प्रश्न विचारण्यात आले होते. त्याच प्रक्रियेची पुनरावृत्ती करण्याची गरज आहे. 'देशी क्रू' नावाची कंपनी केवळ अशाच प्रकारच्या प्रयत्नांसाठी उभारायला आरटीबीआयकडून सहकार्य केले जात आहे.

आयसीटीचाही वापर करून निर्मितीची कामे ग्रामीण भागांमध्ये वळवणे शक्य आहे. हे विशेषतः जास्त प्रमाणात यंत्रसामग्री व वीज न लागणाऱ्या तसेच मानवी कौशल्ये व श्रमांची गरज असलेल्या कामांसाठी करता येईल. बाहेरून करून घेतलेले काम हे अशा रीतीने प्रत्यक्षात येऊ शकेल. अशा कामांसाठी लागणारा कच्चा मालही जर ग्रामीण भागांमधलाच

वापरला, तर मग तेथून काम करणे अधिक सयुक्तिक ठरेल. शेती उद्योग हा अशा प्रकारे काम करून घेण्यासाठी जास्त योग्य ठरू शकतो. आयटीबीआरद्वारा 'आरओपीइ' (रोप) व त्यापाठोपाठ उभारलेली 'वस्त्र' नावाची कंपनी ही या दिशेने टाकलेली पावले आहेत. ग्रामीण भागात कौशल्ये शिकवण्यासाठी आयसीटी मदत करू शकेल. दूरस्थ पद्धतीने प्रशिक्षण घेतलेले तरुण मिळणे व त्यांची सांगड शहरी अर्थव्यवस्थेतल्या लोकांच्या वाढत्या गरजांशी घालणे, यामुळे दरी सांधायला मदत होईल.

दुर्गम भागात राहणाऱ्या लोकांना व्यक्तिगत किंवा व्यावसायिक कारणांसाठी बँका व वित्तव्यवस्थांशी संपर्क साधण्याची गरज भासते. दुर्दैवाने आपल्या बँका त्यांच्यापर्यंत पोचू शकत नाहीत. पूर्वीच्या काळी लोक स्थानिक सावकारांवर यासाठी अवलंबून असायचे. व्याजाचा दर ५० ते ७५%पर्यंत असा चढत्या प्रमाणात असायचा. गेल्या काही वर्षांमध्ये छोट्या बचतगटांनी त्यांची जागा घेत २४ ते ३६% व्याजाने रक्कम उपलब्ध करून द्यायला सुरुवात केली. हे जरी वरदानासारखे वाटत असले, तरी छोट्या कालावधीसाठी एवढ्या व्याजदराने कर्ज घेणे परवडणारे नाही. आयसीटीच्या मदतीने बँका ग्रामीण भागांमध्ये आणखी कमी व्याजावर कर्जपुरवठा करू शकतील. चेन्नईच्या आयआयटीमधील टीईएनईटीगट व आयटीबीआय संयुक्तपणे याच दिशेने वाटचालीसाठी प्रयत्न करीत आहेत. त्यातील पहिला म्हणजे, व्होर्टेक्स नावाच्या कंपनीने ग्रामीण भागात एटीएम सेंटर उभारले आहे. ते सौरऊर्जेवर चालते. इतर व्यावसायिक एटीएम सेंटर्स चालवायला यापेक्षा पाचपट अधिक खर्च येतो. दुसरा प्रयत्न आवाजाद्वारा भ्रमणध्वनीच्या माध्यमातून बँकेची सेवा पुरविण्यासंबंधी आहे. यासाठी ग्राहकाला बँकेतल्या संगणकाशी भ्रमणध्वनीद्वारा मायबोलीतून संवाद साधून सर्व प्रकारचे व्यवहार करणे शक्य आहे. व्यवहाराआधी ग्राहकाच्या आवाजाची अधिकृतता संगणकाकडून तपासून घेतली जाते.

वीज व ऊर्जेची गरज ग्रामीण भागात फारच मोठ्या प्रमाणावर असते. असे असतानाही कित्येक गावांमध्ये वीजपुरवठा नाही. जेथे आहे तेथे तो केव्हा व किती प्रमाणात असेल, ते सांगता येत नाही. बऱ्याच गावांमध्ये ४ ते १२ तास वीज मिळते व उन्हाळ्यात शहरांमधली गरज प्रचंड वाढलेली असताना वीजपुरवठा जास्तच अनियमित झालेला असतो. असे असताना ग्रामीण भागात कोणत्याही प्रकारचे उत्पादन अवघड आहे. ग्रामीण पातळीवर वीजनिर्मितीचे विकेंद्रीकरण व पुरवठा व्हावा यासाठी गेल्या काही वर्षांत बरेच प्रयत्न करण्यात आले. त्यासाठी बायोमास, बायो फर्मेंटेशन व बायो डिझेल याचाही वापर करण्यात आला. मात्र याबाबतचे तंत्रज्ञान व त्याचा टिकाऊपणा याबाबत अद्यापही काही सांगता येत नाही. बैलांच्या शक्तीचा वापर करून वीजनिर्मितीसारखे काही प्रयोग करण्यात आले. सौरऊर्जेचा वापर करून घरासाठी वीज उपलब्ध करून घेण्याचे प्रयोगही झालेत. मात्र यासाठी लागणारी सामग्री खूपच महागडी आहे. एसी मोटरपेक्षा डीसी मोटर वापरली तर ४०% वीजबचत होते. त्याचप्रमाणे एलईडी व सीएफएल दिवे वापरल्यास फिलामेंट

बल्बपेक्षा कमी वीज खर्च होते. डीसी मोटरवर पंखा, ग्राइंडर, वॉशिंगमशिन व रेफ्रिजरेटर चालवता येईल. एलईडी/फ्लुरोसंट दिव्यांनी कमी विजेवर प्रकाश मिळवता येईल. या सगळ्यासाठी डीसीकडून ऊर्जा पुरविता येईल. सौरपटलांमधून डीसीला ऊर्जा देता येईल. थोडे वेगळ्या शब्दात सांगायचे तर तंत्रज्ञानाचा कल्पकतेने वापर करून ग्रामीण जनतेला जगण्यासाठी चांगले काही मिळवून देता येईल.

या प्रकारचा विकास आपल्याला कोठे नेणार आहे

समावेशक वाढीत ग्रामीण भागाला शहरी भागाच्या समांतर आणायची ही फक्त सुरुवात आहे. पुढचे काम खूप अवघड आहे. हे सारे जे आहे, त्यातून मानवतेपुढे भविष्यकाळात उभ्या राहणाऱ्या मूलभूत समस्या व आव्हानांना तोंड देण्यासाठी आपली तयारी होते आहे. जगात आज दिसणारा संघर्ष व हवामानातील बदल हे दोन वैश्विक प्रश्न आज दिसतात, ते औद्योगिक क्रांतीच्या काळापासून जगाने वाटचालीसाठी जो मार्ग निवडला होता, त्याचीच परिणती आहेत.

आज भारतासारख्या देशात वस्तूंचा जो वापर केला जातो, तो पाश्चिमात्य देशांमधल्या एका माणसापेक्षा १२० पटींनी कमी आहे. (इंटरनॅशनल एनर्जी एजन्सी स्टॅटिस्टिक्स डिव्हिजन'तर्फे नमूद करण्यात आले आहे, की अमेरिकेत २००३ मध्ये केलेल्या पाहणीत प्रत्येक माणसाकडून ७७९४ किलोग्रॅम तेलाचा वापर केला जातो. त्या तुलनेत भारतात हा वापर दरडोई ५१२ किलोग्रॅम एवढाच आहे.) औद्योगिकीकरणानंतरच्या विकासात संसाधनाचा जास्त वापर दिसून येतो. तुलनेने कमी लोकसंख्या असलेल्या देशात वस्तूंचा एवढा प्रचंड वापर? या सगळ्याचा दुष्परिणाम निसर्गावर होत असल्याचे, सावध होण्यासाठीचे इशारे दिले जात असूनही होणारा हा प्रचंड वापर आपल्या परिसंस्थेला डळमळीत करणारा आहे. चीनमधले चाळीस कोटी व भारतातले एक कोटी दहा लाख लोकही जर अशा प्रकारच्या विकासात सहभागी झाले तर त्यांचा दरडोई वापर पाश्चिम त्यांपेक्षा किती तरी जास्त होणार नाही का?

आपण ते करणार नाही. करू शकणार नाही. मात्र शतकानुशतके गरिबी व किती तरी प्रकारच्या अभावांखाली पिचलेल्या चीन व भारतातल्या सर्वसाधारण जनतेला स्वतःच्या उदयासाठीच्या प्रयत्नांपासून मागे खेचणेही आता शक्य नाही.

औद्योगिक क्रांतीमुळे तीन प्रकारच्या रचना मांडल्या गेल्या :

> आपण वस्तूंचा वापर जास्त केला तर समाजाचा विचार करता, त्यामुळे आर्थिक वाढ होते. जास्तीत जास्त वापर झाल्यास समाजाचा विकास साधायला मदत होते. जीवन व कामांची व्यवस्था जास्तीत जास्त वापराकडे नेईल, अशा प्रकारची असते.

व्यक्ती ही राहणीमानाच्या चक्रात सापडते व त्यातून ती स्वतंत्र होणे अवघड असते. जास्तीत जास्त वापर/उपभोगामुळे जास्तीत जास्त आनंद मिळेल, ही केवळ कल्पनाच असते.

शहरी भाग हे केवळ आर्थिक वाढीसाठीची केंद्रे होऊन राहण्यापुरते मर्यादित नसतात. तेथे शिक्षण, संस्कृती व तत्त्वज्ञानाची वाढ होऊ शकते. ग्रामीण भागांना तुच्छ लेखले जाते. तेथील मागासलेपणा कमी करण्याची गरज आहे. ग्रामीण भागातील लोकसंख्या इतरत्र पांगणे म्हणजे विकास असे समजले जाते. ग्रामीण भागाऐवजी शहरी भागातच आर्थिक प्रक्रिया होत राहिली तर ही कल्पना मूर्त झाल्यासारखे भासेल.

औद्योगिक क्रांतीच्या तिसऱ्या रचनेत 'तांत्रिक निर्धारवाद', असे म्हटले आहे. जास्त वापरामुळे निसर्गावर दुष्परिणाम होत असल्याचा मुद्दा तंत्रज्ञानाच्या माध्यमातून खोटा ठरवता येईल. तंत्रज्ञानाच्या माध्यमातून ही समस्या दूर करून नव्या तंत्रज्ञानाच्या साह्याने वापरासाठी जास्त संसाधने उपलब्ध करता येतील. हा गैरसमज खरे तर गेल्या काही वर्षांमध्ये दूर करण्यात आला आहे. तरीही ही गैरसमजूत अजून आहे तशीच आहे. याचे कारण असे, की हवामान बदलांसंदर्भात उपाययोजना शोधणारे प्रामुख्याने नव्या तंत्रज्ञानावरच भर देतात. कोळशाऐवजी सौरऊर्जेने प्रश्न सुटतील, असे मानतात. या समजुतीमुळे वापर व जीवनमानाची पद्धत यात काहीच बदल होत नाही.

या रचना जगाला अशा स्थितीत नेतात, जेथे जागतिक तापमानवाढीची भीती आहे. विकसित देशांपेक्षाही खूप आधी विकसनशील देशांना या समस्येने ग्रासले आहे. ही द्विधा अवस्था खूपच आव्हानाची आहे.

आत्मविश्वास मिळालेल्या भारताने आता या संदर्भात नेतृत्वासाठी पुढे यायलाच हवे. औद्योगिक क्रांतीमुळे उभ्या ठाकलेल्या आव्हानांना तोंड देण्यासाठी आवश्यक असलेले सामर्थ्य भारतीय संस्कृतीत दडलेले आहे. भारताने स्वतःसाठी व जगासाठीही योगदान द्यायला हवे. औद्योगिक क्रांतीनंतरच्या पर्वासाठीचा पाया भारताने रचायला हवा. हवामानबदलांसारखी आव्हाने जेव्हा आजच्याइतकी प्रबळ झालेली नव्हती, त्या काळी गांधीजींनी या तिन्ही रचनांपुढे प्रश्न उभे केले होते. त्यांना असे वाटायचे, की भावी काळात भारताचा केंद्रबिंदू शहरांऐवजी खेडीच असतील. विकासाच्या नावाखाली वाढत जाणारी चंगळ त्यांनी नाकारली होती. सामंजस्य हे बळाच्या आधारे निर्माण करता येते, असे समजणाऱ्यांना त्यांनी आव्हान दिले होते.

भारतीय संस्कृतीत उपभोगाला कायमच सैतानाचे रूप म्हणून पाहिले गेले आहे. निसर्गाची पूजा व त्याच्याशी जुळवून घेत जगणे हीच येथील मूलभूत जीवनपद्धती मानली गेली.

'थोरपणा'पेक्षा 'भलेपणा'ला (चांगुलपणा) महत्त्व दिले गेले. संपत्ती किंवा सत्ता ही मानवापुढील उच्चतम इद्दिष्टे कधीच मानली गेली नाहीत. सध्याचा समाज पूर्णपणे 'माहितीतून संपत्तीच्या वाढीकडे' प्रवास करताना दिसतो आहे. झटपट पैसा मिळवणे हीच इतिश्री मानली जाते. विज्ञान व तंत्रज्ञानाच्या आधारे व्यवसाय करताना मूल्यांची तडजोड सहन केली जाते. शिक्षणाचा घाटही हेच शिकवण्याजोगा करण्यात आला असून विद्यार्थ्यांना परिपक्वतेऐवजी यासाठीचे प्रशिक्षण दिले जाते. दुसरीकडे भारतीय संस्कृतीत शिक्षण हे वैचारिक उन्नयन, बौद्धिक आनंदाची निर्मिती व सामंजस्य आणणारे म्हणून समजले जाते. भारतात कुटुंबाकडून मिळणाऱ्या सामाजिक सुरक्षिततेला जास्त महत्त्व असल्याने कौटुंबिक पातळीवरील मूल्यांवर जास्त भर दिला जातो.

आपल्याला अशा प्रकारची पायाभरणी त्याचप्रमाणे सहजसुलभ पर्यायी उपयांचा कल्पकतेने शोध घ्यायला हवा आहे. विकासाची नव्याने व्याख्या करणे, यासाठीची कल्पकता आजच्या काळासाठी जास्त समर्पक ठरेल. विकासाच्या या व्याख्येत 'चांगले जीवन' व तेही कमी वस्तू वापरून असावे, याचे भान ठेवायला हवे. माहितीच्या आधारावर असलेली उद्याची अर्थव्यवस्था औद्योगिक अर्थक्रांतीच्या तत्त्वज्ञानाला मागे टाकणारी असायला हवी. जास्त प्रमाणात वस्तूंचा वापर म्हणजे विकास, या व्याख्येलाही ती विसरायला लावणारी हवी. ती मूल्यांचे महत्त्व आपल्या आयुष्यात पुन्हा निर्माण करणारी असावी. नव्या अर्थव्यवस्थेत नातेसंबंधांना प्राथमिकता देण्यावर भर असायला हवा. आपली जगण्याची व कामाची पद्धत योग्य आहे का, त्याचाही विचार करायची गरज आहे. आपल्यातला वाटा दुसऱ्याला देण्याचा विचार मध्यवर्ती असावा. सुदैवाने ग्रामीण भागात, तऱ्हेतऱ्हेच्या अभावांना तोंड देत असतानाही या मूल्यांचा वारसा जपला गेला आहे. पाश्चिमात्यांच्या दरडोई उपभोगाच्या तुलनेत भारतात १५०व्या भागाइतकाच दरडोई वापर केला जातो, तोही शहरी भागातच. शहरीपेक्षा ग्रामीण भागात १५०व्या भागाइतका कमी वापर केला जातो. दुसऱ्या शब्दांत सांगायचे तर शहरीकरण हे व्यक्तीच्या उपभोगाच्या प्रमाणात वाढ करते. शिक्षण, आरोग्यसेवा व रोजगारांच्या संधीसोबतच वीजही ग्रामीण भागाला उपलब्ध झाली तर तेथील जीवनमान सुधारेल. त्यामुळे तेथेच राहणे लोकांना आवडू लागेल.

असे झाले तर ग्रामीण जनतेला अगदी वेगळ्या मूल्यप्रणालीच्या आधारे औद्योगिक क्रांतीनंतरची रचना खोडून काढून सुस्थितीत राहता येईल. असे झाले तर खेडी ही आर्थिक, सांस्कृतिक व तत्त्वज्ञानावर आधारित विचारांचे केंद्र बनतील. गांधीजींचे स्वप्न अशा मार्गाने प्रत्यक्षात येऊ शकेल.

(अनुवाद : नीला शर्मा)

बाबा कल्याणी

भारतीय उद्योगपतींमधलं आघाडीचं नाव म्हणजे बाबा कल्याणी. ते कल्याणी उद्योगसमूहाचे अध्यक्ष आहेत. त्यांच्या वडिलांकडूनच ते पद त्यांच्याकडे वारसाहक्कानं चालत आलं. त्यांच्या कुशल नेतृत्वाखाली 'भारत फोर्ज' ही कल्याणी उद्योगसमूहाची कंपनी, ही जगातली फोर्जिंग्ज तयार करणारी दुसऱ्या क्रमांकाची सर्वात मोठी कंपनी आहे. ही कंपनी जागतिक पातळीवर या क्षेत्रातली अतिविशाल अभियांत्रिकी कंपनी होण्याकडे वाटचाल करते आहे.

बाबा कल्याणी हे तंत्रज्ञानसंपन्न असून ते भारत सरकारशी संबंधित अभियांत्रिकी व उद्योगाबाबत काम करणाऱ्या महत्त्वाच्या समित्यांचे सदस्य आहेत तसेच या क्षेत्रातल्या जागतिक पातळीवरच्या समित्यांमध्ये त्यांचा दबदबा आहे. भारतातल्या अनेक अभियांत्रिकी व व्यवस्थापन संस्थांच्या संचालक मंडळांतही ते आहेत. भारतातल्या उत्पादन उद्योगाला जागतिक नकाशात स्थान मिळवून देण्याचा त्यांचा मोलाचा वाटा आहे. बाबा कल्याणी यांना या सेवांबद्दल अनेक प्रतिष्ठित पुरस्कारांनी गौरविण्यात आलेले आहे.

'इंडियन एज्युकेशन इनिशिटिव्ह'शी ते मनापासून अगदी मनापासून जोडले गेलेले आहेत. 'प्रथम पुणे एज्युकेशन फाइंडेशन' या स्वयंसेवी संस्थेची स्थापना बाबा कल्याणी यांनीच केली असून ही संस्था वंचित मुलांना प्राथमिक शिक्षण उपलब्ध व्हावे यासाठी झटत असते.

“आपण जर व्यक्तीचं चारित्र्य घडवण्यासाठी पुढाकार घेतला तर समाज स्वतःची काळजी आपोआप घेतो.”

शिक्षणाच्या माध्यमातून ग्रामीण युवकांचे सबलीकरण

जगातली एक मोठी आर्थिकसत्ता म्हणून पुढे येताना भारत देश वेगाने होणाऱ्या आर्थिक व औद्योगिक वाढीच्या संदर्भात संतुलन ठेवून आहे. आपल्या देशाचा अर्थव्यवहार जर वर्षाला ९-१०% नियमितपणे वाढायचा असेल तर उत्पादन क्षेत्राचा सहभाग वाढणे गरजेचे आहे. सध्याचा दरडोई विकासदर १७ % आहे. तो पुढील पाच वर्षांत २५ %पर्यंत जायला हवा. आपल्याकडल्या मनुष्यबळाची गुणवत्ता हा याबाबतीत महत्त्वाचा घटक ठरू शकेल. आपल्याकडल्या तरुणांच्या लोकसंख्येचे रूपांतर स्पर्धात्मक सामर्थ्यात करणे, ही एक मोठीच सुसंधी ठरू शकेल.

अजूनही मोठ्या संख्येने ग्रामीण भागांत राहत असलेल्या लोकांसाठी आपल्याला गाव व तालुका पातळीवर शिक्षणाबाबतच्या पायाभूत सुविधा मजबूत करायला हव्यात. व्यक्त होण्याचे तंत्र त्यांना अवगत झाले पाहिजे. यांच्यापैकी जास्तीत जास्त लोकांना देशाच्या विकासात सहभागी होण्याची संधी देत मुख्य प्रवाहात आणले पाहिजे. या बदलांसाठी शिक्षण महत्त्वाची भूमिका निभावू शकेल; देशभर त्याची व्याप्ती दिसावी, हे आत्यंतिक गरजेचे आहे.

गांधीजींच्या तत्त्वांनुसार, शिक्षणाचे एक उद्दिष्ट असे सांगितलेले आहे : “यामुळे कुणालाही पोट भरण्याची क्षमता मिळवता आली पाहिजे आणि या माध्यमातून बेरोजगारी दूर झाली पाहिजे.”

वस्तुस्थिती अशी आहे, की स्वातंत्र्य मिळून साठ वर्षं उलटून गेल्यानंतरसुद्धा ग्रामीण भारत अजूनही कित्येक बाबतींत शहरी भारतापेक्षा कितीतरी मागे आहे; शिक्षण व रोजगाराबाबतही. ही विषमता दूर करण्याची गरज आहे. त्यासाठी विकासाची एक सर्वसमावेशक प्रतिकृती तयार करणे गरजेचे आहे. तिच्या आधारे पायाभूत सुविधा व सोयी ग्रामीण भागातच निर्माण केल्या जाव्यात. यामुळे शिक्षण व रोजगाराच्या संधी उपलब्ध होण्याची मोठीच शक्यता निर्माण होईल.

सार्वजनिक व खासगी भागीदारीतून हे कार्य घडायला हवे आहे. त्यात सामुदायिक क्षेत्राची भूमिका पायाभूत सुविधा निर्माण करण्याची, प्रशिक्षण अभ्यासक्रमाची प्रतिकृती तयार करण्याची व तांत्रिक तसेच जीवनकौशल्यांचे प्रशिक्षण तरुण व महिलांना देण्याची राहावी. या प्रशिक्षणामुळे त्यांना प्रामुख्याने घराच्या जवळपासच्या भागांमध्ये रोजगार शोधायची संधी मिळू शकेल.

या मुद्द्यात गांधीजींच्या दोन संकल्पनांची सरमिसळ आहे. शिक्षणाचा विचार त्यांनी दाखले देऊन स्पष्ट केला आहे. त्यांच्या *'नई तालीम'* व *'गॉस्पेल ऑफ ट्रस्टीशिप'* या पुस्तकांमध्ये ते म्हणतात, ''समजा मी खूप श्रीमंत असलो. ती श्रीमंती मला वारसा हक्कानं किंवा व्यापार-उद्योगातनं मिळालेली असली तरी मला हे लक्षात घ्यायला हवं, की ती सगळी संपत्ती फक्त माझी ठरू शकत नाही. मग फक्त माझं असं काय ठरत असेल तर प्रामाणिकपणाने मिळवलेली रोजी-रोटी. लाखोजणांनी मिळवल्यासारखी. या व्यतिरिक्तची माझी संपत्ती समाजाचीच असणार आणि ती समाजाच्या कल्याणासाठीच वापरली जायला हवी.''

शिक्षणाच्या माध्यमातून ग्रामीण भागातील युवा शक्तीला सबळ करायला हवे, या लक्ष्याची जाणीव झाल्यावर 'भारत फोर्ज'ने महाराष्ट्र शासनाच्या भागीदारीत सत्तेवर असलेल्या शासनाद्वारे चालवले जाणारे 'इंडस्ट्रिअल ट्रेनिंग इन्स्टिटट्यूट' (आय.टी.आय.) चालवायला सुरुवात केली. पुणे जिल्ह्यातल्या खेडमध्ये त्याचेच सुसंस्कारित रूप बघायला मिळते. पायाभूत सुविधांमध्ये वाढ होणे आवश्यकच होते. मनुष्यबळाचा विकास साधणे हा या सगळ्यातला कळीचा मुद्दा होता. प्रशिक्षण, अभ्यासक्रमाचा दर्जा उंचावणे व कंपनीतल्या अनुभवी वरिष्ठ अधिकाऱ्यांच्या सहकार्याने योग्य अध्यापनपद्धतीच्या माध्यमातून 'ग्रामीण व शहरी दरी' कमी करण्याचे प्रयत्न व्हायला हवेत, तरच लाभार्थींच्या रोजगाराचा गुणांक वाढू शकेल. कामाच्या जागी हे मनुष्यबळ जास्तीतजास्त प्रभावी होण्यासाठी एक गोष्ट आवश्यक आहे, आधुनिक उद्योगाशी सुसंगत ठरणाऱ्या कौशल्ये व क्षमता त्यांच्यात निर्माण व्हायलाच हव्यात.

या विलक्षण सार्वजनिक व खासगी भागीदारीचा (Public - Private Partnership) परिणाम असा झाला, की ग्रामीण भागांतील तरुणांना उत्तम प्रकारचा रोजगार फक्त आमच्याच कंपनीत नव्हे, तर जवळच्या चाकण येथील औद्योगिक पट्ट्यातसुद्धा मिळायला

लागला. गांधीजींनी 'नई तालीम'मध्ये ज्या गोष्टीवर भर दिला आहे, ती अशी, की शिक्षण फक्त मूठभर लोकांचे भले करण्यासाठी न राहता ते जास्तीत जास्त लोकांच्या कल्याणासाठी असावे. विशेषत: त्यांच्यातल्या दुर्बलांच्या भल्यासाठी असावं.

आम्ही तर त्यांच्यातल्या दुर्बलांकडे नजर वळताच नव्या प्रतिभावंतांसाठी विकासाचा आराखडा तयार करायला लागलो. प्रशिक्षणासाठी आम्ही काळजीपूर्वक तरुणांचीच निवड केली. प्रथम, ते त्यांच्या शैक्षणिक पात्रतेवर अवलंबून होते; दुसरे, त्यांचा व्यक्तिगत कल पाहून त्यावर आधारित होते. दहावी पास व तंत्रज्ञानाची तोंडओळख झालेल्या विद्यार्थ्यांना 'आयटीआय' च्या या दोन वर्षांच्या प्रशिक्षणासाठी नावनोंदणी करून घ्यायला बोलावण्यात आले. इतरांना, त्यात शाळेतून गळती झालेलेही अनेकजण होते, आम्ही विशेष तयार केलेल्या व्यावसायिक शिक्षण कार्यक्रमांसाठी त्यांच्या आवडीच्या विषयानुसार प्रवेश दिला.

ग्रामीण भागांतल्या तरुणांमध्ये उपजत असलेल्या त्रुटींकडे लक्ष पुरवण्यासाठी आम्ही विशेष परिश्रम घेतले. इंग्लिशचे कामचलाऊ ज्ञान, नेतृत्व, संवादकौशल्य व इतर साधी, सोपी कौशल्ये त्यांना अवगत व्हावीत, यासाठी आम्ही त्यांना प्रशिक्षण दिले. आमच्या व्यावसायिक प्रशिक्षण कार्यक्रमांसाठी नाव नोंदवलेल्या काहींची संभावना स्थानिक समाजात 'बेक्कार' म्हणूनच होत होती. प्रशिक्षणानंतर त्यांचा कायापालट झाला. त्यांच्यात कमालीचा आत्मविश्वास निर्माण झाला. त्यांनी आत्मसात केलेल्या कौशल्यांच्या बळावर जवळपास येऊ घातलेल्या औद्योगिक व विकास प्रकल्पांवर रोजगार शोधण्याची संधी त्यांच्यासाठी निर्माण झाली.

आम्हाला सगळ्यात जास्त समाधान कशातून मिळाले असेल, तर आम्ही ग्रामीण पार्श्वभूमी असलेल्या काही तरुणांना संधी उपलब्ध करून देऊ शकलो. त्यांच्यातले बरेचसे आधी दिशाहीन व बेरोजगार होते. त्यांना उत्तम प्रकारचा रोजगार मिळाला; त्याच्या माध्यमातून ते समाजासाठी महत्त्वाचा घटक बनू शकले.

गांधीजींची 'ग्रामीण हस्तकलेच्या माध्यमातून शिक्षण' ही संकल्पना व व्यावसायिक प्रशिक्षणाचे महत्त्व यात साम्य आहे. ग्रामीण तरुण फक्त व्यावसायिक कौशल्यांबाबतच पारंगत झाले असे नाही तर त्यांच्यात लक्षणीयरीत्या आत्मविश्वासही वाढला. त्यांचे रूपांतर आता उद्योजकांमध्ये झालेले असून ते आज समाजाच्या हिताच्या कामांमध्ये व्यग्र असतात.

आपण ग्रामीण भागांतून शहरांमध्ये होणाऱ्या स्थलांतराबाबत नेहमी बोलतो. पण ते कशामुळे घडते? प्रशिक्षण व शिक्षणाअभावी आणि त्याचाच परिणाम म्हणून संधी न मिळणे, यामुळेच ना?

एका विद्यार्थ्याने त्यावर जे म्हटले, ते निश्चितच हृदयाला हात घालणारे होते.

"मी खेड तालुक्यातल्या साध्या, सरळ शेतकरी कुटुंबातला आहे. मोठ्या अडचणींमधून मी दहावीची परीक्षा पास झालो, पण पुढं काय करायचं ते मात्र ठरलेलं नव्हतं. आमच्या गावात रोजगाराच्या संधी जवळपास नव्हत्याच. त्यामुळे कामाच्या शोधात गाव सोडून पुण्याला जाणंही माझ्यासाठी अटळच होतं. कोणतंही औपचारिक प्रशिक्षण नसताना रोजगार मिळणं अवघडच होतं. त्यामुळे आता पुढं काय करायचं हा प्रश्नच होता. त्याचसुमारास मला भारत फोर्जकडून खेडच्या आयटीआयमध्ये चालवल्या जाणाऱ्या तंत्रज्ञानाच्या प्रशिक्षण कार्यक्रमाविषयी कळलं. मी अर्ज केला आणि माझी निवडसुद्धा झाली. त्यानंतर माझं सगळं आयुष्यच बदलून गेलं. दोन वर्षे प्रशिक्षण घेतल्यानंतर मी आता पात्र यंत्रकर्मी आहे. आमच्या अंतिम परीक्षा संपल्यानंतर लगेच माझ्या घरापासून दहा किलोमीटर अंतरावरच्या चाकणमधल्या अभियांत्रिकी कंपनीत नोकरीसाठी माझी निवड झाली. मला चांगला पगार मिळत असल्यानं आईवडिलांची काळजी घेणं शक्य झालं. आता माझा लग्नाचा विचार आहे. आयुष्य बदलून टाकणारी ही संधी मला मिळाली, ही देवाची कृपाच म्हणायची."

या तरुणासारखेच इतरही ग्रामीण तरुणांमध्ये सुप्त सामर्थ असते, यावर माझा प्रचंड विश्वास आहे. त्यांना गरज असते ती फक्त त्यांच्या प्रतिभा आणि सर्जनशक्तीला वाव मिळण्याची.

सार्वजनिक व खासगी भागीदाराची पद्धत असे वातावरण तयार करू शकेल, ज्यात ग्रामीण युवकांना शिक्षण उपलब्ध होईल, ज्यात मूल्ये जोपासली जातील आणि कारकीर्द घडवता येईल.

राष्ट्रीय दृष्टिकोनातून पाहता, वाढीच्या लाटेवर स्वार झाल्याने उंची गाठलेल्या बोटींचे दर्शन मनाला सुखावणारे ठरते. यासाठी महत्त्वाचा ठरतो तो पाया, म्हणजेच ग्रामीण भारतातही तळागाळातली जनता. आपली सत्तर टक्के लोकसंख्या अजून तिथेच तर आहे.

आपण जर नावीन्यपूर्ण तंत्रज्ञान आणि एकात्मता साधून या बहुसंख्य लोकांच्या माध्यमातून भारताची प्रगतिगाथा घडवू शकलो, तर आपल्या देशाला पुन्हा कधी मागे वळून बघण्याची गरजच उरणार नाही.

(अनुवाद : नीला शर्मा)

क्रिस्टोफर बेनिंजर

क्रिस्तोफर बेनिंजर यांना मनापासून वाटते, की प्रत्येक माणसाला सुखाचे आयुष्य जगायचा पूर्ण अधिकार आहे आणि त्यासाठी वास्तुशिल्प महत्त्वाची भूमिका बजावू शकते.

क्रिस्तोफर बेनिंजर यांनी पुण्यात 'सेंटर फॉर डेव्हलपमेंट स्टडीज अ‍ॅण्ड अ‍ॅक्टिव्हिटीज'ची स्थापना केली. ते ग्रामविकास, तसेच भारतातील काही महत्त्वाच्या शहरांमध्ये आणि आशिया खंडातील काही नगरांमध्ये नगर व ग्रामनियोजनाचा आराखडा तयार करण्यात गुंतलेले असतात.

नावीन्यपूर्ण व पर्यावरणपूरक वास्तुशिल्पांची निर्मिती केल्यामुळे त्यांना २००८ मध्ये 'ग्रेट मास्टर आर्किटेक्ट अ‍ॅवॉर्ड' व १९९९ मध्ये 'द डिझाइनर ऑफ द इयर अ‍ॅवॉर्ड' प्राप्त झाले. २००० मध्ये त्यांना भारतातील 'महिंद्रा युनायटेड वर्ल्ड कॉलेज'च्या वास्तुशिल्प रचनेसाठी 'अमेरिकन इन्स्टिट्यूट ऑफ आर्किटेक्ट / आर्किटेक्चरल रेकॉर्ड अ‍ॅवॉर्ड', याचप्रमाणे 'आर्किडिझाइन आर्किटेक्ट ऑफ द डीकेड अ‍ॅवॉर्ड' हा भारतीय पुरस्कार मिळाला.

'आपल्यापाशी काय नाही त्याऐवजी काय आहे हे बघणे अधिक चांगले' हे तत्त्वज्ञान त्यांच्या जीवनाचे सूत्र आहे.

“राष्ट्रनिर्मितीसाठी साहाय्यक ठरणाऱ्या विविध प्रकारच्या इच्छांचे प्रतिनिधित्व प्रत्येक नागरिक करत असतो, हे लक्षात ठेवणे हा लोकशाहीचा आत्मा आहे.”

वास्तुशिल्प रेखांकन : एक सामाजिक साधन

इतिहासातील दाखल्यांवरून असे आढळते, की पूर्वी नागरिकांच्या अत्यंत छोट्या वर्गाच्या समस्यांची पूर्तता करण्यासाठी वास्तुशिल्प रेखांकनविद्येचा उपयोग केला जाई. आता सामाजिक व आर्थिक संदर्भ बदललेले असले तरी वास्तुरचनाकार मात्र अजूनही इतिहासाच्या ओझ्याखाली दबून असतात. वास्तुशिल्प हा तसे पाहिले तर समाजाच्या अभिजनवर्गाच्या आवडीचा आविष्कार असतो किंबहुना ते ज्ञानाचे प्रकटीकरण असते. कदाचित तो प्रगतीचा उद्‌गार आणि निश्चितच सत्तेचा हुंकारही असतो. वास्तुशिल्प हे उपयोगासाठी अनुकूल असावे, याबद्दल या क्षेत्रात वाद आहेत.

आता मी जे विधान करणार आहे ते वास्तुरचनाकारांच्या भावी पिढ्यांनी आवर्जून लक्षात घ्यायला हवे. ही विद्या एक महत्त्वाचे सामाजिक साधन ठरू शकते- बदलांचे साधन, असे साधन जे नव्या सामाजिक संबंधांची महती सांगू शकेल.

थोडी कामगिरी, थोड्या लोकांसाठी अन् तीही महागात

सामान्य माणसाला केंद्रस्थानी ठेवल्यामुळे आपण त्याच्या गरजा स्वतंत्रपणे ओळखतो,

त्याचबरोबर त्याला नव्याने प्राप्त झालेले महत्त्व अधोरेखित करतो. त्याला प्राधान्य देण्याच्या कृतींना प्रोत्साहन देतो. व्यक्तीपेक्षा समाजावर लक्ष केंद्रित करून वास्तुरचनाकार सामंजस्य व एकत्रित समाजाच्या सुरक्षिततेला अर्थ प्रदान करून देत असतात.

वास्तुरचनाकारांच्या मनात स्थानिक स्रोत, तंत्रज्ञान व क्षमतांबाबतचा आदर वाढला पाहिजे. याचे पडसाद छोट्या व टिकू शकणाऱ्या समुदायांच्या संस्कृतीत बघायला मिळू शकतात. प्रसारमाध्यमे, फॅशन, सहज उपलब्ध न होणारे तंत्रज्ञान, मोठाल्या प्रणाली तसेच महत्त्वाच्या घडामोडींमध्ये सामावले न जाण्याच्या भावनेने असे समुदाय अपमानित झालेले असतात. वास्तुशिल्पविद्या ही दृश्य स्वरूपाची असून, ती नवीन तंत्रज्ञान व बदलांची अभिव्यक्ती करणारे सामाजिक साधन ठरू शकते. समतावादी व शाश्वत लोकशाही समाजासाठी वास्तुशिल्प आक्रमक साधन ठरू शकेल काय?

निसर्गाच्या जाहीरनाम्यातून गांधीजींनी निसर्गाशी असलेली त्यांची जवळीक व वास्तुशिल्पविद्येशी असलेल्या त्यांच्या संबंधांचेच जणू वर्णन केले आहे : ''मला माझ्या घराच्या सर्व बाजूंनी भिंती नकोत आणि खिडक्या बुजवलेल्या नकोत. मला सर्व भूभागांमधील संस्कृतीचे वारे शक्य तेवढ्या मोकळेपणाने माझ्या घराच्या दिशेने वाहिले तर आवडेल, पण त्यांच्या झोताच्या ताकदीमळे माझे पाय अस्थिर झालेले मला चालणार नाही.'' (साबरमती आश्रम)

वास्तुरचनाकाराने एक महत्त्वाचे सामाजिक साधन म्हणून या विद्येचा वापर करणे हे ध्येय ठरवले तर आपली पद्धत, आपली शैली, नवीन काय आहे त्याचा विचार, नवे डावपेच व लोकांनी त्यांच्या वास्तू स्वतःच्या सहभागातून उभारलेल्या पाहिजेत याबाबत स्पष्टता ठेवायला हवी.

या मुद्द्यांच्या मांडणीसाठी काही कल्पना पुढीलप्रमाणे–

नव्या वास्तुशिल्पाचे ध्येय

वर्ध्याला राहुल बजाजांनी आयोजित केलेल्या एका कार्यक्रमाला आम्ही गेलो होतो. तिथे डॉ. आर. एम. माशेलकरांनी दिलेल्या एका व्याख्यानात आमचे विचारमंथन सुरू झाले. त्यांनी एक साधीच पण महत्त्वाची सूचना केली होती. 'कमीत कमी' संसाधनांमधून 'जास्तीत जास्त लोकांसाठी' 'जास्तीत जास्त' करण्यासाठी उचित तंत्रज्ञान आणण्याची ती सूचना होती. या संकल्पनेला ते 'गांधीवादी अभियांत्रिकी' म्हणतात. वास्तुरचना करताना आणि शहरांमध्ये इमारती उभारताना आम्ही नेमके याच्या उलट करत असतो. आम्ही जागतिक शहर निर्यात करतो. त्यासाठी ऊर्जेची बेसुमार उधळमाधळ करतो. एक-एक काचरचना तयार होताना २४ × ७ खनिज ऊर्जेचा वापर अटळ असतो. या कलात्मक इमारती उभारण्यासाठी येणारा

खर्च दर वर्षी प्रचंड वाढतच असतो. जास्तीत जास्त निर्मिती केली जाते आहे, पण अगदीच मोजक्या लोकांसाठी. याउलट, प्रत्येकाला लागणाऱ्या वस्तू आणि सेवांची किंमत दिवसेंदिवस वाढतेच आहे. त्या वस्तू व सेवा सहज परवडण्याजोग्या राहिलेल्या नाहीत. यात काय काय येते?

अन्न, वस्त्र, निवारा, कौशल्ये, कौशल्यांचा विकास, आरोग्य व स्वच्छता या बाबी सहज मिळायला हव्यात. त्या सर्वांसाठी असणे गरजेचे आहे. काही वर्षांपूर्वी किमान गरजा पूर्ण करणाऱ्या कार्यक्रमांचे आश्वासन देण्यात आले होते. यात ग्रामीण भागात निवासी इमारतींसाठी जमिनी, पिण्यासाठी स्वच्छ पाणी, रस्ते-वीज यांसारख्या गोष्टी केंद्रस्थानी होत्या. सुरुवातीला या विकासामुळे होणाऱ्या फायद्यासंबंधी चर्चा घडवली गेली. वास्तुशिल्प व नियोजनाबाबत कुठलेच बदल घडलेले नाहीत. नगरनियोजनात अजूनही बागांनी हिरवेगार दिसणारे शहर प्रत्यक्षात आणण्यासाठी शोध चालू आहे. मोठे नियोजन करताना औद्योगिक गरजा लोकांसमोर ठेवल्या जातात. मोठ्या प्रमाणावरील उत्पादनाची गरज भागवण्याच्या उद्दिष्टप्राप्तीसाठी ते केले जाते. वास्तुरचनाकार शहरांमध्ये स्मरणात ठेवावीत अशी शिल्पे तयार करण्यासाठी आराखडा तयार करून देतात. मात्र, या सगळ्यांत व्यक्ती, ग्रामीण मजूर, झोपडपट्टीत राहणारा व अत्यंत गरीब कुठे आहे? या अत्यंत उच्चभ्रू व विशिष्ट क्षेत्रासाठीच्या नियोजनप्रक्रियेत गरिबाला जागाच नाही. सामान्य माणूस दुर्लक्षित राहिला आणि माणसाच्या मूलभूत गरजांची स्थिती भयानक होत गेली.

कळीच्या मुद्द्याला हातच न घातल्यामुळे आपले नियोजन कुचकामी ठरले. एका बाजूला आपण पाश्चिमात्य मध्यमवर्गीय कल्पना नजरेसमोर ठेवून नगर नियोजन करायचा प्रयत्न करतो. नीटनेटकेपणा मृगजळ ठरले आहेत आणि नियोजनकार मात्र त्याकडेच डोळे लावून बसलेले आहेत. काही दिवसांपासून जागतिक शहरनिर्मितीची स्वप्ने आपल्याला पडू लागलेली आहेत. त्यासाठी उड्डाणपूल, रस्त्यांचे रुंदीकरण, काचेचे भव्य मनोरे, एसईझेड, मेट्रो रेल्वे वगैरे किती तरी गोष्टी फक्त मूठभरांसाठी विचारात घेतलेल्या आहेत. आपल्या अर्थशास्त्रज्ञांनी पाश्चिमात्य औद्योगिक अर्थव्यवस्था नजरेसमोर ठेवली. त्यासाठी आवश्यक अशा औद्योगिक राज्यनिर्मितीचा विचार केला. पूर्तता करता न येणाऱ्या गोष्टींची जागा भरून काढायला 'मध्यभागी असणारे तंत्रज्ञान' यासारख्या शब्दप्रयोगांशी खेळत आपण विकासाच्या शंकास्पद प्रणालीचा आधार घेत पुन्हा मृगजळ उभे करत आहोत.

आपण का यशस्वी ठरलो नाही, हा प्रश्न मनाला सतावतो.

आपण अयशस्वी झालो, कारण आपण समस्येला थेट भिडलोच नाही. माणसाच्या मूलभूत गरजाच मूलभूत मानवी हक्क असल्याचे आपण जाहीर करायला हवे.

नवीन तंत्रज्ञानाच्या दृष्टीने त्यांना प्राधान्य देण्याबाबतही आपल्या मनात स्पष्टता असायला

हवी. सर्व प्रकारच्या व्यवसायांनीही वस्तूंचा सर्वजनसुलभ पुरवठा करण्याची जबाबदारी पत्करली पाहिजे. मानवी हक्कांबाबत विचार करतच आहोत तर आणखी एक मुद्दा लक्षात ठेवायला हवा. स्वातंत्र्याच्या भ्रामक संकल्पना किंवा न्यायाबद्दल संदिग्ध तत्त्वज्ञानाचे संदर्भ पूर्णपणे टाळायला हवेत. एक नक्की, की आपण चर्चा करतो आहोत ती पोषक आहार, वस्त्रे व निवाऱ्याची. अर्थव्यवस्थेत सहभागी होण्यासाठी सक्षम करणाऱ्या प्रशिक्षणाच्या हक्काबाबत आपण बोलत आहोत. याचबरोबर समाजात सहभागी होण्याच्या हक्काचाही इथे विचार करायला हवा. अशी ही वस्तू व सेवांची वैशिष्ट्यपूर्ण जुडी असेल; त्यातून स्वतःसाठी घेण्याचा हक्क प्रत्येकाला असेल. त्यातही निवारा, स्वच्छता व आरोग्याचा हक्क विशेष महत्त्वाचा. नव्या प्रकारच्या व्यवसायात आपण ही उद्दिष्टे डोळ्यासमोर ठेवली पाहिजेत. जास्तीत जास्त लोकांसाठी कमीत कमी खर्चात जास्तीत जास्त प्रमाणात निवारा उपलब्ध करून देण्याची भूमिका यामागे आहे.

नव्या वास्तुरचनाकारांचा कल

वर सांगितलेल्या सर्व बाबी जागतिक, स्मृतिशिल्प व शैलीदार वास्तुरचनाकार अशा सर्वांनी बदल घडवण्यासाठी लगेचच अमलात आणायला हव्या आहेत. लघुतम पातळीवर वास्तुरचनेचे काम म्हणजे अशा पातळीवर, जिथे समाजाच्या हिताचा समग्रतेने विचार करावा लागतो. उदाहरणार्थ, सामाजिक एकक म्हणून पारंपरिक खेडे असेल, शहरी झोपडपट्टीसारखे भौतिक एकक असेल किंवा पाणलोटक्षेत्रासारखे भू-आर्थिक एककही ते असू शकेल. मात्र ते छोटे असावे. कारण अशा एककाचा उपयोग करणाऱ्यांना त्यात कुठल्या अडचणी येतील, हे ते स्वतः कल्पना करून सांगू शकतात. 'सर्वांच्या एकत्रित हितां'बाबत ते सुचवू शकतात. चर्चेद्वारे 'समस्या' कोणत्या याचा विचार करून त्यावर तर्कशुद्ध पद्धतीने उपाययोजना ठरवू शकतात. असे एकक सहभागात्मक व्यवस्थापन कार्यक्रमांना पूरक ठरण्याएवढे मोठे असावे. असे एकक (कदाचित मग ते एखादे संपूर्ण खेडे असेल) समाजाचे घर (समाजमंदिर) म्हणून मानले जावे. या घराचा उपयोग संपूर्ण समाज करणार. त्यामुळे सर्वांना लागणाऱ्या काही सेवा आधीच एकत्र बसून ठरवाव्यात. त्यानुसार काम चालावे व सर्वांनी त्यांचा लाभ घ्यावा.

वास्तुशिल्प हे एकाच वेळी छेद देणारे आणि एकात्मिक असावे. ते सभोवतालच्या पर्यावरणाला समग्रपणे कवेत घेणारे असावे. वसाहत हा शब्द इथे विस्तृत अर्थाने चपखल बसतो. इथे काम आणि उपभोग घेणारा यांच्याशी निगडित कार्यपद्धती असावी. 'पुरवठादारा'च्या तांत्रिक वैशिष्ट्यांमुळे वापर करणारी माणसे दूर जाता कामा नयेत. रस्ते, निवारा, पाणी, आरोग्यसेवा व शिक्षण यांसारख्या सुविधा पुरवणाऱ्या व्यवसायांमध्ये समाजाला सार्वजनिक बांधकाम खाते, गृहनिर्माण मंडळ व सिंचन विभाग वगैरेंकडून पुरवण्यात याव्यात.

वास्तुशिल्पात थेट लोकांचा सहभाग असावा. याचाच अर्थ असा, की लघुतम पातळीवर

संस्थेची उभारणी करताना निर्णयक्षमता, संसाधनांचा उत्तम वापर व व्यवस्थापन करण्याची कुवत असायला हवी. याचाच अर्थ असा, की याबाबतच्या कल्पना लोकांकडूनच घेतलेल्या असाव्यात. 'शासनाचा निर्णय : लोकांचा पाठिंबा' याऐवजी 'लोकांचा निर्णय : शासनाचा पाठिंबा' असे असायला हवे. निवडणुकीपूर्वी उगवणाऱ्या व नंतर अदृश्य होणाऱ्या विकासयोजना भिरकावून देऊन त्याऐवजी स्वतःचा ठसा उमटवणाऱ्या स्वयंसेवी कामाची गरज आहे. वास्तुरचनाकारांनी 'कल्पनांचे साधन' पुरवावे. त्यावर खेड्यातील, महानगरातील किंवा खाडीच्या ठिकाणी राहणाऱ्यांनी स्वतःची वसाहत उभारण्यासाठी कृतिआराखडा तयार करावा.

वर सांगितलेल्या वास्तुरचनांची कल्पना व त्यांचे नियोजन हे 'प्रत्येकाच्या गरजेनुसार व क्षमतेनुसार' यावर आधारलेले व नियमानुसार उपलब्ध करून देणारे आहे.

कामाची पद्धत

आम्हां वास्तुरचनाकारांनी कामासाठी नवी पद्धती स्वीकारायला हवी. व्यक्तिवादी व बड्या बिल्डर्सचा काळ आता संपला आहे. हस्तिदंती मनोऱ्यात बसून व्यापारी पद्धतीने काम करणाऱ्या वास्तुरचनाकारांचे दिवसही आता संपलेत. मोठे काम मिळवण्यासाठी सल्ला-सेवा फुकट देणाऱ्या तज्ज्ञांचे युगही आता संपले. आता कामाची नवी पद्धत अमलात आणणे गरजेचे आहे.

संघाच्या माध्यमातून काम करताना संभाव्य प्रश्न व त्यावरील उपायांबाबत चर्चा करता येते. त्यामुळे परस्परांची ताकद वाढते व परस्परांच्या कमतरता भरून निघतात.

बहुशास्त्रीय कौशल्ये व क्षमतांचा उपयोग करून घेत समाजविज्ञानाच्या विश्लेषणात्मक पायावर नवीन तंत्रज्ञान उभारता येईल.

सहभागात्मक निर्णयप्रक्रियेच्या माध्यमातून लोकांसोबत काम करताना त्यांच्याकडून शिकता येईल. खेडोपाडी व शहरी भागातील झोपडपट्ट्यांमध्ये जाऊन, तेथील रहिवाशांबरोबर राहून त्यांच्याकडून शिकणे हे नवीन व्यावसायिक पद्धतीतले आवश्यक तंत्र म्हणून पुढे आले पाहिजे. ज्या भागात काम करायचे आहे तेथील स्वरूप समजून घेण्यासाठी शास्त्रीय पद्धतीचा वापर करायला हवा. सर्व पातळ्यांवरील वापराची शास्त्रशुद्ध नोंद करण्यासाठी साधने विकसित करायला हवीत. त्यात विविध प्रकारची वापरात येणारी सामग्री, उत्पादक प्रणाली, स्थानिक कच्चा माल व तंत्र, तसेच वितरण प्रणालीचाही अभ्यास केला जावा. कल्पनेवर आधारलेले भ्रामक विज्ञान, सर्वेक्षणाचा आराखडा, सर्वेक्षण चाचणी नमुना व नियंत्रित गट वगैरे प्रकारांच्या सापळ्यात अडकून पडू नये. हे सारे शहरातील सुखसोयींनी युक्त कार्यालयात बसून प्रशासन करणाऱ्यांच्या तालावर चालते. त्या क्षेत्रातील बेरोजगार

पदवीधरांकडून ही कामे करून घेतली जातात. आपल्याला जित्याजागत्या व्यक्तींचा अभ्यास, गटाच्या मुलाखती व त्या भागाचा इतिहास लक्षात घेऊनच समस्यांचे स्वरूप समजू शकेल. लोकांच्या सहभागातून बांधकाम ही तर हक्काची प्रयोगशाळा ठरू शकेल. आपल्या लक्षात आलेल्या प्रश्नांचे स्वरूप किती गहन गंभीर आहे ते जाणून घेण्यासाठी नमुना सर्वेक्षणाचा आधार घेता येईल. मात्र हे पक्के ध्यानात ठेवले पाहिजे, की मोठ्या प्रणालीत असणाऱ्या लोकांच्या समस्या किंवा मुद्दे सर्वेक्षणाच्या माध्यमातून कधीच कळू शकत नाहीत.

नव्या वास्तुशिल्प रचनेच्या प्रक्रियेचा आराखडा व चाचणी करायला हवी. ते काम समाजासाठी पर्याय ठरू शकणारे असावे. हे पर्याय व निवडीची प्रणाली भक्कम असावेत ही जबाबदारी आपली आहे. वर सांगितलेले सर्व घटक सामावणारी पद्धती स्पष्टपणे हळूहळू आपण विकसित करावी.

शेवटी, आवाज उठवू न शकणाऱ्यांच्या समस्यांचे निराकरण या नव्या शैलीत असायला हवे. काम करणे, ते यशाकडे नेणे व त्यातून पुन्हा शिकणे या गोष्टी पद्धतशीरपणे व्हायला हव्यात.

नवी वास्तुशिल्पकला

कामाची नवी पद्धत व नवा दृष्टिकोन जपणारी नवी वास्तुशिल्पकला असावी. जुन्या पद्धतीतून नव्याकडे जाणे हे वादाचे ठरू शकेल. कारण विकासामुळे जे हाती येते त्या सगळ्याची पुनर्रचना यात अभिप्रेत आहे. याचाच अर्थ असा, की उत्पादनापासून मिळणाऱ्या लाभांचे वितरण नव्या तऱ्हेने करायला हवे. यामुळे व्यापारी वास्तुरचनाकार व नोकरशहांच्यावरून खाली नेणाऱ्या उतरंडीनुसार काम करण्याच्या पद्धतीला छेद दिला जातो. जुन्या पद्धतीच्या प्रशिक्षण संस्था व त्यांची अमूर्त तंत्रे, तसेच त्यांचा बडिवार माजवणाऱ्या संस्थांची उभारलेली मांदियाळी, या सगळ्यांचे महत्त्व या नव्या पद्धतीमुळे धोक्यात येणार. कालबाह्य झालेली पण सतत झालेली प्रारूपे वापरण्याचे महत्त्वही मग संपुष्टात येईल. ही नवी पद्धत शहरी व ग्रामीण लोकसंख्येच्या मानगुटीवर बसलेल्या जागतिकीकरणाच्या भुताला पळवू पाहणारी आहे, स्वयंपूर्णतेकडे नेणारी आहे.

ही नवी पद्धती गूढवादी डाव्या विचारसरणीच्या शहरी अभिजनवर्गालाही पेचात पकडणार. कारण असंख्यांचे संकटविमोचक म्हणून काम करत ही मंडळी उलट त्यांचा वंचितपणा सहन करत असतात. स्वतःच्या बुद्धिजीवी, आत्मकेंद्री व काल्पनिक भविष्यात रंगून ती तसे करत असतात. कधी होणेच शक्य नाही अशा क्रांतीबद्दल ते बोलतात. ही नवी पद्धती उत्पादनाबाबतचे हितसंबंध जपणाऱ्या प्रस्थापित प्रणालीलाच प्रश्न विचारणार. कारण तिने निर्णयाचे अधिकार वापरणाऱ्याच्याच हाती दिले आहेत आणि त्यांनी त्यांच्या प्राथमिकता

लक्षात घेऊन ते वापरायचे आहेत. एकत्रितपणे या सहा घटकांची ताकद जशी हितसंबंध जपणाऱ्यांना विरोध करू शकेल, त्याचप्रमाणे एकेकट्याने व मिळून लढण्याला बळ देऊ शकेल. या नव्या वास्तुरचना पद्धतीला वेगवेगळ्या थरांतून विरोध झाल्यास आश्चर्य वाटायला नको.

मात्र हे नवे वास्तुरचनाशास्त्र अखेर यशस्वी होईल कसे? तर ते समूहांच्या आणि अर्थातच बहुसंख्यांच्या हिताची जपणूक करणारे आहे म्हणून. आधी सांगितलेले गैरप्रकार करणाऱ्यांमध्ये मुळात अंतर्गत विरोध आहे व एकमेकांबरोबर काम करताना त्यांना अडचणींना तोंड द्यावे लागते आहे. कारण पुरोगामी घटकांना समाजासाठी व स्वतःसाठीही नवी वास्तुरचना पद्धत यायला हवी आहे. त्यासाठी पुढाकार घेणे हे ते आपले कर्तव्य मानतात. या सगळ्यामुळे नवी वास्तुरचना पद्धती आवश्यक होऊन बसली आहे.

नव्या वास्तुरचना पद्धतीसाठी व्यूहरचना

नव्या वास्तुरचना पद्धतीच्या उदयासाठी कोणती व्यूहरचना असावी?

संस्थांनी नव्या वास्तुरचनेचा अंगीकार करावा. या संस्थांना पारंपरिक अनुदानांना मुकावे लागेल. तेव्हा त्यांनी पुरोगामी विचारांच्या व्यक्तींचा पाठिंबा त्यासाठी मिळवावा. 'अनवाणी' वास्तुरचनाकार, स्थानिक कारागीर व निरनिराळ्या प्रकारचे काम करू शकणाऱ्या वस्तीतील माणसांना यासाठी प्रशिक्षण देता येईल. लॉरी बेकर यांची बांधकाम केंद्रांची संकल्पना आपल्याला नवी सुरुवात करण्यासाठी उपयुक्त ठरू शकेल.

वास्तुशिल्पकारांचा नवा व्यवसाय उदयाला यायला हवा. त्यात व्यक्तिगततेच्या भावनेचा लोप होऊन वैशिष्ट्यपूर्ण कार्यपद्धतीचे तंत्र हे मूलभूत लक्ष्य असावे. अहमदाबादचे 'विकास : सेंटर फॉर डेव्हलपमेन्ट' हे या दृष्टीने आदर्श उदाहरण म्हणायला हवे.

नवे वास्तुशिल्प प्रचलित प्रणालींच्या आधारे वाढावे आणि वास्तुरचनाकारांनी विचार करायला लावणारे पर्याय निर्माण करावेत. ते पाहून विधायक चर्चा घडल्या पाहिजेत. प्रणालीपासून दूर राहिले तर अद्ययावत माहिती नसते व एकांगी पडलेला टीकाकार होण्याची भीती राहते.

यासाठी थेट कोणती कृती करावी?

'अनवाणी वास्तुरचनाकार' म्हणून समाजासाठी काम करावे. त्यासाठी स्वयंसेवी संस्थांची मदत घ्यावी. कोणत्याही तरुण वास्तुरचनाकारासाठी कारकिर्दीची सुरुवात करायला ही आदर्श पद्धत ठरू शकेल. अहमदाबादमधील 'स्टडी ॲक्शन ग्रुप' (एएसएजी) व कोलकातामधील 'उन्नयन' या संस्था चांगली उदाहरणे आहेत.

कृतिप्रधान संस्थांमध्ये काम करावे. तिथे प्रत्यक्ष जागेवर जाऊन काम करणे सुरू राहते आणि 'जिवंत प्रकल्पां'वर काम करता येते. पुण्यातील 'हॅबिटेट ॲण्ड असोसिएट्स' व 'मशाल' या संस्था ही लक्षात घेण्याजोगी उदाहरणे आहेत.

दुसऱ्या नव्या वास्तुरचनाकारांना शिकवावे.

स्वतः लेखक, सल्लागार किंवा मुक्त संशोधक म्हणून काम करावे.

संबंधित विकास संस्थांसोबत काम करावे. 'मॉनिटर इन मुंबई' ही एक याच प्रकारची अर्थविषयक संस्था आहे. विकासासाबत काम करणाऱ्या अधिकाऱ्यांसोबत काम केल्यासही 'योग्य दिशा' समजायला मदत होते.

यातला कुठलाही मार्ग निवडला तरी वास्तुरचनाकाराने आपल्या मूळ व्यावसायिक वृत्तीचाही विचार करावा. संधी व हुद्द्यापलीकडे बरेच काही मिळवून देणारे लक्ष्य व आचरण ठेवणे त्यामुळे सोपे जाईल.

नव्या वास्तुरचनाकारांनी बदल घडवणारे म्हणून वागावे. समस्यांचा अभ्यास करून त्यांच्या निराकरणासाठी नवा आराखडा मांडावा. अशा साधनांचा उपयोग बदल रुजवण्यासाठी करावा. यासाठी अथक परिश्रमांची गरज आहे.

स्वतःच्या हातांनी बांधकाम करणारी माणसे

आपले धोरणकर्ते 'गृहबांधणी'साठी जागा व पैशाची कमतरता असल्याचे सातत्याने सांगतात. निवारा हा प्रक्रिया म्हणून नव्हे तर उत्पादन म्हणून पाहण्याची त्यांना सवय लागलेली आहे. घरासाठी तसा 'काहीच खर्च येत नाही' हे त्यांच्या लक्षातच येत नाही. लोकांनी त्यांची घरे स्वतः बांधायला छोटे प्लॉट त्यांनी देऊन पाहावे. यासाठी लागणाऱ्या किमान पायाभूत सुविधा व सेवांची मदत सुरुवातीला त्यांच्याकडून मिळेल. त्याचा मोबदलाही त्यांना मिळेल. लोकांना जर त्यांची घरे स्वतः बांधायला दिलीत तर कमी खर्चात हे काम ते करू शकतील. जर कमी पैशांमध्ये जास्तीत जास्त लोकांसाठी आपल्याला जास्तीत जास्त निवारा उपलब्ध करून द्यायचा असेल तर आपल्याला छोटी शहरी खेडी तयार करायला हवीत. तिथे छोटे पदपथ, पिण्याचे पाणी, सार्वजनिक शौचालये, गटारे, रस्त्यावरील दिवे व वीज द्यायला हवी. लोक त्यांना परवडणाऱ्या हप्त्यांच्या माध्यमातून त्यासाठी पैसे मोजतील. या सुविधांच्या निर्मितीसाठी ते मिळून काम करतील.

शेवटी जागेच्या प्रश्नाबद्दल. आश्चर्य म्हणजे राज्य शासनाला शहरे व बंदरांपासची हजारो हेक्टर जमीन कशी शोधता येते? तसेच त्यांना रेल्वे मार्गाजवळ आणि महानगरांच्या हद्दीत विशेष वस्ती क्षेत्र निर्माण करायला काय हरकत आहे? त्यासाठी त्या जमिनीचे मालक

असलेल्या शेतकऱ्यांना भागभांडवलधारक करता येईल. या ठिकाणी जे करण्यात आले त्यात आणखी सुधारणा करून त्याला समानतेचा दर्जा देता येईल.

यासाठी नव्या मानसिकतेची गरज आहे. त्यामुळे आपण नॅनो तंत्रज्ञानापेक्षाही वेगाने नव्या वस्त्या मोठ्या प्रमाणात उभारू शकू.

(अनुवाद : नीला शर्मा)

सौजन्यशील क्रांतिकारक या टोपणनावाने ओळखल्या जाणाऱ्या इला भट यांनी ठरवून गांधीविचार व मानवी संघटनेच्या माध्यमातून अनेकांचे जीवनमान उंचावण्याचे कार्य केले आहे. त्यांच्या कामाबद्दलची माहिती ही निर्धार व सहनशीलतेची महती सांगणारी प्रेरक गाथाच ठरू शकेल. त्या कट्टर गांधीवादी आहेत. कष्टकरी, सहकारी, महिला व अल्पबचत चळवळींच्या आंतरराष्ट्रीय पातळीवरील नेत्या म्हणून सर्वत्र त्यांना मान मिळतो.

प्रस्थापित व समाजाच्या चाकोरीबाहेर जाऊन इला भट यांनी 'सेल्फ-एम्प्लॉइड वुमन्स असोसिएशन, (SEWA-सेवा) ही संघटना स्थापन केली. भारतातील अत्यंत शोषित अशा कष्टकरी महिलांच्या हक्कांचे संरक्षण व त्यांचा आत्मविश्वास जोपासण्याचे काम या संघटनेच्या माध्यमातून त्या करतात.

इला भट यांना प्रतिष्ठेचा मानला जाणारा 'रॅमन मॅगसेसे पुरस्कार' व फ्रेंच सरकारतर्फे दिला जाणारा 'लीजन ऑफ ऑनर' हा बहुमान त्यांच्या कार्याबद्दल मिळालेला आहे. मात्र, त्यांच्या जादुई स्पर्शाने कमालीच्या बदललेल्या असंख्यजणांच्या आयुष्यात फुललेल्या आनंदापुढे हे सारे पुरस्कार फिके पडतात.

इला भट

"आर्थिक समानता हीच अहिंसात्मक स्वातंत्र्यासाठीची गुरुकिल्ली आहे."

आर्थिक स्वातंत्र्याच्या दिशेने

भारताचा स्वातंत्र्यलढा आणि त्यानंतर स्वतंत्र राष्ट्र म्हणून अस्तित्वात येणे, ही प्रक्रिया बघत बघत मी लहानाची मोठी होत होते. लहानपणी आम्ही राष्ट्राच्या पुनर्बांधणीची व आयुष्य नव्याने घडवण्याची प्रतिज्ञा करायचो, जेणेकरून प्रत्येक भारतीयाला स्वातंत्र्य उपभोगता यावे. तरुण असताना पुढे आपल्याला काय करायचे आहे, याबाबत आमच्या मनात अजिबात संभ्रम नव्हता. महात्मा गांधींनी आम्हाला मार्ग दाखवलेला होता. त्यांचे जीवन हाच आमच्यासाठी स्पष्ट संदेश होते. राष्ट्र उभारणी व त्यातील लोकांसाठी ते तपशिलात विचार करत आणि तो स्वतःच्या आचरणातही आणत असत. वैयक्तिक स्वच्छतेचा विचार करत असतानाच राजकीय स्वातंत्र्याचाही विचार ते करू शकायचे. त्यांच्यासाठी स्वच्छतागृहांमधील व गावतळ्यांची साफसफाई ही आध्यात्मिकदृष्ट्या पापमुक्ती यासारखीच असे. त्यांचे विचार माझ्यासाठी आणि 'सेल्फ-एम्प्लॉइड वुमन्स असोसिएशन' (सेवा) या संघटनेसाठीही मोठ्या प्रमाणात मार्गदर्शक ठरले आहेत.

त्या किशोरवयातही आम्हाला एक गोष्ट समजली होती, की भारतीय जनतेने राजकीय व त्याचबरोबर आर्थिक स्वातंत्र्यही गमावले आहे. अर्थव्यवस्थेचा विचार लोकसमूहांच्या दृष्टिकोनातून करायला आम्ही शिकलो. चार मुख्य सूत्रे समोर ठेवून आम्ही तेव्हा विचार करायचो.

त्यातील पहिले सूत्र असे होते, बेरजेची गुंतागुंत म्हणजे प्रगती नव्हे. अर्थव्यवस्थेत सोपेपणा असला पाहिजे. दुसरे सूत्र अहिंसेचे होते. हिंसा ही मुळातच स्वातंत्र्याला धरून नाही. तिसरे सूत्र होते श्रमाची प्रतिष्ठा व पावित्र्य. श्रम हा निसर्गाचा नियम आहे. त्याचे उल्लंघन

हेच सध्याच्या आर्थिक विचक्यामागचे खरे कारण आहे. चौथे सूत्र मानवी मूल्य हे होते. मानवतावादाला पर्यायच नाही. साधेपणा, अहिंसा, श्रमांचे पावित्र्य व मानवता या चार आधारशिलांवर भारतीय अर्थव्यवस्थेची उभारणी करायची शिकवण आम्हाला मिळालेली होती.

विचारांचे मध्यवर्ती केंद्र माणूस हा असल्याकारणाने साकल्याने व एकात्मिक पद्धतीने विचार करायला हवा, हे हळूहळू आमच्या लक्षात येत गेले. विकासाचा सर्व बाजूंनी विचार करत असल्याने आम्ही आमच्या प्रत्येक कृतीचा परिणाम स्वतःवर, समाजावर व जगावर कसाकसा होईल याचा संबंध जोडून पाहत होतो. अशा प्रकारे आम्ही जबाबदार असे विश्वनागरिक म्हणून घडत होतो. हे असे दुवेच आमच्या शिक्षणाचा पाया ठरत होते.

कामाला माझ्या हृदयात खूप महत्त्वाचे स्थान राहिलेले आहे. माणसाच्या आयुष्याचे मर्मच मुळी 'कर्म' हे आहे. भगवद्गीतेत म्हटलेले आहे, 'कष्टांशिवाय मिळालेल्या फळाचा स्वीकार करणे म्हणजे या विश्वातले काही तरी चोरण्यासारखे आहे.' आपले काम, उत्पादक कामच आपल्याला विकासाकडे व विस्ताराकडे नेत असते. गरीब स्त्रियांसोबत काम करताना आम्ही पाहतो, की काम हा त्यांच्या जीवनाचा मुख्य आधार आहे. कामामुळेच त्यांच्या आयुष्याला अर्थ प्राप्त झालेला आहे. आपल्या कामामुळेच आपली ओळख निर्माण होते. कामामुळे रोजगार मिळतो. त्यासाठी वस्तू किंवा सेवांची निर्मिती होते. अशा प्रकारे समाज बांधला जातो.

मात्र गरिबीमुळे हे संतुलन नाहीसे होते. आपल्याला शोषण सर्वत्र दिसत असते. व्यक्तिगत किंवा सामुदायिक पातळीवर, तसेच पर्यावरणाबाबतसुद्धा.

गरिबीमुळे सर्व पातळ्यांवर भेदाभेद बघायला मिळतो. मग तो वर्ग, जात, रंग, धर्म, जमिनीचा मालकी हक्क, लिंग किंवा भाषेबाबतही असू शकतो. त्याचप्रमाणे आर्थिक, सामाजिक, मानसिक व आध्यात्मिक पातळीवर आपण इतरांचे भक्ष्य ठरण्याचा धोकाही गरिबीमुळे निर्माण होत असतो. लोकांच्या मनातल्या मूल्यांवरच्या श्रद्धा लोप पावून त्यांची जागा अंधश्रद्धा घेते.

माझ्या समजुतीप्रमाणे गांधीजींनी अहिंसेबाबत दिलेला संदेश हा खरे म्हणजे गरिबीविरोधातला संदेश आहे. गरिबी ही व्यक्ती, समाज व निसर्गाची केली जाणारी हत्याच आहे. गरिबी आणि स्वातंत्र्य या दोन वेगळ्या गोष्टी नाहीत. तळागाळातले पुरुष किंवा स्त्रियांच्या हक्कांवर गदा आणून देशाला स्वातंत्र्य उपभोगता येणार नाही.

गांधीजींनी स्त्रियांना सामील करून घेतल्यामुळे पुढे बऱ्याच गोष्टी घडू शकल्या. सामाजिक परिवर्तनासाठी स्त्रियांच्या नेतृत्वावर त्यांचा प्रचंड विश्वास होता. जगाला परिवर्तनाच्या दिशेने नेण्याच्या स्त्रियांच्या क्षमतेवर असलेली त्यांची श्रद्धा माझ्या मनातही निर्माण झाली.

एस. ई. डब्ल्यू. ए. (SEWA-सेवा)

'सेवा' संस्थेत आम्ही ज्यांच्यासोबत काम करतो त्या स्त्रिया समाजाच्या चटकन भक्ष्यस्थानी पडू शकल्या असत्या; पण संघटित शक्तीमुळे तसे होऊ शकत नाही. आत्मप्रतिष्ठा या गांधीजींच्या मूल्यावर त्यांची संघटना ताकदीने उभी आहे.

'सेवा'मध्ये आम्ही कामासाठी भेटतो. परस्परसंपर्काचे जाळेही आम्ही तयार केले आहे. इथे आम्ही छोट्या-मोठ्या संघटना तयार केल्या आहेत. त्या आमच्या कामाच्या गरजा तर भागवतातच; शिवाय व्यापारी, कंत्राटदार, आपले शासन, जागतिक समुदाय तसेच आपल्या 'व्यवस्थेची प्रणाली' व 'स्वरूप' यांसारख्या माध्यमांतून होणारे आर्थिक शोषण रोखण्यासाठीही या संघटना उपयोगी ठरतात. 'सेवा'मध्ये आम्ही सर्वांनी एकत्र येऊन बँकेची उभारणी केली आहे. त्यातून पैशांची बचत, पैसे तात्पुरते उसने किंवा कर्जाऊ घेणे, ठेवी, स्रोतांची चाचपणी वगैरे आर्थिक गरजा भागवता येतात आणि भौतिक जीवनमान उंचावायला मदत होते. आम्ही देशभरातील आमची उत्पादन प्रक्रिया एका सूत्रात जोडण्यासाठी सहकारी संस्थाही सुरू केली आहे. मातृत्वकाळातील गरजा, आरोग्य व जीवन विम्यासाठी मदत व्हावी म्हणून आम्ही सामाजिक सुरक्षितता संपर्कजाळेही निर्माण केले आहे. स्थानिक व जागतिक बाजारपेठेदरम्यान आम्ही एक पूल तयार करायचा प्रयत्न करत आहोत. जगभरातील महिला शेतकरी व कारागिरांच्या वस्तूंच्या विक्रीसाठी उत्तम संधी निर्माण व्हावी यासाठी हा प्रयत्न आहे. आमच्यातील क्षमता वाढाव्यात, संघटन व्हावे, आमचे प्रश्न आम्हाला हाताळता यावेत व बाहेरच्या जगात आपला ठसा उमटवता यावा यासाठी आम्ही खास शाळा तयार केल्या आहेत.

'सेवा' हा प्रकल्प किंवा संस्था नव्हे. हे अर्थविषयक काम करणारे केंद्रही नाही. ढळणारा तोल सावरण्यासाठीचा हा प्रयत्न आहे. गरीब महिला, तिचे कुटुंब, तिचा समाज, तिच्या कामासंदर्भातील वातावरण आणि आपण सारे राहत असलेल्या जगाच्या भल्यासाठी 'सेवा' काम करते.

जग नेहमी बदलत असते

आज जगाचे नेतृत्व करणाऱ्यांना ज्या दोन मूलभूत व जागतिक समस्यांना तोंड द्यावे लागत आहे, त्या म्हणजे वातावरणातील बदल व सर्वसमावेशक विकास. उपलब्ध साधनसंपत्ती अगदीच थोडी आहे, पण त्यांना हस्तगत करण्याची स्पर्धा मात्र जबरदस्त आहे. सर्वसामान्य आर्थिक सिद्धांतानुसार चालणारे उद्योजक व राष्ट्रीय पातळीवरचे व्यवस्थापनतज्ज्ञ सांगतात, की उत्तम स्थितीतील संघटना आणि राष्ट्रांचा महसूल तसेच एकूण देशांतर्गत उत्पादन उत्तरोत्तर वाढत असते. परिणामी, त्यातील दरडोई उत्पन्नातही वाढ होत राहते. याचा परिणाम होऊन उत्पादन आणि त्याचबरोबर खर्च करण्याचा आपला कलही वाढतो आहे. त्याचा दुष्परिणाम होऊन साधनसंपत्ती टंचाई निर्माण होते आहे. आपण आपल्या पृथ्वीला अक्षरशः खाऊन

टाकतो आहोत.

ज्या मानसिकतेतून हे प्रश्न निर्माण झाले आहेत ती तशीच ठेवली तर हे सुटणार तरी कसे? मग विनाशाकडे नेणारा आर्थिक व व्यवस्थापन प्रारूपाचा वारसा काय कामाचा, असे मी म्हटले तर ?

सगळ्यात पहिली गोष्ट अशी, की वातावरणातल्या बदलांसाठी गरीब किंवा त्यांचे रोजगार अजिबात जबाबदार नाहीत. किंबहुना आपत्ती व्यवस्थापनात उलट त्यांच्याच कामाची मदत नेहमी होत असते, हे कधीच आपल्या लक्षात येत नाही. या गोष्टीची दखल घेतली जात नाही.

वस्तुस्थिती अशी आहे, की औपचारिक अर्थव्यवस्था ही अनौपचारिक अर्थव्यवस्थेच्या विरोधात उभी ठाकलेली आहे. औपचारिक अर्थव्यवस्थाच समस्येवरील ठोस उपाय असल्याची समजूत सर्वदूर पसरलेली आहे. त्यामुळे तिचीच भलावण केली जात असते. मेख आहे ती इथेच. पूर्वीच्या वर्गवारीच्या संबंधात बोलताना आपण वातावरणातला बदल, मानवी चेहरा व शाश्वततेबद्दल बोलू शकत नाही कारण ते जुन्या सत्ताव्यवस्थेचे समर्थन ठरेल. खासगी गुंतवणूक गरजेची आहेच पण परस्परसंबंधांबाबतचा नवा दृष्टिकोन असलेली संरचनाही तेवढीच गरजेची आहे. याउलट, आज वेगळेच चित्र दिसते आहे. समाजाची अर्थव्यवस्था व संघटनांची अर्थव्यवस्था यांच्यात चकमकी उडत आहेत. ही लढाई खरे तर रोजगार विरुद्ध व्यापार अशी आहे. माझा शोध चाललेला आहे तो समाजाने गुंतवणूक करून त्यातून लाभ कमवावा आणि इतरांबरोबर समानतेच्या पातळीवर भागीदारी करावी यासाठी.

मी अगोदर सांगितले त्याप्रमाणे मला कल्पना सुचतात त्या गांधीविचारधारेच्या परंपरेतून, लिंगभावाबद्दलच्या जागतिक धारणेतून व तळागाळातल्या विधायक कार्यातून. त्यामुळे माझे मागणे असे आहे, की खासगी क्षेत्राला ताकदवान शक्ती म्हणून निमंत्रित करण्याऐवजी रोजगार आणि व्यवसायाचा संगम घडवू शकणाऱ्या नव्या दृष्टिसामर्थ्यासह त्यांनी यावे. पाश्चिमात्य जगातील पर्यावरणतज्ज्ञांकडून सांगितले जाते त्याप्रमाणे उद्योजक व व्यवसायांना सुचवल्या जाणाऱ्या गरजेनुरूप जुळवून घेण्याच्या (ॲडाप्टेशन) गोष्टी करणाऱ्यांना मी म्हटले आहे ते समजणार नाही.

भागभांडवलधारकांची भाषा कदाचित भागधारकांच्या कल्पनेला प्रत्यक्षात आणायला पूरक असू शकेल. विस्ताराने बघायचे झाले तर निसर्गसुद्धा भागधारकच असतो. भागभांडवलधारक व भागधारकांनी मिळून एकत्रितपणे म्हणणे मांडल्याशिवाय आपल्याला पुढे जाता यायचे नाही.

मोठ्या प्रमाणावरचे व्यवसाय अस्तित्वात येण्याआधी प्रत्येक समाजाची आपापली पोटापुरत्या रोजगाराची व्यवस्था होती. त्यात अनौपचारिक अर्थव्यवस्था व विविधांगी समाजाची सांगड घातलेली होती. समाज म्हणजे नागरी संस्था. समाजाची अशी समजूत असते, की निसर्गाची

स्वतःची आर्थिक व्यवस्था असते आणि त्यानुसार कामकाज चालते. स्त्रियांच्या कामांबाबत लिंगभावाचा प्रभाव समाजात दिसून येतो. शाश्वततेची कुठलीही कल्पना निसर्ग, लिंगभाव व स्त्रियांचे काम यावर बेतलेली असते. मला असे वाटते, की वातावरणातील बदलांचा अभ्यास करणारे तज्ज्ञ व खासगी क्षेत्र ही रचना जोवर समजून घेणार नाहीत, तोवर फारसे काहीही घडणार नाही.

आता व्यवसायाबद्दल बोलू या. अर्थशास्त्रीय दृष्टीने विचार केला तर व्यवसायाला प्रत्यक्ष जीवन, सभोवतालचे जग, रोजगार, जीवनमान, जीवनचक्र व जगण्याची संधी या गोष्टींपासून सुटे करून पाहता येणार नाही. कामाला निसर्गापासून वेगळे करणे शक्य नसल्याने 'गरजेनुरूप बदल घडवणे' हेसुद्धा तात्पुरते पुनर्वसन ठरेल. स्थानिक समाज हे लोक व अनौपचारिक अर्थव्यवस्थेतील दुव्याच्या आधारेच तगू शकतात. आधुनिक अर्थव्यवस्थेत या दोन्हींसाठी फारशी जागा नाही. ही अर्थव्यवस्था जीवनाचे विविध प्रकारचे घाट व रोजगाराचे स्रोत यावर बेतलेली आहे. आपल्याला खरेदी व विक्रीच्या किमतीतल्या फरकापेक्षा त्याचे अर्थशास्त्रच आपल्या गरजेनुरूप बदलून घेणे आवश्यक ठरणार आहे. काठावर असणे, बळी पडायची शक्यता जास्त असणे व उपजीविका हे घटक वाढत्या गरिबीऐवजी वेगळे दिसायला हवेत.

आता आपण कचऱ्याबद्दल बोलू या. कचरा हा कचरा समजल्या जाणाऱ्या लोकांसाठीची एकमेव साधनसंपत्ती ठरते. आपल्याकडल्या लोकांचे कचऱ्याबाबतचे अर्थशास्त्रही बदलायला हवे आहे, नाही तर त्यांचे जगणे अवघड होईल. नामशेष होण्याच्या मार्गावर असलेले समाज, अनौपचारिक अर्थव्यवस्था, संपत चाललेल्या हस्तकला व कौशल्ये तसेच काठावर जगणाऱ्यांसाठीचे अर्थशास्त्र या बाबी खासगी व्यवसायासाठी हिताच्या नसतीलही कदाचित; पण लाखो गरीब कष्टकऱ्यांचा उदरनिर्वाह त्यावरच चालतो. या अर्थव्यवस्थेला संजीवनी देण्याची गरज आहे.

आता वातावरणातील बदलांविषयी. ही समस्या जर जीवनशैलीशी संबंधित समस्यांपासून वेगळी काढली तर रोजगाराची नवी व्याख्या करणे भाग पडेल. वातावरणातील बदलांची जाणीव माणसांना करून देत 'हिरवी भांडवलशाही' रुजवण्यात महापालिकांचा मोठा वाटा असेल. लोकांच्या आत्मभानाला खासगी गुंतवणुकीची जोड मिळायला हवी. खासगी गुंतवणूकदार संपत्ती निर्माण करतात की, फक्त पैसेच हा प्रश्न विचारला जायला हवा.

'आपल्या गरजांनुरूप बदल घडवण्या'च्या प्रक्रियेतूनसुद्धा वाढती अर्थव्यवस्था संभवते असे मला वाटते. छोट्या शेतमळेवाल्यांना त्यांच्या उत्पादनातून चांगला फायदा मिळतो. निर्मितीच्या क्षेत्राबाबत मी एक स्वप्न पाहते. लाखो छोट्या व मध्यम 'पर्यावरणपूरक व स्वच्छ' उत्पादनकेंद्रांमधून इच्च पातळीवरची आर्थिक वाढ होण्याचे ते स्वप्न आहे.

या सगळ्यामुळे हे ठरवता येईल, की कुठले तंत्रज्ञान वापरावे आणि कुठल्या प्रकारची पूरक स्वरूपाची धोरणे असणारे वातावरण हवे. फक्त वाढीचा उंचावणारा दर असून भागणार नाही.

मोठ्या प्रमाणात रोजगारनिर्मिती झाली तरच निसर्गाची तूट भरून निघेल व आपली परिसंस्था दुरुस्त होऊ शकेल. मला अभिप्रेत असलेला सभ्य अर्थव्यवस्थेचा अर्थ हा असा आहे.

स्त्रियांची पद्धत

आपापसातील दुफळी, अहिंसा व भूक यामुळे जगाच्या चिरफळ्या उडत आहेत. कित्येक सीमांवर निर्वासित शिबिरांची संख्या फुगत चालली आहे. यासाठी आपल्याला काय करता येईल?

समाजाची पुन्हा उभारणी करण्यात स्त्रियांचा वाटा खूप मोठा असतो, असा माझा अनुभव आहे. स्त्रियांवर लक्ष केंद्रित करताच तुमच्या लक्षात येईल, की स्थैर्यासाठी त्या प्रयत्न करतात. बाईला तिच्या कुटुंबासाठी पाळेमुळे विस्तारायची असतात. तिच्यात तुम्हाला कामगार, पुरवठादार, काळजीवाहू शिक्षिका आणि संपर्कजाळे तयार करणारी अशी विविध रूपे दिसतात. तिच्यातले संबंधांचे धागे ती ठाकून ठोकून बळकट करत असते. तुम्हाला निर्माती व टिकवून ठेवणारी शक्तीच तिच्या माध्यमातून मिळत असते. आपण शांततेसाठी हाती घेतलेल्या प्रक्रियेत स्त्रियांचा सहभाग व प्रतिनिधित्व असायलाच हवे, असे मला वाटते. स्त्रिया टेबलांभोवतीच्या चर्चेत विधायक, सर्जनात्मक व शाश्वत उपाययोजना सुचवतात. स्त्रिया केंद्रस्थानी असल्या तर त्यांनी केलेले उत्पादक काम हे समाजाला एकत्र गुंफणाऱ्या धाग्यासारखे उपयोगी पडू शकते. तुमच्या हातात काम असेल तर समाजाला स्थैर्य मिळवून देण्यासाठी तुम्ही काही चांगले करू शकता. भविष्याबद्दलचा केवळ विचार करत न बसता उज्ज्वल भवितव्यासाठीचे नियोजन करायला हवे. तुम्ही मालमत्ता उभारू शकता. तिच्या आधारे तुम्ही शोषणाला बळी पडायची भीती कमी होईल. तुम्ही पुढच्या पिढीत गुंतवणूक करू शकता. आयुष्य फक्त जगण्यासाठीच नसते. उत्तम भविष्यासाठीची तरतूद करण्यासाठीही असते. कामामुळे शांतता आपोआपच निर्माण होते, कारण त्यामुळे जगायला आधार मिळतो. यामुळे समाज आकाराला येतो आणि त्यामुळे आयुष्याला अर्थ व प्रतिष्ठा प्राप्त होते.

अर्थातच मी अगोदर सांगितले तसा माझा जास्तीत जास्त भर कामावरच आहे. या कामाचा अर्थ कारखान्यातील काम हे घाम निथळायला लावणारे काम नाही. घाणेरडे आणि स्वस्तातले काम माणसाचे गुलामात रूपांतर करते. उद्योगविश्वातील व्यवस्थापनाने तशा प्रकारे काम करून घेणे म्हणजे शोषणाचाच प्रकार आहे. काम म्हटल्यावर अन्न उत्पादन आणि पाण्याची उपलब्धता मला अभिप्रेत आहे. हजारो वर्षांपासून शेती, पशुपालन, मासेमारी, बांधकाम, कापडगिरण्या व वस्त्रांची निर्मिती यांच्या संदर्भात लोकांनी वापरलेल्या कौशल्यांचा दर्जा वाढवणे आवश्यक आहे. या अशा कामामुळे लोकांची पोटं तर भरतीलच; शिवाय त्यांचे स्वतःशी, सभोवतालच्यांशी, पृथ्वीशी, पर्यावरणाशी व आपल्याला घडवणाऱ्या परमेश्वराशी चांगले नाते निर्माण होऊ शकेल.

आर्थिक स्वातंत्र्यामुळेच शांतता लाभू शकेल. शीतयुद्ध म्हणजे शांतता नाही. राष्ट्रीय

पातळीवरच्या निवडणुका पार पडणे म्हणजे शांतता नाही. आर्थिक स्वातंत्र्याशिवाय राजकीय स्वातंत्र्य अपूर्णच आहे. ते पूर्ण होण्यासाठी दोन्हींची गरज आहे. त्यामुळेच शांतता मिळेल आणि ती टिकून राहू शकेल.

स्त्रिया यातून मार्ग काढताना मला दिसतात. स्त्रियांच्या नेतृत्वाला खतपाणी घालायची गरज आहे. सर्वसमावेशक समाज व शाश्वत पर्यावरण तयार करण्यासाठी स्त्री नेतृत्व हाच एकमेव आशेचा किरण आहे.

निसर्गाची कास धरून चालत आपण लोकांना आणि समूहांना वाढण्यासाठी उपयुक्त असेल ते देणे हे आपले काम आहे. या रीतीनेच जगभर आज स्त्री संघटना व त्यांचे संपर्कजाळे वाढताना दिसून येते आहे.

स्त्रियांच्या काम करण्याच्या पद्धतीत लक्ष्य असते, पण मूल्येही असतात. प्रक्रिया घडवणे आणि तिच्यातून शिकत जाणे हे त्यांच्याबाबत घडते. स्त्रियांना वेळेचे थोड्या वेगळ्या प्रकारचे भान असते, मग प्रत्यक्ष कामासाठी किती का वेळ लागेना. लाखो लोकांपर्यंत पोहोचायला 'सेवा'ला ३० वर्षे लागली. स्त्रिया या संपूर्ण गट किंवा समाजाचा विचार करतात, त्या सगळ्यांना सामावून घ्यायची धडपड करतात. मागे पडलेल्यांसाठी त्या थांबतात. मग गटामुळे किंवा प्रक्रियेमुळे थोडा वेळ जरी जास्त गेला तरी त्या हे करतात. स्त्रियांपुढे असणारी ध्येये म्हणजे सत्ता गाजवण्याऐवजी सामावून घ्यायला हवे, लक्ष्यप्राप्तीपेक्षा प्रक्रिया महत्त्वाची, व्यक्तीपेक्षा समष्टी मोठी तसेच विभागणीपेक्षा एकात्मता असायला हवी.

आजघडीला याची गरज काय?

झपाट्याने बदलता काळ या बिकट समस्येला तोंड देण्यासाठी आज जगाला स्त्री नेतृत्वाची जास्तीत जास्त गरज आहे. नेतेपदी स्त्रियांची संख्या वाढणे एवढा मर्यादित अर्थ इथे अभिप्रेत नसून स्त्रियांबाबत पुरुषांच्या मनात सन्मानाची भावना वाढायला हवी, हे सांगायचे आहे.

अधाशीपणामुळे आपल्या पृथ्वीचा होणारा विनाश थोपवून ती आपल्या मुलाबाळांसाठी वाचवता यावी यासाठीही स्त्रियांचे नेतृत्व गरजेचे आहे. ते यासाठीही आवश्यक आहे, की विकासासाठी काही उपाय शोधता यावेत. त्यासाठी गरिबांना त्यांच्यासाठी हिताच्या उपाययोजना शोधायची मोकळीक देता यावी. असे झाले तर त्यांच्या उपाययोजनांना काही अर्थ राहील व त्या काळाशी सुसंगत ठरू शकतील.

पुरुषसत्ताक पद्धतीतून आलेली प्रारूपे अमाप आहेत, पण ती आपल्याला हव्या तशा जगाची निर्मिती करायला पुरेशी नाहीत. त्यामुळे समतोल साधण्यासाठी स्त्रियांचे नेतृत्व गरजेचे आहे.

(अनुवाद : नीला शर्मा)

गोपालकृष्ण गांधी

गोपालकृष्ण गांधी हे महात्मा गांधींचे नातू आहेत. त्यांनी २००४ ते ०९ या कालावधीत पश्चिम बंगालचे राज्यपाल म्हणून काम केले.

१९६८ मध्ये भारतीय प्रशासनसेवेत रुजू झाल्यावर त्यांनी भारताच्या उपराष्ट्रपतींचे सचिव म्हणून आणि नंतर राष्ट्रपतींचे सहसचिव म्हणून काम केले. १९९२ मध्ये ब्रिटनमधील भारताच्या उच्चायुक्तालयात सांस्कृतिक मंत्री म्हणून व लंडनमधील नेहरू सेंटरचे संचालक म्हणून त्यांनी योगदान दिले. दक्षिण आफ्रिका व श्रीलंकेत त्यांनी उच्चायुक्त म्हणूनही सेवा केली.

गांधी हे नाविण्यपूर्ण विषयांचे लेखक म्हणून व कित्येक महत्त्वाच्या साहित्यकृतींचे अनुवादक म्हणूनही ओळखले जातात. भारतीयांमधली विश्वासार्हता व राजा राममोहन राय, रवींद्रनाथ टागोर व मेघनाद साहा यांच्यासारख्या ख्यातनाम नेत्यांकडून त्यांनी आशावादाची प्रेरणा मिळाली, असे त्यांचे म्हणणे आहे.

'या गुरुतुल्य नेत्यांचा वारसा फक्त आज व उद्यापुरताच मर्यादित नसून तो सोनेरी भविष्याकडे नेणारा आहे', असेही ते सांगतात.

“तत्त्व हा परिपूर्णतेचा आविष्कार असतो. आपल्यासारखी माणसे परिपूर्ण नसल्यामुळे तत्त्वनिष्ठपणे जगायला कमी पडतात. आपण क्षणोक्षणी त्यात तडजोड करायला बघत असतो.”

गांधींची समर्पकता

‘गांधीजींची समर्पकता’ हे सूत्र आपण यापूर्वी कित्येक वेळा ऐकलेले आहे. मुद्देसूद निबंध किंवा डुलक्या घेणाऱ्यांसाठी चर्चासत्र आयोजित करणाऱ्यांना हे सूत्र शीर्षक म्हणून छान वाटते. यातून तसे पाहता गांधीजींना अभिप्रेत असलेले कार्य घडत नाही. यातून गांधीजींचे वेगळेच वर्णन केल्यासारखे भासते. जीवनावश्यक सामर्थ्य असणारा, विनोदी, अस्वस्थ करणारा, ताकीद देणारा, त्रासदायक, काळजी घेणारा व हात लावील त्याचे सोने करणारा, असे काहीसे त्यांचे कंटाळवाणे वर्णन ‘गांधीजींची समर्पकता’ या शब्दांमधून व्यक्त होत असल्यासारखे वाटते.

एखादी संस्था किंवा व्यक्ती किंवा काम ‘औचित्यपूर्ण’ असल्याचा शिक्का मारून सादर केल्यास तुमचे श्रोते किंवा वाचक तुम्ही हमखास गमावणार याची खात्री बाळगा. गांधींबाबत सांगायचे झाले, तर जे विकाऊ नाही त्याला तुम्ही विकायला निघाल्यासारखे होईल. गांधीजी हे विनामूल्य उपलब्ध आहेत, त्यांच्यासाठी काही वेगळ्या प्रकारची किंमत मोजावी लागत असली तरीही. यासाठीची मोठी किंमत म्हणजे गांधीजी हवे असल्यास व्यक्तिगत, संस्थागत किंवा सामाजिक पातळीवर आपल्याला पूर्ण बदलावे लागते. याबाबतचा एक किस्सा फारसा कोणालाच माहीत नाही, तो असा :

शेख मेहताब हे गांधीजींपेक्षा तीन वर्षांनी मोठे होते. राजकोटमधल्या या अविचारी बालमित्राने पौगंडावस्थेतल्या मोहनदासला धूम्रपान (ते करून पाहिल्यावर वास आवडला नाही म्हणून नकार दिला.), मांसाहार (खाऊन पाहिल्यावर चामडे खाल्ल्यासारखे वाटले. तिटकारा वाटल्यामुळे नकार दिला.), कुंटणखाना (प्रवेश केला. बाचाबाची होऊन गेल्या पावली परत फिरले.) अशा गोष्टींची ओळख करून द्यायचा प्रयत्न केला. सगळे होऊनही

मेहताबशी गांधीजींनी मैत्री तोडली नाही. दोन वर्षांनंतर गांधीजींनी दक्षिण आफ्रिकेतल्या वास्तव्यात मेहताबला त्यांच्याकडे येऊन राहायचे निमंत्रण दिले. मेहताबने ती संधी गमावली.

डर्बन, १८९५

मी ते सारं पाहिलं. दारावर टकटक केलं. प्रतिसाद मिळाला नाही म्हणून एवढ्या जोरात धडका मारल्या की भिंतींमध्ये कंपनं निर्माण झाली. आता दार उघडलं गेलं. आत एक देहविक्रय करणारी बाई बसलेली दिसली. मी तिला 'निघून जा आणि पुन्हा कधीही इकडे फिरकू नकोस' म्हणून सांगितलं.

गांधीजी (*मेहताबकडे वळून*) : मी तुझ्यावर ठेवलेल्या विश्वासाचे तू असे पांग फेडतो आहेस? आत्ता, या क्षणापासून मला तुझ्यासोबत कुठलेच संबंध नको आहेत. मी स्वतःचीच फसवणूक करत होतो. मूर्खपणा करत होतो. तू इथून ताबडतोब निघून जा.

शेख मेहताब : मी तुला उघडं पाडीन.

गांधी : मी जे काय केलं असेल त्याबद्दल खुशाल कुणालाही सांग. मी काहीच लपवणार नाही; पण (*हात झटकून*) तू इथे थांबू नकोस आता.

शेख मेहताब *उभाच राहिला.*

गांधी, व्हिन्सेंट लॉरेन्स [२] यांना : कृपा करून तुम्ही पोलिस अधीक्षकांकडे जा आणि त्यांना माझ्या वतीने शुभेच्छा देऊन सांगा, की माझ्यासोबत इथे जो माणूस राहत होता त्याने गैरवर्तन केलं आहे. मला त्याला माझ्या घरात राहू द्यायचं नाहीय; पण तो ऐकायला तयार नाही. यासाठी पोलिसांची मदत जर मला तातडीने मिळाली तर मेहेरबानी होईल.

शेख मेहताब (*मरगळलेल्या स्वरात*) : नको, नको. कृपा करून पोलिसांना कळवू नकोस. मी चुकलो. मी जातो.

शेख मेहताब *निघून गेला.* [३]

(प्यारेलाल यांच्या 'महात्मा गांधी : अर्ली फेज' या पुस्तकातील पृष्ठ क्रमांक ४९२-४९३ वरील उताऱ्याची फेरमांडणी करून.)

***

कस्तुरबा व मोहनदास करमचंद गांधी यांचे वर्णन 'असामान्य जोडपे' असे केले जाते. मात्र,

फक्त समविचारी म्हणून ते तसे झाले असे नाही. गांधींनी लिहिले आहे :

डर्बन १८९८

'डर्बनमध्ये मी वकिली करत असताना माझ्या कार्यालयातला कारकून नेहमी माझ्याकडे राहायला असायचा. त्यांपैकी एक कारकून [४] ख्रिस्ती होता. पंचम[५] त्याचे पालक होते.

घराची रचना पाश्चिमात्य पद्धतीची होती. सांडपाणी वाहून नेण्यासाठी स्वतंत्र सोय केलेली नव्हती. त्यामुळे प्रत्येक खोलीत घाणीची विल्हेवाट लावण्यासाठी वेगळी भांडी ठेवण्यात आली होती. ती नोकर किंवा सफाई कामगाराकडून स्वच्छ करून घेण्याऐवजी माझी बायको किंवा मी स्वच्छ करायचो. घरात राहणारे कारकून अर्थातच त्यांच्या घाणीची भांडी स्वतः स्वच्छ करायचे. पण तो ख्रिस्ती कारकून नवा होता. त्याच्या निजायच्या खोलीची देखभाल करणे, हेही आमचेच काम होते. माझी बायको दुसऱ्यांची भांडी स्वच्छ करायला मागेपुढे पाहत नसे; पण पंचमने वापरलेली भांडी स्वच्छ करणे म्हणजे 'हद्दच झाली' अशी तिची भावना होती. ती भांडी मी स्वच्छ करणे तिला सहन होत नसे. तिने स्वतः ती स्वच्छ करण्याचाही तिला तिटकारा होता. आजही मला तेव्हाचा तिचा तो आग ओकणाऱ्या डोळ्यांनी माझ्याकडे पाहणारा चेहरा आठवतो, गालांवरून ओघळणारे अश्रू आठवतात. ते भांडे हातात घेऊन ती शिडी उतरत होती. तिचा आविर्भाव मला आवडला नाही. मी ते सारे आनंदाने केले असते. मी ओरडलो, "मला हा फालतूपणा माझ्या घरात चालणार नाही!"

ते शब्द तिला बाणासारखे आरपार टोचून गेले.

उत्तरादाखल तीही ओरडली, "तुम्ही आणि तुमचं घर! खुशाल वागा हवे तसे. मला मात्र जाऊ द्या इथून!" संतापाच्या भरात मला भान राहिले नाही. मी त्या असहाय स्त्रीचा हात धरून तिला फाटकापाशी फराफरा ओढत नेले. ते शिडीच्या बरोब्बर समोर होते. तिला बाहेर ढकलायच्या तयारीने मी ते उघडायला पुढे झालो. तिच्या डोळ्यांना धारा लागल्या. स्फुंदत ती म्हणाली, "तुम्हाला थोडीसुद्धा लाज वाटत नाही का? स्वतःचंही भान राहिलेलं नाही? अहो, मी कुठं जाऊ? इथ माझ्या माहेरचं किंवा नात्यातलंही कुणीच नाही. तुमची बायको झाले म्हणून तुम्ही ऊठ म्हटल्यावर उठायचं अन् बस म्हटल्यावर बसायचं का मी? मेहेरबानी करा, भानावर या आणि फाटक बंद करा. तमाशा होऊ देऊ नका!"

मी जरी बाजी मारल्यासारखा चेहरा केला असला तरी मनातल्या मनात मी खूप शरमिंदा झालो होतो. मी ते फाटक बंद केलं. माझी बायको माझ्याशिवाय आणि मी तिच्याशिवाय राहू शकणार नव्हतो.

(आत्मचरित्र, पृष्ठ क्रमांक १६८-१६९)

***

सोनजा श्लेसिन (१८८७ ते १९६५) या गांधीजींच्या जोहान्सबर्ग येथील कार्यालयात स्टेनो-टायपिस्ट म्हणून १९०३ मध्ये रुजू होऊन काम बघू लागल्या. दक्षिण आफ्रिकेतल्या भारतीयांसाठीच्या कार्यातही त्यांनी उत्साहाने रस घेतला.

जोहान्सबर्ग, १९०३

कुमारी श्लेसिन वेड्यासारखी माझ्यासमोर सिगारेट फुंकत होती. मी तिच्या थोबाडीत मारली अन् तिच्या हातातली सिगारेट काढून घेऊन भिरकावून दिली. पहिल्यांदाच तिला माझ्यासमोर रडू फुटल. तिने माझी माफी मागितली. नंतर मला एक चिठ्ठी लिहून कळवल, की मी पुन्हा अशी चूक करणार नाही. तुमच्या सांगण्यातला जिव्हाळा मला जाणवला.

(सी डब्ल्यू एम जी व्हॉल्यूम एल एक्स एक्स आय व्ही, पृष्ठ क्रमांक २९५)

***

महात्मा गांधींनी टॉलस्टॉय फार्मवर केलेल्या प्रयोगांमध्ये स्वातंत्र्य व नियमांचे अद्‌भुत संमिश्रण होते.

टॉलस्टॉय फार्म, (जोहान्सबर्गजवळ,)
१९११-१९१२

'मी खोडकर मुलांना आणि त्याच वेळी निरागस मुलांनाही एकाच ठिकाणी व एकाच वेळी अंघोळीसाठी पाठवायच ठरवल. त्या सगळ्यांना मी आत्मसंयमनाबाबतची आपापली जबाबदारी व्यवस्थित लक्षात आणून दिली. तरीही त्यांना माझी सत्याग्रहाबाबतची शिकवण नीट माहीत आहे. त्या सगळ्यांवर मी आईप्रमाणे प्रेम करतो हे त्यांना जाणवत असल्याचे मला ठाऊक आहे...

मुलांना मी हे अस एकत्र अंघोळीसाठी पाठवायच आणि वर त्यांच्याकडून निरागसपणे वागायची अपेक्षा करायची, हे मूर्खपणाच तर नाही? आई तिच्या मुलीकडे बघेल त्याच नजरेन मी मुलींवर लक्ष ठेवत असतो. मुला-मुलींनी एकत्र अंघोळ करायची वेळ ठरलेली होती. आणखी एक काळजी घेतलेली होती. कुणालाही एकेकट न जाऊ देता सगळ्यांनी मिळून जाव अस सांगितलेल होत. साधारणपणे मीही त्या वेळी झऱ्याच्या आसपास असायचो.

एके दिवशी एका मुलान दोन मुलींसोबत काही तरी केल. त्या मुलींनी की आणखी कुणा मुलान मला हे सांगितल. ऐकून मी हादरलो. चौकशी केल्यावर खरच तस काही तरी घडलं होत अस कळल. मी त्या मुलाला त्याबद्दलचा जाब विचारला; पण तेवढ पुरेस नव्हत. मला त्या मुलींनी अशी काही तरी खूण स्वतःच्या अंगावर करायला हवी होती, जी पाहून कुठलाच तरुण त्यांच्याकडे वाकड्या नजरेन पाहायला धजावला नसता आणि प्रत्येक मुलीला स्वतःच

पावित्र्य जपण्यासंबंधीचा धडाही त्यातून मिळाला असता...

मी विचारात पडलो, की अशी कोणती खूण करावी, जिच्यातून सुरक्षितपणाही वाटेल आणि पाप करणाऱ्या त्या तरुणाच्या डोळ्यांत अंजनही घातल जाईल. या विचारात मी रात्रभर जागा राहिलो. सकाळी मी हळुवारपणे त्या मुलींना म्हणालो, की त्यांचे ते सुंदर, लांबसडक केस त्यांनी मला कापू द्यावे. फार्मवर त्या काळी आम्हीच एकमेकांची दाढी करायचो, केस कापायचो. त्यामुळे कात्र्या आणि संबंधित साधन होतीच. त्या मुली आधी ऐकायलाच तयार होईनात.

हे सगळ काम चाललेल आहे ते मी तिथल्या मोठ्या वयाच्या महिलांना नीट समजावून सांगितल होत. त्यांना त्या सगळ्याची कल्पनाही करवत नव्हती; पण त्यामागचा हेतू लक्षात आल्यावर त्यांनी पाठिंबा दिला. त्या दोन्ही मुली खूपच चांगल्या होत्या. त्यांच्यातली एक दुर्दैवान आता या जगात नाही. ती खूप चुणचुणीत आणि हुशार होती. दुसरी आता स्वतःच घरदार सांभाळते आहे. त्यांच्यावरून हा केस कापायचा किस्सा आठवला.

(दक्षिण आफ्रिकेतला सत्याग्रह, पृष्ठ क्रमांक २२२-२२४)

***

हर्मन कलेन्बाख (१८७१ ते १९४५) हे अत्यंत कुशल असे वास्तुरचनाकार होते. ते अभिरुचिपूर्ण व अर्थपूर्ण जीवन जगणाऱ्यांपैकी होते. दक्षिण आफ्रिकेतले ते गांधीजींचे अत्यंत जवळचे मित्र. त्यांनी स्वतःच्या काही आवडी जोपासलेल्या होत्या आणि त्यासाठी काय काय लागते ते त्यांना व्यवस्थित माहीत होते.

अटलांटिक कोठे तरी,
जुलै १९१४

ती सुरेख दुर्बीण समुद्राच्या पाण्यात मी फेकून दिली होती[६] ते अूजनही आठवत. लाडक्या मि त्राबरोबर सदान्कदा भांडणांच मूळच तो झाला होता. आधी तो कचरला; पण मग मित्राकडून मिळालेली ती सुंदरशी महागडी भेट नाहीशी करण, हाच योग्य पर्याय असल्याच त्यालाही पटल. माझ्या अनुभवावरून अस सांगतो, की महागड्या भेटींमुळे जर नैतिक विकासाला बाधा येत असेल तर त्याच्या मागचा-पुढचा विचार न करता, त्याबद्दल दुःख न वाटून घेता त्या खुशाल नष्ट करून टाकाव्यात. जुन्यापुराण्या वस्तू वारसा म्हणून जपत असताना त्यांना जर कसर लागली असेल तर त्या अग्नीला समर्पित करण हे आपल पवित्र कर्तव्य नाही का?

(सी डब्ल्यू एम जी, एक्स एक्स आय, पृष्ठ क्रमांक ४१ ते ४४) ई

***

या सर्व प्रकरणांमध्ये गांधीजींनी मनाच्या आहारी जाऊन व्यक्तिगत बळाचा वापर केलेला दिसतो. किंबहुना तो एक प्रकारचा हिंसकपणाच होता. यातली प्रत्येक घटना वेगवेगळ्या प्रकारे हेच दर्शवते. शेख मेहताबसंदर्भात (त्यान विश्वासघात केला म्हणून) गांधीजींनी जे केले तोच न्याय होता असे समजते. खरे तर ते त्याच्याशी सौम्यपणानेच वागले. कस्तुरबांच्या प्रसंगातले (जातीयतेची छटा आल्याने) त्यांचे वागणे लाजिरवाणे होते, हे त्यांनी स्वतःच कबूल केले आहे. टॉलस्टॉय फार्मवरच्या मुलींबाबत (फारसा खोलवर विचार न करता लिंगभेदाकडे नेण्याचा प्रयत्न) नक्कीच चूक झाली होती. त्या मुलामुळे ते सारे घडले. श्लेसिनसंदर्भात (सिगारेट ओढायच्या मूर्खपणाबाबत) जरा जास्तच आणि अन्यायपूर्ण वागणूक घडली होती. कालेन्बाखच्या (भौतिक सुखांच्या त्यांच्या कल्पनांमुळे) सहनशक्तीचा अंत बघत स्वतःच्या सामर्थ्याचे प्रदर्शन गांधीजींनी केलेले दिसते.

गांधींचे हे रूप आपल्याला माहीत नसते. त्यांनी बळाचा वापर केला, त्याची कल्पनाही आपण करू शकत नाही. त्यांनी पोलिसांना त्यांच्या म्हणण्यानुसार वागायला बोलावल्याचे चित्र आपल्या नजरेसमोर येते. यात लक्षात घ्यावे असे काय वेगळे आहे? मला तीन 'खास' गोष्टी दिसतात. पहिली म्हणजे गांधीजी या प्रसंगांमध्ये इतरांपेक्षा मुळीच वेगळे नाहीत. जे लोक आपल्या अधिपत्याखाली आहेत असे वाटते त्यांनी आपल्या मनासारखे न वागल्यास येणारा संताप, हेटाळणी आणि आपली आज्ञा न पाळली गेल्यामुळे होणारा त्रास या त्यांच्या भावना दिसतात. दुसरी खास गोष्ट सहज नजरेआड होऊ शकते, ती म्हणजे मेहताब, कस्तुरबा, श्लेसिन, केस कापून टाकलेल्या त्या मुली किंवा कालेन्बाख यांच्यापैकी कोणीही स्वतःच्या अनुभवाबद्दल जगासमोर चकार शब्द उच्चारलेला नाही. याचे कारण असे, की गांधीजींनी त्या घटनांच्या व त्यांच्या व्यक्तिमत्त्वाचा विकासाला हातभार लावणाऱ्या त्या सार्वजनिक प्रयोगांच्या प्रामाणिकपणे स्वतःच नोंदी ठेवल्या. यातल्या काहींमध्ये गांधीजींवर नीटसा प्रकाश पडत नाही, कारण त्यांनीच त्या लिहिलेल्या आहेत. लोकांसमोर स्वतः बद्दलची माहिती मोकळेपणाने मांडत परीक्षेला सामोरे जाण्याची त्यांची वृत्ती अद्वितीय आहे. गोपनीयता किंवा दडपून टाकण्याचा जो स्वभाव साधारणपणे ख्यातनाम व्यक्तींचा दिसतो, त्याऐवजी त्यांचा एवढा खुलेपणा थक्क करणारा आहे. इतर माणसे स्वतःचे कुटुंब किंवा सहकाऱ्यांविषयी खुलेआम एवढे सांगत नाहीत. तिसरी खास गोष्ट अजून बाकी आहे.

वर दिलेले प्रसंग त्यांनी केलेला बळाचा वापर दर्शवण्यासाठी आहेत. (तसे बरेच आहेत; पण त्यातले हे थोडेसेच घेतले.) दक्षिण आफ्रिकेत ते असताना त्यांच्या संदर्भात घडलेल्या काही प्रसंगांपैकी दोन मी या ठिकाणी घेतो आहे ते फारसे प्रसिद्ध नाहीत.

जोहान्सबर्ग
नोव्हेंबर १९०८

जोहान्सबर्गमधल्या तुरुंगासंदर्भातला एक विचित्र अनुभव आहे. या तुरुंगात दोन प्रकारचे

वॉर्ड आहेत. एक काफिरांसाठी[७] व सश्रम कारावासाची शिक्षा भोगणाऱ्या भारतीय कैद्यांसाठी आहे. दुसरा साक्षीदार म्हणून ओळखल्या जाणाऱ्या कैद्यांसाठी आहे. ज्यांना सिव्हिल कोर्टाच्या कामकाजासंदर्भात अटक केलेली आहे त्यांनाही इथे ठेवण्यात येते. सश्रम कारावासाची शिक्षा भोगणाऱ्यांना दुसऱ्या वॉर्डात पाय ठेवायची परवानगी नाही, (पण) मला वॉर्डरन सांगितल आहे, की दुसऱ्या वॉर्डचा संडास मी वापरू शकतो. त्याला त्यांची कसलीच हरकत नाही. त्याप्रमाणे त्या वॉर्डातल्या एका संडासात मी गेलो. इथही गर्दी होतीच. इथला संडास खुला होता, बिनदरवाज्याचा. मी आत जाताच एक तगडा, धिप्पाड आणि भयंकर दिसणारा काफिर आला. त्यान मला बाहेर निघायला सांगितल. तो मला शिव्या देऊ लागला. मी म्हणालो, की थोड्याच वेळात मी येतो आहे बाहेर. तेवढ्यात त्यान मला दोन्ही हातांनी उचलून बाहेर फेकल. सुदैवान मी दरवाज्याची चौकट घट्ट धरून ठेवलेली होती त्यामुळे वाचलो, नाही तर पडलो असतो. झाल्या प्रकारान मी घाबरलेलो नव्हतो. मी हसलो आणि तिथून निघालो; पण एक-दोघा भारतीयांना तो प्रकार पाहून रडू कोसळल. ते मला कुठलीच मदत करू शकत नसल्याने हतबलता आणि दुःखान त्यांना ग्रासल होत.

(सी डब्ल्यू एम जी व्हॉल्यूम आय एक्स, पृष्ठ क्रमांक १६१)

***

फिनिक्स
मे १९१३

देवदासन[८] पुन्हा अस वागणार नाही, अस कबूल करूनसुद्धा इनंदा धबधब्यापाशी लिंबे चोरून खाल्ली. हे लक्षात आल तेव्हा तो लबाडी करू लागला. याच मला अतीव दुःख झाल. बचावासाठी त्यान केलेला बनाव पाहून तर मी मनातल्या मनात मोडून पडलो. तो म्हणाला, की मी त्याला बदडून काढीन, या भीतीन तो आधी कबूल झाला नाही. जसा काही मी मुलांना नेहमीच मारत असतो. त्याला धडा शिकवण्यासाठी मी स्वतःच्याच थोबाडीत मारून घेतली. त्यानंतर मला दुःखातिरेकान कमालीच रडू आल.

(हर्मन कलेन्बाख यांना लिहिलेल्या पत्रातला अंश)

या दोन्ही प्रसंगांमधले गांधीजी हे बळाचा वापर करणाऱ्या आणि शारीरिक बळाचा वापर न करण्याची जाणीवपूर्वक प्रतिज्ञा करणाऱ्या गांधींपेक्षा किती तरी वेगळे आहेत.

(डर्बन, १८९८)

गोऱ्यांकडून त्यांच्यावर झालेल्या हल्ल्याच्या प्रसंगीची त्यांची प्रतिक्रिया आठवते. मीर

आलमने (जोहान्सबर्ग, १९०८) त्यांना जिवे मारण्यापर्यंत केलेला तो प्रकार आठवतो. या दोन्ही प्रसंगांमध्ये त्यांनी हल्लेखोरांविरुद्ध कायदेशीर कारवाईला नकार दिला होता.

तिसरी खास गोष्ट गांधीजींबाबत जी आहे ती त्यांनी शारीरिक बळाचा वापर करण्या व न करण्यासाठी उद्युक्त करणाऱ्या दोन्ही संदर्भांतल्या परिस्थितीत. दोन्हींत खूप फरक आहे. त्यांनी स्वतःत तसा बदल घडवून आणला होता. तो फरक मला असा जाणवतो :

एक म्हणजे गांधीजींचा संबंध सार्वजनिक क्षेत्राशी जोडताना चुकीच्या पद्धतीने जोडला जातो. त्यांची मूल्यप्रणाली लक्षात घेता निकृष्ट, घातक व अन्यायपूर्ण गोष्टींच्या विरोधात त्यांनी केलेली कृती, त्यासाठी बळाचा वापर वगैरे सारे चुकीचे मानले जाते. सुरुवातीच्या वर्षांमध्ये व्यक्तिगत बळाचा त्यांनी इतरांसाठी केलेला वापर थेट इतरांबाबत आहे. नंतर हाच वापर त्यांनी नेमका उलट म्हणजे स्वतःवर सुरू केला. उपोषणाचा त्यांचा सगळ्यांना माहीत असलेला मार्ग, हे याचेच उदाहरण आहे. या माध्यमातून त्यांनी बाहेरच्या जगात बदल घडावेत म्हणून आत्मसंयमनाचा मार्ग खूप ताकदीने वापरलेला दिसून येतो.

दुसरे असे, की व्यक्तिगत संबंधांमधल्या प्रसंगांत जेव्हा शारीरिक पातळीवर बळाचा वापर केला त्या वेळी परिस्थितीनेच त्यांना तसे करायला भाग पाडले. त्यासाठी त्यांनी स्वतःची चूक लक्षात आल्यावर स्वतःला शिक्षा करून घेतली.

आपल्या काळाला हिंसेचे युग म्हटले जाते. हे वर्णन कशामुळे केले जाते, तर कित्येक प्रसिद्ध स्त्री-पुरुष किंवा सर्वसामान्यांच्या हत्या संघटना, गट किंवा एकेकट्या मारेकऱ्यांनी केलेल्या दिसतात. स्फोटके वापरून कपट- कारस्थानाने केलेली हिंसाही आहे. हत्या या सभोवती दिसणाऱ्या हिंसेचा फक्त एक पैलू आहे.

हिंसेची विविध रूपे आज बघायला मिळतात. ती शारीरिक, भावनिक, संस्थात्मक, सामाजिक, पर्यावरणीय, आर्थिक, व्यापारी व राजकीय पातळीवर घडते आहे. आपल्या फुफ्फुसांमध्ये जाणारी अशुद्ध हवा, आपण पीत असलेले प्रदूषित पाणी या सगळ्यांचा वापर तंत्रज्ञानाबाबत कमकुवत असणाऱ्यांसाठी तंत्रज्ञानाबाबत सक्षम असणाऱ्यांकडून केला जातो, यासारखी सूक्ष्म पातळीवर चालणारी हिंसाही लक्षात येते. गुन्हा करणाऱ्यांनी स्वतःचे हेतू साध्य करण्यासाठी अशा प्रकारे वेगवेगळ्या पातळीवर केलेली हत्या आता आपल्या अंगवळणी पडली आहे. 'अतिरेकी' किंवा 'दहशतवाद्यां'कडून घडवली जाणारी हिंसक कृत्ये ही कोठल्याशा 'कारणा'साठी असल्याचा देखावा त्यांच्याकडून केला जातो. प्रत्यक्षात व्यक्तिगत सत्तासंघर्ष किंवा विरोधकांना संपवण्यासाठीही त्यांचा उपयोग केला जाताना दिसतो. स्वतःच्या फायद्यासाठीही निष्ठुरपणे आपल्या माणसांचा घात करण्याचे प्रसंग सामाजिक पातळीवर भेडसावणारे ठरतात. 'सामाजिक हेतू' हे नाव देऊन शौर्यपूर्वक वचनबद्ध राहून केले जाणारे कार्यही काहीजणांबाबत अपवादात्मक दिसते. नैसर्गिक

आपत्तीच्या वेळी मात्र स्वार्थापलीकडे जाऊन राष्ट्रपातळीवर केले जाणारे काम होताना दिसते.

गांधीजींबाबत हेच वेगळे होते. इतरांना सहजी लक्षात येणार नाही अशा ठिकाणी चूक, अन्याय किंवा हिंसा घडत असेल तर ते त्यांच्या चटकन लक्षात यायचे. उदाहरणार्थ, मिठाबाबतचा कायदा. अस्पृश्यतेसारख्या प्रश्नाबाबत तर इतरांनी फार थोडे प्रयत्न केले असताना गांधीजींनी या प्रश्नाबाबत मोठा लढा पुकारलेला दिसतो. 'राज' या संकल्पनेमागे काय आहे, तेही त्यांनी असेच शोधून काढले. ते 'सिंहाच्या आयाळी'ला धरू शकायचे.[१] दक्षिण आफ्रिकेत असताना विकसित होणाऱ्या या बॅरिस्टरच्या मनात ठराविक संबंधांपलीकडे जाऊन सामाजिक पातळीवर कायदेशीर लढा देण्याविषयीची आस्था वाढत गेली. भारतात ते परत आल्यावर तर अत्यंत थोड्या कालावधीत त्यांच्यातल्या या गोष्टी प्रचंड प्रमाणात वाढल्या.

या सगळ्याची थोडक्यात पण नेमक्या शब्दांत दखल घेतली ती व्हाइसरॉय लॉर्ड लुईस माऊंटबॅटन यांनी. पश्चिम बंगालमध्ये उसळलेल्या दंगलीनंतर मानवी सुरक्षा व शांतता स्थापन करण्यासंदर्भात त्यांनी लिहिले होते : 'पंजाबमध्ये आमचे ५५,००० सैनिक आहेत. तेथे खूप हिंसाचार झालेला आहे. बंगालमध्ये आमच्या विरोधात एकच माणूस आहे आणि तेथे दंगा झालेला नाही. सेवेतला अधिकारी आणि प्रशासक या नात्यानेही मी या एकांड्या शिलेदाराच्या सैन्यबळाला मानवंदना देऊ इच्छितो...'

नेल्सन मंडेला यांनी मला प्रिटोरिया येथे (१९९६) सांगितले, ''इतरजण व्यक्तिगत पातळीवर किंवा असंघटितपणे विरोध करत होते. गांधी मात्र आम्हाला 'संघटन, शिस्त व सामुदायिक विरोधा'ची पद्धत शिकविणारे पहिलेच होते. ज्योती बसू कोलकता येथे (२००५) माझ्याशी बोलताना म्हणाले, ''रजनी पाम दत्त यांनी आदर्शत्वाच्या मुद्द्यावरून गांधीजींवर टीका केली. ते बूर्झ्वा (मध्यमवर्गीय) नेते वगैरे असल्याचं म्हटलं. पण मी त्यांच्याशी सहमत नाही. कारण संपूर्ण राष्ट्राला जागं करून सज्ज करण्याची कामगिरी सर्वप्रथम गांधीजींनीच केली.'' या दोघांनी केलेल्या मूल्यांकनात सारे आले आहे.

सध्याच्या 'सामूहिक राजकारण' किंवा 'उद्दिष्टा'विषयी काय म्हणता येईल? ते रस्त्यांवर, गल्ल्यांमध्ये किंवा खेड्यांना जोडणाऱ्या मार्गांवर खेळवले जाते. त्यासाठी नाना प्रकारे विध्वंस घडवला जातो. यातून काय चांगले घडते? आज जेथे 'नियमावली' आहे तेथे ती पाळणारा 'समुदाय' नाही. जेथे संख्या असेल तेथे शिस्त ओघानेच असायला हवी. याला काही अपवादही आहेत. उदाहरणार्थ, मध्य प्रदेशात मेधा पाटकरांनी केलेली जनजागृती. राजस्थानात अरुणा रॉय यांनी माहितीच्या अधिकारासंदर्भात लोकांमध्ये आणलेली जागृती.

आजच्या दंडेलशाहीच्या तुलनेत गांधीजींची हळूहळू लोकांमध्ये संक्रमित होणारी शक्ती अत्यंत श्रेष्ठ होती. आजच्या कर्कश्श आरोळ्यांच्या तुलनेत त्यांचा आवाज व अस्पष्ट

उच्चारसुद्धा लोकांमध्ये महात्त्वाकांक्षा जागी करायचा. हे सारे अत्यंत प्रामाणिकपणे असल्यामुळे प्रभावी ठरले. मोहनदास करमचंद गांधी हे चुकू शकत होते व त्यांनी चुका केल्याही, पण त्या त्यांनी खोटेपणाने कधी दडवल्या नाहीत.

हिंसेबाबत त्यांनी जे सांगितले ते वादग्रस्त किंवा गैरसोयीचे ठरले असेल, पण ते प्रामाणिकपणाचे होते. १७ डिसेंबर १९२८ रोजी पोलिस सहअधीक्षक सॉंडर्स यांच्या झालेल्या हत्येनंतर ते बोलले होते. पंजाबकेसरींच्या निधनानंतर लाला लजपत राय यांच्यावर लाठी उगारल्यामुळे सॉंडर्सची हत्या करण्यात आली होती. त्या वेळी गांधीजी म्हणाले होते,

''लाहोरचे पोलिस सहअधीक्षक सॉंडर्स यांची हत्या राजकीय हेतूमुळे असली किंवा नसली तरी ते अत्यंत भेकडपणाचे कृत्य आहे. हिंसेच वातावरण असताना कुणी शांत राहणे अशक्य आहे. लालाजींवर हल्ला झालेला असताना तर हे आणखीनच अशक्य आहे.

मी तरुणांना सांगू इच्छितो, की भडक माथ्याने केलेल्या अशा कारवायांमुळे काहीच साध्य होणार नाही. पोलिस सहअधीक्षकांनी त्यांना मिळालेल्या आदेशाच पालन केलं. घडलेला अत्याचार आणि त्याच्या परिणामांसाठी कुणा एकालाच दोषी ठरवता येणार नाही. दोष आहे तो शासनाच्या प्रणालीत. माणसांमध्ये नव्हे तर प्रणालीत सुधारणा घडवून आणण्याची गरज आहे. देशाची युवाशक्ती यासाठी जेव्हा निर्धार करून उठेल तेव्हा त्यांच्या लक्षात येईल, की त्यांच्या सामर्थ्यापुढे प्रणालीचा खून करायला कुणीही धजावणार नाही...''

हे सार गांधीजींनी सांगणे म्हणजे लोकमताच्या वादळी प्रवाहाविरुद्ध पोहण्यासाठी उडी घेणेच होते. सॉंडर्सच्या हत्येनंतर लगेच भगतसिंग, राजगुरू व सुखदेव यांनी केलेल्या कारवाईसंदर्भात तर ते आणखी तिखटपणे बोलले.

''भगतसिंग आणि त्यांच्या सहकाऱ्यांनी जे केल त्यासाठी त्यांना शहीद व्हाव लागल. त्यांचा मृत्यू किती तरी जणांसाठी व्यक्तिगत पातळीवरच नुकसान आहे. या तरुणांच्या स्मृतीला मीही वंदन करतो. मात्र, त्यांच्या पावलांवर पाऊल ठेवून पुढ जाऊ पाहणाऱ्या तरुणांना मी सावध करू इच्छितो. आपण आपली ऊर्जा, त्यागाची वृत्ती, आपले कष्ट आणि अपार धैर्य यांचा उपयोग त्यांच्यासारखा करता कामा नये. आपल्या देशाच स्वातंत्र्य रक्तलांछित लढ्यातून जन्माला आलेल नसाव...''

गांधीजींना वाटायच, की भारत स्वतंत्र नसताना हत्या जशी बेकायदा मानली जायची तशीच ती स्वतंत्र झाल्यावरही मानली जायला हवी. त्यांचे चुकत होते, की तेच बरोबर होते? प्रामाणिकपणे आपण याचे उत्तर शोधायला हवे. गांधीजींची समर्पकता त्यांच्या 'गरज विरुद्ध अधाशीपणा', यासारख्या एकेका ओळीच्या बोधवचनांचे उद्धरण देण्यापुरती सीमित नाही. ती त्यांच्या शब्द व कृतींमधले जवळजळीत सत्य शोधण्यात आहे.

जे त्यांच्याबद्दल भरभरून बोलतात किंवा त्यांच्यावर टीकेची झोड उठवतात ते सोयीस्कर वाटणाऱ्या गांधीजींचे शोषण करतात. अत्यंत सौम्य स्वरूपातले सायंप्रार्थनेच्या वेळेचे गांधी त्यांच्या नजरेसमोर असतात. या संदर्भात ते भारताचे (त्यांचे शोषण करणाऱ्यांचे) 'ब्रँड नेम' झालेले दिसतात. लंडनमधला रेस्टॉरंट चालवणारा त्याच्या दुकानाला 'गांधी स्टिक हाऊस' (माशाचा मोठा तुकडा मिळण्याचे ठिकाण) असे नाव देतो, त्या वेळी गांधींना तो स्वतःच्या फायद्यासाठी विकाऊ करून टाकतो. दोघांचे मिश्रण परिणामकारक ठरते. हा रेस्टॉरंट चालक नफ्यासाठी हपापलेला असतो, त्याच वेळी तो विक्री होण्यासाठी जिवापाड प्रयत्न करत असतो. माशाचा तुकडा विकणाऱ्याला हे नाव विकाऊ वाटते. ओस्लोमध्ये एका पाकिस्तानी माणसाने उपरोधाने त्याच्या रेस्टॉरंटला गांधीजींचे नाव दिलेले मला माहीत आहे.

त्यांची सौम्य पातळीवरची समर्पकता चित्रपटनिर्मात्यांनाही चित्रपटात गांधीजींची प्रतिमा दाखवायला भाग पाडते. न्यायदेवतेच्या वरच्या बाजूला ती प्रतिमा असते तिच्या समोरच न्यायाचे धिंडवडे उडत असतात, हा विरोधाभास असतो. त्या दृश्यांमधल्या प्रतिमेतले गांधी दुखावलेले व असहाय दिसतात. दयाळू चेहऱ्याचे पण सामर्थ्यहीन भासतात. निदान त्या दिवसापुरते तरी. ते त्या चित्रपटाचा संदेश पोहोचवण्याचे काम करतात. चांगलेसे बोधवाक्य अन् कोणीही काढू शकेल असे साधे-सोपे रेखाचित्र काढून आपण त्यांना आपले हेतू साध्य करण्यासाठी बांधून घेत असतो. कदाचित पुस्तकाच्या मुखपृष्ठासाठी, स्वयंसेवी संस्थेच्या बोधचिन्हाच्या रूपात किंवा लेटरहेडची शोभा वाढवण्यासाठी आपण त्यांना वापरतो.

गांधीजींच्या तेजोवलयाचा उपयोग स्वतःसाठी करून घेण्याची ही काही साधी उदाहरणे आहेत. आमच्या वेळी 'राजकीय अभ्यासा'त गांधीजींचे नाव मोठ्या प्रमाणात घेतले जायचे. त्यांची स्तुती गायली गेली नाही तर शिक्षकांकडून बोलणी खावी लागायची. काही म्हणा, आजही वैश्विक मतदारसंघात त्यांचे स्थान फार मोठे आहे. त्यांना शिव्याशाप देणाऱ्यांचेही त्यामुळे नक्कीच काही वेगळे साध्य होत असते. राजकारणातल्या जुगारात वेगवेगळ्या प्रकारे त्यांचा वापर होत असतो. भारताच्या वाट्याला आलेली निराशा गांधीजींच्या नावाचा चलनी वापर केल्याने संपेल का? भारतात त्यांना सर्वसामान्यांचे प्रेम मिळाले. त्यांचे पतनही त्यांच्याबद्दलची कणव मनात ठेवूनच पाहिले गेले. त्यांच्या अवशेषांतूनही काही ना काही मिळतेच, त्यामुळे तसे होत असेल.

गेल्या ५० वर्षांपेक्षाही जास्त कालावधीत आपण त्यांची पूजा बांधली आहे किंवा त्यांचे दुकान मांडले आहे. दुसऱ्या शब्दांत सांगायचे, तर आपण त्यांना एका जागी जखडून ठेवायचा प्रयत्न केला. त्यांना आपण लांब ढांगा टाकत जाताना, प्रश्न विचारताना, आव्हान देताना पाहत नाही; पुतळ्यामध्ये बंदिस्त होऊन ध्यानमग्न बसलेले पाहतो किंवा आशीर्वादाच्या मुद्रेत पाहतो. आपण पाहतो ते महात्मा प्रार्थनामग्न, ध्यानमग्न असतात. त्यांचे डोळे मिटलेले असतात. जणू कोणीही त्यांची शांतता भंग करू नये, असा आपण अर्थ

काढतो. याऐवजी काय करायला हवे आहे, तर दैनंदिन जीवनात ते गांधी आपल्यासोबत असले पाहिजेत. त्यांच्यातला विद्युतप्रवाह आपल्यात संक्रमित झाला पाहिजे. प्रेमापोटी रागावणारे, जे चांगले आहे त्याकडे आपल्याला ओढून नेणारे गांधीजी आपल्यासोबत असले पाहिजेत.

हर्मन कालेन्बाख यांच्या संदर्भातः

जोहान्सबर्ग,
मे १९०८

प्रेटोरियांमध्ये जनरल स्मट यांच्यासोबत एका महत्त्वाच्या मुलाखतीसाठी ते जाणार होते. त्या दिवशी सकाळी त्यांनी माझ्याकडून काही तरी राहिले म्हणून माझी खरडपट्टी काढली. ती त्यांनी प्रेमाने केलेली सक्ती होती; पण मला त्याचा अभिमान होता.

हर्मन कलेन्बाख : तुम्हाला जनरल स्मट यांची भेट घ्यायला जायचं आहे. तेव्हा घरगुती गोष्टींमध्ये उगीच वेळ घालवू नका. त्या कामाचा विचार करा.

गांधीजी (भडकून) : या छोट्या छोट्या गोष्टीसुद्धा माझ्यासाठी तेवढ्याच मोठ्या आहेत. त्या आपल्या दैनंदिन जीवनाचा गाभा आहेत. संपूर्ण सत्याशी त्यांचा संबंध आहे. छोट्या-मोठ्या असा फरक करताच येणार नाही.

('हरिजन'च्या २९.५.१९३७ च्या अंकात प्रकाशित
महादेव देसाई यांच्या साप्ताहिक 'पत्रा'तून)

दक्षिण भारतातल्या गांधीजींबद्दल माझ्या मनात पूर्वग्रह आहे, हे मी कबूल करतो. तिथल्या वास्तव्यातली त्यांची छायाचित्रे पाहा. मात्र, त्यातही त्यांचे डोळे पाहा. त्यांच्या डोळ्यांमध्ये ताकद होती. ते आपल्या विचारशक्तीला, विवेकाला छळणारे डोळे होते.

गांधीजींचा आदर्श समोर ठेवण्यासाठी त्यांच्या छोट्या छोट्या गोष्टी आपल्यासमोर ठेवल्या जातात. त्यापेक्षा किती तरी पटींनी मोठे गांधी आपल्याला दिसायला हवे आहेत. 'गांधीवादी वेड्यां'च्या पाहण्यापेक्षाही वेगळ्या तऱ्हेने आपण त्यांच्याकडे पाहायला हवे आहे. गांधीवादी वेड्यांनाही ते काही बाबतीत गैरसोयीचे वाटतात. हे उद्धरणच पाहा :

मे १९००

'डुकरांच्या त्या लढाईत मी स्वतः दगड मारणाऱ्यांना दारू पाजली, इतर काहींना विड्या दिल्या. हे सारे करताना नक्कीच फरक करता यायला हवा. स्वतःसाठी कठोरता हवी तसच

इतरांसाठी औदार्यही हव.'

(सी डब्ल्यू एम जी, व्हॉल्यूम एल एक्स आय आय आय, पृष्ठ क्रमांक ३७९)

मला असे वाटते, की आपल्याला जर आपल्या समाजातल्या वेदनांबद्दलचा बधिरपणा सोडायचा असेल, आपल्या मनात थोडीफार असलेली हिंसाही संपवायची असेल तर मोहनदास करमचंद गांधी यांना त्यांच्या निर्जीव प्रतिमा व पुतळ्यांमधून बाहेर काढून सचेतन अवस्थेत आपल्यात वावरू दिले पाहिजे. त्यांना आपण मुक्त करायला हवे, जेणेकरून ते लांब लांब ढांगा टाकत भराभर येऊन आपल्यासमोरच्या समस्यांना हात घालायला उभे राहतील. त्यांच्या जादुई कल्पनांच्या व प्रश्न विचारण्याच्या तंत्राच्या आधारे त्यांनी आपल्याला प्रश्न विचारले पाहिजेत. गैरसोयीचेही प्रश्न विचारत अंतिम साध्य व साधनांची जाण त्यांनी करून दिली पाहिजे. उद्दिष्टे व त्यांच्या खरेपणाबाबत आपल्याला जागे केले पाहिजे.

हीच ती समर्पकता, जिची आपल्याला गरज असूनही ती आपल्याला नको आहे. गैरसोयीच्या गांधीजींची ही समर्पकता आहे. हा असा माणूस आहे, जो पूर्वग्रह, दुराग्रह व दांभिकपणा उघडा पाडू शकतो. तो आपल्याला वस्तुस्थितीची जाणीव करून देत आपल्या अपराधांबाबत जाब विचारू शकतो. विषमता, शोषण व बधिरपणा असलेल्या आपल्या समाजात आपण सगळेच कशा ना कशाबाबत तरी अपराधी आहोत, हो की नाही? फैज यांचे गाणेच आहे- 'शहर-ए-जाना में अब बा-सफा कौन है?' आपल्यातला अपराधी, फिर्यादी, साक्षीदार, न्यायाधीश व न्यायमूर्ती हे सारे आज बाजारात उभे आहेत. ही बाजारपेठ मुक्त, बंधने शिथिल झालेली व जागतिक स्वरूपाची आहे. या ठिकाणी गांधीजींचे औचित्य आपल्यासाठी महत्त्वाचे ठरू शकते. वस्तुसंग्रहालये किंवा शोकेसमध्ये शोभिवंत करून ठेवलेला त्यांचा पुतळा काय कामाचा?

त्यांनी धक्कादायकपणे केलेल्या स्वयंमूल्यांकनाबद्दल मला अलीकडेच कळले. 'दि न्यूयॉर्क टाइम्स'मध्ये मार्च १९३९च्या आसपास प्रकाशित त्यांच्या मुलाखतीतून ते समजले.

'बातमीदार : भारताची प्रगती तुमच्या मनासारखी होते आहे का?

गांधीजी : (विचारपूर्वक) होय, नक्कीच. काही वेळा मला भीतीही वाटते; पण ही प्रगती आमूलाग्र आहे आणि चांगली आहे.

हिंदू-मुस्लिमांमधील दुही ही मोठीच समस्या आहे. तो गंभीर स्वरूपाचा अडथळा आहे. त्या बाबतीत मात्र प्रगती होत असल्याच मला सांगता येणार नाही. पण या समस्येतच तिच उत्तर दडलेल आहे. निःस्वार्थपणा असेल तरच समाजमन शांत राहू शकत. दोन्ही संप्रदायांच्या

राजकीय व्यथा-वेदना सारख्याच आहेत. आर्थिक बाबतीतही तेच म्हणता येईल.

आजच्या घडीला माझा आवाज सारा देश निमूटपणे ऐकेल असं वातावरण नाही. कदाचित मी काळाच्या फार पुढे असेन.

बातमीदार : आता तुमचा पडता काळ सुरू आहे, हे खरं नाही का?

गांधीजी : तस म्हणा हव तर...

(सी डब्ल्यू एम जी व्हॉल्यूम एल एक्स आय एक्स, पृष्ठ क्रमांक ७६-७७)

काळाच्या खूपच पुढे निघून गेलेला माणूस समर्पक ठरू शकतो का? पिढ्यान् पिढ्यांसाठी ते समर्पक आहेतच, पण या सगळ्यापलीकडे बरेच काही गांधीजींमध्ये सामावलेले आहे. त्यांना मुक्त करायची गरज आहे.

(सेंट स्टीफन्स कॉलेजच्या ग्रंथात प्रकाशित 'दि स्टिफेनियन' या लेखावर आधारित)

१. डर्बनमध्ये बीच ग्रोव्हवर. "एक साधीशी, वेगळी सोय असलेली दोन मजली इमारत होती. समोर लोखंडी फाटक होते. शेजारून एक प्रवेशद्वार होते. बाल्कनीखाली व्हरांडा होता. या इमारतीत १८९४ ते १९०१ या दरम्यान गांधीजींचे वास्तव्य होते. प्यारेलाल यांनी ('महात्मा गांधी : अर्ली फेज', पृष्ठ क्रमांक ४९३) ही नोंद केलेली आहे. कस्तुरबा त्या वेळी भारतात होत्या.

२. व्हिन्सेंट लॉरेन्स हे गांधीजींचे विश्वासू सहकारीही याच घरात राहत होते.

३. मेहताबने त्या वेळी डर्बनमध्ये राहणाऱ्या एम. सी. कमरुद्दिन या भारतीय व्यापाऱ्याशी सख्य जोडले. त्याने पुन्हा गांधीजींच्या घरी पाऊल ठेवले नाही. त्यांच्या प्रसिद्धीसाठी मात्र मेहताबची मदत होत राहिली. नंतर मेहताबचे लग्न झाले. तो आणि त्याची बायको दक्षिण आफ्रिकेतल्या सत्याग्रह चळवळीत सामील झाले. मेहताबला तिथल्या वास्तवात दोन गोष्टींची खूप आवड होती. एक म्हणजे भाषण करणे व दुसरी, उर्दूतून कविता लिहिणे. त्याची एक देशभक्तीपर कविता त्याने स्पर्धेसाठी पाठवली होती. भारतीय भाषेतली ती सत्याग्रह चळवळीच्या काळात लिहिलेली कविता नंतर गांधीजींनी 'इंडियन ओपिनियन'मध्ये प्रसिद्ध केली होती.

४. व्हिन्सेंट लॉरेन्स.

५. पाचवा किंवा अस्पृश्यांच्या जातीसंदर्भात.

६. दक्षिण आफ्रिकेहून लंडनला १९१४ मध्ये बोटीने जात असताना गांधीजींनी कलेन्बाख यांची दुर्बीण समुद्रात भिरकावली होती. मालकी हक्क व साधेपणा यावरून त्यांच्यात डेकवर जो वाद झाला त्याची ती परिणती होती.

७. १९व्या शतकात तसेच विसाव्या शतकाच्या पूर्वार्धात नेटिव्ह (देशी) आफ्रिकन असे त्यांना वेगळे दर्शविण्यासाठी म्हटले जायचे. आता संपूर्ण जगात मानहानिकारक व अपराध मानला जातो. गांधीजींनी ते त्या वेळच्या पद्धतीप्रमाणे म्हटले हे आपण समजून घेऊ शकतो. नवीन वाचकांना ते खटकू शकते. नेल्सन मंडेलांनी गांधींबाबत काढलेले उद्‌गार येथे उचित ठरावेत : ''काहीही असले तरी गांधीजींचे मूल्यांकन त्यांचा काळ व परिस्थितीचा संदर्भ लक्षात घेऊनच केलं पाहिजे.'' ('महात्मा गांधीः १२५ इयर्स', आयसीसीआर, नवी दिल्ली, १९९५). मंडेलांनी 'काफिर'ऐवजी 'नेटिव्ह' असा उल्लेख गांधीजींकडून त्यांना मिळालेल्या नोंदीच्या आधारे केला आहे. प्रस्तुत लेखकाला मात्र तसे करता येणार नाही.

८. देवदास गांधी (१९०० ते १९५७) हा गांधीजींचा सर्वांत धाकटा मुलगा.

९. हे 'यंग इंडिया'च्या २२.३.१९२२ च्या अंकात प्रसिद्ध झालेल्या गांधीजींच्या लेखाचे शीर्षक होते. त्यासाठी शासनाविरुद्ध जनतेने उठाव करण्यासाठी चिथावणी झाल्याच्या आरोपावरून त्यांना सहा वर्षांचा तुरुंगवास भोगावा लागला होता.

(अनुवाद : नीला शर्मा)

जी. एन. काझी

विज्ञान आणि औद्योगिक संशोधन समितीची प्रादेशिक संशोधन प्रयोगशाळा जी. एन. काझी यांच्या नेतृत्वाखाली भारतीय एकात्मिक औषधी संस्था बनली. या प्रयोगशाळेने पारंपरिक औषधी, आधुनिक औषधी आणि आधुनिक तंत्रज्ञान विज्ञान यामध्ये एक सुवर्ण त्रिकोण बांधला.

गरीब माणसाला उपलब्ध होणारी, परवडणारी आणि मिळू शकणारी औषधे हे काझींचे वेड आहे. त्यांनी गरीब माणसाला होणाऱ्या क्षयरोगासारख्या आजारावर पारंपरिक आयुर्वेदिक आणि आधुनिक औषधी यांच्या एकत्रीकरणातून एक नवीन औषध तयार केले. या औषधामुळे किंमत कमी झाल्याने, प्रमाण कमी लागल्याने व विषारीपणा कमी झाल्याने रोग्याला खूप दिलासा मिळाला आहे.

सध्या जी. एन. काझी हे जमिया हमदर्द विद्यापीठाचे उपकुलगुरू आहेत. विज्ञानाची झेप, तंत्रज्ञान आणि नवनिर्मिती यांचा तरुणांवर प्रभाव पडावा म्हणून त्या गोष्टींना प्रोत्साहन देण्याचे कार्य तिथे त्यांनी सुरू ठेवले आहे.

“समाजाची अशी बांधणी करायला हवी की ज्यातील प्रत्येक खेडेगाव हे आत्मनिर्भर आणि आपला कारभार चालविण्यासाठी सक्षम असेल. ... स्वातंत्र्य हे तळापासून सुरू होते.”

ग्रामीण भारताच्या पुनरुत्थापनाची रचना

आपण सगळे हे जाणतो, की महात्मा गांधींच्या केवळ नावालाच राष्ट्रांच्या सीमा आणि सामाजिक राजकीय वातावरणाला ओलांडणाऱ्या अपूर्व घटनेचा दर्जा प्राप्त झालेला आहे. जगात सर्वत्र व्यक्तिगत जीवनाची परिणामकारक व्यवस्था करण्याबाबत मानवी व्यवहाराला या अपूर्व घटनेचा स्पर्श झालेला आहे, मग या समाजांना / समूहांना तथाकथित औद्योगिक क्रांतीचा स्पर्श झालेला असो वा नसो.

ग्रामीण भारताच्या पुनरुत्थानासाठी, समाजाच्या तळागाळापर्यंत लोकशाहीचा विस्तार होणे ही कळीच्या मुद्द्यासारखी आहे, यावर महात्मा गांधींचा विश्वास होता. गांधींच्या म्हणण्यानुसार आपल्या लोकशाहीचा पाया लोकांच्या हिताचे रक्षण करणे हा आहे, ज्याला आपण तथाकथित ग्राम स्वराज्य म्हणतो त्या अर्थाने खेड्याने स्वतःचे राज्य चालवणे नव्हे. घटना मसुदा करणाऱ्या समितीने या संकल्पनेचा एवढा गांभीर्याने विचार केला होता, की जेव्हा ८ मे १९४८ रोजी घटनेचा मसुदा सादर करण्यात आला तेव्हा स्थानिक स्व-राज्य या दोन शब्दांचा उल्लेख असलेली ओळ काढून टाकली होती. गांधी आणि स्वातंत्र्य मिळण्याच्या काळी असलेल्या जवळपास सगळ्याच राजकीय नेत्यांच्या तत्त्वज्ञानात असलेल्या दरीमुळेच ग्राम स्वराज्याचा भारतीय राज्यघटनेत अंतर्भाव करण्यात आला नव्हता, तथापि घटना सभेच्या काही सभासदांच्या प्रयत्नांमुळे हा विचार घटना मसुद्यात पुन्हा व्यक्त करण्यात आला. मात्र त्यासाठी आवश्यक त्या तरतुदी करण्याचे काम पूर्णतः राज्यांवर सोडून देण्यात आले.

१५ मे १९८९ रोजी लोकसभेत पंचायत राजसंबंधी घटनादुरुस्ती (६४ वी दुरुस्ती) विधेयक सदर करताना राजीव गांधी यांनी 'गांधीविचारांच्या ग्राम स्वराज्य संकल्पनेनुसार जनतेला सत्ता', 'अधिकतम स्वाधीनता आणि अधिकतम लोकशाही भारतातील जनतेला मिळण्याची खात्री आपण देण्यासाठी' या वाक्यांचा उपयोग करून असे म्हटले, 'सत्तेच्या दलालांचा आपण शेवट / अंत करू या.' 'आपण जनतेला सत्ता देऊ या.' ते भारतातील जनतेवर झालेल्या एकमेव फार मोठ्या अन्यायाला वाचा फोडत होते. तो म्हणजे जगातील सर्वांत मोठी लोकशाही आपण असलो, तरी त्याच वेळी जगातील सर्वांत कमी प्रातिनिधिक लोकशाही आहोत.

राज्यव्यवस्थेच्या तत्त्वज्ञानामध्ये गांधींनी भर दिला तो कळीचा विचार म्हणजे सर्वसमावेशक प्रगतीची हमी देण्याचे कार्य हा आहे. केंद्रीकरण झालेल्या प्रतिसादविहीन आणि संवेदनाशून्य राज्यपद्धतीपासून त्यांना मुक्ती हवी होती. निर्णय घेण्याचे काम करणाऱ्यांचे लक्ष गरिबांच्या गरजांवर केंद्रित करणे अणि लोकशाही, एकात्मता, शांती आणि एकता यांना बाधा आणणाऱ्या शक्तींना टाळणे हे त्यांना हवे होते. भारतातील ग्रामीण जनतेला स्वतःच सत्ता राबवण्यासाठी सक्षम केले पाहिजे आणि प्रत्येक बाबतीत आत्मनिर्भर करणे यावर त्यांचा विश्वास होता. ग्राम स्वराज्यावर आधारलेली लोकशाही संवेदनक्षम, गतिमान आणि शाश्वत असायला हवी.

आज भारतात विकासाचा असा ढाचा दिसतो, की ज्यात विषमता (असमानता) अधिक रुंदावण्याचे परिमाण अनुस्यूत आहे. ही विषमता जर पुढे अशीच वाढली तर सामाजिक दुरावा (विस्थापना) निर्माण होईल आणि उच्चतर विकासाला तो एक मोठा अडथळा होईल. सध्याच्या परिस्थितीत एक विरोधाभास दिसतो. एका बाजूला गेल्या ४ वर्षांत दरडोई उत्पन्नाचा दर ७-८% नी वाढतो आहे, तर शहरी- ग्रामीण विभाजन, प्रादेशिक असमतोल आणि श्रीमंत-गरीब यामधील दरी असह्य अशी झालेली आहे.

जग आणि जगातील वित्तीय केंद्रे देशाच्या दरडोई वार्षिक उत्पन्नातील प्रभावी वाढीबद्दल प्रशंसा करत आहेत, तर दारिद्र्य कमी करणे, रोजगारवृद्धी, आरोग्य आणि शिक्षण या इतर विकास निदर्शकांच्या बाबतीत कमी उत्साहजनक नाही. संयुक्त राष्ट्रसंघाच्या अगदी अलीकडच्या दरडोई उत्पन्नाच्या संदर्भातील मानवी विकास २००९च्या अहवालानुसार आपल्या देशाला मानवी विकासात १३४ वा क्रमांक मिळाला आहे, आणि अर्जुनसेन गुप्ता समितीच्या अहवालानुसार ८३६ दशलक्ष लोक भारतात दररोज २० रु. उत्पन्नाच्या खालच्या अवस्थेत जगत आहेत; तथापि डॉलरच्या दृष्टीने जगातील कोट्यधीश श्रीमंतांच्या संख्येबाबत आपला दुसरा क्रमांक आहे. याचा भारताला अभिमान आहे, आणि संपूर्ण पृथ्वीवरील श्रीमंत कोट्यधीश संख्येबाबत आपल्या देशाचा चौथा क्रमांक आहे. संयुक्त राष्ट्रसंघाच्या जागतिक अहवालानुसार अन्नसुरक्षेच्या बाबतीत भारत वगळता उर्वरित

जगातील एकूण भुकेल्या लोकांपेक्षा जास्त लोकांची भर भारताने १९९१-२००१ या काळात घातलेली आहे. इथियोपियात भुकेल्यांची संख्या कमी होण्याच्या काळात भारतात भुकेल्यांची संख्या वाढलेली आहे.

हा विरोधाभास आणि भरडून टाकणारी गरिबी यामध्ये संपूर्ण समाजाला हिंसाचार आणि गोंधळाच्या अवस्थेला तोंड द्यावे लागून अस्थिर करण्याची क्षमता आहे. पंतप्रधान मनमोहन सिंग यांनीच भारताला स्वातंत्र्य मिळाल्यापासूनच्या काळातील आंतरिक सुरक्षेला सर्वांत अधिक धोका हा माओवादी चळवळीच्या बंडामुळे आहे असे म्हटले आहे. अमर्त्य सेन यांच्यानुसार उपासमार रोखण्याबाबत जगातील दुसऱ्या कोणत्याही देशापेक्षा भारताची कामगिरी ही जास्त निकृष्ट आहे.

राज्यकारभाराच्या विकेंद्रित, सहभाग असलेल्या आणि लहान स्वरूपाच्या रचनेद्वारे सामाजिक परिवर्तन घडवून आणण्याची क्षमता गांधीप्रणीत स्वराज्य (स्वतःची सत्ता) संकल्पनेत आज आहे. अकराव्या पंचवार्षिक योजनेतसुद्धा असे म्हटले आहे, 'तळागाळातील लोकांपर्यंत अत्यावश्यक सामाजिक सेवा प्रदान करण्याचा स्तर अतिशय निम्न दर्जाचा आहे आणि विकासातील असमतोलाच्या (विषमतेच्या) कारणांमधील तो महत्त्वाचा घटक आहे. सध्याच्या आर्थिक संरचनेत मानवी विकासाची उच्चतर पातळी गाठणे शक्य आहे, मात्र जर सेवा प्रदान करण्यामध्ये सुधारणा झाली तर.'

या प्रश्नांची सोडवणूक करण्यासाठी सार्वजनिक निधीतील प्रचंड रकमा खर्च करण्यात येत आहेत; परंतु त्याची अंमलबजावणी, दर्जेदार सेवा देण्याच्या बाबतीत अजून खूप काही करण्याची आवश्यकता आहे. हे प्रश्न सोडविण्यासाठी असलेले कार्यक्रम / योजना चांगल्या प्रकारे कार्यरत नाहीत याची चांगली जाणीव सगळ्यांना आहे. हे कार्यक्रम केंद्रित आणि अंमलबजावणी आणि संकल्पनेच्या बाबतीत अर्धवट आणि अपुरे आहेत. वेगवेगळ्या स्थानिक गरजांच्या बाबीत पुरेसे संवेदनशील असे हे कार्यक्रम नाहीत, तसेच परिणामकारक सेवा प्रदान करण्याच्या उत्तरदायित्वाबाबतीत खात्रीचे नाहीत. सेवा प्रदान करण्याच्या बाबतीत सध्या अस्तित्वात असलेली यंत्रणा परिणामकारक, कार्यक्षम व काटकसरी नाही, कारण यात 'जिल्हा कारभार व्यवस्था' समाविष्ट आहे. त्यात माहिती, सल्ला आणि कृतीसंबंधी राज्य सरकार अधिकारीवर्ग आणि राजकीय व्यक्तींच्या लहान गटावर अवलंबून असते.

स्थानिक व्यवस्था आणि अधिकृत अधिकार यांचे मिश्रण असलेली व्यवस्था अधिकारशाही आणि बेजबाबदार वर्तनाला वाव देते.

म्हणूनच, पंतप्रधान डॉ. मनमोहन सिंह यांच्या सरकारने त्यांच्या लोकप्रिय प्रमुख राष्ट्रीय ग्रामीण रोजगार हमी योजना कायद्याचे महात्मा गांधी असे नामकरण योग्य रीतीने पुन्हा

केले. या महत्त्वाच्या घटनेचा योग देशातील पंचायत राज संस्थेच्या ५० व्या वर्षी आला. अशा योजनांच्या अंमलबजावणीत पंचायतींना स्वीकृत केले आहे असे दिसते. अर्थात, या योजनांमधील सर्वांत महत्त्वाची योजना ही राष्ट्रीय ग्रामीण रोजगार हमी योजना आहे. यात जिल्हा, मधल्या आणि खेडेगावच्या पातळीवर पंचायतींना योजना करणे आणि अंमलबजावणी करणे या बाबतीत मोठी जबाबदारी दिलेली आहे. नियोजन आणि अंमलबजावणीसाठी प्रमुख अधिकारी म्हणून या पंचायतींची नियुक्ती केलेली आहे. - MGNREGA योजनेखाली हाती घेतलेल्या कामाच्या मूल्यांच्या संदर्भात कमीत कमी ५०% मूल्याची कामे ही ग्रामपंचायतींनी करायची आहेत. या योजनेत राज्य सरकारच्या अहवालानुसार ७२ % कामे ग्रामपंचायत पातळीवर हाती घेतलेली आहेत, असे आढळते.

मोठ्या प्रमाणावरील उत्पादनाला गांधींनी विरोध केला आणि जनतेने उत्पादन करण्यावर भर दिला. मालाची लांब पल्ल्याची वाहतूक, जीवघेणा व्यापार आणि अनिर्बंध आर्थिक प्रगतीला प्रोत्साहन न देणे यावर त्यांचा विश्वास होता. सर्वसमावेशक विकास करण्यासाठी, विकासाच्या गतिमान क्षेत्राशी गरीब जनता जोडली जाणे महत्त्वाचे आहे, यावर त्यांचा विश्वास होता. म्हणून महात्मा गांधींच्या दूरदृष्टीनुसार तळागाळाच्या पातळीवर अत्यावश्यक सामाजिक सेवा प्रदान करण्यासाठी आणि आर्थिक सुधारणा कार्यक्रमाला पुन्हा बळकटी आणण्यासाठी स्थानिक स्वराज्य संस्थांना केंद्रस्थानी आणले पाहिजे. तथापि, गांधींच्या संकल्पनेतील ग्राम स्वराज्या(आपली सत्ता)साठी, खऱ्या अर्थाने स्थानिक स्वराज्य संस्थेने परिणामकारक सेवा प्रदान करण्यासाठी अनेक गोष्टींत पुढाकार घेणे आवश्यक आहे. यामध्ये प्रत्येक विभागातील लोकांना सेवा प्रदान करण्याच्या स्तरामध्ये व त्यांच्या आकांक्षानुसार त्यात वाढ करणे, त्याच्या गरजा निश्चित करणे, या कामासाठी स्थानिक स्वराज्य संस्थांनी स्थानिक लोकांचा सहभाग घेऊन नियोजन करणे; त्यांच्या जबाबदाऱ्या अधिक कार्यक्षमतेने पार पाडण्यासाठी व्यापक अर्थाने या स्थानिक स्वराज्य संस्थांना सक्षमता / शक्ती देणे; ग्रामसभांना अधिकृतरीत्या सक्षम करून जबाबदारीची पद्धत व्यवस्थित करणे यांचा समावेश आहे. त्यामुळे ज्यांना अखेरीस सेवा मिळणार असते, ते नागरिक अपुऱ्या सेवा देण्याबाबत स्थानिक स्वराज्य संस्थांना जबाबदार धरण्याकामी कृती करू शकतील.

ही कामे काही सोपी नाहीत, पण कोणत्याही अर्थाने अशक्यही नाहीत. म्हणजे गांधींनी ज्याची कल्पना केली त्यानुसार केंद्रीय पुरवठा करण्याच्या नमुन्यापासून स्थानिक स्वराज्य संस्थांच्या विकेंद्रीकरणाकडे वळणे, यामुळे राष्ट्रीय व स्थानिक योजनाकारांमध्ये एक नवे संबंध निर्माण होतील. त्याच वेळी नागरिक, निवडून आलेले राजकीय नेते, स्थानिक नोकरशहा यामध्ये सध्या अस्तित्वात असलेल्या विविध संबंधांमध्ये बदल होईल. अशा प्रकारची सर्वसमावेशक सत्ता, राजकीय सक्षमतेची निश्चिती देण्याशिवाय लोकांना आपल्या स्वतःच्या भविष्याचे नियंत्रण करण्यासाठी शक्ती प्रदान केल्यास, उल्लेखनीय समावेशक विकासासाठी ते फलदायी होईल.

समावेशक सत्तेद्वारे सामाजिक सबलीकरणाच्या गांधींच्या दृष्टीमुळे लोकांच्या सामाजिक, वांशिक व सांस्कृतिक मूल्यांचे रक्षण करण्यास मदत होईल. त्याचा परिणाम म्हणून जनतेमध्ये त्यांच्या सत्तेबद्दल विश्वास दृढ करण्यात साहाय्य होईल. त्यानंतर तळागाळातील नियोजन प्रक्रिया अधिक सखोल मूळ धरेल आणि आर्थिक सबलीकरण टिकाऊ आणि सशक्त होईल व त्यामुळे समावेशक प्रगती होईल. सध्या देशात सुरू असलेल्या लोकशाही प्रक्रियांच्या माध्यमातून मोठ्या प्रमाणात जनसंज्ञापना आणि त्यायोग्य तंत्रज्ञानाच्या, आपोआप लोकांपर्यंत पोचणाऱ्या प्रक्रियेमुळे एक नवा चैतन्यमय भारत निर्माण करण्याच्या शक्यता निर्माण होत आहेत. त्यासाठी नव्या सामाजिक रचनेची किंवा सामाजिक बदलाची गांधीची कल्पना उपयोगी ठरेल.

पंचायती, नगरपालिका, स्वतंत्र जिल्हा प्रादेशिक समित्या, या स्थानिक स्वराज्य संस्थांच्या माध्यमातून एक चैतन्यपूर्ण ग्रामीण भारत उभारण्यासाठी, समावेशक विकासासाठी गांधी तत्त्वज्ञान हा अत्यंत पायाभूत विचार आहे. कारण त्यामुळे लाभ न मिळणाऱ्यांच्या सबलीकरणासाठी त्यांना आवश्यक साधने प्राप्त होतील आणि त्यांच्या दारिद्र्यावर मात करण्यासाठी ते सक्षम होतील.

(अनुवाद : सुधाकर जोशी)

किरण बेदी

भारतीय पोलिस सेवेत रुजू होणाऱ्या पहिल्या महिला म्हणून किरण बेदींची खास ओळख आहे. त्यांची ही नियुक्ती पोलिसखात्याच्या ताठर आणि गुंतागुंतीच्या पठडीला छेद देत भावी काळातील बदलांची नांदी ठरली. तिहार जेलच्या महानिरीक्षकपदी असताना त्यांनी तुरुंगाच्या कार्यप्रणालीत मोठ्या धाडसानं परिवर्तन घडवत कैद्यांचा आत्मसन्मान वाढवणारी वागणूक दिली. संयुक्त राष्ट्रांच्या शांतता प्रस्थापित करण्यासाठीच्या विभागात पोलिस सल्लागार म्हणून काम करताना त्यांना त्यांच्या चमकदार कामगिरीसाठी यूएन पदकाने गौरवण्यात आले होते.

ड्रग्जचे व्यसन लागलेल्यांचे जीवनमान सुधारण्यासाठी आणि ड्रग्जने ग्रस्त होण्यापूर्वीच त्यापासून रोखण्यासाठी त्यांची स्वयंसेवी संस्था काम करते. त्यासाठी त्यांच्या संस्थेला संयुक्त राष्ट्रांकडून दिले जाणारे 'सर्ज सोइटिरॉफ मेमोरिअल ॲवार्ड'ही मिळालेले आहे.

मॅगसेसे पुरस्कारविजेत्या किरण बेदींचा आजवर अनेक प्रतिष्ठाप्राप्त पुरस्कारांनी सन्मान करण्यात आलेला आहे. त्यात राष्ट्रपतींकडून दिला जाणारा 'शौर्य पुरस्कार', 'फादर माशिमो मानवता पुरस्कार' व सामाजिक न्यायासाठीचा 'मदर तेरेसा स्मृती राष्ट्रीय पुरस्कार' यांचाही समावेश आहे.

कमालीची संवेदनशीलता, उत्कट बांधिलकी आणि फक्त शब्दच न उच्चारता थेट कृती हे सारे गुणविशेष किरण बेदींच्या ठायी एकवटलेले आहेत.

“मानवजातीला फक्त अहिंसेच्या मार्गानेच हिंसेवर विजय मिळवता येईल. द्वेषाला फक्त प्रेमानंच जिंकता येईल. तिरस्कार हा द्वेषात फक्त वाढच करू शकतो.”

शांतता व सुव्यवस्थेसाठी बदललेला मार्ग

सध्या मी गांधीजींचं पुनरुत्थान होताना बघते आहे. प्रसारमाध्यमे, वक्तृत्व स्पर्धा, प्रश्नमंजूषेचे कार्यक्रम, जागच्या जागी माहिती विचारून केली जाणारी सर्वेक्षणे तसेच प्रदर्शनांमध्येही गांधीजींबद्दलच्या माहितीवर भर असतो. यामुळे माझ्या मनात आले, की आणखी एक उणीव भरून काढावी. गांधीजींना थेट पोलिस मुख्यालयातच न्यावे. तिथेही त्यांची गरज आहेच.

माझ्या निवृत्तीला दोन वर्षे उरलेली असतानाच मी स्वेच्छानिवृत्ती घेतल्यावर एक प्रश्न मला वारंवार विचारला जाऊ लागला. तो म्हणजे, मी जर पोलिस आयुक्त झाले असते तर दिल्लीची कायदा व सुव्यवस्थेची जबाबदारी मी कशी काय पेलणार होते? कारण तिथली सुरक्षितता हा तर कळीचा मुद्दा ठरतो. गांधीजी पोलिसप्रमुख झाले असते तर कसे वागले असते, अशी कल्पना करताना मला ते अत्यंत सामर्थ्यशाली ठरले असते असे वाटत राहिले. सत्य आणि सहानुभूती हे त्या पोलीस प्रमुखाच्या तत्त्वज्ञानातले व त्यांच्या व्यवस्थापनातले दोन महत्त्वाचे घटक ठरले असते. त्यामुळे मी माझ्या कल्पनाशक्तीला त्यावेळी स्वैर संचार करू दिला आणि त्यातून मला आनंदाची, आरामदायक अन् आध्यात्मिक अनुभूती मिळाली.

मी सांगत राहिले, की मी आयुक्त झाले असते तर सगळ्याच बाबतीत मी आमूलाग्र बदल केले असते. त्याचा मला सर्वंकष आणि भरीव परिणाम मिळाला असता. दिल्लीच्या कायदा

कायदा व सुव्यवस्थेसाठीचे मॉडेल – गांधीजींच्या विचाराप्रमाणे

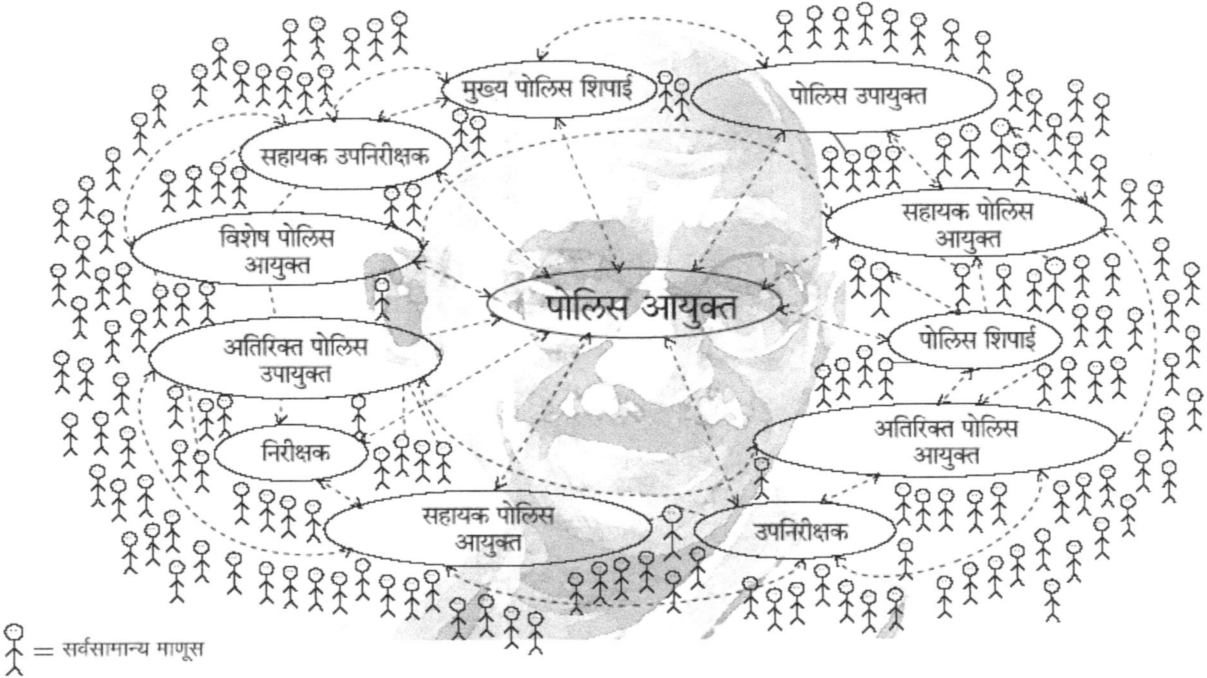

एकत्रित, सामुदायिक, सर्वजनसुलभ

व सुव्यवस्थेची संपूर्ण घडी बदलण्याची गरज आहे. दुसरा पर्यायच नाही. गुन्हेगारीला आळा घालण्यासाठी धोरणात्मक बदल घडवण्याची इथे गरज आहे. गुन्ह्यांबाबतची चौकशी आणि तपास यांचा दर्जा व प्रक्रिया, कायदा व सुव्यवस्थेसाठीचे व्यवस्थापन, जास्तीत जास्त गुप्तचर राबवून दहशतवादाला आळा घालणे, पोलिसांबद्दल लोकांच्या मनात विश्वास निर्माण करणे, दर्जेदार प्रशिक्षण उपलब्ध करून देणे, वाहतूक व्यवस्था दुरुस्त करणे तसेच कडक कायद्यांची कठोर अंमलबजावणी करून रस्त्यांवरील सुरक्षितता वाढवणे, या सगळ्यांसाठीच बदलांची गरज आहे.

आतापर्यंत दुर्लक्षित राहिलेल्या गोष्टींकडे मी माझा मोर्चा वळवला असता. उदाहरणार्थ, पोलिस कल्याण, नेतृत्वविकास, व्यवस्थापनातल्या अव्यवस्थेकडे मी लक्ष दिले असते. मनुष्यबळ विकासासंबंधीची ध्येयधोरणं, प्रणालीची नव्याने संरचना करणे तसेच अंतर्गत सतर्कता वाढवून पोलिसयंत्रणेतल्या नजरचुकीमुळे राहून गेलेल्या उणिवांची दखल घेतली असती. बाहेरून समाजाचे सहकार्य मिळवले असते. अकादमीकडे लक्ष दिले असते आणि संशोधनाच्या कामासाठी पोलिसांना वाट मोकळी करून दिली असती.

सगळ्यांसमोर आदर्श उदाहरण घालून देण्यासाठी मी झटले असते. उतरांकडून मी ज्याची अपेक्षा करते, त्यापेक्षा कित्येक पटींनी जास्त परिश्रम आणि तेही परिणामकारक पद्धतीने मी केले असते. शेवटी गांधीजीही तेच करायचे. जे त्यांना इतरांमध्ये हवे आहे ते ते स्वत:त आधी घडवायचे.

दिल्ली पोलिसयंत्रणा खरे तर आदर्श ठरू शकते; पण त्यासाठी त्यांनी नव्या आणि जुन्यांकडूनही खूप काही शिकायची गरज आहे.

मी मुक्तचर्चासत्र आयोजित करून पोलिसांच्या कामातल्या त्यांच्या-त्यांच्या स्थानानुरूप मूलभूत समस्यांना हात घातला असता. मात्र हे सगळे कुठले तरी धोरण ठरवण्याचा भाग म्हणून केले नसते. या यंत्रणेत वरिष्ठ-कनिष्ठ अशा भावनांची दलदल माजलेली आहे. त्यामुळे वरून आलेल्या आदेशामागचा दृष्टिकोन किंवा मत जाणून न घेताच त्याची अंमलबजावणी करण्याचा पायंडाच पडून गेला आहे. बदल जर घडायचाच असेल तर सर्व पदांवरच्या कर्मचाऱ्यांना बरोबरीने वागवायला हवं आणि बरे-वाईट जे काही घडेल त्यात त्यांनाही सहभागी करून घ्यायला हवे.

कनिष्ठांशी विचारविनिमय करून जर वरिष्ठांनी निर्णय घेतले तर त्यांच्या अंमलबजावणीतही गुणात्मक फरक दिसून येईल. भारतीय प्रशासनात अजूनपर्यंत असा धोरणात्मक बदल घडून आलेला नाही. मी स्वतः अशी जगत आणि वागत आले आहे. जिल्ह्याच्या पातळीवर त्याचे सकारात्मक परिणामही मी पाहिलेले आहेत. मग ते गुन्हेगारीला आळा घालणे असो की तपासकाम असो, कायदा व सुव्यवस्थेचा प्रश्न असो की वाहतुकीचा, पोलिस प्रशिक्षणाचा

मुद्दा असो की तुरुंग व्यवस्थेचा किंवा एकूण प्रशासनाचा, सर्वत्र त्याचे चांगले परिणाम मिळताना पाहिले आहेत.

मुक्तचर्चांचा शेवट अर्थातच कृतीत झाला असता. त्यातूनच व्यवहार्य धोरणेही आखली गेली असती, ज्यामुळे कल्याणाबाबत खात्री पटली असती. याखेरीज सगळ्यांसाठी काम आणि लक्ष्ये ठरवली गेली असती. वेळोवेळी घेतल्या गेलेल्या आढाव्यामुळे पारदर्शकता निर्माण झाली असती. यामुळे संघभावनेवर आधारित विश्वासार्हता आणि पारदर्शकता वाढीस लागली असती, त्यासाठी शैक्षणिक संशोधन आणि त्यावर आधारित निष्कर्ष प्रकाशित करायला प्रोत्साहन दिले गेले असते.

अशी सत्रे किंवा कार्यशाळा वरिष्ठांसाठीही माहिती मिळण्याच्या दृष्टीने उपयुक्त ठरल्या असत्या. सादरीकरणातून सर्वच पातळीवरच्या पोलिस अधिकारी व कर्मचाऱ्यांचे ज्ञान वाढले असते. यातून कुणीही अपवाद न राहता सामुदायिक शहाणपण वाढले असते. त्यामुळे संपूर्ण बांधिलकीची भावना एकजात साऱ्यांमध्ये भिनली असती.

हे सारे माझ्यासाठी कायदा व सुव्यवस्थेच्या संरक्षणासाठी खराखुरा गांधीवादी मार्ग ठरला असता.

जेव्हा हे सारे सामुदायिक शहाणपणा, एकात्मता व देशाची सेवा करण्याच्या भावनेतून येते तेव्हा कशाच्याही आधारे वर्गभेदाला जागाच कुठे राहते ? अशा वेळी मग श्रीमंत आणि सामर्थ्यशालींसाठी एक नियम अन् दुबळ्या तसेच उपेक्षित वर्गासाठी वेगळे नियम कसे राहिले असते ? कायद्यासमोर आपण सगळेच सारखे ठरलो नसतो का ? मग पदापेक्षा नियमांचाच विजय झाला नसता का ? मग कोणत्याच कार्यालयातून नकोशा पद्धतीने हस्तक्षेप झाला असता का ?

त्यामुळे नियम व कायद्यांबद्दल आदर दुणावला नसता का ? मग ते लादले जाण्याऐवजी सर्वमान्य झाले नसते का ? हा विकास नसता का ? याच्यातून सुरक्षिततेची भावना वाढली नसती का ? याच्यामुळे जनता आणि पोलिस यांच्यातले अंतर कमी झाले नसते का ? यामुळे गुन्हे अन्वेषणाची ताकद वाढली नसती ? गुन्ह्यांना प्रतिबंध घातला गेला नसता ? गुन्ह्यांच्या तपासकामाला मोठ्या प्रमाणावर चालना मिळाली नसती ?

याला आपण गांधीवादी आदर्श कार्यपद्धती (मॉडेल) म्हणू शकलो नसतो का ? अशी कार्यपद्धती साधी, पारदर्शक, न्याय्य, निर्भयतापूर्ण, सहभागात्मक, सत्यावर आधारित, भेदाभेद न करणारी व संवेदनशील आणि तरीही घात करणाऱ्यांना मोकळे न सोडणारी ठरली असती.

हे सारे बळाने कायदा व सुव्यवस्था लादण्यापेक्षा जनतेलाच त्याबाबत सक्षम करून ते स्वेच्छा पाळायला लावण्याइतका आमूलाग्र बदल घडून येऊ शकला असता.

(लेखिकेच्या पूर्वप्रकाशित लेखनावर आधारित)

(अनुवाद : नीला शर्मा)

किरण कर्णिक

नॅसकॉम (नॅशनल असोसिएशन ऑफ सॉफ्टवेअर अँड सर्व्हिसेस कंपनीज)चे माजी अध्यक्ष म्हणून पदभार सांभाळलेले किरण कर्णिक यांचे भारतीय माहिती तंत्रज्ञान उद्योगामध्ये बहुमोल योगदान लाभलेले आहे. दूरदृष्टीतून आणि रूढ मार्ग मोडीत काढून त्यांनी सदोदित पुढील काळाचा विचार करून वाटचाल केली. त्यांच्या अशा द्रष्ट्या नेतृत्वामुळेच ज्या ज्या वेळी काही पेचप्रसंग माहिती उद्योगात उद्‌भवतो त्या त्या वेळी कर्णिक यांच्याकडे आशेने पाहिले जाते.

त्यांनी २० वर्षांहून अधिक काळ इस्त्रो (इंडियन स्पेस रिसर्च ऑर्गनायझेशन)मध्ये अत्यंत महत्त्वपूर्ण कामगिरी बजावली. तसेच त्यांच्या योगदानातून व प्रयत्नांतून सुरू झालेल्या प्रकल्पांपैकी 'ग्रामीण विकास आणि शिक्षणासाठी उपग्रहांचा वापर' हा प्रकल्प एका नव्या क्रांतीची नांदी ठरला आहे.

राष्ट्रीय धोरणे ठरवताना किरण कर्णिक हे एक महत्त्वपूर्ण व्यक्ती आहेत. पंतप्रधानांच्या 'नॅशनल इनोव्हेशन कौन्सिल'चे ते सदस्य असल्यामुळे त्यांचे तज्ज्ञ मत अतिशय मोलाचे मानले जाते.

मोठमोठ्या वृत्तपत्रांतून प्रसिद्ध होणाऱ्या त्यांच्या लेखनातून त्यांच्यातील निर्मितिक्षम विचारांची व भविष्याचा वेध घेणारी ताकद वेळोवेळी प्रतीत होते. या लेखामधून केवळ माहितीचा खजिनाच उघडला जात नाही तर नवनवी आव्हानेही लक्षात येतात.

"प्रत्येक व्यक्तीचे स्वातंत्र्य हेच सार्वत्रिक विकासाचे मूळ आहे."

नवीन धागा विणताना

अनेकांच्या मते आजकालच्या युगात गांधी हे विसंगत ठरलेले आहेत. अर्थातच, जगभरातून गांधींना अमाप प्रशंसा लाभली, त्यांना पूजनीय मानले गेले, त्यांचा विचार आणि कृती हे दोन्हीही आदर्शवत मानले गेले; परंतु तरीही आजच्या युगात मात्र ते अव्यवहार्य ठरले आहेत. अलीकडेच 'मुन्नाभाई'सारख्या चित्रपटाला उत्तुंग यश मिळाले, ज्यामध्ये गांधी विचारतत्त्वांना 'गांधीगिरी' असे संबोधले गेले. तसेच त्यात असे चित्र साकारले गेले, की गांधीतत्त्वानुसार जर एखाद्याने आपल्या कानफटात लगावली तर आपण दुसरा गाल पुढे करावा. विरोधकांवर प्रतिचढाई करण्याऐवजी त्याला प्रेम व दयाळू वृत्तीने जिंकून घ्यावे. मात्र, आजच्या जगात लोकांशी व्यवहार करण्याचे हे मार्ग राहिलेले नाहीत. हे जे काही गांधींचे विचार आहेत ते सध्या अस्तित्वात नसलेल्या अशा आदर्श जगासाठी आहेत आणि त्याचा आजच्या वास्तव जगाशी काहीही संबंध नाही.

एवढे असूनही गांधी तत्त्वज्ञानाकडे आकर्षित होणाऱ्या लोकांची संख्या जगाच्या पाठीवर वाढताना दिसत आहे, आणि हे विशेषतः शाश्वत विकासाच्या संदर्भात दिसून येते. 'सगळ्या माणसांच्या गरजा भागवण्यासाठी हे जग पुरेसे आहे, परंतु ते एका माणसाच्या लालसेसाठी मात्र अपुरे आहे,' अशी विलक्षण बुद्धिचातुर्याने गांधींनी केलेली उद्घोषणा इतर कोणत्या पर्यावरणतज्ज्ञ किंवा जाहिरातक्षेत्रातील तज्ज्ञाला सुचू शकली असती? वास्तविकरीत्या गांधी हे केवळ एक महान तत्त्वज्ञच नव्हते, तर ते उत्तम संवादकही होते. लढ्यासाठी लोकांना एकत्रित करण्याचे महत्त्व त्यांनी ओळखले होते. त्याचबरोबर एकसंध राष्ट्राची कल्पनाही लोकांमध्ये ते जागृत करू शकले. ज्या काळात जनसंपर्काची किंवा बहुसंख्य लोकांपर्यंत पोहोचण्याची अगदीच तुटपुंजी साधने उपलब्ध होती, अशा काळात लोकांपर्यंत पोहोचण्याचे

माध्यम म्हणून गांधींनी अत्यंत वेगळे असे भाषातंत्र (भाषाशास्त्र) वापरले. 'मूठभर मिठा'इतके साधे, प्रभावी आणि लोकांच्या हृदयाला साद घालणारे आणखी काय असू शकले असते? एक व्यवहारी तत्त्वज्ञ म्हणून गांधीजींनी स्वतःचे उपदेश नेहमीच प्रत्यक्ष आचरणात आणले, त्यांना कृतीत साकारले.

गांधींचा ठाम विश्वास होता, की जर तुमचे अंतिम लक्ष्य स्पष्ट असेल तर त्यामागील हेतू आपोआपच सिद्ध होतो. कोणत्याही ध्येयाच्या शेवटाइतकेच महत्त्व त्यामागील हेतूलादेखील असते, असा गांधींचा दृढविश्वास होता. आणि दुसऱ्या बाजूला आपण मात्र कसेही करून, काहीही करून ध्येय गाठण्याचा आटापिटा करत असतो. नेमके हेच आपल्या समस्यांचे मूळ दुखणे ठरते, ज्यामधून मग लालसा, संघर्ष आणि भ्रष्टाचार या गोष्टींचा जन्म होतो.

परंतु आता हे वातावरणही बदलू लागलेले आहे. आणि या बदलाचे चिन्ह म्हणजे सामुदायिक व्यवस्थापनाचे वाढते प्रस्थ होय. तसेच तत्त्वे आणि मूल्ये या घटकांनाही व्यक्तिगत आणि संस्थात्मक पातळीवर महत्त्व प्राप्त होत चाललेले आहे. आणि हे केवळ बोलण्यापुरतेच मर्यादित राहिलेले नाही, तर शेअर बाजारातदेखील मोठमोठ्या कंपन्यांची पत ही त्यांच्या एकूण व्यवस्थापन यंत्रणेत असलेली पारदर्शकता, प्रामाणिकणा व सुयोग्यता यावरून ठरवली जातेय.

आश्चर्य आणि उपहासाची बाब म्हणजे गांधी तत्त्वज्ञानाचा सर्वाधिक वापर हा आजघडीला तंत्रज्ञानाच्या माध्यमातून होताना दिसतो आहे. यामध्ये उपहासाची बाब कोणती, तर अनेकांच्या मते गांधीजी हे तंत्रज्ञानाच्या विरोधात होते. गांधींविषयी असे मत बनण्याचे कारण म्हणजे त्यांचा असा दृष्टिकोन होता, की तंत्रज्ञान हे व्यक्तिनिष्ठ नसते किंवा ते व्यक्तिनिरपेक्ष असते, आणि अर्थकारण सुधारण्यासाठी विशिष्ट दर्जा ठरवून केंद्रीकरण करून प्रचंड प्रमाणात उत्पादननिर्मिती करणे म्हणजे व्यक्तीचा हस्तक्षेप कमी करणारे ठरते. याचाच थोडक्यात अर्थ, हे गांधीतत्त्वांच्या विरुद्ध आहे. जुन्या काळातील तंत्रज्ञानाबाबत हा दृष्टिकोन काही अंशी खराही होता. त्यामुळेच तळागाळाच्या पातळीवर कार्यरत असलेल्या विकाससंस्थादेखील तंत्रज्ञानविरोधीच सूर काढत होत्या. परंतु सद्यःस्थिती पाहता आजघडीला मात्र तंत्रज्ञानामध्ये इतके आमूलाग्र बदल झालेले आहेत व त्या बदलांनी इतक्या नव्या शक्यता / दिशा निर्माण केलेल्या आहेत, की ते पाहून गांधीजीदेखील आनंदून गेले असते.

आता या ठिकाणी उत्पादननिर्मिती हा घटक लक्षात घ्या. याविषयी गांधीजींनी 'जास्तीत जास्त लोकांकडून उत्पादननिर्मिती' हा विचार मांडला, जो 'जास्तीत जास्त उत्पादन' या संकल्पनेला विरोध करणारा, शह देणारा होता. आजच्या काळात उत्पादनाचे प्रमाण प्रचंड वाढलेले असले तरी किंवा अधिकाधिक उत्पादन हे प्रभावी ठरत असले तरी दुसरीकडे मात्र हुशारीने, कल्पकतेने बनवलेल्या छोट्या छोट्या आकर्षक वस्तूंनाही अत्यंत चांगली मागणी आहे. त्याबरोबरच ग्राहकवर्गही दिवसेंदिवस अधिक चोखंदळ बनत आहे. अधिकाधिक

तंत्रज्ञान वापरून बनवलेल्या दर्जात्मक, आकर्षक वस्तूंकडे तो आकृष्ट होत आहे. आणि हे सारे 'जास्तीत जास्त उत्पादननिर्मिती' या संकल्पनेहून किती तरी निराळे आहे. सर्वांत महत्त्वाचे म्हणजे गांधी तत्त्वज्ञानानुसार विचार करता नवीन तंत्रज्ञान हे विकेंद्रीकरण आणि विघटन यांना बळ देणारे आहे.

पूर्वीच्या काळी पुरवठा यंत्रणा, बौद्धिक संपदेची उपलब्धता आणि पायाभूत मांडणी हे सर्व घटक एकत्रीकरणाच्या आणि केंद्रीकरणाच्या प्रक्रियेस पोषक ठरले होते. त्यामुळेच मोठमोठे उद्योगधंदे, औद्योगिक शहरे उभारली गेली. परंतु आता नव्याने उदयाला आलेल्या माहिती तंत्रज्ञानामुळे, तसेच संपर्कयंत्रणा, दळणवळण, सर्वदूर विजेची उपलब्धता आणि शिक्षण या सर्वच घटकांमधील सुधारणेमुळे लहान लहान शहरे व देशाच्या अगदी दुर्गम प्रदेशातही उद्योगधंदे उभारणे शक्यप्राय बनले आहे.

नवीन तंत्रज्ञानामुळे सर्वदूर संपर्क साधणे, तसेच अतिशय माफक किमतीच्या इलेक्ट्रॉनिक साधनांमुळे पुरवठादार, विक्रेते, ग्राहक यांच्यापर्यंत क्षणार्धात पोहोचणे सहजशक्य झाले आहे, आणि हे सर्व कोणत्याही स्थानमर्यादेशिवाय! अद्ययावत रस्ते, सुलभ अशी जलवाहतूक तसेच सुधारित हवाई व रेल्वेमार्ग यामुळे तर एकूणच वाहतूक यंत्रणा कमालीची सोपी झालेली आहे. याचाच परिपाक म्हणजे कच्चा माल व तयार वस्तू यांची ने-आण आता बरीच सुलभ, स्वस्त व अक्षरशः कोणत्याही ठिकाणी शक्य झालेली आहे. त्या जोडीला योग्य असे मनुष्यबळदेखील सर्वत्र उपलब्ध आहे. आणि यामुळेच या सर्व गोष्टींच्या साहाय्याने वेगवेगळ्या प्रदेशांत विकेंद्रित पद्धतीने यंत्रणा उभारणे सोपे झाले आहे.

हे प्रामुख्याने सेवाक्षेत्रात अधिक प्रकर्षाने दिसून येते. याकरता आय.टी. आणि बी.पी.ओ. (इन्फर्मेशन टेक्नॉलॉजी आणि बिझनेस प्रोसेस आऊटसोर्सिंग) या क्षेत्रांचे उदाहरण येथे घेता येईल. पहिली गोष्ट म्हणजे बहुतेक सर्व माहिती उद्योगांमध्ये सातत्याने नवनवीन बदल घडून येत असतात. कित्येक उद्योग कायमचे बंद पडतात, तर काही उद्योग धिम्या गतीने वाढत वाढत एका विशिष्ट टप्प्याला थांबून राहतात. यापैकी फारच थोडे उद्योग हे शेवटी भरभराटीला लागतात. अशा प्रकारे ही एक सतत चालणारी नवनिर्मितीची आणि विघटनाची प्रक्रिया आहे, ज्यामध्ये कोणत्याही क्षणाला बऱ्याच मोठ्या संख्येने लहान लहान, नवागत उद्योग उदयाला आलेले दिसतात. आणि या सर्वांतून विकेंद्रीकरणाचा मुद्दा साध्य होताना दिसतो. यातच भर म्हणजे हे क्षेत्र बौद्धिक क्षमतेवर अधिक प्रमाणात आणि भौतिक साधनांवर कमी प्रमाणात विसंबून असल्याने ज्या ज्या ठिकाणी बौद्धिकता व उद्योजकता यांचा मिलाफ असेल त्या त्या ठिकाणी हे नवीन उद्योगधंदे सुरू होतात; आणि हे कोठेही म्हणजे देशाच्या कोणत्याही कानाकोपऱ्यात सुरू होतात. यामधून अर्थातच भौगोलिक विकेंद्रीकरणाची संकल्पना आकार झालेली आपण पाहू शकतो. आता हे अजूनच वाढत चाललेले आहे. सर्व अर्थातच तंत्रज्ञानाच्या कृपेमुळे! यातच बी.पी.ओ. हा भाग अंतर्भूत

आहे. आजकाल छोटी शहरे व ग्रामीण भागांतही हे उद्योग सुरू झालेले आहेत, आणि बहुचर्चित 'ग्रामीण बीपीओ' हा तर सद्यःस्थितीत अतिशय फळफळता असा उद्योग बनलेला आहे. संपर्कव्यवस्था वा संपर्क तंत्रज्ञानाचा भरवसा, भरीव क्षमतेचे संपर्कजाळे आणि माहिती तंत्रज्ञानात अंतर्भूत असलेली कामाची विभागणी पद्धतीत यामुळे हे सर्व सोपे बनलेले आहे. अशा प्रकारच्या एकूणच विकासप्रक्रियेमुळे ज्या ज्या ठिकाणी हे बीपीओचे काम सुरू करता येते आणि या कामासाठी ज्या कुशलतेची व शिक्षणाची गरज भासते, तीदेखील माहिती तंत्रज्ञानाचे काम वेगवेगळ्या स्तरांवर विभागलेले असल्याने कमी स्वरूपाची झाली आहे. यातील काही कामांसाठी वा गोष्टींसाठी तर अतिशय जुजबी किंवा माफक शिक्षण व कौशल्य आवश्यक असते.

नवीन स्वरूपातील प्रशिक्षण साधने आणि तंत्रज्ञान यामुळे मध्यंतरीच्या काळापासून तर लोकांना प्रशिक्षित करण्यासाठी लागणारा वेळ बराच कमी झाला आहे. केवळ नवीन तंत्रज्ञानाची उपलब्धता इतकेच नाही, तर विकेंद्रीकरणामागे दुसरे प्रमुख कारण म्हणजे 'खर्च' किंवा 'किंमत' हेदेखील आहे. कारण छोट्या शहरांमध्ये किंवा ग्रामीण भागात उद्योग सुरू करण्यामुळे खूप मोठा खर्च टाळणे बऱ्याच अंशी त्या त्या शहराच्या वा ठिकाणाच्या आकारमानावर अवलंबून असते. या परिस्थितीमुळे विकेंद्रीकरण होत असताना आकारमानानुसार संबंधित गावात किंवा लहान लहान शहरांत हजारो लोकांना एका वेळी कामावर घेणे शक्य नसते. याचाच अर्थ आपण विकेंद्रीकरण, विघटन व लहान आकाराचे उद्योगधंदे यावर आधारित जी गांधीजींची तत्त्वे आहेत त्यांचे पालन नवीन तंत्रज्ञानाद्वारे करत आहोत.

याच वेळी एका व्यापक पातळीवर तंत्रज्ञानाची प्रगती ही हार्डवेअर (यंत्रसामग्री)कडून सॉफ्टवेअर (संगणकातील आज्ञाप्रणाली यंत्रणा)कडे आणि ॲटम (अणू)कडून बीट (संगणक आज्ञाप्रणालीतील सर्वांत लहान घटक)कडे चालू आहे. याचे सर्वांत सोपे उदाहरण म्हणजे पुस्तके, जी आता कागदी स्वरूपातून इलेक्ट्रॉनिक माध्यमात रूपांतरित होत आहेत. याप्रमाणे इतरही अनेक गोष्टी, ज्या करण्यासाठी कोणत्या तरी यंत्राची गरज पडत असे, त्या गोष्टी आता संगणक आज्ञाप्रणालीच्या माध्यमातून सहजसाध्य होत आहेत. याचे कारण म्हणजे हे तंत्र अत्यंत लवचिक, सोपे आणि कमीत कमी साधने हाताळणारे असल्याने त्याचा वापर आता दिवसेंदिवस वाढतच राहणार आहे. या सगळ्यातील महत्त्वाचे मर्म म्हणजे यामधून विघटन व विकेंद्रीकरण यांना चालना मिळत आहे. त्याचबरोबर हे तंत्र (संगणक आज्ञाप्रणाली यंत्रणा) कमीत कमी साधने वापरणारे असूनही मोठ्या प्रमाणात पर्यावरणपूरक व टिकाऊ असते. हार्डवेअर (यंत्रसामग्री)च्या बाबतीत एक गोष्ट पक्की असते. आपण ज्या ज्या ठिकाणी जितक्या वेळा ते खरेदी करू त्या पटीत त्याचा खर्च वाढत असतो. सॉफ्टवेअरच्या (संगणक आज्ञाप्रणाली) बाबतीत मात्र असे नसते. आपण त्याच्या कितीही प्रती बनवू शकतो व तेही अगदी अल्पकिमतीत. आणि यामुळे गांधीजींचे आणखी एक तत्त्व

- विकेंद्रीकरण व स्थानिक उद्योग - हे परिपूर्ण होताना दिसते.

नवीन तंत्रज्ञानामुळे बौद्धिकतेवर आधारित उद्योगांना उत्तेजन मिळालेले आहे. याची दोन मुख्य वैशिष्ट्ये म्हणजे स्थानस्वातंत्र्य (यातील बहुतांश गोष्टी इलेक्ट्रॉनिक माध्यमातून पार पडतात व याचे सरळसोट उदाहरण म्हणजे बीपीओ, ज्यामध्ये सर्व काही इलेक्ट्रॉनिक यंत्रणेद्वारा केले जाते.) आणि उच्च बुद्धिमत्तेची गरज. या दोन्हींच्या संयोगातून संपूर्ण जगाला एक नवे परिमाण प्राप्त झाले आहे. आजच्या युगात काम त्याच दिशेला जाते ज्या ठिकाणी बुद्धिमत्ता आहे. याच वेळी आपण वेगवेगळ्या प्रदेशांतील मानवी कौशल्यालाही सलाम केला पाहिजे. कारण त्यामुळेच वेगवेगळ्या प्रदेशांतील लोकांकडे असलेली नानाविध कौशल्ये व बुद्धिमत्ता यांच्या साहाय्याने सर्वच प्रदेशांना काम मिळत आहे. म्हणजेच मग असे म्हणता येते, की तंत्रज्ञानामुळे उत्पादननिर्मितीचे विकेंद्रीकरण व विघटन घडत आहे.

गांधींच्या एकूणच विचारधारेत आणखी एक महत्त्वाचे तत्त्व म्हणजे 'सत्तेचे विकेंद्रीकरण'. मागील काळाच्या तुलनेत वर्तमान स्थितीत माहिती ही एक प्रचंड मोठी ताकद बनलेली आहे. त्याचबरोबर माहितीचा असमतोल हा शोषण, वर्चस्व आणि दबाव या घटकांना कारणीभूत ठरत आहे.

'लोकांची सत्ता' हे घोषवाक्य तेव्हाच सत्यात उतरेल जेव्हा लोकांना माहितीची मुक्त व सहज उपलब्धता असेल. या सर्वांत तंत्रज्ञान हा महत्त्वपूर्ण घटक आहे. पारंपरिक पद्धतीचे दूरध्वनी, मोबाईल फोन, संगणक आणि संपर्काची इतर अद्ययावत साधने यांच्या साहाय्याने कोठेही बसून कोणतीही माहिती मिळवणे आता मुळीच कठीण राहिलेले नाही.

जवळपास प्रत्येक पंचायतीत एक अशी सुमारे एक लाख 'समूहसेवा केंद्रे' लवकरच सुरू करण्यात येणार आहेत, ज्यामध्ये समूहांना संगणक दिला जाईल आणि त्याद्वारे त्यांना माहिती पुरवली जाईल. या माध्यमातून 'माहिती अधिकारा'ला खऱ्या अर्थाने दिशा प्राप्त झाली आहे. याच दरम्यान 'ई-गव्हर्नन्स' या योजनेद्वारे सरकारी यंत्रणेत पारदर्शकता व जबाबदारीची जाणीव निर्माण केली जाईल असे वाटते. माहितीचा अधिकार, ई-गव्हर्नन्स आणि तंत्रज्ञानाद्वारे मिळणारी माहिती यामुळे सरकारी यंत्रणेत आमूलाग्र बदल घडून येईल व पंचायत तसेच स्थानिक मंडळांना काम करण्यास अधिक वाव मिळेल. यामधून अर्थातच विकेंद्रीकरण होऊन खऱ्या अर्थाने सत्ता ही लोकांच्या हाती येऊन गांधीजींचा 'लोकांची सत्ता' हा विचार वास्तवात उतरेल आणि गांधी विचारतत्त्वानुसार स्वयंशासित समाजाची निर्मिती होईल.

हे नवीन तंत्रज्ञान विकेंद्रीकरण व माहितीच्या उपलब्धतेसाठी काय करू शकते याविषयी आपण आज तरी पहिल्या पायरीवर आहोत. हे तंत्रज्ञान आता दबावतंत्रासाठीच्या साधनांपासून वेगळे होऊन स्वातंत्र्यासाठीचे शस्त्र म्हणून आकारास येत आहे. मोबाईल फोन, इंटरनेट, माहितीची केंद्रे व माहिती शोधण्याची साधने ही सर्व एकत्रित येऊन जुन्या

केंद्रीय रचनात्मक पद्धतीच्या शासन यंत्रणेत महाकाय बदल घडवून आणून सत्ता लोकांच्या हाती देणार आहेत. म्हणजेच सत्ता ही एकाच सुपर कॉम्प्युटरद्वारे (महासंगणकांद्वारे) वितरित होण्याऐवजी ती एकाच वेळी अनेक संगणकामधून (वेगवेगळ्या केंद्रांमधून) वितरित होईल. एकमार्गी आणि 'वरून-खाली' या स्वरूपाच्या संवादाऐवजी तो अधिक परस्परपूरक, परस्पर सामंजस्याचा आणि 'खालून वर' सर्व स्तरांवर वा पातळीवर असा असेल. हे सर्व गांधीजींच्या प्रारूपाशी इतके साधर्म्य दर्शवणारे आहे की कोणी विचारसुद्धा करू शकत नाही. तंत्रज्ञान खरोखरच आपल्याला त्या दिशेने नेत आहे, ज्यामुळे गांधीविचार व कल्पना यांना नव्याने अर्थ लाभेल.

काही दशकांपूर्वी गांधी व तंत्रज्ञान हे एकमेकांविरोधी वाहत होते, परंतु आज आणि भविष्यातदेखील गांधीजींची तत्त्वे आणि तंत्रज्ञान हे परस्परांचे अगदी निकट व स्वाभाविक सहकारी असतील.

(अनुवाद : शुभांगी जगताप)

एल. के. शर्मा हे पत्रकार नेते आहेत. त्यांनी तब्बल ४५ वर्षे मुंबई, अहमदाबाद, नवी दिल्ली, लंडन व वॉशिंग्टन या शहरांमध्ये पत्रकारिता केली आहे.

२००१ ते ०५ दरम्यान वॉशिंग्टनमध्ये *'डेक्कन हेराल्ड'*चे विदेश विभाग संपादक म्हणून काम करत असताना काही दहशतवादी कृत्ये त्यांच्या नजरेसमोर घडली. त्याच्याही आधी लंडनमध्ये *'टाइम्स ऑफ इंडिया'*चे युरोपीयन वार्ताहर म्हणून काम करताना बर्लिनची भिंत कोसळण्याबाबतचे आणि थॅचरयुगाच्या अस्तासंबंधीचे वार्तांकन त्यांनी केले. *'लंडन कॉलिंग'* या त्यांच्या सदराला वाचकांचा प्रचंड प्रतिसाद मिळाला.

नवी दिल्लीत *'टाइम्स ऑफ इंडिया'*चे विशेष वार्ताहर म्हणून कार्यरत असताना त्यांनी देशाच्या राजकीय व आर्थिक घडामोडी तसेच परराष्ट्रीय संबंधाबाबत लिखाण केले. याच सुमारास पंतप्रधानांसोबत परदेश दौराही केला.

त्यांचे पहिलेवहिले पुस्तक भारतातील नवीन तंत्रज्ञानासंदर्भातले होते. १९९९ मध्ये त्यांचे *'इनोव्हेटिव्ह इंडिया'* हे पुस्तक प्रकाशित झाले. त्याच्या पाठोपाठ दोन वर्षांनी *'इनोव्हेटिव्ह इंडिया रायझेस'* हे पुस्तक आले. नवीन तंत्रज्ञानाचा समाजात उपयोग, हा गाभा असलेल्या लेखनाचे ते सध्या संपादन करत आहेत.

एल. के. शर्मा

"वर्तमानात आपण काय करतो त्यावर आपला भविष्यकाळ अवलंबून असतो."

M.K. Gandhi

तो थोर संकरित आत्मा

एक अनिवासी भारतीय देशात परत आला आहे. मोहनदास करमचंद गांधी दक्षिण आफ्रिकेहून जहाजाने परत आले आणि त्यांनी भारताचे विधिलिखित पार बदलून टाकले. नेल्सन मंडेला म्हणाले होते, "तुम्ही आम्हाला फक्त मोहनदास दिलात. आम्ही त्याचा महात्मा गांधी करून तुम्हाला तो परत दिला!" गांधीजी तरुणपणी लंडनला कायद्याचे शिक्षण घेण्यासाठी गेले होते. तिथे शिकून ते बॅरिस्टर झाले. तीन वर्षांपेक्षा कमी काळातील तेथील वास्तव्यात तेथील राजेशाही वातावरणाचा प्रभाव गांधीजींवर बऱ्यापैकी झाला. खरे तर ब्रिटिश नेतेही असे म्हणू शकले असते, 'तुम्ही आम्हाला अठरा वर्षे वयाचा एक कोवळज्ञ तरुण दिला आणि आम्ही मात्र तुम्हाला साम्राज्य उलथून टाकणारा माणूस दिला!.'

गुजरातेतील हा कोवळा मुलगा १८८८ मध्ये लंडनला एवढ्याच साध्या हेतूने गेला होता, की तिथे शिकून उत्तम नोकरी मिळवावी. प्रत्यक्षात जे काही घडले ती व्यक्तिगत पातळीवरची थक्क करणारी उत्क्रांती होती. एका साध्या भारतीय तरुणावर तिथे वर्णभेदाच्या वागणुकीचा भडिमार केला गेला. त्याचा परिणाम असा झाला, की तोच तरुण ब्रिटिशांच्या शाही राजधानीत त्यांच्या राजवटीचे बारीक निरीक्षण आणि त्याची छाननी करत चक्क त्यांच्यावर टीका करू लागला. इथेच त्या तरुणाला प्रत्यक्ष आचरणातील ब्रिटिश मूल्ये व अभिप्रेत असलेला शिष्टाचार यांच्यातील तफावत कळली. लंडनमधील काही काळापुरते वास्तव त्या तरुणाचे रूपांतर गांधीजींमध्ये करायला कारणीभूत ठरले.

येथील अनुभवाने त्यांच्या मनात खोल ठाण मांडले. प्रेम व तिटकाऱ्याच्या संमिश्र भावनेचे पडसाद पुढे साम्राज्यवादी व देशी या संबंधातही त्यांना जाणवत राहिले. त्यांच्यात घडून आलेल्या समूळ परिवर्तनामुळे त्यांनी पुढे स्वतःचा व पाश्चिमात्य संस्कृतीचा पाया तपासून

पाहायला सुरुवात केली. इंग्लंडविरुद्ध त्यांच्या ज्या चकमकी घडल्या त्यांनी त्यांचे मन ढवळून निघाले. पुरते बदललेले गांधीजी उत्तर व्हिक्टोरिया युगातील लंडनचा खोल अभ्यास करू लागले. तिथले अमाप सौंदर्य व पाप, फसवणूक, दांभिकपणा व निष्ठुर अधाशीपणा या सर्व गोष्टी संपत्तीच्या बरोबरीने फोफावताना त्यांना दिसून आल्या.

लंडनबाहेरचा कुणी लंडनकडे ज्या निरागसतेने बघेल, तसेच ते आधी बघत होते. लंडनमधील आयुष्याचा जमाखर्च मांडताना गांधीजींनी वर्णन केले आहे, की कोणत्या कल्पना त्यांनी तिथे उचलल्या आणि कोणत्या नाकारल्या. कायद्याचा अभ्यास, तेथील लोकांशी येणारे संबंध व थोर विचारवंतांचे लेखन या सगळ्याचा प्रभाव त्यांच्या मनावर झाला. येथीलच अनुभवांच्या आधारे नंतर त्यांच्या मनात मानवी आचारसंहिता, जीवितकार्य, व नियती, युद्ध व शांतता, संस्कृती, आर्थिक विकास, धर्म, पर्यावरण आणि राजकीय स्वातंत्र्यबद्दलचे नावीन्यपूर्ण विचार येत गेले. लंडनमध्ये त्याचाही परिणाम त्यांच्या जीवनासाठीच्या तत्त्वज्ञानावर व स्वातंत्र्यलढ्यावर झाला.

गांधीजींना तिथे घरची आठवण यायची. त्या मोठ्या शहरात ते गोंधळून गेले होते. नव्याने स्थलांतरित झालेल्या कुणालाही येणाऱ्या समस्या त्यांनाही येत होत्या. तशातही ते भारतात काय चालले आहे याबाबत माहिती करून घ्यायचे. मायभूमीपासून खूप अंतरावर गेल्यामुळेच की काय, त्यांची भारताकडे निःपक्षपणे बघण्याची दृष्टी विकसित झाली. त्यांनी काही प्रयोगांसाठी लंडनचा इपयोग प्रयोगशाळेसारखा करून घेतला. यात सत्याच्या प्रयोगांचाही समावेश होता. पाश्चिमात्य जगाच्या मोहाविरुद्ध ते कशा प्रकारे झगडले व त्यातून ते कसे बाहेर आले याच्या त्यांनी नोंदी करून ठेवल्या. सुरुवातीला इतर भारतीय तरुणांप्रमाणेच तेही त्यांचे लग्न झालेले असण्याची वस्तुस्थिती लपवत असत. त्यांनी सांगितले आहे, की तुटून पडण्याच्या धोक्याची घंटा वाजताक्षणीच ते यातून बाहेर आले व 'असत्याच्या रोगा'वर त्यांनी मात केली. स्वतःच्या लग्नाची हकीगत सांगताना मात्र त्यांनी हात आखडता घेऊन त्यांच्या चरित्रकारांना खाद्य पुरवलेले नाही. त्यामुळे 'गांधीजी आणि घरमालकिणीच्या मुलीची कथा' गुलदस्त्याच राहते.

तरुणपणच्या गांधीजींचे लंडनमधील आयुष्य लेखकांना खूप काही पुरवू शकले असते, पण ते काही त्या वेळी प्रसिद्धीच्या झोतात नव्हते. लोकांसमोर त्यांनी तेव्हा फारशी भाषणेही केलेली नाहीत. राजकीय इतिहासातही त्या वेळी त्यांना फारसे स्थान मिळाले नाही. विसाव्या शतकाच्या पूर्वार्धात व्ही. एस. नायपॉल यांच्यासारख्या वसाहतकालोत्तर लेखकांचे आगमन झालेले नव्हते. या तरुणाबाबत लिखाणात तेव्हा कुठेही वाव नव्हता. गांधीजींच्या मृत्यूनंतरच त्यांच्या लंडनबद्दलच्या आयुष्याबाबत केलेले लेखन उजेडात आले. त्यात त्यांनी तिथे केलेली कमाई, हद्दपारी, स्थित्यंतर, नुकसान, तीव्र इच्छा, स्व-ओळखीबद्दलची संदिग्धता, थट्टा व विरोध वगैरे त्यांना जे भोगावे लागले त्याबद्दल वाचायला मिळते.

इतर स्थलांतरितांच्या आयुष्य व दृष्टिकोनाशी साम्यस्थळे असलेल्या जागा शोधणे रोचक ठरू शकेल. छोट्या शहरातील मुलगा म्हणून गांधीजींना मध्यवर्ती शहरात जायची मनापासून इच्छा होती. अशासारखीच गोष्ट नायपॉल यांनीही लिहिली आहे. इतर किती तरी असंख्य लोक, जे वसाहतींमध्ये राहायचे पण लंडनची स्वप्ने पाहायचे, त्यांनीही असेच काहीसे लिहिले आहे.

ब्रिटिश कायद्याच्या शिक्षणाने सज्ज होऊन गांधीजी १८९१ मध्ये भारतात परतले. त्यांनी मुंबईत वकिली सुरू केली. त्यानंतर ते राजकोटला गेले. त्यानंतर दक्षिण आफ्रिकेतून नोकरीसाठी विचारणा होताच त्यांनी तत्काळ होकार दिला. त्यांनी ते मान्य करत म्हटले आहे, ''बॅरिस्टर म्हणून तिथे जात होतो असे म्हणण्याऐवजी एका व्यापारी कंपनीचा नोकर म्हणून जाण्यासारखे ते होते. काही का असेना, मला भारत सोडून बाहेर जायचे होते.'' उत्तम संधीच्या शोधात तरुणांचे थवे देश सोडून बाहेर जातात, तशीच ही सुरसुरी होती. ''त्या सुमारास मला वाटायचे, की उद्योगी तरुणांनी देशात चांगली संधी मिळत नसेल तर बाहेर गेले पाहिजे. मी माझ्यासोबत आणखी चार-पाच तरुणांना नेले होते. त्यांच्यापैकी एक मगनलाल गांधी होते.'' उद्योग आणि पुरोगामित्वाची एकत्र मोट बांधण्याचे हे खाती गुजराती वळणाचे चातुर्य होते.

दक्षिण आफ्रिकेत फक्त आर्थिक लाभ होणार होता; पण इंग्लंडमधील निरनिराळ्या गोष्टींचे आकर्षण या भारतीय विद्यार्थ्याला भुरळ पाडत होते. कुटुंबातील एका जाणकार सल्लागाराने सुचवले, की या मुलाला कायद्याच्या पुढच्या अभ्यासासाठी इंग्लंडला पाठवावे, म्हणजे परत आल्यावर याला दिवाण या पदासाठी स्वतःची बोली लावता येईल. हे ऐकल्यावर गांधीजींचा आनंद गगनात मावेना. त्यांचा प्रतिसाद असा होता, ''मी तत्काळ होकार दिला अन् मला शक्य तितक्या लवकर पाठवा, असे सांगितले.'' तरुणांच्या कल्पनाशक्तीचा वापर इंग्लंडमध्ये करून घेतला जायचा. १८४२ मध्ये एका बंगाली शालेय विद्यार्थ्याने इंग्लंडला जाणारे एक जहाज पाहून एक दीर्घकविता लिहिली होती. तिचा शेवट असा होता, ''त्या सुखद वातावरणासाठी माझा एक उसासा, तिथेच जगू द्या मला अन् तिथेच मरण्याची भाषा.''

गांधीजींनी नोंदून ठेवलेले आहे, की लंडनला त्यांना जायला भाग पाडत होती ती महत्त्वाकांक्षेची शक्ती. ते स्वतःशी म्हणायचे, ''मला जर इंग्लंडला जायला मिळाले, तर ज्या सौद्यासाठी मला पाठवले जाते आहे तो बॅरिस्टर तर मी होईनच. शिवाय तत्त्वज्ञ व कवींची ती भूमी आणि संस्कृतीचे ते केंद्र मला या डोळ्यांनी पाहता येईल.'' कित्येक वर्षांनंतर याच माणसाला जेव्हा विचारण्यात आले होते, की पाश्चिमात्य संस्कृतीबद्दल त्यांना काय वाटते? त्या वेळी त्यांनी उत्तर दिले होते, ''ती एक चांगली कल्पना असू शकते.'' हे मार्मिक उत्तर वसाहतवादोत्तर आणि आत्मटीकेला प्राधान्य देणाऱ्या ब्रिटिश वक्त्यांकडून श्रोत्यांना खूष करण्यासाठी बरेचदा उद्धृत केले होते.

इंग्लंडच्या धुक्याने भरलेल्या व काळोखाचे वातावरण दाटणाऱ्या प्रथम दर्शनाने गांधीजी तसे काही बेचैन झाले नाहीत. ट्रॅफग्लार चौकाजवळच्या अत्यंत महागड्या अशा व्हिक्टोरिया

हॉटेलची श्रीमंती पाहून ते दिपून गेले. त्यांनी लिहिले आहे, ''मला वाटत होते की तेथील खोलीत आयुष्यभर राहावे.'' त्यानंतर तेथील चमत्कारिक वाटणाऱ्या लोकांची विचित्र वागणूक त्यांना बोचू लागली. त्या लोकांच्या अनोळखी वाटणाऱ्या चालीरीती, कधी न अनुभवलेले राहणीमान आणि अपरिचित शिष्टाचार गांधीजींना रुचत नव्हते. या दीर्घ प्रवासाचे वर्णन करताना आलेला अनुभव लिहिताना त्यांनी म्हटले आहे, ''मला सतत माझा बचाव करावा लागत होता.'' लवकरच ते घरच्या आठवणींनी बेजार झाले. ''आईची माया सतत आठवू लागली.'' ते लिहितात, ''रात्री माझ्या गालांवरून अश्रू ओघळायचे. घरच्या वेगवेगळ्या प्रकारच्या आठवणींनी कोंडमारा व्हायचा. झोप उडायची.'' त्यांनी असेही लिहिले आहे, ''इंग्लंड मला अजिबात आवडत नव्हते, पण भारतात परत यायचा विचारही मनात यायचा नाही.''

नव्याने स्थलांतरित झालेल्या सर्वांप्रमाणेच त्यांनाही त्यांचा विवेक भानावर आणायचा. तेथील हवामानाला अनुकूल कपडे न घातल्यामुळे त्यांना कसे तरीच वाटायचे. ते 'त्यांच्यासारखे' व्हायला बघू लागले आणि 'इंग्लिश सद्‌गृहस्थ' होण्यासाठी अत्यंत अवघड वाटणारी कामे करायला त्यांनी सुरुवात केली. त्यांनी सैन्य आणि नौदलाच्या विक्रीकेंद्रांमधून चिमनीपॉट हॅट आणि साजेसे नवे कपडे विकत आणले. अभिरुचिपूर्ण ब्रिटिश मंडळींसोबत वावरताना 'मुंबईकट' प्रकारची न शोभणारी वस्त्रे टाकून दिली. हा स्थलांतरित तरुण इंग्लिश सद्ग्रहस्थाप्रमाणे वागायची धडपड करायचा. त्याचे वर्णन नायपॉल यांनी नंतर 'नकलाकार' या नेमक्या शब्दांत केलेले आहे. सुदैवाने गांधीजींना स्वतःला त्या सगळ्यातील फोलपणा लक्षात आला. ''ती मोहिनी जेमतेम तीन महिने टिकली,'' असे लिहीत ते पुढे म्हणतात, ''नृत्य केल्यामुळे मी कसा काय सद्‌गृहस्थ ठरणार होतो?'' व्हायोलिनवादन, नृत्य आणि वक्तृत्वकलेचे धडे घेणेही त्यांनी मग थांबवले. हे सगळे श्रीमंती चोचले त्यांनी नंतर पार झुगारून टाकले.

विरोधाच्या न्यायाचा दाखला द्यायचा, तर असे म्हणतात, की अनेक स्थलांतरितांना अमेरिकेतील थोड्या काळातील वास्तव्य मार्क्सवादी करणारे ठरले. ब्रिटनमध्ये राहिल्याने गांधीजींना भारतीय मूल्यांचे नेहमीसाठीचे महत्त्व पटले. युरोपियन संस्कृतीतील हिंसक, इधळ्या आणि बेलगाम वृत्तींची ओळख पटल्यावर तर त्यांना आपल्या मूल्यांची महती आणखी जास्तच पटली. आश्चर्य म्हणजे याच विचारधारेचे कित्येक ब्रिटिश स्त्री-पुरुष त्यांना आढळले. त्यांच्या कल्पनेतील सारे काही भारतीय जीवनात दिसत असल्याने ते सगळेच भारताच्या प्रेमात पडलेले होते.

गांधीजींचा बुजरा स्वभाव, साम्राज्यशाहीच्या भव्यतेबाबतचा आदर, दारू न पिण्याची प्रतिज्ञा तसेच मांसाहार व स्त्रियांपासून दूर राहणे, यांसारख्या गोष्टींमुळे ब्रिटिश समाजाच्या विविध थरांमध्ये ते फार मिसळू शकले नाहीत. शाकाहार, अध्यात्म व भारतीय घडामोडींबाबतची त्यांची आवड त्यांना 'इझोटेरिक ख्रिश्चन युनियन'पासून ते 'थिऑसॉफिकल सोसायटी' किंवा 'व्हेजिटेरियन सोसायटी'पर्यंत सगळ्यांशी नाते जुळवायला कारणीभूत झाली. स्थलांतरितांना

भोगाव्या लागणाऱ्या एकाकीपणाच्या शापातून या सगळ्या संबंधांमुळे त्यांची सुटका झाली. गांधीजींनी त्यांच्या शाकाहारी असण्याला व त्या प्रकारच्या संबंधांना खूप महत्त्व दिले.

शाकाहार, वैश्विक धर्म यांसारख्या गोष्टींशी बांधीलकी असलेल्या विविध गटांमुळे गांधीजींना स्वतःच्या मनातल्या आदर्शांचा पाठपुरावा करणे सोपे जाऊ लागले. गांधीजी इतर समविचारी ब्रिटिश स्त्री-पुरुषांसोबत जॉन रस्किन, जी. के. चेस्टरटन, एडवर्ड कार्पेंटर आणि लिओ टॉलस्टॉय यांच्या लेखनाचा रसास्वाद घेण्यात रमू लागले. नंतर गांधीजींनी शांतीच्या मार्गावर चालण्यासाठी अहिंसेची मोहीम हाती घेताना येशू ख्रिस्ताची शिकवण, हिंदू आणि जैन तत्त्वज्ञानातले या संदर्भातले विचार एकत्र करून आपल्या म्हणण्याला तर्कशुद्ध पुष्टी दिली.

गांधीजींची भेट 'मँचेस्टरमधील एका चांगल्या ख्रिस्ती माणसाशी' झाली. त्याने त्यांना बायबल वाचायचा सल्ला दिला. गांधीजींनी त्याच्याकडून एक प्रत खरेदी केली. त्यातील अनेक भाग वाचूनही त्यांच्या हाती काहीच लागेना. शेवटी जे सापडले, ते त्यांच्या शब्दांत, ''नवा करार मनावर वेगळाच प्रभाव टाकतो. विशेषतः पर्वतावर झालेले प्रवचन थेट माझ्या मनाला जाऊन भिडले.'' त्यांनी असेही लिहिले आहे, ''माझ्या तरुण मनात तेव्हा भगवद्गीतेतील शिकवण, आशियातील ज्ञानज्योत आणि पर्वतावरचे ते प्रवचन यांच्यातील समान सूत्राचा शोध सुरू झाला.''

लंडनमध्ये गांधीजी निरीश्वरवादाचा अभ्यास करत होते. थोर निरीश्वरवादी ब्रॅड लॉग यांच्या अंत्यविधीलाही ते हजर राहिले; पण त्यांनी इतर निरीश्वरवाद्यांना त्या वेळी अखेरची मानवंदना देण्यासाठी आलेल्या धर्मगुरूला प्रश्न विचारून भंडावून सोडताना पाहिले. धर्मगुरूंनी संयतपणे त्यांना उत्तरे दिली. गांधीजी लिहितात, ''या प्रकारामुळे माझ्या मनात निरीश्वरवादाविषयी किंतु निर्माण झाला.''

लंडन शहराने गांधीजींना दैनंदिन व्यवहारात आत्मनिर्भरता जपायला शिकवले, पण इंग्लंडमध्ये राहिल्याने काही ते स्वयंपाक करायला किंवा संडास साफ करायला शिकले नसते. लंडनमध्ये गांधीजी चिकाटीने आणि काटकसरीने राहत साधे जीवन जगू लागले. काही धडे सुरुवातीला घेतल्यावर त्यांनी 'व्हेजिटेरियन क्लब ऑफ बेजवॉटर'ची स्थापना केली. लंडनमध्येच आहारशास्त्रासंबंधीचे प्रयोग करायची संधी त्यांना मिळाली. घरून येणाऱ्या मिठाया आणि चवदार पदार्थ खायचे त्यांनी थांबवले. ''मनाने वेगळे वळण घ्यायला सुरुवात करताच चवदार पदार्थांची लालसा लोप पावली. मी इकडलेल्या पालकाची भाजी खाऊन तृप्त होऊ लागलो. आहाराचे अनेक प्रयोग केल्यावर मला समजले, की खरी चव जिभेवर नाही, तर मनात जाणवत असते.''

लंडनमध्ये राहत असतानाच गांधीजींना भारतीय वारशातील भव्यता व स्वतःतील भारतीयत्वाचा शोध लागला. तेथील वास्तव्यातच त्यांनी दोघा थिऑसॉफिस्ट मित्रांच्या सांगण्यावरून गीता पहिल्यांदाच वाचली. लंडनला येईपर्यंत ते वर्तमानपत्रही वाचत नसत. तिथे

आल्यावर मात्र ते अत्यंत आस्थेने त्यात रमले. मनाचा विस्तार होत गेल्यावर त्यांना वसाहतींमधील प्रश्न, ब्रिटिश राज्यकर्त्यांची पापे व युरोपियन संस्कृतीतील कमालीचा पोकळपणा स्पष्टपणे जाणवू लागला.

लंडनमध्ये ते तेथील समाजाचे प्रशंसक आणि टोकाचे टीकाकारही झाले. इतर भारतीय स्थलांतरितांप्रमाणे ते पाश्चिमात्य वळणाच्या कुमार्गी वागणुकीवर ताशेरे झाडत नसत. धार्मिक कर्मकांडाविरुद्ध प्रखर विरोधही ते करत नसत. भारताच्या समन्वयवादी परंपरेचे प्रतिनिधित्व ते मनापासून करत होते. ते चर्चला जात, इतर धर्मीयांच्या आध्यात्मिक चर्चांमध्ये भाग घेत आणि पूर्वी न वाचलेली धार्मिक पुस्तके वाचत. सर्व धर्मांचा गाभा सदाचरण हाच आहे, असे मानणाऱ्यांशी त्यांची गट्टी जमलेली होती. झगमगत्या 'हॉलिवूड हिंदू'त त्यांनी स्वतःचे रूपांतर होऊ दिले नाही.

सांस्कृतिक असुरक्षितता गांधीजींना जाणवली नव्हतीच. स्वतःची ओळख जपण्यासाठी ते कोषात गेले नाही. आतिथ्यशील काठियावाडींपैकी एक असल्याचा कमीपणा त्यांना कधी वाटला नाही. उलट, त्यांनी ब्रिटिशांच्या जीवनपद्धतीचा अभ्यास करण्यासाठी ''अत्यंत गरीब, केन्सिंग्टनमधील काही चांगले मध्यमवर्गीय आणि ऑक्स्फर्डच्या मान्यताप्राप्त विद्वानां''पर्यंत अनेकांशी गप्पा किंवा व्यवहार केले. अत्यंत ''वरच्या व खालच्या'' वर्गांमधील लोकांशी ते तेवढ्याच चांगल्या तऱ्हेने संवाद साधू शकायचे. जेम्स डी. हंट या लेखकाने लिहिले आहे, ''एका व्यावसायिकाच्या मुलीच्या मदतीने त्यांनी गरिबांशी ओळख वाढवली. चार्ली अँण्ड्र्यू हा निःपक्षपाती धर्मोपदेशकाचा मुलगा होता. तो केम्ब्रिज विद्यापीठातला पदवीधर होता. त्याने आणि एका आंग्लिकन धर्मगुरूने गांधीजींना काही कारखानदार, मुख्य धर्मोपदेशक आणि विद्यापीठातील लोकांशी चर्चा करायला आणले.''

लंडनमधील अल्प वास्तव्यात गांधीजींनी जे वाचन आणि ब्रिटिशांसोबत जी काही चर्चा केली त्या साऱ्याचा प्रभाव त्यांच्या भावी आयुष्यावर व विचारांवर पडला. पुढे त्यांनी वसाहतवाद्यांच्या तावडीतून देशाला सोडवण्यासाठी जी धारदार रणनीती वापरली तिच्यावरही हा प्रभाव दिसतो. उदाहरण द्यायचे झाले, तर लंडनला १९०६ मध्ये महिलांचे आंदोलन त्यांनी जवळून पाहिले. असहकार आंदोलनाला त्यांनी आकार देण्याआधी हे घडलेले आहे.

हंट यांनी लिहिले आहे, की लंडनची खोलवर माहिती घेतली नसती आणि त्याप्रमाणे वागायला नकार दिला नसता तर गांधीजी भारताला आवश्यकता होती त्या प्रकारचे नेतृत्व करू शकले नसते. ''लंडनमधील अनुभवांनी त्यांना आकार दिला. लंडनमधील लोकांशी बोलताना त्यांच्या मनाचा ठाव घेणारा संवाद करायची कमालीची ताकद त्यांनी मिळवली. लंडन त्यांना नंतरच्या काळातही प्रिय असल्याचे ते सांगत असत.''

लेखक जॉर्ज वुडकॉक असे म्हणतात, की गांधीजी इंग्लंडमधील वसाहतीत राहत असताना व नंतर दक्षिण आफ्रिकेतील वास्तव्यात त्यांनी ब्रिटिशांच्या जीवनपद्धतीची करून घेतलेली माहिती नंतरच्या काळात भारतीय स्वातंत्र्यलढ्यावेळी खूप महत्त्वाची ठरली. वसाहतवादी

साम्राज्य टिकवून ठेवण्याचे ब्रिटिशांचे मनोरथ हाणून पाडण्याच्या कामी गांधीजींना पूर्वीच्या माहितीचा अतिशय उपयोग झाला. वुडकॉक म्हणतात, ''गांधीजींच्या यशापैकी एक म्हणजे त्यांनी ब्रिटिशांना विवेकाची जाणीव करून दिली. धार्मिक ढोंगीपणा व राजकीय आदर्श यांच्यामधील भली मोठी दरी त्यांनी दाखवली. साम्राज्यवादी म्हणूनची त्यांची वागणूक त्यांच्या लक्षात आणून दिली, जी प्रत्यक्ष धार्मिक शिकवणुकीत अभिप्रेत नव्हती.''

अभ्यास संपल्यावर तेथून निघायच्या वेळी गांधीजींनी 'द व्हेजिटेरियन' या नियतकालिकात लंडनबद्दलच्या त्यांच्या मनातील भावबंधाविषयी लिहिले आहे, ''येथील शिक्षणसंस्था, सार्वजनिक कलादालने, वस्तुसंग्रहालये, नाट्यगृहे, मोठा बाजार, सार्वजनिक बागा व शाकाहारी रेस्टॉरंट्स... या सगळ्यांनी भरलेल्या प्रिय लंडन शहराला सोडून जाताना मला दुःख होते आहे.'' लंडनमध्ये विद्यार्थी म्हणून ते अडीच वर्षे राहिले. त्यानंतर ४० वर्षांनी ५५ आठवड्यांसाठी त्यांचे तिथे वास्तव्य होते.

अभ्यासासाठी इंग्लंडला जाण्याचे फायदे नंतर गांधीजींनी लिहिले. विद्यार्थी एकटा असल्यामुळे तिथे एकाग्रतेने अभ्यास करू शकतो. ''तिथे छळायला किंवा लाडे लाडे बोलायला बायको नसते. मुले सोबत नसल्यामुळे त्यांची काळजी घ्यावी लागत नाही. कुणीही आपल्या कामात व्यत्यय आणायला सोबत नसते. मुळात इंग्लंडची सुखद हवा खूप काम करायचा उत्साह निर्माण करते!'' गांधीजी हे त्या ब्रिटिश साम्राज्यवादाचे असे अपत्य म्हटले पाहिजे, ज्याने त्याची वीट अन् वीट पुढे खिळखिळी केली. विद्वान लेखक निराद सी. चौधरी यांनी ब्रिटिश सत्तेला मानवंदना देत म्हटले आहे, ''सर्व सजीवांमध्ये जे चांगले आहे त्याला तिथे आकार व गतिमानता प्राप्त करून दिली जाते.'' गांधीजी त्यांच्याशी संपूर्णपणे सहमत झाले नसते तरी ते काय म्हणत आहेत ते त्यांना समजले असते.

गुजरातेतील या गांधीला लंडनमधील अल्प वास्तव्याने 'भारतीय' या नात्याने 'इतरांशी' संबंध जोडायला सज्ज केले. याच वास्तव्याने त्यांना त्यांची पहिली कर्मभूमी असलेल्या दक्षिण आफ्रिकेत यशस्वी वकील, समुदायाचा नेता व नंतर नागरी हक्क चळवळ करणारा कार्यकर्ता म्हणून घडवले. 'लंडनमधील वाढलेले गांधी',हे त्यांनी राजेशाही शहरात व्यतीत केलेल्या दिवसांवर आधारित साहित्यकृतीला समर्थक शीर्षक ठरू शकेल.

लंडनमध्ये गांधीजींनी सतत त्यांच्या खिडक्यांची दारे उघडी ठेवली. माशा आत येऊ न देता बरेच काही आत मोकळेपणी येऊ दिले.

कालांतराने ते एक थोर संकरित महात्मा म्हणून उत्क्रांत झाले.

(अनुवाद : नीला शर्मा)

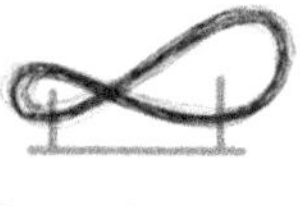

बालकांच्या आरोग्याबाबतचे एम. के. भान यांनी केलेले संशोधन पथदर्शी स्वरूपाचे आहे. भारतात अतिसारामुळे (डायरिया) मरण पावणाऱ्या बालकांच्या मृत्यूचे मूळ कारण रोटा व्हायरस हा विषाणू आहे. त्यावर मात करण्यासाठी भान यांनी रोटा व्हायरस लस विकसित केली आहे. सार्वजनिक आरोग्याच्या मोठ्या समस्यांपैकी ३० ते ४०% मुलांमध्ये झिंकची कमतरता कारणीभूत असल्याचे त्यांच्या निदर्शनाला आले आहे.

'राज भान' या टोपणनाने प्रसिद्ध असलेल्या भान यांनी भारतातल्या ग्रामीण भागातील बालकांच्या प्राथमिक आरोग्याची पातळी उंचावण्यासाठी नेतृत्वाची मोठी आघाडी सांभाळली आहे. या संदर्भातील सल्ला व सूचना ते नेहमी देत असतात. जलसंजीवनीची उपाययोजना, सूक्ष्म पोषक घटकांचा पुरवठा, नवीन प्रकारची लस उपयोगात आणणे व उपलब्ध साहित्याची माहिती जास्तीत जास्त लोकांना करून देण्यातही त्यांचा सिंहाचा वाटा आहे. त्यांच्या नेतृत्वाखालील 'राष्ट्रीय अतिसारजन्य विकारनियंत्रण कार्यक्रमा'मुळे अतिसाराने होणाऱ्या मृत्यूंची संख्या आटोक्यात आली. वर्षाला एक कोटी वीस लाखांवरील मृत्यूचे प्रमाण सहा लाखांपर्यंत खाली आले.

राज भान हे सध्या जैविक तंत्रज्ञान विभागाचे सचिव म्हणून कार्यरत असून, जैविक तंत्रज्ञानाचे फायदे भारतीयांना, विशेषतः येथील गरिबांना मिळवून देण्यासाठी मोलाची भूमिका बजावत आहेत. कमालीची वैज्ञानिक निपुणता व नम्रपणा तसेच संवेदनशीलता यांचा समन्वय त्यांच्यात साधला गेलेला आहे.

एम. के. भान

"आपण काय करतो आणि काय करू शकतो हे
समजले तर जगातले बरेचसे प्रश्न सुटतील."

mkgandhi

मानवतेसह विज्ञान : परवडण्याजोग्या आरोग्यप्राप्तीच्या उपायांच्या दिशेने

विज्ञान व तंत्रज्ञानाने मानवी जीवनाच्या प्रत्येक पैलूवर परिणाम केलेला आहे. अनेक घटनांमध्ये यामुळे कमालीचा फरक पडला. गेल्या शतकाचे एक मोठे यश म्हणजे मानवाच्या विकासासाठी मार्गदर्शक ठरू शकणाऱ्या मानवी हक्कांना जवळजवळ जगभर मान्यता मिळाली. आपल्या समाजातील खूप मोठा वर्ग विज्ञान व त्याच्या उपयोगापासून होणाऱ्या चांगल्या परिणामांपासून आधी वंचित राहत होता, याबाबतची जागरुकता यातून लक्षात आली.

सार्वजनिक आरोग्याचा विचार केला, तर शास्त्रीय माहितीचा प्रचंड साठा व नावीन्यपूर्ण तंत्रज्ञानाच्या माध्यमातून कित्येक देशांमध्ये पसरलेली रोगराई, न पचणारा मृत्युदर तसेच काही प्रकारच्या आजारांमुळे येणारे अपंगत्व यावर मात केलेली आहे. आरोग्यसंवर्धनासाठीच्या उपाययोजना, रोगप्रतिबंधक उपाय तसेच बालके, माता किंवा इतर कुणालाही आजारी पडल्यावर या माहितीचा उपयोग होत नाही, असे चित्र आपल्याकडे दिसते. तंत्रज्ञान उपलब्ध असले तरी ते सर्वसामान्यांनी वापरणे शक्य नाही. कारण ते तेवढे सोपे नाही. त्रिकोणातल्या तळाशी असलेल्या जनतेला नजरेसमोर ठेवून ते तयार करण्यात आलेले नाही. ते ज्या वातावरणात राहतात त्याच्याशी हे तंत्रज्ञान जुळणारे नाही. याला चमत्कारिक नाही तर काय म्हणायचे, की चंद्रावर पाठवायचे यान आपण बिनचूकपणे तयार करू शकतो, पण जिल्हापातळीवरच्या रुग्णालयात बालकांसाठी प्रभावी अन् परवडण्याजोगे व्हेंटिलेटर किंवा सेन्सर यंत्र आपण तयार करू शकत नाही? विज्ञानाद्वारा आपण मिळवलेले ज्ञान आणि तंत्रज्ञानाची प्रगती ही आपण जीवनात त्यांचा उपयोग कशा प्रकारे करू शकतो, त्यासाठी ते सर्वांना वापरायला किती सोपे करू शकतो यावरच ठरते. याबाबत संबंधित धोरणकर्ते, प्राधान्यक्रम ठरवणारे, वैज्ञानिक, तंत्रज्ञ, व्यावसायिक आरोग्य चिकित्सक किंवा सार्वजनिक

आरोग्यासंदर्भात काम करणारे नागरी समित्यांचे सभासद या सर्वांना या संदर्भात पर्याय शोधून नवे मार्ग तयार करता येणे शक्य आहे.

गांधीजी म्हणायचे, की जेव्हा अनेक पर्याय समोर असतात तेव्हा तळागाळातले, परित्यक्त व काठावरच्यांना ताकद आणि प्रतिष्ठा मिळवून देणारे पर्याय योग्य समजावेत. अशा पर्यायांनुसार वाटचाल करता येईल अशी कुठली परिसंस्था, अशी संस्कृती प्रत्यक्षात आहे का? गांधीजींचे जीवनच आपल्याला या बाबतीतली उत्तरे पुरवतेः संवेदनशीलता व जबाबदारीची जाणीव या दोन्ही गोष्टी मानवी हक्कांच्या वैश्विक मान्यतेतून व त्यानुसारच वागायला हवे, अशा जोरकस दाबातून जन्माला येतात. असे असले, तरी आपण मोठ्या गरजांच्या पूर्ततेची इच्छा असूनही त्यासाठी प्रभावी उपाय शोधण्यात कमी पडतो. इथे पुन्हा गांधीजींच्या जीवनातील एक छानशी गोष्ट आपल्याला दाखवून देते, की त्यांनी कशा प्रकारे देश स्वतंत्र करण्यासाठी सहकारी गोळा केले, समस्यांची चर्चा करत बसणाऱ्यांऐवजी त्यांनी ते सोडवणाऱ्यांचा ताफा कसा तयार केला आणि कशा प्रकारे एक प्रचंड मोठा समाज संवेदनशीलता व प्रतिष्ठापूर्वक काम करू शकला. या सगळ्यांमागे नावीन्यपूर्ण विचारांचा कुशलतेने करून घेतलेला उपयोग होता, त्यामुळे हे सारे घडू शकले.

हे सगळे लक्षात घेऊन आपण मघाचाच प्रश्न पुन्हा विचारू या, 'त्रिकोणाच्या तळाशी असलेल्यांना आपण परवडणाऱ्या आरोग्य सुविधा आणि उत्तम आरोग्य परिस्थिती आणखी हाताबाहेर जाण्याआधी पुरवू शकू का? आरोग्यसंवर्धनाबाबतचा मूलभूत समान हक्क हा केवळ कविकल्पनाच राहणार, की आपण ती कल्पना खरी करून दाखवू शकू? यावर राष्ट्रपित्याचे म्हणणे आहे, की होय, हे शक्य आहे. संवेदनशीलतेला नावीन्यपूर्ण कल्पनांची जोड देऊन आणि विज्ञान व तंत्रज्ञानातील आपल्या वाढत्या क्षमतांचा वापर करून हे आपल्याला साध्य करता येईल.

मी काही उदाहरणे सांगतो, त्यावरून लक्षात येईल की हे जादुई सूत्र कशा प्रकारे लक्षणीय कामगिरी करू शकते आणि याच्यात विज्ञान व तंत्रज्ञानाला परवडण्याजोग्या आरोग्यसेवा पुरवण्याची कशी प्रचंड क्षमता आहे.

दशकभरापूर्वी एड्समुळे दुःख, कमीपणा, असहायता आणि भीतीचे वातावरण होते. आता मात्र ती समस्या वाढलेली असली तरी त्यातून बाहेर पडता येईल अशी आशा असते. वैज्ञानिक व तंत्रज्ञांना पुरवली गेलेली नवी साधने, नवे काम आणि राष्ट्रभक्ती मिळून जे रसायन तयार झाले त्यामुळे यासाठी परवडणारी व सहज उपलब्ध होणारी उत्पादने तयार करण्यात आली. समाज व चिकित्सकांनी शासन व स्वयंसेवी संस्थांसोबत प्रतिबंधात्मक मोहीम हाती घेतली. या संदर्भातील उपयुक्त माहितीने अनेक स्रोत पुढे आले. हा कार्यक्रम यशस्वी झाल्यावर त्याचा वेग कायम राखणे गरजेचे होते. नवे शोध लावणारे आता नव्या, जास्त प्रभावी औषधांच्या आणि लसींच्या निर्मितीसाठी काम करत आहेत, चटकन आणि जास्तीत जास्त योग्य पद्धतीने

रोगनिदान कसे करता येईल याबाबत काम करत आहेत. राष्ट्रीय व जागतिक एड्स समुदायांना गांधीजींकडूनच यासाठीची मूलतत्त्वे मिळाली आणि ती म्हणजे हेतू, नवीन कल्पना, विज्ञान, तंत्रज्ञान, स्वस्तातली निर्मिती, तसेच याही पलीकडे जाऊन असलेली बाब होती संवेदनशीलतेने एकत्र येण्याची. ही लढाई अजूनही चालूच आहे; पण मानवी चैतन्याने निराशेवर विजय मिळवला आहे.

एड्सच्या संक्रमणाविरुद्ध भारतीय व जागतिक समुदायाने ज्या तऱ्हेने प्रतिसाद दिला त्यावरून महत्त्वाचा बोध घेता येईल. हा आजार आईवडिलांकडून संततीला मिळणारा असून, तो पूर्णपणे बरा होत नसल्याचा ताण संबंधितांवर असतानाही अपयशाची तमा न बाळगता प्रभावी व उत्तम उपाय शोधता येतील, असा विश्वास एड्स समुदायांनी बाधितांना दिला. हेतुपूर्तीसाठीची सगळ्यांची हातमिळवणी हे अस्त्र गांधीजींनी अत्यंत उदात्त पातळीवरून उपयोगात आणले. तोच सामाजिक संदर्भातील कोणत्याही प्रभावी कार्याचा गाभा आहे.

जगभरातल्या अतिदुर्गम भागातील गरजूंसाठी जलसंजीवनीचा शोध, विकास आणि प्रसार हा खरे तर गांधीवादाचा जल्लोषच म्हणायला हवा. साखर आणि मीठ हे परस्परांमध्ये मिसळले जाऊ शकतात, हे लक्षात आल्यावर याची सुरुवात झाली. काही मोजक्या धाडसी चिकित्सा संशोधकांनी ही संकल्पना काहीजणांवर अजमावून पाहिली. बांगला देश युद्धानंतर कॉलऱ्याने बंगनमध्ये हाहाकार माजवला होता. त्या वेळी 'ओरल री-हायड्रेशन सॉल्ट्स' (ओआरएस)च्या माध्यमातून त्यावर लक्षणीयरीत्या विजय मिळवता आला. दिलीप महालनाबिस आणि इतर काहीजणांनी डॉक्टर नसलेल्या स्थानिक स्वयंसेवकांच्या माध्यमातून 'ओआरएस'ची पाकिटे मोठ्या संख्येने रुग्णालयांमध्ये भरती झालेल्या कॉलऱ्याच्या रुग्णांची काळजी घेताना वापरली. "मला जाणकारांचा सल्ला घ्यायची संधी त्या वेळी मिळाली नाही," असे दिलीप महालनाबिस म्हणाले. त्यांनी सांगितले, "काय करायला हवे हे माझे मीच ठरवणे भाग होते. शिरांमधून द्यायचे द्रावण उपलब्ध नसल्याने मी प्रयोग म्हणून जलसंजीवनी वापरायचे ठरवले. ते उपयोगी पडले आणि सगळ्यांनी सुटकेचा निःश्वास सोडला." त्यामुळे मृत्यूचे प्रमाण तीस टक्क्यांवरून अवघ्या दोन टक्क्यांवर आले. अतिसाराने दरवर्षी मरणाऱ्यांची संख्या पाच कोटी होती. त्यावर नियंत्रण आणण्यासाठी वरील घटनेत मिळालेल्या यशामुळे जागतिक पातळीवर कार्यक्रम हाती घेण्यात आला. शोध आणि निरनिराळ्या नव्या कल्पनांचा वापर संशोधकांनी उत्कटतेने केला. त्याचा जबरदस्त परिणाम गरिबांना फायदा करून देण्यात झाला.

त्या वेळी काहीजणांनी असा मुद्दा उपस्थित केला होता, की शासकीय सेवांच्या मेहेरबानीवर किंवा ओआरएसची पाकिटे ग्रामीण भागामधील बाजारांमधून उपलब्ध करून देणाऱ्या यंत्रणेच्या भरवशावर मातांना असे वाऱ्यावर सोडू नये. त्यामुळे ओआरएसच्या पाकिटांना पर्याय म्हणून घरात सहज तयार करता येण्याजोग्या साखर व मिठाचा पर्याय उपलब्ध करून देण्यात आला, जेणेकरून मातांना घराचा उंबरठाही ओलांडावा लागू नये. 'घरात जे पिण्याजोगे

पदार्थ आहेत ते जास्तीत जास्त प्या,' हा व्यवहार्य संदेश म्हणजे तर कमालीचा सोपेपणा आणणारा मोठा शोध होता. हा संदेश भारतातील ७०% घरांपर्यंत जाऊन पोहोचलेला आहे. आता गरज आहे ती बारा महिने, चोवीस तास ओआरएस ची पाकिटे सर्व खेड्यांकडे उपलब्ध करून देण्याची. संवेदनशीलता व निश्चित हेतूअभावी साखर व मिठाचे द्रावण प्यायला देण्याचा हा शोध कदाचित एक चांगली वैज्ञानिक झटका ठरला असताही; पण आजच्यासारखा तो सामाजिक विजय ठरला नसता. भारतात तेव्हापासून जास्तीत जास्त परिणामकारक ओआरएस विकसित करण्याचे प्रयत्न सुरू झाले. त्यात झिंक मिसळून अतिसारावर स्वस्त आणि गुणकारी औषध तयार करण्यात आले. अतिसारामुळे होणाऱ्या मृत्यूंची जगभरातील संख्या दीड-कोटीपर्यंत कमी झाली आहे. त्याची साथ आली तरी आपल्याला आता जलद आणि प्रभावीपणे तसेच मानाने ती आटोक्यात आणता येते. अतिसार/कॉलरा हा शब्द पूर्वीइतका भयंकर मानला जात नाही. स्वच्छ पाणी व स्वच्छतेच्या सुविधा पुरवण्यासाठी केलेल्या श्रमांचे चीज होते आहे आणि त्या संदर्भात प्रगती दिसून येते आहे.

मला एक अगदी वेगळाच अनुभव आठवतो आहे. दिल्ली शहरातील गरीब बालकांचा मृत्युदर घटवण्यासाठी दूरसंचार तंत्रज्ञानाचा प्रभावी प्रयोग करण्यात आला होता. आम्ही पाच डॉक्टरांनी मिळून असे ठरवले होते, की भ्रमणध्वनियंत्राच्या माध्यमातून २४ तास आम्ही दिल्लीलगत राहणाऱ्या एक लाख कुटुंबांतील पालकांना सल्ला देण्यासाठी उपलब्ध राहू. नैतिकतेच्या हेतूने हे सारे करण्यात आले. एका मोठ्या अभ्यासात मुलांनाही सामावून घेतलेले होते. दररोज कमीत कमी शंभर माता शेजारच्या दूरध्वनी केंद्रावरून आमच्याशी बोलत होत्या. त्यांना काही ठराविक प्रश्न विचारले जात होते. मूल आजारी असेल आणि त्याचे वडील घरी नसतील तर माता काय करणार? ती लगेच रुग्णालयात जाईल (रात्रीही), की दुसरा दिवस उजाडण्याची वाट बघेल? तिच्या जास्तीत जास्त जवळ असणारे रुग्णालय किती अंतरावर आहे? तिथे तिच्या मुलाला दाखल करून घेतले जाईल की ते दुसरीकडे जा म्हणून सांगतील? मातेसाठी आरोग्यसेवांपर्यंतच्या भेडसावणाऱ्या प्रवासासंदर्भात आम्हाला छोट्याशा भ्रमणध्वनियंत्राची मदत झाली. या प्रयत्नांपूर्वी काळजी घेतली जात असूनही निम्मा असलेला मृत्युदर या प्रभावी मार्गामुळे खूपच घटला. तंत्रज्ञानाच्या माध्यमातून केलेल्या या छोट्याशा प्रयत्नामुळे किती मोठा परिणाम घडून आला हे कसे मोजता येईल? तंत्रज्ञान जरी सर्वत्र उपलब्ध असले आणि संवेदनशीलता असली तरी तिचा समाजासाठी उपयोग करून परिणाम साधू शकते.

अशा प्रेरक यशोगाथा भरपूर आहेत. गेल्या काही वर्षांमध्ये क्षयरोगाच्या उपचारांसाठी प्रचंड प्रमाणावर प्रयत्न करण्यात आले. आरोग्यसेवांच्या पायाभूत सुविधांमध्ये सुधारणा घडवणे तसेच प्रसूतिकेंद्रांमध्ये बाळाचा जन्म व्हावा यासाठी कमालीचे प्रोत्साहन देण्यात आले. त्यासाठी उत्तेजन म्हणून पैसे देण्यात आले. 'आशा' (ॲक्रेडिएट सोशल हेल्थ ॲक्टिव्हिटीज-ASHA)च्या प्रयत्नांमधून मिळालेले हे यश शासन व समाजाच्या बांधीलकीतून आले. तरीही बरेच काही करता आले असते; त्या संधी निसटून गेल्या, असे खेदाने म्हणावे लागते आहे.

प्रसूतीदरम्यान होणाऱ्या बालक व मातेच्या सुरक्षिततेबाबत अजूनही पूर्णपणे विजय मिळवता आलेला नाही. *'लान्सेट'* या अमेरिकन वैद्यकीय नियतकालिकाच्या एका अंकात या संदर्भात अलीकडेच केल्या गेलेल्या पाहणीआधारे प्रकाश टाकण्यात आलेला आहे. त्यात तेरा साध्या उपाययोजना दिलेल्या आहेत. त्यांचा वापर मोठ्या प्रमाणावर केल्यास आगामी पाच वर्षांमध्ये भारत व इतर विकसनशील देशांमधील अर्भकांचा मृत्युदर दोन तृतीयांशापर्यंत खाली आणणे शक्य होईल. हे उपाय आपण भारतातील अतिदुर्गम भागांपर्यंत पोहोचवू शकू का? होय, आपण हे नक्की करू शकू. त्यासाठी व्यवस्थापन यंत्रणा, ग्रामीण आरोग्यसेवा संपर्कजाळ्याचा विस्तार व या आरोग्यसेवा, नावीन्यपूर्ण कल्पना तसेच बांधीलकीच्या भावनेतून अधिक कार्यक्षम कशा होतील यासाठी लक्ष केंद्रित करावे लागेल. वैज्ञानिक ज्ञान हे आरोग्य किंवा इतर कोणत्याही सामाजिक संदर्भात व्यवहारात आणताना कमकुवत होऊ द्यायचे नसेल तर रणनीतीचा गाभा म्हणून लोकांना केंद्रस्थानी ठेवण्याची गरज आहे. मूल्य व संवेदनशीलता मुलांमध्ये भिनायला कुटुंब आणि शाळा ही योग्य प्रवेशद्वारे आहेत. साधारणतः व्यावसायिक किंवा वैद्यकीय अशा कुठल्याही प्रकारच्या शिक्षणाचा उपयोग समाजासठी केला जायला हवा, हे मनावर बिंबवले गेले पाहिजे. शिक्षणामुळे माहीतगार, कुशल, नवीन विचार करू शकणारी व प्रभावी कार्य करणारी माणसे घडली पाहिजेत. असा अनुभव आहे, की शिक्षणाशी चांगल्या गोष्टींचा संबंध जोडला गेला तर ते घेऊन बाहेर येणाऱ्या तरुणांमध्ये नव्या कल्पना मांडणे आणि त्यांचा उपयोग चिकित्साक्षेत्रातल्या परिपूर्णतेसकट करण्याची क्षमता दिसून येते.

गरजेप्रमाणे नावीन्यपूर्ण तंत्रज्ञान व उद्योग यांची सांगड घालण्याचा पायंडा अगोदरच पडलेला आहे. माहिती व तंत्रज्ञानाच्या क्षेत्रातले काम हे त्याचेच उदाहरण आहे. दुसरीकडे, परवडणारी आरोग्यसेवा ही गरज अजून पूर्ण झालेली नाही. हे आव्हान आपण पेलायलाच हवे. खरे तर समाज व राष्ट्र यांना एकजीव करण्यासाठी गांधीजी अथकपणे झटले होते. त्या एकजीवीकरणासाठी परवडणाऱ्या आरोग्यसेवा व सर्वसमावेशक विकास ही संधी आहे. आपण तिचा उपयोग करून घ्यायला हवा.

गांधीजींचे जीवन हे एक प्रकारे स्वतःला व इतरांना प्रश्न विचारत राहणारे आहे. या आंतरिक द्वंद्वातून चांगले मार्ग शोधत न्यायावर आधारित समाजाचा पाया रचण्याचा प्रयत्न त्यात आहे. गांधीजींनी सांगितलेल्या घोर पापांपैकी 'मानवतारहित विज्ञान' हे एक आहे. यातून बोध घेऊन वैज्ञानिक, अभियंते, व्यावसायिक व उद्योजक या सगळ्यांनी परवडणाऱ्या आरोग्यसेवा आणि सर्वसामावेशक विकासासाठी स्वतःची जबाबदारी ओळखून खात्रीपूर्वक पावले उचलली पाहिजेत.

(अनुवाद : नीला शर्मा)

एम. एस. स्वामिनाथन

एम. एस. स्वामिनाथन यांना 'टाइम' या नियतकालिकातर्फे २० व्या शतकातल्या वीस अत्यंत प्रभावी आशियाई व्यक्तींपैकी एक म्हणून नावाजण्यात आले होते. संयुक्त राष्ट्रांच्या 'सेक्रेटरी जनरल'तर्फे त्यांचे वर्णन,''चालतीबोलती दंतकथा झालेला असा माणूस, ज्याची नोंद इतिहासात दुर्मिळ प्रकारचे नैपुण्य असलेला जागतिक पातळीवरचा शास्त्रज्ञ म्हणून केली जाईल,'' असे केले होते.

भारतीय कृषी क्षेत्राच्या पुनरुज्जीवनात स्वामिनाथन यांचे योगदान आगळेवेगळे आहे. त्यामुळे ते हरितक्रांतीचे प्रणेते म्हणून ओळखले जातात. शेतीबाबत शाश्वत स्वरूपाचा विकास साधणाऱ्या सदाबहार क्रांतीमुळे शाश्वत अन्न सुरक्षेबाबतही ते जागतिक स्वरूपाचे नेते ठरले आहेत. महिला शेतकऱ्यांना ज्ञान, कौशल्य व तांत्रिक क्षेत्रांमध्ये सबलीकरण करण्याचे धोरण राबवल्याबद्दल त्यांना पहिला आंतरराष्ट्रीय पुरस्कार प्रदान करण्यात आला.

पहिला 'जागतिक अन्न पुरस्कार', 'अल्बर्ट आइन्स्टाइन वर्ल्ड सायन्स अॅवॉर्ड' तसेच युनेस्कोतर्फे देण्यात येणारा 'महात्मा गांधी पुरस्कार' त्यांना मिळालेला आहे. सध्या ते भारतीय संसदेतील राज्यसभेचे सदस्य आहेत.

"जगात काही लोक इतके भुकेलेले असतात, की परमेश्वर त्यांना फक्त भाकरीच्या रूपातच दिसू शकतो."

महात्मा आणि भूकमुक्त भारत

मानवाच्या सुरक्षा व आनंदासाठी मूलभूत गरजेच्या ठरणाऱ्या कितीतरी क्षेत्रांमध्ये गांधीजी त्यांच्या पाऊलखुणा ठेवून गेले आहेत.

त्यापैकी काही अतिशय महत्त्वाची क्षेत्रे अशी आहेत :

> अहिंसात्मक असहकारामुळे भारताला तर स्वातंत्र्य मिळालेच, पण जगातील काही ठळक घडामोडींवरही त्यांचा प्रभाव पडला. इदाहरणार्थ, नेल्सन मंडेलांच्या नेतृत्वाखाली दक्षिण आफ्रिकेत वंशवादाचा अस्त, बर्लिनमधली भिंत उद्ध्वस्त करण्यात येणे, मार्टिन ल्यूथर किंग यांच्या नेतृत्वाखाली अमेरिकेत नागरी हक्कांच्या चळवळीला मिळालेले यश, अमेरिकेच्या राष्ट्राध्यक्षपदासाठी बराका ओबामा यांना निवडणुकीत मिळालेले यश व कोराझोन ॲक्विनो यांच्या नेतृत्वाखाली फिलिफिनमध्ये छेडल्या गेलेल्या अहिंसेच्या चळवळीमुळे मार्कोस राजवटीचा झालेला अंत. गांधीजींनी दाखवून दिले, की हिंसेपोटी फक्त हिंसाच जन्मते आणि फक्त अहिंसेतच हृदयपरिवर्तन घडवण्याची व सकारात्मक परिणामांची शक्ती असते. आपल्याला सध्या या संदेशातील शहाणपणाचा विचार इराक, अफगाणिस्तान यांसारख्या काही प्रदेशांमधील परिस्थिती पाहता पटू शकतो.

निसर्गाशी एकतानता : गांधीजी म्हणायचे, की निसर्ग प्रत्येकाच्या गरजा भागवण्याइतपत पुरवतो, पण प्रत्येकाची हाव तो भागवू शकत नाही. हाव रोखण्याची क्रांती घडवायची आता गरज आहे. कारण पृथ्वीवरील सजीवांना जगवणारी मूलभूत व्यवस्था व परिसंस्था सेवाही या अपरिमित अधाशीपणामुळे धोक्यात आलेली आहे. आपल्याला आता हेही कळून चुकले आहे, की जोवर आपण परस्परांच्या जीवावर उठणे थांबवणार नाही, तोवर आपण निसर्गाबाबत अहिंसेने वागू शकणार नाही. तेव्हा अहिंसा ही मानवी समाजाचे मूलभूत वैशिष्ट्यपूर्ण तत्त्व व संस्कृतीचा भाग व्हायला हवी.

पूर्ण स्वराज्याकडे जाण्याचा मार्ग ग्रामस्वराज्य आहे : गांधीजींनी ग्रामीण कुटुंबे व ग्रामीण व्यवसायांकडे लक्ष केंद्रित करायला मदत केली आहे. अन्न, पाणी व कामाच्या सुरक्षिततेसाठीचा शाश्वत मार्ग म्हणून त्यांनी स्वदेशी व स्वावलंबन या तत्त्वांवर भर दिला. त्यांनी खूप जणांकडून उत्पादन करण्याबाबत सांगितले होते. थोडक्यांकडून खूप जणांसाठी करायच्या उत्पादनाबाबत नाही, कारण त्यामुळे बेकारांची संख्या वाढते. त्यांनी ठासून सांगितले होते, की कामाशिवाय राहाणाऱ्यांमध्ये वाढ म्हणजे आनंदाशिवाय राहणाऱ्यांमध्ये वाढ. ग्रामीण रोजगार हमी योजना कार्यक्रम आता महात्मा गांधी राष्ट्रीय रोजगार हमी कार्यक्रम या नावाने ओळखला जातो, हे उचितच घडले आहे. भारत अजूनही ग्रामीणपणाच्या जुन्या संज्ञेतच राहतो आहे. जोवर शेतीतली प्रगती व शेतीखेरीजच्या इतर व्यवसायांमध्ये प्रगती साध्य होऊन ग्रामीण भागाचे पुनरुज्जीवन होणार नाही, तोवर भारत सुखी समाधानी झाल्याचे म्हणता येणार नाही. गांधीजींनी असेही म्हटलेले होते, की ग्रामीण भारताला नाकारणं म्हणजे बुद्धिमंत व मजूर यांना विभक्त करण्यासारखे आहे. त्यामुळे त्यांनी लोकांना आपली बुद्धी ग्रामीण कुटुंबांसाठी खर्च करायला शिकवण्यावर भर दिला होता, जेणेकरून दोघांना एकत्र येऊन ग्रामीण अर्थव्यवस्था व सामाजिक प्रगतीला गती देता येईल.

मानवी प्रयत्नांच्या प्रत्येक क्षेत्रात महात्मा गांधींचा ठसा पडलेला आपल्याला दिसतो. माझे आयुष्य हाच माझा संदेश आहे, हे त्यांचे सांगणे त्यांचा विचार व कृतीतील एकात्मतेचे द्योतक आहे. विचार, बोलणे व करणे यात समानता साधणाऱ्या अत्यंत दुर्मिळ व्यक्तिमत्त्वांपैकी ते एक होते.

समकालीन अशा अत्यंत महत्त्वाच्या मुद्द्याकडे मी येतो. आपल्या देशात भूक व कुपोषण मोठ्या स्वरूपात आहे. गांधीजींनी अन्न व मानवी प्रतिष्ठेकडे नेणारा जो मार्ग सांगितला होता, तोच आपल्याला यातून सोडवण्याच्या उद्दिष्टाकडे नेणारा ठरेल.

सध्या बांगलादेशात असणाऱ्या नौखालीत गांधीजी १९४६ मध्ये असताना त्यांनी जातीय

हिंसाचाराला बळी पडलेल्यांच्या जखमा बऱ्या करायला मदत केली होती. त्यावेळी ते म्हणाले होते,"उपासमारीने ग्रस्त व बेकार असलेल्यांसाठी देव फक्त काम आणि रोजगाराच्या रूपानं अन्नाच्या आश्वासनातच प्रगटू शकतो."

दुसऱ्या शब्दांत सांगायचे तर त्यांना आपला देश भिकाऱ्यांचे राष्ट्र ठरू नये आणि मानवी प्रतिष्ठा जपत प्रत्येकाला अन्न पुरवण्याची हमी आपल्याकडून हवी होती. आता भारत सरकार राष्ट्रीय अन्न सुरक्षा कायदा विकसित करून लागू करण्यासाठी कार्यरत असल्याने आपल्याला गांधीजींच्या कल्पना प्रत्यक्षात आणायची संधी मिळालेली आहे. यासाठी आपण पुढील तत्त्वांच्या आधारे कायद्याची आखणी करून उद्दिष्ट साध्य केले पाहिजे :

देशात जन्मणाऱ्या प्रत्येक बालकाला तिच्या किंवा त्याच्या उपजत अशा आनुवंशिक सुप्त क्षमतांचा पूर्ण आविष्कार करण्याची खात्री देता आली पाहिजे.

प्रत्येक बालक, महिला व पुरुषाच्या सबलीकरणासाठी अशा स्वरूपाचा अन्नपुरवठा उपलब्ध व्हावा; ज्याजोगे निरोगी व उत्पादनक्षम आयुष्य जगता येऊ शकेल.

अन्नाची उपलब्धता, प्रत्यक्ष प्राप्त व शरीरात त्याचे पचन होण्यासाठी एकात्मिक स्वरूपात लक्ष देण्याची आवश्यकता;

भुकेच्या समस्येमुळे उद्भवणारी परिस्थिती तीन प्रकारांनी आटोक्यात आणायचे प्रयत्न व्हावेत. दीर्घकालीन उपासमारीवर उपाय म्हणून प्रथिने व ऊर्जायुक्त अन्नपुरवठा केला जावा. कुपोषितांना लोह, आयोडिन, झिंक, जीवनसत्त्व अ, जीवनसत्त्व बी १२ या व अशाच आवश्यक सूक्ष्म पोषक घटकांचा पुरवठा केला जावा. नैसर्गिक संकट अथवा नागरी संघर्षाच्या काळात पुरेसा पुरवठा व त्याबाबत संवाद स्थापन होण्यात अडथळा येतो; यातून मार्ग काढता यावा.

राष्ट्रीय अन्न सुरक्षा कायदा याचा मूलभूत आराखडा तसाच ठेवून आणखी काही गोष्टी साध्य केल्या जातील. त्यात सार्वत्रिक सार्वजनिक वितरण प्रणाली (राज्य सरकारांशी चर्चा करून) समाविष्ट केली जाईल. राजीव गांधी पेयजल अभियान, संपूर्ण स्वच्छता कार्यक्रमांतर्गत स्वच्छता, लसीकरण तसेच ग्रामीण व शहरी आरोग्य अभियानांतर्गत प्राथमिक आरोग्याची काळजी, सर्व मुलांसाठी अंगणवाड्या व शाळांमधील दुपारच्या जेवणाचा कार्यक्रम, याचप्रमाणे एचआयव्ही / एड्स व क्षयबाधितांसाठी अन्न व औषध पुरवठा वगैरे बाबी या आराखड्यात समाविष्ट असतील.

दुसऱ्या मथळ्याखाली चालणाऱ्या या कार्यक्रमात मुख्य आहार धान्ये सवलतीच्या दरात उपलब्ध करून दिली जातील. त्याचे प्रमाण व दर वेळोवेळी ठरवण्यात येतील. नवजात

बाळाच्या काळजीसाठी मातेचे स्तनपान योग्य वेळी व योग्य प्रमाणात उपलब्ध व्हावे यासाठी तिच्यावरील कामाचा भार तात्पुरता कमी करण्यात यावा. बाळाच्या जन्मापासून ते सहा महिन्यांचे होईपर्यंत ही काळजी घेण्याबरोबरच त्याचे वजन करण्यात यावे. त्यामुळे कमी वजनाचे बाळ ही समस्या आटोक्यात आणता येईल. सहा महिने ते तीन वर्षे वयापर्यंतच्या बाळांसाठी पाळणाघरांची सोय करण्यात यावी, ज्यायोगे आई किंवा दाई उपस्थित नसताना बाळाला वेळेवर पुरेसे अन्न मिळावे व त्याच्या आरोग्याची काळजी घेतली जावी. एचआयव्ही / एड्स तसेच क्षय व कुष्ठरोगाची बाधा झालेल्यांना अन्न व औषधे पुरवली जावीत. वयोवृद्ध तसेच शारीरिक अथवा मानसिकदृष्ट्या कमकुवत माणसांचीही काळजी घेतली जावी असा महात्मा गांधी राष्ट्रीय ग्रामीण रोजगार हमी योजना कार्यक्रम राबवण्यामागचा हेतू आहे.

राष्ट्रीय अन्न सुरक्षा कायद्यामुळे भारताला भूकमुक्त करण्याचे गांधीजींचं स्वप्न प्रत्यक्षात आणायचा प्रयत्न केला जाणार आहे.

गरिबांसाठी संपत्तीनिर्मिती करायचे धोरण ठेवले तरच आपल्या देशातली भयानक गरिबी व वंचित अवस्थेतून बाहेर पडता येईल. गरीब कोठवर गरीब राहतात? त्यांना जमीन, पशुधन किंवा मत्स्यतलाव यांसारखी मालमत्ता अथवा विक्रीसाठीची कौशल्ये मिळेपर्यंत. गांधीजींनी आपल्याकडून गरिबांना शिक्षण, पोषण, आरोग्याची काळजी व शाश्वत रोजगार या गोष्टी मिळण्याची अपेक्षा ठेवली होती. स्वातंत्र्यानंतर ६३ वर्षे उलटून गेल्यावरही आपण गरिबी दूर करण्यासाठी या महत्त्वाच्या घटकांची पूर्तता करू शकलेलो नाही. याच हेतूने एमएसएसआरएफनं वीस वर्षांपूर्वी गांधीजीच्या मार्गाने जात प्रतिष्ठेने अन्न मिळवण्यासाठी जैव-ग्राम नमुन्याची निर्मिती केली होती.

हा नमुना शाश्वत मानवी सुरक्षितता व चांगले जीवन जगण्यासाठी परस्परांना मजबूत करणाऱ्या तीन गोष्टींवर आधारित आहे. जमीन, पाणी व जैवविविधता यांसारख्या नैसर्गिक साधनसंपत्तीचे संरक्षण व संवर्धन यात अपेक्षित आहे. तंत्रज्ञान, प्रशिक्षण, तांत्रिक-पायाभूत सुविधा व विक्री यांच्यावर एकत्रितपणे लक्ष केंद्रित करून शेतीउत्पादनाबाबत प्रत्यक्ष शेतावरच सुधारणेचाही यात समावेश आहे. शेतीव्यतिरिक्त रोजगारनिर्मितीच्या संधी उपलब्ध करून त्यांच्या माध्यमातून नैसर्गिक साधनांवर आधारित कामकाज व उत्पन्न निर्माण करता यावे, असाही हेतू आहे.

याप्रमाणे प्रत्यक्ष शेतीवरील व शेतीखेरीजच्या उत्पन्नातून शाश्वत रोजगारनिर्मिती गरजेची ठरते. शाश्वत मानवी विकासासाठीच्या या जैव-ग्राम प्रतिकृतीला ग्रामीण ज्ञान केंद्रांतर्फे ज्ञानपारांच्या (ज्ञान चौपाल) माध्यमातून पाठबळ पुरवले जावे. इंटरनेट, केबल टीव्ही, एफएम रेडिओ व मोबाईल फोनसारख्या तंत्रज्ञानावर आधारित घटकांवर ही केंद्रे आधारलेली असतील. ज्ञानपार हे बुद्धिमंत व मजुरांमधली दरी कमी करायला उपयुक्त ठरतील.

शेतजमिनींची प्रगती व ग्रामीण सुबत्तेच्या दृष्टिकोनातून गांधीजींना महत्त्वाचे वाटते, तसेच हे आहे.

शाश्वत मानवी सुरक्षिततेसाठी जैव-ग्राम प्रतिकृतीचा आधार दक्षिण आफ्रिकेत 'मिलेनियम व्हिलेज' या नावाने घेण्यात आलेला आहे. हे घडून आलं ते ग्रामविकास व 'यूएन मिलेनियम गोल्स' यांच्यातील परस्परसंबंधांमुळे.

महात्मा गांधींचं जीवन व कार्य आपल्याला प्रत्येक क्षेत्रात मार्गदर्शक ठरलेले आहे. शाश्वत शेती, उद्योग व रोजगार साध्य करण्यासाठी गांधीजींची पद्धत वापरणाऱ्या प्रत्येकाला त्याचे उत्तर स्वामी विवेकानंदांच्या एका उद्धरणातून मिळू शकेल. ते एकदा म्हणाले होते -

"जीवन खूपच छोटं आहे; त्याचा गर्व फार काळ टिकणारा नाही.

जो इतरांसाठी जगतो, तोच खरा जगतो."

(अनुवाद : नीला शर्मा)

माधव गाडगीळ

विशिष्ट भागांतील व कालखंडांमधील वनस्पती व प्राणिजीवनाबाबत माधव गाडगीळ यांना कमी वयातच रस निर्माण झाला. पश्चिम घाटातील डोंगर-दऱ्यांमधून भटकंती करताना झाडंझुडपं जणू हसत असल्याची अनुभूती त्यांना होते.

संशोधक, शिक्षक, धोरणे आखणारे, शेतकरी स्वयंसेवी व संस्थांमधील कार्यकर्त्यांसारख्या भिन्न वृत्तीच्या लोकांना व संघटनांना माधव गाडगीळ सहजगत्या एकत्र आणतात आणि त्यांच्यात स्वतःच्या आवडीच्या विषयाची गोडी निर्माण करतात.

परिसंस्था व जैविक विविधतेसंदर्भातली त्यांनी लिहिलेली पुस्तके व शोधनिबंध हे त्या विषयाबाबतचे अभिजात संदर्भसाहित्य मानले जाते. त्यांचे काम जगभर प्रशंसा व मान्यता मिळवणारे ठरले आहे. राष्ट्राकडून त्याबद्दल कृतज्ञतापूर्वक त्यांना 'पद्मभूषण' या अलंकरणाने सन्मानित करण्यात आलेले आहे. प्रतिष्ठेच्या मानल्या जाणाऱ्या 'यू एस नॅशनल ॲकेडमी ऑफ सायन्स'कडून त्यांना 'फॉरिन फेलो' म्हणून निवडण्यात आले. १८६३ पासून हा दुर्मिळ बहुमान केवळ आठच भारतीयांना मिळालेला आहे. माधव गाडगीळ यांचे आयुष्य व त्यांच्या कार्यातून दिला गेलेला संदेश एवढा सामर्थ्यशाली आहे!

"असे जगा, जणू काही उद्याच तुम्ही मरणार आहात. व्यासंग असा करा की तुम्हाला अनंत काळ जगायचं आहे."

आदिवासी मुलखात शांतता आणि संपन्नता निर्माण करणे

आधुनिक भारतातील अनेक गोष्टी पाहून महात्मा गांधींना दुःख झाले असते, परंतु आदिवासी मुलखात जे घडते आहे ते पाहून त्यांना सर्वाधिक दुःख झाले असते. हाव आणि हिंसा यांनी सर्व आदिवासी विभागांचा विनाश सुरू केला आहे. लालसा त्या प्रदेशातील नैसर्गिक स्रोतांची. हिंसा त्या प्रदेशातील जमिनीवर आणि लोकांवर ताबा मिळविण्यासाठी. महात्मा गांधींना समाजातील शेवटच्या माणसाचा विकास सर्वांत अगोदर करावयाचा होता. त्यांचे असे आग्रहाचे सांगणे होते, की स्वतंत्र भारतात सर्वांत कमकुवत घटकाला सर्वांत अगोदर मदत मिळाली पाहिजे. वनविभागातील आदिवासी लोक सर्वांत जास्त कुपोषित आहेत, सर्वांत अधिक निरक्षर आहेत. स्वातंत्र्याला जरी साठ वर्षे होऊन गेली तरीही त्यांच्या जगण्याची पातळी अधिक खालावले आहे.

स्वावलंबी रोजगार

महात्मा गांधींनी नेहमी भारतातील खेड्याच्या स्वायत्ततेचे आणि स्वावलंबित्वाचे समर्थन केले. ही आपली जमेची बाजू आहे, की पंचायत राज संस्थेच्या माध्यमातून लोकशाही अगदी तळागाळाच्या स्तरापर्यंत नेऊन ठेवण्याचा प्रयत्न केला आहे. या संदर्भातील सर्वांत

प्रागतिक कायदा पंचायत हा आहे. हा कायदा म्हणजे फार मोठी राजकीय बांधिलकी आहे. या कायद्यान्वये सत्तेचा तोल विशेषतः आदिवासी प्रदेशातील लोकांकडे झुकविण्याचा उद्देश स्पष्ट होतो. PESA कायद्याने ग्रामसभेला मान्यता मिळाली. वस्ती हा जमातीचा नैसर्गिक गट मानण्यात आला. त्या वस्तीतील प्रौढ लोकांची ग्रामसभा बनवण्यात आली. निवडणुकीतून निर्माण करावयाच्या ग्रामपंचायतीच्या जागी ही ग्रामसभा मानण्यात आली.

ग्रामसभेला पुढील विषयांवर निर्णय घेण्याचा अधिकार देण्यात आलाः

वर्गीकृत प्रदेशातील जमीन वस्तीबाहेरच्या प्रदेशाशी जोडण्याला मज्जाव करणे आणि जर बेकायदा अशी जमीन जोडली गेली असेल तर ती परत आदिवासी प्रदेशात सामील करून घेणे.

किरकोळ वनोत्पादनावरील मालकी हक्क.

आदिवासी जमातींना पैसे उसने देण्यावर नियंत्रण ठेवण्याचा अधिकार.

सर्व प्रकारच्या सामाजिक विभागांत काम करणाऱ्या संस्था आणि अधिकारी यांच्यावर नियंत्रण ठेवण्याचा अधिकार.

स्थानिक योजना, अशा स्थानिक योजनांचे स्त्रोत तसेच स्थानिक उपयोजना यावर नियंत्रण ठेवण्याचा अधिकार.

संभाव्य परवाने देण्याची शिफारस करणे किंवा खाणकामाकरिता दीर्घ मुदतीचा करार करणे किंवा लहानसहान खनिजे तसेच लहान खनिजांचे व्यवहार करण्यासाठी परवानगी देणे वगैरेंवर नियंत्रण ठेवण्याचा अधिकार.

जमिनीचे अधिग्रहण करण्यासाठी सल्ला देण्याचा अधिकार.

गावात सुरू केलेल्या सरकारी कामाच्या उपयोगित्वाचे प्रमाणपत्र देण्याचा अधिकार.

ग्रामसभा किंवा ग्रामपंचायत यांची भूमिका ग्रामीण भागातील स्त्रोतांच्या व्यवस्थापनामध्ये किती महत्त्वाची आहे हे अधोरेखित करणारे इतर कायदेदेखील आपण पाठोपाठ केले आहेत. त्यामध्ये जैव विविधतेच्या कायद्याचा (BDA) समावेश होतो. या कायद्यान्वये स्थानिक जैव विविधतेच्या स्त्रोतांचे व्यवस्थापन करण्याचा अधिकार ग्रामसभा व ग्रामपंचायतींना मिळाला आहे. ग्रामपंचायत स्तरावर कर वसूल करण्याचा अधिकार, जैव विविधता व्यवस्थापन समिती, राष्ट्रीय ग्रामीण रोजगार हमी कायदा (NREGA), ज्या कायद्याच्या अधिकारकक्षेत ग्रामपंचायतीला सर्व कामांचे नियोजन करण्याचा आणि त्यातील

५०% कामे स्वतः करवून घेण्याचा अधिकार दिला गेला आहे. परंतु खेदाची गोष्ट ही आहे, की या सर्व तरतुदी प्रत्यक्षात अमलात आणण्याच्या बाबतीत फारच थोडी प्रगती झाली आहे.

महात्मा गांधींच्या नेतृत्वाखाली त्या वेळच्या इंडियन नॅशनल काँग्रेसने भारत ब्रिटिशांच्या सत्तेखाली असताना भारतीय जनतेला आश्वासन दिले होते, की जनतेचे वनसंपत्तीवरचे नैसर्गिक अधिकार तिला स्वातंत्र्यानंतर परत मिळवून दिले जातील. त्याचप्रमाणे पंडित जवाहरलाल नेहरूंनी आदिवासी जमातींकरिता जाहीर केलेल्या त्यांच्या पंचशील योजनेमध्ये महत्त्वाचे तत्त्व हे होते, की आदिवासींचे जमीन आणि जंगल यावरील नैसर्गिक अधिकार मान्य केले जातील. तरीदेखील सध्या सातत्याने आदिवासी जमातींच्या जमिनीवर आणि वनस्रोतांवर बाहेरून आक्रमण होत आहे आणि वनस्रोतांचे अपार नुकसान होत आहे व त्यावर काही पायबंद घातला जात नाही. PESA कायदा अस्तित्वात असूनही हे आक्रमण चालूच आहे. त्यामुळेच लोकसभेला २००६ साली अधिकृत आदिवासी जमाती आणि पूर्वीपासून वनवासी असलेल्या इतर जमाती कायदा (Right over the Forest) (TFRA) करण्यात आला, ज्याच्यामुळे ऐतिहासिक काळापासून आदिवासी लोकांवर झालेला अन्याय दूर होऊ शकेल. परंतु त्या बाबतीतही खेदाची गोष्ट ही आहे, की PESA कायद्याप्रमाणेच हा कायदा संमत होऊन चार वर्षे झाली तरी तो प्रत्यक्षात आणण्यासाठी काहीही प्रगती झाली नाही.

ग्रामसभेचे सबलीकरण

वारंवार होत असलेला हा विश्वासघात हे आदिवासी प्रदेशांत जी अशांतता माजली आहे त्याचे एक प्रमुख कारण आहे. तरीही महात्मा गांधींच्या या देशात काही लोक हिंसेला हिंसेने दडपून टाकण्याचे समर्थन करीत आहेत. इतर काही लोक सौम्य शब्दांत परंतु आक्रमक मार्गांनी त्या भागाचा विकास करण्याची भलावण करीत आहेत. परंतु विकासाची जी पद्धत अवलंबली जात आहे ती आदिवासींना स्वावलंबी आणि स्वायत्त बनवण्याच्या गांधीजींच्या मार्गाची नसून आदिवासींना कायमचे गिऱ्हाईक बनवून गुलामगिरीत ढकलणारी आहे. अशा व्यवस्थेमध्ये आदिवासी प्रदेशाबाहेरील लोक विकासासाठी दिलेले हजारो कोटी रुपये कसे खर्च करावयाचे ते ठरवतील. आता आजपर्यंतच्या अनेक अनुभवांवरून आम्ही हे जाणतो, की प्रश्न सोडवण्यासाठी केवळ पैसा उधळून काही उपयोग होत नाही. किंबहुना असा पैसा उत्पादनाचे किंवा मूळ हेतूचे नुकसानच करतो. तसे व्हायचे नसेल तर पैसा ज्या लोकांच्या भल्यासाठी खर्च करावयाचा आहे त्यांनाच त्याचा विनियोग कसा करावयाचा ते ठरवण्याचे अधिकार दिले पाहिजेत. असे केले तरच योग्य योजना आखल्या जातील. मगच त्या कामांत स्थानिक लोकांचा सहभाग मिळेल आणि पैसा शहाणपणाने व योग्य रीतीने खर्च केला जाईल. सध्याचे चित्र असे आहे, की जो पैसा खर्च केला जातो त्याबद्दल लोकांना वाटते, की ती खिरापत वाटलेली आहे आणि त्यामुळे पैशाचा योग्य विनियोग न होता भ्रष्टाचार वाढतो

आहे. कै. राजीव गांधी म्हणाले होते, की 'फक्त१५ % निधीच ज्या कामासाठी दिला होता त्या कामासाठी खर्च होतो' तेच खरे आहे, असे दिसून येते.

याचा अर्थ योग्य उत्तर हेच आहे, की पैसा ज्या लोकांसाठी खर्च करावयाचा आहे, तो कधी खर्च करावयाचा आहे व कोठे खर्च करावयाचा आहे, या संदर्भात निर्णय घेण्याचे अधिकार त्यांनाच दिले पाहिजेत. ज्या वेळी जमातीचे लोक समोरासमोर बसतात व चर्चा करतात तेव्हा असे सामूहिक निर्णय योग्य रीतीने घेतले जातात. म्हणून PESA आणि TFRA या या कायद्यांत ठरवल्याप्रमाणे हे निर्णय ग्रामसभेनेच घेतले पाहिजेत. जर या दोन कायद्यांतील तरतुदी प्रत्यक्षात अमलात आणल्या गेल्या तर खरोखरच भारत महात्मा गांधींना योग्य श्रद्धांजली वाहील.

पण असे घडायचे असेल तर आदिवासी प्रदेशांत अगदी तळापासून मानवी क्षमतांचा विकास करण्याची प्रक्रिया सुरू केली पाहिजे आणि तीच आपल्या विकासाच्या संकल्पनेची गुरुकिल्ली असली पाहिजे. राष्ट्रीय रोजगार हमी कायद्यामध्ये (NREGA) मध्ये नमूद केलेली कामे योग्य रीतीने राबवणे हे अशा विकासासाठी महत्त्वाचे पाऊल ठरेल. त्यायोगे राष्ट्राच्या नैसर्गिक स्रोतातून मिळणाऱ्या भांडवली उत्पन्नाची वृद्धी होईल. जरी ही कामे ग्रामपंचायतीने करावयाची आहेत असे धोरण ठरले असले तरी प्रत्यक्षात सध्या ती बाहेरून स्थानिक लोकांवर लादली जात आहेत. कारण असे सांगितले जाते, की योजना तयार करणे आणि तिच्या खर्चाचा अंदाज तयार करणे ही कामे करण्यासाठी रीतसर शिक्षण आणि प्रशिक्षण घेतलेले कर्मचारी लागतात. त्यासाठी स्थानिक तरुणांना योजना आणि खर्चाचा अंदाजी आराखडा तयार करण्याचे शिक्षण आणि प्रशिक्षण देण्याचे कार्य तातडीने सुरू केले पाहिजे.

वनसंरक्षण समिती (FPC), जैव विविधता व्यवस्थापन समिती (BDMC), जलसंपत्ती विकास समिती (WSC) आणि EGC चे काम ह्या सगळ्यांनी एकत्रितपणे परस्परसहकार्याने योजना आणि त्यांची अंमलबजावणी केली पाहिजे. म्हणून हे स्पष्ट केले पाहिजे, की ग्रामसभेने ही सर्व कामे सुरुवातीच्या स्तरावर केली पाहिजेत. त्याचप्रमाणे प्रत्येक ग्रामसभेने एक पुरुष आणि एक महिला यांना ग्रामपंचायतीच्या प्रत्येक समितीवर निवडून दिले पाहिजे. ग्रामसभा आणि ग्रामपंचायत यांची स्वतःची बँक खाती असली पाहिजेत आणि सरकारी निधी सरळ त्या त्या खात्यात जमा झाला पाहिजे.

पुढे जाऊन NREGA कार्यक्रमात नमूद केल्याप्रमाणे सामाजिक हिशोब तपासणीची (Social Audit) व्यवस्था राबवली गेली पाहिजे. सर्व ग्रामसभा समित्यांचे काम तपासण्यासाठी दर महिन्याला सामाजिक हिशोब तपासणी आणि सर्व ग्रामपंचायतीचे काम तपासण्यासाठी दर सहा महिन्यांनी सामाजिक हिशेब तपासणी अनिवार्य असावी. प्रत्येक ग्रामपंचायतीला योजनेच्या निधीतील २५% रक्कम आवश्यक निधी म्हणून देण्यात यावी व

तो निधी योग्य तऱ्हेने सार्वजनिक कामासाठीच खर्च करण्याची अट असावी. अशा व्यवस्थेमुळे स्थानिक लोकांचा आत्मविश्वास वाढेल आणि योग्य ती विकासकामे करणे त्यांना शक्य होईल. तसेच जे समान अशा सार्वजनिक कार्यात हिरिरीने पुढाकार घेतील त्यांना प्रोत्साहनार्थ बक्षीस देण्यात यावे. तसेच जे समान अशा प्रकारचा पुढाकार घेणार नाहीत किंवा योजना व अंमलबजावणी करणारा नाहीत त्यांना सर्वांत कमी निधी दिला जावा.

गटनिहाय वनउत्पन्न स्त्रोत

गांधींच्या तत्त्वाप्रमाणे 'विधायक सामाजिक कार्या'ला प्रोत्साहन देण्यासाठी गटनिहाय वनउत्पन्न स्त्रोत TFRA च्या माध्यमातून निर्माण करणे उचित ठरेल. TFRA च्या कायद्याप्रमाणे 'गटनिहाय वनउत्पन्न स्त्रोतां'ना संरक्षण देता येईल. त्या त्या गावाच्या पूर्वापार ठरलेल्या सरहद्दी निश्चित करून त्यामधील वनसंपत्तीचे संरक्षण, वर्धन आणि उत्पन्नाचा उपभोग याला संरक्षण देऊन हे ईप्सित साधता येईल. त्याचप्रमाणे धनगरासारख्या भटक्या जमातींना मौसमी वापराकरिता कुरण देणे तसेच संरक्षक वन देणे राष्ट्रीय उद्याने वापरावयास देणे, व त्याचे संरक्षण करणे शक्य आहे.

अशा प्रकारे मिळालेल्या जमिनीचा त्यांना पुढीलप्रमाणे उपभोग घेता येईल.

मालकी हक्क, लहानसहान वनउत्पादने वापरणे किंवा त्यांची विल्हेवाट लावणे, जी पूर्वीपासून गावाच्या सरहद्दीच्या बाहेरच्या भागातून मिळवली जात होती.

जमातीचे इतर हक्क, उदाहरणार्थ, पाण्याचे स्त्रोत, पाण्यातून मिळणारी मासळी, वस्तीतील आणि भटक्या जनावरांना चारावयाचे कुरण, तसेच इतर पारंपरिक मोसमी स्त्रोत वापरता येणे वगैरे.

जमातीच्या ताब्यातील स्त्रोतांची राखण, संरक्षण, संवर्धन, व्यवस्थापन करण्याचे अधिकार, ज्यामुळे त्यांना शाश्वत जीवन जगता येईल.

जैव वैविध्याचे पारंपरिक ज्ञान मिळवणे, ते वापरणे, त्याचे संवर्धन करणे, तसेच त्यांची संस्कृती, परंपरा यांची विविधता जपणे वगैरे.

TFRA चा उद्देश ग्रामसभा आणि ग्रामीण पातळीवरील संस्थांमार्फत वनजीवन, जंगल आणि जैव विविधता जपणे हाच आहे. या कायद्याद्वारे वननिवासींना वनस्त्रोतांचा शाश्वत पद्धतीने वापर करणे, त्यांचे संरक्षण आणि संवर्धन करणे याचे अधिकार आणि त्याचबरोबर जबाबदारीही देण्यात आली आहे. हेतू हा, की त्यायोगे जैव विविधता जपली जाईल आणि पर्यावरणाचे संतुलन राखले जाईल.

TFRA च्या कलम 2(n)द्वारे असे प्रस्थापित केले गेले आहे, की शाश्वत उपभोग याचा अर्थ BDA कायद्याच्या कलम (O)च्या उपकलम २ मधील अर्थाप्रमाणेच आहे. BDA कायद्यामध्ये अशी तरतूद केलेली आहे, की सर्व स्थानिक संस्थांच्या स्तरावर जैव विविधता व्यवस्थापन समिती नेमली जाईल, जी कायद्याची उद्दिष्टे अमलात आणील. अशा प्रकारे TFRA, BDA कायद्याशी सुसूत्रता प्रस्थापित करणे.

म्हणून TFRA नुसार काम करणाऱ्या ग्रामसभांनी जैव विविधता व्यवस्थापन समितीला जी कामे आखून दिलेली आहेत ती कामे जैव विविधता कायद्याला अनुसरून पार पाडावीत. त्यामध्ये कामाचा दस्तऐवज निर्माण करण्याचे व्यवस्थापन, करसंकलन पद्धती वगैरे गोष्टींचा समावेश आहे. अशा प्रकारे कार्य केल्यावर जी जमात NREGA कायद्यातील तरतुदी कार्यक्षमतेने वापरू शकेल आणि जमातीच्या मालकीच्या वनविभागामध्ये विविध वर्गांतील प्राणी व वनस्पती जतन करेल ज्यायोगे त्यांना चांगले जीवन जगता येईल, त्यांनी या व्यतिरिक्त ५ ते १०% जमीन बाजूला ठेवावी, जिथे नैसर्गिक स्रोताचे संरक्षण करून पारंपरिक सुंदर उपवने निर्माण करता येतील.

सध्या ज्या चुकीच्या पद्धतीने हे कायदे राबवले जात आहेत, त्यामुळे वैयक्तिक किंवा जमातीच्या पातळीवर लोक अनेक मागण्या करणे शक्य आहे. आज त्यांच्यापाशी क्षमता नाही, ही दुःखाची बाब आहे. ते गरीब आणि अल्पशिक्षित आहेत. त्यांना तसेच राहण्याचे शिक्षण दिले जाते आहे व त्यासाठीच त्यांना पैसा पुरवला जातो आहे. कारण व्यवस्थेने त्यांना कायम पददलित ठेवले आहे. आता तरी शासकीय व्यवस्थापन खात्यांनी त्यांना योग्य मागण्या करण्यासाठी साहाय्य केले पाहिजे. त्या कामासाठीच त्या खात्यांना प्रशिक्षण दिलेले आहे आणि पगारही दिला जात आहे. परंतु दुर्दैवाची गोष्ट ही आहे, की हीच खाती अनेक घटनांमध्ये त्या गरीब आणि अडाणी लोकांनी केलेल्या मागण्या कशा नाकारता येतील एवढेच काम करीत आहेत.

आता आपण या परिस्थितीत बदल करून शासकीय कार्यालयांनीच गटनिहाय स्रोतांसंदर्भात सुयोग्य मागण्या तयार करून देण्याची जबाबदारी घ्यावी, असे प्रयत्न केले पाहिजेत.

हे काम करण्यासाठी सर्वेक्षण अहवालासारखी चांगली कागदपत्रे उपलब्ध आहेत. तरीही अखेर ग्रामसभा ही सर्वोच्च राहिली पाहिजे. त्यासाठी वरीलप्रमाणे तयार केलेल्या मागण्या या ग्रामसभेपुढे तपासणीसाठी ठेवल्या पाहिजेत. त्यानुसार त्यात योग्य ते बदल करून मान्यता देण्यात आली पाहिजे.

आपण पुढे जाऊन इंडियन फॉरेस्ट ॲक्ट १९२७ (प्रकरण III, गाव आणि गाव जमातीचे वनक्षेत्र) मध्ये खालील सुधारणा करून CFR व्यवस्थापनाला मदत केली पाहिजे.

28(A) ग्रामीण जमिनीचे वनक्षेत्र

28(A) [1] ग्रामीण जमातीचे वनक्षेत्र म्हणजे TFRA सेक्शन 3(1) आणि पुरवणी III नियम 8(4) मध्ये वर्णन केलेले क्षेत्र.

28(A) [2] ग्राम समिती स्वतः ग्राम जमातीच्या वनक्षेत्राची व्यवस्था बघण्याचे नियम तयार करील. सरकार फक्त मार्गदर्शन करेल आणि मार्गदर्शक तत्त्वे पुरवील.

28(A) [3] ग्राम समिती स्वतः ग्राम जमातीच्या वनक्षेत्राचे व्यवस्थापन करण्याचे नियोजन, आराखडा तयार करेल.

28(A) [4] ग्राम जमातीच्या वनक्षेत्राचा कायदा तयार होण्यापूर्वीचे सरकारशी झालेले सर्व करार हे रद्द ठरवले जातील आणि वनखाते त्याच्या कामांच्या नियोजनात ग्राम जमातीने केलेल्या नियोजन आराखड्याचा समावेश करून घेईल.

28(A) [5] ग्राम जमाती वनक्षेत्र हे ग्रामीण क्षेत्रातील जमातीवर ऐतिहासिक काळापासून चालू असलेला अन्याय दूर करण्यासाठी तयार करण्यात आले आहे आणि त्यातील कोणतीही तरतूद रद्द करण्यात येणार नाही.

28(A) [6] प्रत्येक ग्राम जमात वनक्षेत्रामधील निवडून दिलेल्या एक पुरुष आणि एक महिला मिळून तालुकापातळीवर एक 'वनव्यवस्थापन समिती' नेमली जाईल. ही समिती ग्राम जमात वनक्षेत्राच्या कामावर लक्ष ठेवील आणि काही चूक झाली असल्यास ती सुधारून घेईल.

(अनुवाद : नंदकुमार पुरोहित)

मल्लिका साराभाई

मल्लिका साराभाई त्यांच्या संवादातून लोकांच्या मनाचा ठाव घेतात, त्यासाठी त्या कधी नृत्याची भाषा वापरतात तर कधी नृत्यसंरचनेची. कधी लिखित शब्दांची तर कधी नाट्यविषयांची किंवा सक्रिय कार्यकर्त्याचीसुद्धा. परिवर्तनाचं साधन म्हणून त्या त्यांच्या कार्याचा उपयोग करतात. त्यांच्या श्रद्धा तसेच मूल्यांचेच रूपांतर त्यांच्या शास्त्रीय व समकालीन नृत्यात दिसून येते. त्या लोकांना थांबायला, चिंतन, मनन आणि आत्मपरीक्षण करायला भाग पाडतात. 'युनिसेफ' व 'युनेस्को' सहित कित्येक संस्था-संघटनांच्या विकासात्मक प्रकल्पांसाठी त्या कार्यरत असतात.

पद्मभूषण मल्लिका साराभाई यांना त्यांच्या कल्पक कार्यासाठी विविध पुरस्कार व सन्मान प्राप्त झाले आहेत. त्यात फ्रान्स सरकारकडून मिळालेल्या 'शेव्हॅलियर डी आर्टस् एट लेटर' चाही समावेश आहे. २००९ मध्ये आंतरराष्ट्रीय महिला परिषदेकडून त्यांना आंतरराष्ट्रीय जीवनगौरव पुरस्कार प्रदान करण्यात आला होता.

गांधीजींच्या अहिंसेच्या तत्त्वज्ञानानं पूर्णपणे भारलेल्या मल्लिका साराभाई 'सेंटर फॉर नॉनव्हायोलन्स थ्रू द आर्ट'च्या संस्थापक आहेत. अहमदाबादमधल्या त्यांच्या 'दर्पण ॲकेडमी'त त्या कलावंतांना अहिंसेबाबत विचार व कल्पनांची देवाणघेवाण करण्यासाठी प्रोत्साहन देतात. अहिंसेच्या मुद्द्यावर नवा प्रकाश टाकण्यासाठी त्यांची ही धडपड आहे.

“स्त्रियांना दुर्बल घटक म्हणणं ही त्यांची अब्रुनुकसानीच आहे. हा पुरुषांनी स्त्रियांवर केलेला अन्यायच आहे.”

महात्म्याशी संवाद

“गांधीजी, तुम्हाला कधीतरी भीती वाटली होती का? तुम्ही कधी असं म्हटलं होतं, की मला हुतात्मा व्हायचं नाही आणि मला सत्यासाठी मरण पत्करायचं नाही? बरं, तुम्ही सत्याग्रही झालात ते केव्हा हो ? तुमच्या हयातीतच का ? की ब्रिटिश साम्राज्याचा अस्त झाल्यावर इतिहासकारांनी आपला इतिहास लिहायला सुरुवात केल्यावर?”

या संवादाने माझ्या ‘स्व-क्रांती : द रिव्होल्यूशन विदइन’ या नृत्यनाट्याची सुरुवात होते. मी आणि गांधीजी-आम्हां दोघांमधील संवादांतून हे नृत्यनाट्य सादर होते. गांधीजींच्या विचारसरणीबद्दलचे विविध प्रश्न, दुभंगलेल्या जगातली एक आधुनिक स्त्री म्हणून मी त्यांनी दाखवून दिलेल्या जीवनपद्धतीत कुठे उभी आहे? या सर्वांविषयी माझी भूमिका काय असावी? अशा विविध प्रश्नांभोवती नृत्यनाट्य आंदोलत राहते.

मला त्यांच्याशी खासगी पातळीवरून संवाद साधायची गरज का वाटली असावी? त्यांच्या काही वक्तव्यांवर केव्हा माझा एवढा विश्वास बसू लागला, की ती मला माझीच सत्य व माझ्याच श्रद्धा असल्यासारखी वाटू लागली.

मी अशा कुटुंबात लहानाची मोठी झाले ज्यात करारीपणा व दातृत्वाला महत्त्व होते. अतिशय सुरेख आणि वैभवसंपन्न घरात राहत असूनही माझ्या बालमनालाही जाणवेल इतका काही गोष्टींचा पगडा सर्वांवर होता. आपल्याकडे जे आहे किंवा जे आपण मिळवणार आहोत, त्यातला काही भाग समाजाला परत देणे हे घरातल्या सगळ्यांच्या जीवनातले उद्दिष्ट होते.

एक क्षणही वाया न घालवता हे काम चाललेले असायचे. माझी आजी अजिबात दागिने

घालायची नाही. ती आणि माझी आत्या मृदुला यांच्या सोबतच्या बऱ्याचजणी खादी वापरायच्या. माझी आई केसांत फुले माळायची आणि बहुतेक वेळा ती हातमागाची पांढरी साडीच नेसायची. आम्हाला सात्विक अन्नाचे महत्त्व सांगितले जायचे आणि तेच वाढून मिळायचे. (मला त्याचा तिटकारा वाटायचा. दुधी भोपळा तर मला अजूनही खाववत नाही.) माझ्या वडिलांची आत्या अनसूया आणि माझे आजोबा अंबालाल यांच्या गांधीजींशी झालेल्या भेटीबद्दल आम्ही ऐकून होतो. अहमदाबादमध्ये गिरणीमालक संघटना आणि कामगारांमध्ये झालेल्या निर्णायक चर्चेच्या वेळी ही भेट घडून आलेली होती. गांधीजी एका बाजूने मुद्दा मांडत होते तर हे दोघे दुसऱ्या बाजूने. गांधीजींनी दक्षिण आफ्रिकेतून परतल्यावर लवादाची भूमिका बजावत मग अलगद यातून मार्ग काढल्याचा पहिला आणि गाजलेला वकिलीचा प्रयत्न होता. आठ वर्षांची असताना गुजराथीच्या पाठ्यपुस्तकात आम्हाला एक धडा होता. त्यात म्हटलेले होते, की डाइमलेरमध्ये एका सद्गृहस्थाने पैशांनी भरलेली सूटकेस देऊन गांधीजींचा आश्रम वाचवला होता. खूप वर्षांनंतर मला समजले, की ते माझे आजोबा होते.

म्हणजे आमच्या कुटुंबातल्या परंपरेने मला हे ज्ञान करून दिले होते की काय? नकळतपणे ती जाणीव माझ्यात रुजवली गेली होती का? चार दशकानंतर ती त्या सादरीकरणाच्या निमित्ताने माझ्यात जागी झाली होती का?

मी जेव्हा गरीब आणि उपेक्षित वर्गासाठी काम करायला सुरुवात केली त्यावेळी गांधीजींच्या विचारांशी मला किती जवळीक वाटत होती, ते मला जाणवले. सार्वजनिक जीवनाच्या प्रत्येक पैलूत सत्य व पारदर्शकता यावी यासाठी मला समाजाशी संघर्ष करावा लागला. मला सगळ्यांसाठी न्याय हवा होता. मला मनापासून वाटते, की भारताने पाश्चात्त्य जगाच्या आधुनिकीकरणाच्या प्रतिकृतीची नक्कल करू नये. संपत्ती निर्माण करण्याच्या प्रक्रियेत सारे काही गमावण्याऐवजी आपल्याला नेमके काय आणि कुणासाठी हवे आहे, यावर लक्ष केंद्रित करण्याची गरज आहे. या सगळ्यासाठी धडपडत असताना त्यांच्या विचार आणि लेखनाचे प्रतिध्वनी माझ्या मनात उमटू लागले.

गावागावांमध्ये हिंडून काम करत असताना मला अगदी आतून असे वाटत गेले, की भारताने खेड्यांचा विकास साधण्यासाठी तिथल्या गरजा भागवल्या पाहिजेत. पायाभूत सुविधा दिल्या पाहिजेत. या सगळ्यांतून एकात्मता साधणारे आणि प्रतिष्ठेचे जगणे तिथे साध्य करून दिले पाहिजे. हा विचार मनात चाललेला असताना असेही वाटून गेले, की एकविसाव्या शतकात मी पुन्हा गांधीजींच्या ग्रामस्वराज्याच्या संकल्पनेचाच तर विचार करत होते. महिलांसाठी काम करताना, त्या स्त्री म्हणून दुय्यम असल्याच्या भावनेतून त्यांना बाहेर काढण्याचा प्रयत्न करत होते. त्यात माझ्या असे लक्षात आले, की गांधीजींनीही कृतींच्या माध्यमातून जुन्या विचार आणि कल्पनांमध्ये बदल घडवण्याबद्दल सांगितलेले होतेच.

नैतिक भ्रष्टाचार, राजकारणी म्हणवणाऱ्या सत्ताधीशांमधला अधाशीपणा, आपला वारसा व पृथ्वीचा विनाश घडवत श्रीमंत होण्याचा हव्यास या साऱ्यामुळे जग वेगाने रसातळाला चालले आहे. हे पाहताना मला माझ्या वडीलधाऱ्यांवर पडलेल्या प्रभावाची आठवण होते. निस्वार्थ भावनेने खडतर वाटचाल करत सुधारणा घडवू पाहणाऱ्या वातावरणाचा प्रभावच माझ्या कुटुंबावर होता. त्यावरच मी पोसली गेले आहे.

उत्तर पूर्वेकडे फौजेचा कायदा संपवण्यात यावा यासाठी झटणारी शर्मिला इरोम असो किंवा गुजराथमधल्या अन्यायग्रस्तांना न्याय मिळवून देण्यासाठी तिलोनियामध्ये करण्यात आलेला पाठपुराव्याचा प्रयत्न असो किंवा कुथम्बकम्‌मध्ये स्वयंपूर्ण ग्रामीण अर्थव्यवस्था राबवण्यासाठी छेडण्यात आलेले नावीन्यपूर्ण आंदोलन असो अथवा मुंबईतल्या काही शाळांमधल्या विद्यार्थ्यांकडून आपण जेवत असलेल्या अन्नाचा आपल्यापर्यंत प्रवास कसा होतो, हे जाणून घेण्यासाठी जमिनीच्या चिमुकल्या तुकड्यांमध्ये करण्यात आलेले शेतीचे प्रयोग असोत किंवा एकट्याने सत्यासाठी झगडणारे एखादे नियतकालिक, नाहीतर वृत्तपत्र असो; हे सगळे निःस्वार्थपणे शीळ घालत हौतात्म्य पत्करणारेच तर आहेत. यांच्यासारखाच कुणी निवृत्त शासकीय अधिकारी विविधप्रकारच्या क्रूर व अप्रामाणिकपणाच्या प्रशासनाच्या लक्षात आणून देण्यासाठी दररोज शेकड्याने इ-मेल पाठवत असतो. ही सगळी गांधीजींची वैचारिक संततीच तर आहे.

पराकोटीच्या निष्ठुर झालेल्या जगात आपण सध्या जगत आहोत. आक्रमक, दुष्ट, हाव सुटलेल्या, अन्यायपूर्ण अन् असेच बरेच काही या जगाचे स्वरूप आहे. यातून आपल्याला बाहेर पडायला एकमेव मार्ग आहे तो असा, की संवेदनशीलता आणि निःपक्षपातीपणे वागण्याची वृत्ती सर्वांनी अंगीकारली पाहिजे. कधी नव्हे तो गांधीजींच्या विचारकल्पनांनुसार जगण्याची गरज आज निर्माण झालेली आहे. पैशाकडे पैसा ओढला जातो, या जागतिकीकरणाच्या कल्पनेने पछाडलेल्यांचा निभाव लागलेला नाही. त्यांचा दारूण पराभव झालेला दिसतो आहे.

कदाचित माझ्या पुढल्या संहितेत मी त्यांना असा प्रश्न विचारीन,''गांधीजी, तुम्हाला ठाऊक होतं का; की आम्हाला तुमच्या सांगण्याचा पुन्हा एकदा विचार करावा लागणार आहे? आमचे स्वतःचे वर्तन आणि दूरदृष्टी न ठेवल्यामुळेच आम्हाला तुम्ही सांगितलेल्या सत्याच्या मार्गाचा पुन्हा नव्यानं शोध घ्यावा लागेल, हे माहीत होतं तुम्हाला? तुमच्या चेहऱ्यावर स्मित उमटलंय का, गांधीजी?

(अनुवाद : नीला शर्मा)

असामान्य दृष्टी व मुद्द्यांबद्दलची नेमकी जाण ही मार्क टुली या समर्थ पत्रकाराची वैशिष्ट्ये आहेत. त्यांना भारताबद्दल प्रचंड प्रेम आहे. भारताबद्दलचे असंख्य बारकावे त्यांनी पत्रकार या नात्यानं केलेल्या लेखनात सखोलपणे व अधिकारवाणीनं त्यांनी स्पष्ट केलेले आहेत.

मार्क यांनी बीबीसीसोबतच्या ३० वर्षांच्या त्यांच्या काळात त्यांनी दक्षिण आशियातील बहुतेक मोठ्या आंतरराष्ट्रीय घटनांवर लेखन केलेले आहे. बांगलादेशाचे युद्ध, इंदिरा गांधींनी आणलेली आणीबाणी, ऑपरेशन ब्ल्यू स्टार, इंदिरा गांधी व राजीव गांधींची हत्या, बाबरी मशिदीचे उद्ध्वस्तीकरण तसेच भोपाळ वायू दुर्घटनेची शोकांतिका या त्यांपैकी काही घटना आहेत.

'ऑफिसर ऑफ द ऑर्डर ऑफ ब्रिटिश एम्पायर' तसेच २००२ मध्ये 'न्यू इयर्स ऑनर्स' या किताबांनी त्यांना गौरवण्यात आले आहे. २००५ मध्ये भारत सरकारने त्यांना 'पद्मभूषण' देऊन गौरवले आहे.

भारताविषयी लिहिताना मार्क टुली अत्यंत मार्मिक भाष्य करतात. परिस्थितीची सखोल समज आणि अंतदृष्टी या सामर्थ्यांच्या बळावर ते विसंगती दाखवून देणारे लेखन करतात.

“तडजोडी या देवाणघेवाणीवर आधारलेल्या असतात, पण मूलभूत तत्त्वांची अशी देवाणघेवाण करताच येत नाही. त्यावर केलेली तडजोड म्हणजे फक्त शरण जाणे. त्यात फक्त द्यायचंच असतं, घ्यायचं काहीच नसतं.”

तडजोडीचा आत्मा

तडजोडीला खूप वाईट अर्थ चिकटलेला आहे. अनेकांना त्यात भेकडपणाचा वास येतो. काही मिळवायचे नसेल तेव्हाही मिळवायची इच्छा त्यात दिसते. महात्मा गांधींनी मात्र तडजोडीकडे या सगळ्या पलीकडे जाऊन पाहिले. त्यांचे म्हणणे होते, “सत्याच्या आग्रहातून मी तडजोडीतलं सौंदर्य बघायला शिकलोय. माझ्या उत्तरायुष्यात सत्याग्रहाचा अत्यावश्यक भाग म्हणून तडजोडीतलं मर्म मला जाणवलं.”

गांधीजींना तडजोडीबद्दल नेमके काय म्हणायचे होते ? अनेकदा उद्धरण म्हणून वापरला गेलेला त्यांचा एक शेरा मला या संदर्भात समर्पक वाटतोय. “मला माझ्या घराच्या खिडक्या अशासाठी सताड उघड्या ठेवाव्याशा वाटतात, त्यामुळे जगातल्या सर्व कोनाकोपऱ्यांमधला वारा त्यातून आत तर यावा, पण त्याबरोबर मी वाहून तर जाता कामा नये.” याचाच अर्थ गांधीजी इतरांच्या मतांबाबत खुलेपणा ठेवू पाहत होते. त्यांचा प्रभाव मनावर पडू देण्याचीही त्यांची तयारी होती, पण सत्याच्या शोधात त्यांना जे काही समजले त्याबाबत मात्र ते अजिबात बेफिकीर राहिले नाहीत. असे असूनही आपण चुकू शकतो, हेही त्यांनी मान्य केलेले होते. ते म्हणाले होते,“ पूर्णपणे अचूक असं मार्गदर्शन किंवा प्रेरणा माझ्याकडून मिळेल, असा मी मुळीच दावा करत नाही.”

मतभेदांकडे पाहण्याची ही नक्कीच भारतीय पद्धत होती. भारतात हिंदू धर्माबरोबरच इस्लाम व ख्रिस्ती हे आणखी दोन मोठे धर्म नांदतात. परस्परविरोध टाळत भारतीय परंपरेत या अनेक धर्मांना सामावून घेतले गेले ते परमेश्वराकडे पोहोचण्याचे अनेक मार्ग असतात,

या समजुतीपोटी. अमर्त्य सेन यांनी त्यांच्या *'आर्ग्युमेन्टेटिव्ह इंडिया'* या पुस्तकात गांधीजींचा ओढा भारतीय परंपरेतील तडजोडीकडे कसा होता, ते दर्शवले आहे. नोबल पारितोषिक विजेत्या या अर्थशास्त्र व तत्त्वचिंतक लेखकाने भारतीय परंपरेतल्या चर्चा व वादविवादासाठीची तयारी ठेवण्याच्या वृत्तीवर भर दिलाय. सेन लिहितात,'चर्चा व युक्तिवाद हे लोकशाही आणि लोकांना स्पष्टीकरण देण्याच्या दृष्टिकोनातून खूप महत्त्वाचे ठरतात. यांचा उपयोग सर्वधर्मसमभावाबरोबरच निरनिराळ्या धर्मावर श्रद्धा ठेवणारे व कुठलाही धर्म न पाळणाऱ्यांनाही बरोबरीनं न्याय देण्यासाठी होतो.'

गांधींची चर्चा व युक्तिवादासाठीची तयारी दुसऱ्याचा एखाद्याबाबतीतला दृष्टिकोन समजून घेण्यासाठी होती. त्याआधारे योग्य वाटल्यास तडजोडीलाही त्यांची तयारी असायची. दुर्दैवानं आज त्या सगळ्याचाच विसर पडलेला दिसतो. आज जिकडेतिकडे फक्त वांझोटा आरडाओरडाच दिसतो. तो धडपणे कुणाचीही बाजू ऐकून घेण्यासाठी नसतो. पत्रकारितेचा माझा व्यवसायही गैरकृत्य करणाऱ्या काही वाईट व्यवसायांपैकीच एक आहे. दृक्-श्राव्य वाहिन्यांवरचे निर्माते त्यांच्या कार्यक्रमांमध्ये मुद्दाम झुंज ठेवतात. त्यात भाग घ्यायला अशी माणसं निवडतात, ज्यांचे कधीच कुठल्याच बाबतीत एकमत होणे शक्य नाही. यातले सूत्रधार पंचांसारखे वागण्याऐवजी आग भडकवण्यावर भर देतात. या कार्यक्रमांचे निर्माते या वांझोट्या वादविवादांच्या आयोजनाबद्दल स्पष्टीकरण देताना सांगतात, की त्यांना दोन्ही बाजूंचे म्हणणे लोकांपर्यंत पोहोचवण्यासाठी संतुलन साधायचे असते. पण जो सगळा गोंगाट एवढा प्रचंड असतो, की कुणालाही कुणाचेही काहीही ऐकू जाणे शक्य नसते.

वाहिन्यांवर चालणाऱ्या चर्चांच्या नाटकांमध्ये राजकारणी अगदी आघाडीचे खेळाडू ठरतात. एकमेकांवर सतत आगपाखड करत राहिल्यामुळे त्यांना तर यातली खास कौशल्ये अवगत झालेली असतात. त्यांच्यासाठी राजकारण म्हणजे धोरणांसाठी काही करणे नसून विरोधक जे काही करतील किंवा बोलतील त्याच्याविरुद्ध आरडाओरडा, एवढाच अर्थ असतो. संसद हे देशातले चर्चा व युक्तिवादासाठीचे सर्वोच्च व्यासपीठ असल्याचा मुद्दा अमर्त्य सेन यांनी मांडला आहे, तोही अतिशय महत्त्वाचा आहे. मात्र खुल्या मनाने चर्चा घडावी अशा स्थानाऐवजी संसदेचे रूपांतर दिवसेंदिवस आखाड्यात होताना दिसते आहे. खासदार एखादा प्रस्ताव मांडताना त्याबाबत वाक्पटुत्वाने विरोधकांची मने जिंकण्याऐवजी त्यांच्यावर दंडुका उगारत असल्यासारखे वाटतात. खासदार आणि आमदारांना ज्या मतदारांनी निवडून दिलेले असते त्यांच्या प्रश्नांवर चर्चा घडवून आणून संतुलित मार्ग काढण्याऐवजी ते मतदारांना पुरते विसरतात.

भारताच्या सार्वजनिक जीवनात जेव्हाजेव्हा धर्माचा प्रश्न उपस्थित होतो, तेव्हा तर गोंगाट एवढा शिगेला पोहोचतो, की कसला युक्तिवाद अन् कसली चर्चा; आरोप-प्रत्यारोपांची दंगल सुरू होते. एवढे मात्र निश्चित, की भाजपचे हिंदुत्व आणि काँग्रेसचा सर्वधर्मसमभाव

यांच्यात समझोता व्हावा, असे हे क्षेत्र आहे. नेहरूंच्या मनात याबाबत पुरेशी स्पष्टता होती, की अशी दोन टोके गाठण्याऐवजी दोन्हींमध्ये सुवर्णमध्य साधण्याची संधी होती. तिच्यामुळे सर्वधर्मसमभावाच्या मार्गाने प्रत्येकाच्या धर्माला आदराने वागवले गेले असते. ते म्हणाले होते,''आपण जेव्हा सर्वधर्मसमभाव असलेल्या राज्याबद्दल बोलतो, तेव्हा ती कल्पना नकारात्मक नसते. उलट प्रत्येक जाती-धर्माच्या स्त्री-पुरूषाला समानतेची संधी देण्याचा तो सकारात्मक मार्ग असतो.''

गांधीजी अशा राज्याचे समर्थन करायचे, जिथे अनेक धर्म एकत्रितपणे नांदत असल्याचा अभिमान प्रत्येकजण उघडपणे मिरवू शकेल. अत्यंत आशेने त्यांनी सांगितले होते,''प्रत्येक धर्माची आपापली जागा असलेल्या चित्राची कल्पना करून ते जपत प्रत्येक भारतीयानं जगावं.'' सर्वधर्मसमभाववादी आणि हिंदुत्ववाद्यांमधली वादावादी एवढी तीव्र झाली आहे, की बहुसंख्येने भारतीय ज्यात आहेत अशा या हिंदुत्वाबद्दल बोलणेच अवघड झालेले आहे. हिंदुत्ववाद्यांच्या छावणीत सर्वधर्मसमभाववाद्यांना गुन्हेगार ठरवल्याशिवाय त्यांना बोलताच येत नाही.

काही वर्षांपूर्वी मी सार्वजनिक जीवनात धर्माच्या स्थानाबद्दल गांधीजींचा दृष्टिकोन यासंदर्भात एक चित्रपट तयार केला होता. तेव्हा माझ्यावर असा आरोप केला गेला, की महात्माजींना भारत हा ईश्वरी नियमांचे पालन केले जावे, यासाठी धर्मगुरूंची सत्ता या स्वरूपात अभिप्रेत होता, असे मी दर्शविले होते. उलट विहिंप व भाजप या दोघांचाही दृष्टिकोन भारताबद्दल यापेक्षा वेगळा नाही.

धर्माबद्दलचा वाद आरड्याओरड्यात परिवर्तित होतो, हे फक्त भारतातच घडते, असे नाही. ब्रिटनमध्ये विज्ञानावर आधारलेला निधर्मीवाद फोफावताना दिसतो. जीवनाच्या प्रत्येक क्षेत्राकडे केवळ विज्ञानाच्याच अंगाने बघितले जावे, असे यात म्हटले जाते. विज्ञानवादी असे शिकवतात, की कारण आणि अनुभवावर आधारित प्रयोग हाच सर्व प्रश्नांना खरेपणाने सामोरे जाण्याचा अधिकृत मार्ग आहे. यात अर्थातच धर्माच्या अंगाने जाणाऱ्यांचा विचारच केलेला नाही. त्यांचाही काही दृष्टिकोन असू शकतो, हे इथे मान्यच नाही.

ब्रिटनमध्ये विज्ञानवादाचे मोठे प्रचारक आहेत जैवविविधतातज्ज्ञ रिचर्ड डॉकिन्स. *'द गॉड डिल्यूजन'* या तडाखेबंद खपाच्या त्यांच्या पुस्तकात त्यांनी उपरोधाने दावा केला आहे, की ते 'नैसर्गिक ओघानं खरे-खोट करायला समोर ठाकलेले नाहीत.' ते म्हणतात, तिकूलतेतून आपल्याला सत्य कळतं', असेही वाटत नाही. पहिल्या पानावर त्यांनी म्हटलेय, की धर्मच नसले तर युद्ध किंवा हिंसा उद्भवणार नाही. माझ्या मते आर्थिक प्रश्न, वांशिक प्रश्न, हाव, महत्त्वाकांक्षा, आंधळेपणानं केलेला द्वेष या व यांसारख्या अनेक कारणांनी युद्ध आणि हिंसा घडते. डॉकिन्सच्या दृष्टिकोनातून मात्र मला हे म्हणायचे नाही.

कॅनडातील डलहौसी युनिव्हर्सिटीतल्या तुलनात्मक धर्म व पदार्थविज्ञान या अध्यासनाचे अध्यक्ष रवी रवींद्र यांनी डॉकिन्स यांच्या विचारधारेतील एक धोका स्पष्ट केला आहे. सावधगिरीचा इशारा देताना ते म्हणतात,'सत्याचा शोध जेव्हा जास्तीत जास्त बुद्धिवादी होत जातो आणि त्या भरात करूणा, एकात्मता यांसारख्या खोल आणि उच्चतम भावनांपासून फारकत घेत जातो, तेव्हा एकटेपणाची भावना बळावत जाते आणि त्यातूनच बेचैनीही जन्मते. अशावेळी इतरांवर नियंत्रण व निसर्गावर विजय मिळवण्याची इच्छा निर्माण होते. अनेकदा सत्याप्रती अशा कमालीच्या बुद्धिवादी समर्पणामुळे बिकट परिस्थिती निर्माण होते.' इथे 'कमालीच्या' हा शब्द मला महत्त्वाचा वाटतो, कारण सत्याविषयी त्यामुळे येणारे पराकोटीचे समर्पण इतरांशी चर्चा किंवा त्यांचा युक्तिवाद पूर्णपणे नाकारणारे ठरते.

गांधीजींनी जेव्हा समझोत्याची इच्छा असण्याचे महत्त्व प्रतिपादन केले, त्यांनी त्यातून असे सूचित केले; की 'इतरांचेही काही म्हणणे असू शकते हे आपण स्वच्छेने मान्य केले पाहिजे अन् त्यावेळी आपल्याच म्हणण्याचा अट्टहास टाळला पाहिजे.' याचाच अर्थ असा, की निश्चिततेबद्दलची अनिश्चितता मान्य करायला हवी. तसे केले तर वेळोवेळी आपल्या मनातल्या निश्चिततेचे परीक्षण करून हे तपासायला हवे, की आपण तिच्यावर फार विसंबून तर राहत नाही ना. गेल्या काही वर्षांमध्ये आपण याचे उदाहरण आर्थिक क्षेत्रात पाहिलेले आहे. १९९१ पर्यंत भारत आपल्या परंपरा विसरून समाजवादाने खूप पछाडला गेल्यामुळे आपले बरेच नुकसान झाले. यातून परवाना आणि 'नेता-बाबू राज' चा (नेता व शासकीय कर्मचारी राजवट) उदय झाला.

समाजवाद पत्करणारा एकटा भारत नव्हता. तरुण असताना मला वाटायचे, की समाजवादी नसणारी कुठलीही व्यक्ती नीतीला धरून वागणारी नसते. कितीतरी पाश्चात्त्य राष्ट्रांना समाजवादामुळे होणारी टोकाची पण, दोलायमान स्थिती पाहून भांडवलशाहीबद्दल खात्री वाटू लागली. महत्त्वाचे साधन असलेल्या बाजारपेठेला यासाठी कामाला जुंपले गेले. त्याचा उपयोग झालाच नाही. उलट त्यामुळे जोरदार वादळ निर्माण होऊन होत्याचे नव्हते झाले आणि जागतिक आर्थिक पेचाचे संकट आपल्यापुढे उभे ठाकले

मला विशेष वाटते ते याचे, की भारताने इतर कितीतरी राष्ट्रांच्या तुलनेत या बदलाला चांगल्याप्रकारे तोंड दिले. याचे कारण; समाजवादी भूतकाळात घडलेल्या चुकांमधून आपण जे धडे शिकलो, त्यामुळे भांडवलशाही निःशंकपणे आपण स्वीकारली नाही. त्यामागची काही कारणे राजकीयही होती; पण एवढे मात्र खरे, की भारत भांडवलशाही धोरणाबाबत पुरेसा सावध होता. विनाअडथळा भांडवलशाही आपण स्वीकारू शकलो नसतो.

संयुक्त राष्ट्रांचे सरचिटणीस कोफी अन्नान यांचे सल्लागार आणि भारतातही काम केलेले अर्थशास्त्रज्ञ जेफ्री साच्स यांनी एके ठिकाणी लिहिले आहे,'अर्थशास्त्राची ओळख करून देणाऱ्या पाठ्यपुस्तकांमध्ये जरी व्यक्तिवाद व विकेंद्रित बाजारपेठेबद्दल उपदेश केलेला

असला, तरी आपली सुरक्षितता व समृद्धी ही रोगांविरुद्धचा लढा, चांगल्या विज्ञानाचा पुरस्कार आणि शिक्षणाच्या प्रसाराबाबत सामूहिक प्रयत्नांवरच अवलंबून असते. त्यासाठीच पायाभूत सुविधा उपलब्ध करून, सुसंवाद साधत गरिबांतल्या गरिबाचा फायदा करून देण्यातच आपले सामूहिक हित असते. भारताला जर का आर्थिक सुरक्षितता हवी असेल तर व्यक्ती आणि समष्टीचा संतुलितपणे विचार करूनच निरोगी वाढ साधता येईल आणि त्यासाठी तडजोड आवश्यक ठरते.

या निबंधाची सुरुवात मी गांधीजींच्या एका वक्तव्याने केली, ज्यात तडजोडीला त्यांनी त्यांच्या सत्याग्रहाचा आत्मा म्हटलेले होते. समारोप करताना मला थोर ब्रिटिश तत्त्ववेत्ता राब्बी जोनाथन सॅक्स यांनी गांधीजींच्या अहिंसा या तत्त्वाशी घातलेली तडजोडीची सांगड इथे सांगावीशी वाटते. *'द डिग्निटी ऑफ डिफरन्स'* या वैशिष्ट्यपूर्ण शीर्षकाच्या त्यांच्या पुस्तकात ते म्हणतात, 'हिंसेवर सर्वात मोठा उतारा आहे तो संवादाचा, आपल्या मनातली भीती बोलून दाखवण्याचा व इतरांच्या मनातली भीती समजून घेण्याचा; चटकन बळी पडण्याबद्दलच्या या हितगुजातच आशेचा किरण जन्माला येऊ शकतो.'

शाब्दिक व शारीरिक हिंसा आणि विरोधाच्या या काळात त्या आशेच्या किरणाचीच तर खूप गरज आहे.

(अनुवाद : नीला शर्मा)

भारत सरकारचे माजी केंद्रीय मंत्री व व्यवसायाने वकील असलेले मोहन धारिया हे पर्यावरण व सामाजिक कार्यकर्ते म्हणून ओळखले जातात. या बुजुर्ग स्वातंत्र्यसैनिकाला ठामपणे असं वाटतं, की सामाजिक न्याय व पर्यावरणाचा विनाश न घडवता केलेला विकास या एकाच नाण्याच्या दोन बाजू आहेत.

मोहन धारिया हे 'वनराई' या स्वयंसेवी संस्थेचे संस्थापक आहेत. या संस्थेच्या सहकार्यानं हजारो लोक आज ग्रामीण विकास व स्वयंपूर्ण गावांच्या निर्मितीत गढलेले आहेत. भारतभर लाखो वृक्षांची लागवड करण्यात त्यांनी पुढाकार घेतलेला आहे. यामुळेच ते भारताचे 'हिरवाई मित्र' (Green Man of India) म्हणून ओळखले जातात.

मोहन धारियांना सगळे प्रेमानं 'अण्णा' म्हणतात. त्यांना देशभर विविध मानसन्मानांनी गौरवण्यात आलेले आहे. 'पद्मविभूषण' हा भारताचा सर्वोच्च द्वितीय नागरी सन्मानही त्यांपैकीच एक. गांधीजींच्या विचारांचा त्यांच्यावर इतका प्रभाव आहे, की आजच्या काळात गांधीजींची समर्पकता पटवून द्यायला धारिया यांचे जीवन म्हणजे जणू त्या विचारांचाच आविष्कार आहे, असे म्हणता येईल.

मोहन धारिया

“संन्यास घेणं म्हणजे फक्त काही गोष्टींचा त्याग करणं नसून पुन्हा नव्यानं जन्म घेण्यासारखंच ते आहे. ती अजाणतेपणी घडणारी गोष्ट नसून जाणतेपणी केलेला बदल असतो. त्यामुळेच त्यातून नवीन चैतन्य मिळतं.”

गांधी तत्त्वज्ञान : जागतिक शांततेचा मार्ग

मुंबईतल्या गवालिया टँक मैदानावर अखिल भारतीय काँग्रेसचे ऐतिहासिक सत्र आयोजण्यात आले होते. ८ ऑगस्ट १९४२ चा तो दिवस. संध्याकाळी उशिराने सुरू होणाऱ्या त्या सत्रासाठी मंडपात पाय ठेवायलाही जागा नव्हती. अचानक शांतता पसरली आणि तो वयोवृद्ध नेता शांत आवाजात बोलू लागला. ते होते महात्मा गांधी. कंबरेला लुंगी आणि कृश कायेवर त्यांनी खादीचा पंचा पांघरलेला होता. माझ्या आयुष्यातला तो बहुतेक सर्वाधिक मोलाचा क्षण होता. मी त्या थोर माणसापासून जेमतेम दहा पावलांवर होतो.

सेवादलाचा स्वयंसेवक म्हणून व्यासपीठावरच्या विद्वजनांना पाणी हवंय का, याची विचारपूस करण्याची जबाबदारी माझ्यावर होती. गांधीजींसोबत पंडित जवाहरलाल नेहरू, सरदार पटेल, मौलाना अबुल कलाम आझाद, आचार्य कृपलानी व आणखी काही मोठे नेते व्यासपीठावर होते. मी कोपऱ्यात उभा होतो. या मंडळींना पाणी देतादेता त्यांची स्फूर्तिदायक भाषणेही ऐकत होतो. सगळ्यांनंतर मौलाना आझादांचे अध्यक्षीय भाषण झाले. त्यानंतर गांधीजींनाही लोकांशी दोन शब्द बोलण्याची विनंती करण्यात आली.

गांधीजींना त्यापूर्वी जरी पुण्यात ऐकण्याची संधी मला मिळालेली असली तरी त्या दिवशीचे गांधीजी काही वेगळेच वाटले. त्यांनी स्वातंत्र्यासाठी पुकारलेल्या अहिंसात्मक लढ्याची सविस्तर माहिती सांगितली. अखिल भारतीय काँग्रेस समितीने ठरावाचे केलेले प्रयत्न

बारगळल्यानंतर गांधीजींनी भारताला स्वतंत्र करण्यासाठी 'करा अथवा मरा' अशी घोषणा देत आवाज चढवत ब्रिटिश सत्ताधाऱ्यांना 'चले जाव' म्हटले. मंडपातली सगळी शिष्टमंडळे प्रतिसाद देत मोठ्याने घोषणा देत होती, "मरेंगे मगर हिंदुस्थान आझाद करेंगे."

गांधीजींनी जरी ब्रिटिश सत्तेविरुद्ध राग व्यक्त केला असला तरी त्यांनी ब्रिटिश लोकांबाबत प्रेमही व्यक्त केले होते. माझ्यासाठी ते धैर्य, बांधिलकी, करारीपणा व दृढनिश्चयाने तळपणाऱ्या गांधीजींच्या चेहऱ्याचे खरेखुरे दर्शनच होते. नेहमी इतरांसाठी प्रेम व आदराचे प्रतीक ठरलेल्या गांधीजींच्या त्यावेळच्या चेहऱ्याचे दर्शन मी कधी विसरूच शकत नाही. महात्मा गांधी जिवंत असते तर २ ऑक्टोबर २०१० रोजी त्यांच्या वयाला १४१ वर्षे पूर्ण झाली असती. कमीत कमी १२५ वर्षे तरी जगण्याची इच्छा ते वारंवार बोलून दाखवत असत. त्यांचे नियमित व्यायाम करणे, साधी राहणी व उच्च विचारसरणीचे जीवन बघता ते अशक्यही नव्हते. दुर्दैवाने ३० जानेवारी १९४८ रोजी एका जात्यांधाने झाडलेल्या गोळ्यांना बळी पडावे लागले. ते जरी सतत भारताच्या फाळणीचा विरोध करत असले तरी त्यांनाच फाळणीसाठी जबाबदार ठरवण्यात आले. त्यांच्याबाबत खरे काय ते जाणून न घेताच त्यांना जिवे मारण्यात आले.

नेमस्त कुटुंबातून आलेल्या गांधीजींनी गुजराथेतल्या पोरबंदर या त्यांच्या जन्मगावीच पदवीपर्यंत शिक्षण घेतले. त्यानंतर कायद्यातील बॅरिस्टर ही पदवी घेण्यासाठी ते इंग्लंडला रवाना झाले. विद्यार्थिदशेत त्यांनी कधीही चमत्कार कामगिरी करून दाखवलेली नव्हती. भारतात परतल्यानंतर ते मुंबईत आले व मुंबईच्या उच्च न्यायालयात त्यांनी काम सुरू केले. त्यांची मिळकत बेताचीच होती. एके दिवशी एका मुस्लिम व्यापाऱ्याने त्यांना दक्षिण आफ्रिकेत मुलकी खटला चालवण्यासाठी निमंत्रण दिले. बॅरिस्टर असल्याने ब्रिटिशांची राजवट असलेल्या कोणत्याही देशात खटले चालवण्याची मुभा होती. दक्षिण आफ्रिकेत गांधीजींना श्वेतवर्णीयांनी भारतीयांसकट सर्व कृष्णवर्णीयांना वेगळे टाकलेले दिसून आले. एके दिवशी तर रेल्वेतून प्रवास करताना खुद्द गांधीजींना त्यांच्या सामानासकट बाहेर फेकून देण्यात आले. प्रथम श्रेणीच्या शयनयानात त्यांनी त्यांची जागा आरक्षित केलेली असूनही ब्रिटिश प्रवाशांनी हे कृत्य केले. तो प्रसंग गांधीजींच्या आयुष्याला पहिली कलाटणी देणारा ठरला. त्या क्षणापासून त्यांनी अहिंसावादी मार्गाने असहकार करत शांततेने अन्यायाविरुद्ध लढायचा निर्णय घेतला.

गांधीजींनी ही चळवळ सुरू केली तेव्हा समाजाच्या सर्वच थरांमधून त्यांची टर उडवली गेली. एवढ्या मोठ्या ब्रिटिश साम्राज्याविरुद्ध असा अहिंसावादी मार्गाने शांततेचा लढा चालवणे सगळ्यांना अशक्य कोटीतलेच वाटले. गांधीजी मात्र त्यांच्या निर्णयावर ठाम होते. हळूहळू आफ्रिकेतल्या कृष्णवर्णीय लोकांनी गांधीजींना शक्य तेवढ्या सर्व प्रकारचा पाठिंबा दिला. त्यामुळे ब्रिटिश सत्तेला कृष्णवर्णीयांच्या सहकार्याशिवाय दैनंदिन

जीवनामध्ये अडथळे निर्माण होत गेले. दक्षिण आफ्रिकेतला प्रमुख असलेला जनरल स्मट याला गांधीजींशी त्याबाबत वाटाघाटी करण्यावाचून पर्याय उरला नाही. छळाच्या अगणित कहाण्या ऐकल्यानंतर जनरल स्मटनं गांधीजी व कृष्णवर्णीयांना त्यांच्या हक्काचा न्याय देऊ केला. दक्षिण आफ्रिकेत ते आणखी काही वर्षे राहिले. त्यांच्या 'टॉलस्टॉय फार्म' मधून त्यांनी बरेच प्रयोग केले. नंतर त्यांनी भारतात परतण्याचा निर्णय घेतला. तोपर्यंत शांततामय मार्गाने यशस्वी लढा दिल्याबद्दलची त्यांची कहाणी भारतातल्या विविध भागांपर्यंत पोहोचली होती.

भारतात परतल्यावर गांधीजींनी राजकारणात येण्याचा निर्णय घेतला. त्यावेळच्या भारतीय नेत्यांकडून मार्गदर्शन घेण्याची गरज त्यांना वाटली. त्याच उद्देशाने ते पुण्याला आले. जबरदस्त नेतृत्व म्हणून दबदबा असलेल्या लोकमान्य टिळकांना सिंहगड किल्ल्यावर जाऊन भेटले. त्यांच्यासोबत दोन दिवस राहिले. गांधीजींना वाटलं, की आपण उत्तुंग हिमालयाच्या पायथ्याशी उभे आहोत आणि त्यांच्यासमोर आपण खूपच लहान आहोत. पुण्यातल्या गोपाळ कृष्ण गोखले या प्रसिद्ध मवाळ नेत्याचीही त्यांनी भेट घेतली. त्यांचा सहवास त्यांना गंगा नदीसारख्या शांत वाटला. कुणीही त्यात बुडी मारावी व पवित्र व्हावे. गोपाळ कृष्ण गोखलेंच्या जवळिकीने कमालीचे प्रभावित होऊन गांधीजींनी त्यांना 'राजकीय गुरू' म्हणून स्वीकारले. गोखलेंनी त्यांना सल्ला दिला; की प्रथम भारताची जवळून ओळख करून घ्यावी, इथल्या लोकांना जाणून घ्यावे आणि त्यांच्या पुढच्या गरिबीच्या प्रश्नाची माहिती करून घ्यावी. या तयारीसाठी गांधीजी भारताचा दौरा करायला निघाले. बिहारमध्ये फिरताना त्यांना बाहेरच्या श्रीमंत जमीनदारांकडून तळागाळातल्या बिहारी जनतेचा त्यांच्या शेतांवर केला जाणारा छळ दिसला. गांधीजींच्या जीवनाला या ठिकाणी दुसरी कलाटणी मिळाली. तिथल्या तिथेच त्यांनी त्या तळागाळातल्या माणसांना जमीनदारांच्या बंधनांतून मुक्त करून न्याय मिळविण्यासाठी हलवून सोडण्याचा दृढ निश्चय केला. अहिंसेच्या मार्गाने करायच्या त्या शांततापूर्ण असहकार आंदोलनाचा परिणाम बलाढ्य जमीनदारांवर होईल हे त्यावेळी कुणालाही खरे वाटले नाही. यावेळीही अहिंसात्मक शांततेचा लढा इतका यशस्वी ठरला, की तळागाळातल्या लोकांना त्यांच्या शेतजमिनींवर भरपूर सवलती देत समेट करणे त्या जमीनदारांना भाग पाडले. या आंदोलनाचे पडसाद देशभर लाटांसारखे उठले. त्यानंतर गांधीजी ऑल इंडिया काँग्रेसच्या सत्राला उपस्थित राहिले आणि हळूहळू त्यांनी नेतृत्वाची क्षमता वाढवली. लोकमान्य टिळक हे विद्वान नेते त्याच सुमारास जहाल मतवादी म्हणून ओळखले जात होते. त्यांच्या जहाल मतांमुळे काँग्रेसला हादरे बसत होते. १ऑगस्ट १९२० रोजी टिळकांनी अखेरचा श्वास घेतला. त्यांची जाणवणारी पोकळी ही देशाचं नेतृत्व करायला गांधीजींना संधी देणारी ठरली. १९२० ते १९४६-४७ पर्यंत गांधीजींचे नेतृत्व राष्ट्रीय काँग्रेसच्या दृष्टीने निर्विवाद असेच होते.

ज्या मार्गाने त्यांनी निरनिराळ्या प्रकारचा संघर्ष केला व ब्रिटिशांशी झुंज दिली, त्यामुळे

गांधीजींचे नाव भारतातल्या घराघरात पोहोचले. संघर्ष नसतानाच्या काळात त्यांनी लोकांना निरनिराळ्या विधायक कार्यक्रमांमध्ये जुंपून घ्यायला सांगितलं. त्यात स्वच्छता, प्राथमिक शिक्षण, सूतकताई, विणकाम व यांसारखेच बरेच कार्यक्रम होते. त्यांतून गरिबांना काही आर्थिक मिळकतीची शक्यता होती. गांधीजींवर जरी टीकेचा भडिमार झालेला असला तरी ते खंबीरपणे संघर्ष व विधायक कार्य पुढे नेत राहिले. त्यामुळे तेच देशाचे एकमेव नेते होऊन राहिले होते.

गांधीजी देशाचं 'विभाजन' करायच्या विरोधात होते. स्वातंत्र्य मिळाल्यावर त्यांच्या सूचनेनुसार पंडित जवाहरलाल नेहरू देशाचे पंतप्रधान झाले. त्यांच्याशिवाय सरदार पटेल पंतप्रधान होऊ शकले असते. सरदार पटेल व इतर नेत्यांनी मनाविरुद्ध विभाजनाला परवानगी दिली; नाहीतर नृशंस हत्याकांड, बलात्कारासारखे निरनिराळ्या प्रकारचे छळ व लूट माजण्याची चिंता त्यांच्या मनाला घेरून राहिलेली होती. बॅरिस्टर जिन्नाही काही काळ काँग्रेसचे नेते होते. त्यांच्या दुखावलेल्या अहंकाराचा नेमका फायदा ब्रिटिशांनी करून घेतला. जिन्ना नंतर मुस्लिम लीगचे प्रवक्ते झाले व भारताची फाळणी ब्रिटिशांनी साधन म्हणून करून घेतला. भारताला कमकुवत व विभक्त पाहण्यात ब्रिटिश सत्ताधाऱ्यांना कायमच रस होता.

१९४६-४७ च्या दरम्यान गांधीजींनी आता बांगला देश म्हणून ओळखल्या जाणाऱ्या तेव्हाच्या पश्चिम बंगालमधल्या नौखालीत जायचे ठरवले. तिथे त्यांनी शांततेची चळवळ उभारायला सुरुवात केली. तिचे यश पाहून त्यावेळचे व्हॉइसरॉय लॉर्ड माइंटबॅटन यांनाही म्हणावं लागलं, ''माझ्या पन्नास हजार जवानांच्या सैन्यालाही जे यश मिळवता आलं नाही ते या 'एकांड्या शिलेदारानं' त्याच्या अहिंसेच्या शांततामय मार्गानं लढा देत मिळवलं आहे.''

गांधीजींना कायमच शांतता, अहिंसा, चर्चा व सुसंवादाबद्दल विश्वास वाटत राहिला. नैतिक मूल्यांवर त्यांची श्रद्धा होती. देवावर त्यांची ठाम श्रद्धा होती. त्यांच्या दुर्दैवी हत्येनंतर जागतिक पातळीवर गाजलेले शास्त्रज्ञ आइनस्टाइन म्हणाले होते; की 'एक दिवस असाही येईल, जेव्हा असा कुणी माणूस या पृथ्वीवर होऊन गेला यावर कुणाचा विश्वास बसणार नाही.'

आता गांधीजी हयात नसले तरी त्यांचे शांततेबद्दलचे तत्त्वज्ञान, सर्वांविषयीचा आदरभाव व अहिंसेमुळे ते आजच्या द्वेष, शत्रुत्व व गैरसमजुतींनी पछाडलेल्या जगात कधी नव्हे इतके समर्पक ठरतात. देशांमध्ये छोट्या मोठ्या लढाया चालूच असतात. अशी युद्धे, अण्वस्त्रे किंवा हैड्रोजन बॉम्बमुळे जग वाचणार नाही. त्यासाठी फक्त गांधीतत्त्वज्ञानच उपयोगी पडू शकेल. निसर्गाचा मान राखून जगण्याचा त्यांचा संदेशही जागतिक तापमानवाढीच्या दहशतीतून बाहेर काढायला तेवढाच समर्पक ठरू शकतो. साधी राहणी व

उच्च विचारसरणीचे त्यांचे तत्त्वज्ञान आणि 'गांधीवादी अभियांत्रिकी' या संकल्पनेला आत्मसात करणे भूतकाळापेक्षाही आज जास्त उचित ठरणारे आहे. या संदर्भात मानवता व माता वसुंधरेला वाचवण्यासाठी या 'अजरामर स्फूर्तिदात्या'ला दुसरा पर्यायच नाही.

(अनुवाद : नीला शर्मा)

म्युझियम ऑफ टॉलरन्स

'वंशवाद, दहशतवाद व पूर्वग्रह मिटवून टाकण्यासाठी कित्येकजणांनी काय केले आणि सांगितले आहे ते पाहून मला स्फूर्ती मिळाली', हे वाक्य बारा वर्षांच्या कुणी तरी दक्षिण कॅलिफोर्नियातील 'म्युझियम ऑफ टॉलरन्स'ला भेट दिल्यावर तिथल्या नोंदवहीत लिहिलेले आहे. या वास्तुसंग्रहालयात फक्त कलात्मक वस्तू आणि दस्तावेजांचे सर्वसामान्यपणे केलेले संग्रहण नाही. 'हे म्युझियम फक्त इतिहासाचीच जाणीव करून थांबत नाही तर प्रत्यक्ष कृती करायला आपल्याला चेतवते', अशासारखे आणखीही या नोंद करणाऱ्याने आवर्जून म्हटले आहे.

'फ्रेंड्स ऑफ द युनायटेड नेशन्स'कडून 'ग्लोबल पीस अॅण्ड टॉलरन्स अॅवॉर्ड' मिळालेले हे म्युझियम ऑफ टॉलरन्स (एम टी ओ) म्हणजे मानवी हक्कांबाबतची प्रयोगशाळाच आहे. त्याचप्रमाणे जगात आज दिसणाऱ्या सर्व प्रकारच्या पूर्वग्रह व वर्गभेदाला समजून घेऊन तो निपटून टाकण्याचे आव्हान पेलणाऱ्या प्रेक्षकांना वाहिलेले हे अभ्यासकेंद्र आहे.

इतिहास जाणून घेत स्वतःचे सबलीकरण करण्यासाठी हे वस्तुसंग्रहालय प्रेक्षकांना सकारात्मक परिवर्तनाची जबरदस्त प्रेरणा देणारे स्थान आहे.

“अहिंसा ही महाशक्ती असून ती आपल्या मनात निर्माण झाली पाहिजे.”

अमेरिकन दृष्टिकोनातून गांधीजी

रेव्हरंड मार्टिन ल्यूथर किंग यांचा जन्म १९२९ मध्ये जॉर्जियातल्या अटलांटामध्ये झाला. भारतातल्या पोरबंदर या गांधीजींच्या जन्मगावापासून हे स्थळ ८००० कि. मी. पेक्षा जास्त अंतरावर आहे. गांधीजींनंतर साठ वर्षांनी मार्टिन ल्यूथर किंग जन्मले. भौगोलिक व पिढ्यांचे एवढं अंतर असूनही रेव्हरंड किंग आणि महात्मा गांधी हे दोघे भारत व अमेरिका या जगातल्या दोन जबरदस्त लोकशाही व्यवस्थांना परस्परांशी जोडणाऱ्या मानवी हक्कांचे प्रतीक ठरले. आम्ही लॉस एंजेलिसमधल्या 'सिमॉन विसेंथल सेंटर' व इथल्या 'म्युझियम ऑफ टॉलरन्स'मध्ये काम करणारे डॉ. किंग आणि गांधीजी या दोघांबद्दलची माहिती प्रदर्शित करताना दररोज स्वतः प्रेरित होत असतो. जगभर पसरलेला द्वेष व वांशिक हिंसेविरुद्ध व्यक्तिगत व सामाजिक पातळीवर काम करणाऱ्यांसाठी हे दोघे आदर्श आहेत. माणसांनी त्यांच्या कुटुंबातल्यांशी घट्ट जवळीक साधावी, हा विचार त्यांनी सर्वत्र मांडला.

दुरितांविरुद्ध अहिंसेच्या माध्यमातून एकत्रितपणे लढा देणे, असा सत्याग्रहाचा अर्थ बऱ्याच अमेरिकन आणि भारतीयांना माहीत असला तरी त्यातले बारकावे फार थोड्यांनाच माहीत आहेत. पहिला मुद्दा लक्षात घ्यायला हवा तो असा, की डॉ. किंग यांच्या जन्माच्या किती तरी अगोदर गांधीजी व अमेरिका यांच्या दरम्यान संबंध सुरू झाले. १९०६ मध्ये दक्षिण आफ्रिकेतील काही काळच्या वास्तव्यात वशंभेदाविरुद्ध झुंजताना गांधीजींनी हेन्री डेव्हिड थोरो यांचे 'ऑन द ड्यूटी ऑफ सिव्हिल ओबीडियन्स' (नागरी आदेशभंगाचे कर्तव्य

बजावताना) हे १८४९ मध्ये प्रकाशित झालेले पुस्तक वाचले. युद्ध व गुलामगिरीविरोधात अहिंसात्मक पद्धतीने लढा देण्यावर विश्वास असणारे थोरो (१८१७-१८६२) हे स्वप्नाळू बुद्धिवंत होते. त्यांचा संबंध असलेल्या 'ट्रान्सिडेंटल मूव्हमेंट'चे अनेकजण सभासद होते. त्यात राल्फ वाल्डो इमर्सनही होते. हे सगळे हिंदू उपनिषदे व भगवद्गीतेच्या वाचनाने झपाटलेले होते. (नंतर १८९३ मध्ये शिकागोत झालेल्या जागतिक धर्मपरिषदेमुळे अमेरिकेत भारतीय विचारधारा लोकप्रिय झाली.) हे वर्तुळ गांधीजींनी थोरो वाचल्यावर पूर्ण झाले; पण त्यांच्यावर प्रभाव टाकणारा तो एकमेव लेखक नव्हता. गांधीजींनी अमेरिकेतला लोकप्रिय धार्मिक लेखक राल्फ वाल्डो ट्राइन याचे साहित्यही वाचले. त्याच्या 'ट्यून विथ द इनफिनिट' (१८९७) या पुस्तकात 'आत्म्याच्या शक्ती'ची व्याख्या 'सहजपणे वाटणारे प्रेम व मनुष्यमात्राची सेवा', अशी केलेली होती. सत्याग्रहाच्या संकल्पनेतही गांधीजींना असेच काहीसे जाणवले. १९३० मध्ये गुजरातेतल्या साबरमती आश्रमापासून ते दांडीपर्यंत गांधीजींनी दांडीयात्रा काढली. ब्रिटिशांकडून मिठावर लादल्या जाणाऱ्या कराच्या विरोधात ती होती. हिच्यामुळे भारतीय स्वातंत्र्यलढ्याची ठिणगी पडली. या दांडीयात्रेतील अहिंसेच्या मार्गाने केलेल्या विरोधाचा परिणाम अमेरिकेतही जाणवला. ब्रिटनमध्ये चहावर जकात भरावी लागत होती. तिच्याविरुद्ध अमेरिकन क्रांतिकारकांनी केलेल्या विरोधात याचे पडसाद दिसून आले. गौरवर्णीय व काळे असे दोन्ही प्रकारचे अमेरिकन नागरिक गांधीजी त्यांच्या वंशाविरुद्धच्या लढ्यात मदत करतील का हे अजमावण्यासाठी भारतात येऊ लागले. १९३५ मध्ये त्यांना अमेरिकेला येण्यासंबंधी एका आफ्रिकन-अमेरिकन शिष्टमंडळाकडून विचारणा करण्यात आली. त्यात हावर्ड विद्यापीठातील रँकीन चॅपेलचे अधिष्ठाता डॉ. हॉवर्ड थर्मन यांचाही समावेश होता. गांधीजी या कारणासाठी अमेरिकेला कधी गेले तर नाहीतच. या विचारणेला त्यांचे उत्तर होते, "हे मी करू शकत नाही; पण तुम्हाला यासाठी संदेश देण्याआधी मी तो भारतात अजमावून पाहीन. त्यामुळे अहिंसेचा संदेश अमेरिकन निग्रोंच्या माध्यमातून जसाच्या तसा साऱ्या जगापर्यंत पोहोचेल."

अण्वस्त्रे प्रत्यक्षात यायच्या काही काळ आधी म्हणजे १९३९ मध्ये अल्बर्ट आईन्स्टाइन यांनी गांधीजींबद्दल म्हटले होते, "भावी पिढ्यांचा यावर विश्वास बसणे कठीण होईल, की असा कुणी तरी जिवंत माणूस खरोखरच या पृथ्वीवर होऊन गेला." नंतरच्या काळात आईन्स्टाइन यांना गांधीजींचा मार्ग हाच अण्वस्त्रांच्या परिणामामुळे संभाव्य व्यापक मानवी संहाराला एकमेव पर्याय वाटला.

१९४२ मध्ये गांधीजींनी ब्रिटिश राजवटीचा तत्काळ अंत व्हावा यासाठी 'भारत छोडो' आंदोलन पुकारले. त्याच वर्षी अमेरिकेत 'काँग्रेस ऑफ रेशियल इक्वॅलिटी' (सी ओ आर ई)ची स्थापना करण्यात आली. यामागे गांधीजींची प्रेरणा तर होतीच, पण ख्रिस्ती शांतताप्रसारक 'फेलोशिप ऑफ रिकन्सीलिएशन' (एफ ओ आर)चे उदाहरणही समोर होते. एफ ओ आरमुळे जेम्स फार्मर व बायार्ड रस्टिन हे दोघे कामाला लागले. रस्टिन

स्वतःला 'फिरते गांधीवादी' समजत असत. त्यांनी महायुद्धानंतर स्वतंत्र भारत समितीची स्थापना केली. शिकागोमध्ये जेवणासाठी वेगळ्या उभारलेल्या केंद्राविरुद्ध 'सी ओ आर ई'ने अहिंसात्मक बैठे आंदोलन केले. फिलिप रँडॉल्फ यांनी 'मार्च ऑन वॉशिंग्टन मूव्हमेंट' (एम ओ डब्ल्यू एम) सुरू केली, ती गांधीजींच्या विचारांनी भारलेली होती. दुसऱ्या महायुद्धाच्या वेळी स्वीडनमधले समाजशास्त्रज्ञ गनर मिर्डाल (यांना नंतरच्या काळात त्यांच्या पत्नी, अल्वासोबत आंतरराष्ट्रीय सामंजस्यासंदर्भात नेहरू पुरस्काराने गौरवण्यात आले.) यांनी १९९४ मध्ये *'ॲन अमेरिकन डायलेमा'* हे पुस्तक लिहिले. त्यात गांधीवादी मार्गाने हा मुद्दा पटवून देण्यात आला होता, की वांशिक वर्गभेद संपवण्यासाठी हिंसात्मक विरोध हा मार्ग योग्य नसून, अमेरिकेतल्या बहुसंख्य गौरवर्णीय जनतेला त्यांचे वर्तन मूळ अमेरिकन आदर्शांची पायमल्ली करणारे असे आहे, हे पटवून द्यायला हवे.

१९५५ मध्ये मॉंटगोमेरीमध्ये बसवर बहिष्कार घालण्यात आला. यामुळे तरुण रेव्हरंड किंग यांची ओळख राष्ट्रीय स्तरावर सगळ्यांना पटली. 'सीओआरई'च्या कार्यकर्त्यांनी जिवाची बाजी लावून दक्षिणेत बसगाड्यांच्या वांशिक वर्णभेदाविरुद्ध एकत्रितपणे प्रवासासाठी पहिला मुक्तिप्रवास केला. त्याच्या सुमारे दशकभरापूर्वी गांधीजींनी नव्या नागरी हक्कांचे आंदोलन तसेच मिठाच्या सत्याग्रहासाठी मोर्चा काढला होता. तो नंतरच्या काळातल्या बसच्या बहिष्कार आंदोलनासाठी प्रेरक ठरला.

डॉ. किंग यांनी क्रोझर सेमिनरीत हजेरी लावण्यापूवी (तसेच १९५० च्या आरंभी बोस्टन विद्यापीठात असताना) गांधींच्या साहित्याचे गंभीरपणे वाचन केले. ते म्हणाले, ''शांतपणे विरोध करण्याची जाणीव माझ्यात 'बायबल'मधून आणि येशू ख्रिस्ताच्या शिकवणुकीतून निर्माण झाली. त्यानुसार वागण्याचे तंत्र मात्र गांधीमुळे मला समजले.'' गांधीवादी तंत्रांचा अवलंब त्यांनी 'मॉंटगोमेरी बस बायकॉट' या घटनेच्या वेळी पहिल्यांदा केला. त्या वेळी त्यांच्या घरावर बॉम्ब टाकण्यात आला. ३० जानेवारी १९५६ हाच तो दिवस. गांधीजींची हत्या होऊन त्या दिवशी आठ वर्षे पूर्ण होत होती. १९५९ मध्ये त्यांनी भारतात आल्यावर म्हटले, ''इतर देशांमध्ये मी प्रवासी म्हणून जातो, पण भारतात मी येतो तो तीर्थयात्रेकरूच्या भूमिकेतून.'' या वाक्यातून त्यांच्या मनात गांधीजींनी भारतातील अस्पृश्यतेविरुद्ध दिलेल्या लढ्याच्या परिणामांविषयीच्या तसेच इथल्या लोकशाही व्यवस्थेबद्दलचा आदर जाणवत होता. अमेरिकेला परतताना ते मध्यपूर्वेच्या मार्गाने गेले. तिथे त्यांनी फाळणी झालेल्या जेरुसलेमला भेट दिली आणि भाड्याची मोटार घेऊन ते जेरिकोपर्यंत गेले. किंग यांनी त्या पवित्र भूमीत पॅलेस्टिनी महत्त्वाकांक्षी अरबांमुळे निर्माण झालेल्या दुःखद संघर्षाची माहिती करून घेतली. नव्याने निर्माण झालेल्या त्या ज्यू राज्याबद्दल त्यांना प्रेम व कौतुक वाटले.

राजकीय राजनीतिकार म्हणून गांधीजी सांगू शकतात, की परिपूर्ण सुरुवात करा. हिटलरचे अत्याचार सहन करत असलेल्या युरोपमधल्या जनतेला त्यांचे सांगणे होते, की शांततापूर्ण

मार्गाने प्रतिकार करा. या सांगण्याचा परिणाम जॉर्ज ऑर्वेल यांच्यासारख्या काटेकोर निरीक्षकावरही झाला. १९३८ मध्ये ऑर्वेल यांनी युरोपातल्या ज्यूंना सल्ला दिला होता, की नाझींच्या हातात असलेले त्यांचे जगणे त्यांनी नियती म्हणून स्वीकारावे. सहा कोटी निष्पापांनी प्रतिकार न करता मुकाट्याने बळी पडावे, यातून मानवतेची सेवा कशा प्रकारे घडणार होती? त्यांनी सांगितले, की डोक्यावर घेतल्या जाणाऱ्या आच्छादनामुळे लोकांची ओळख ठरू नये. याने ज्यू प्रेरित झाले. दुसऱ्या महायुद्धाच्या आधी व नंतरही ते त्यांच्या पवित्र भूमीत त्यांच्या राष्ट्राचे अस्तित्व बघायला धडपडत होते. मायभूमीतल्या टीकाकारांनी मात्र म्हटले, की त्यांनी संप्रदायांमधल्या बदलत्या परस्परसंबंधांकडे (dynamics) दुर्लक्ष केले म्हणून ब्रिटिशांना भारताची हिंदू व मुस्लिम अशा दोन धर्मांच्या आधारे फाळणी करता आली.

आहे त्यात समाधान मानणाऱ्या तळागाळातल्या लोकांना जग बदलण्याची प्रेरणा देण्याच्या कृतीमुळे गांधीजींच्या मानवी हक्कांबाबत आव्हानात्मक आदर्श ठरण्याला तोडच नाही. म्हणून तर त्यांच्या कार्याची आठवण आजही अमेरिकेत वारंवार केली जाते. त्यांनी स्वातंत्र्य मिळवले ते पहिल्या 'राष्ट्रीय मुक्ती आंदोलना'च्या माध्यमातून. राष्ट्रीयत्वाच्या भावनेने हे आंदोलन छेडले गेले. रक्त सांडणे किंवा भूमीशी त्याचा संबंध नव्हता. स्वातंत्र्य व समतेच्या वैश्विक तत्त्वांवर ते आधारलेले होते.

गांधीजींची आठवण आज कशा प्रकारे केली जाते त्यातला एक प्रकार म्हणजे टेनेसी येथील मेंफिसमधल्या 'नॅशनल सिव्हिल राइट्स म्युझियम'मधले त्यांची माहिती देणारे कायमस्वरूपी संग्रहालय. गांधीजींच्या हत्येच्या चार दशकांनंतर याच भूमीवर डॉ. किंग यांचा मृत्यू झाला होता. अर्पणसोहळ्याप्रसंगी अमेरिकेतले भारतीय राजदूत ललित मानसिंह म्हणाले होते, ''गांधी व किंग यांनी सहन केलेल्या यातना व छेडलेला संघर्ष यातल्या समानतेच्या धाग्यामुळे भारत आणि अमेरिका परस्परांशी जोडले गेले आहेत. दोघांचाही मृत्यू मारेकऱ्यांच्या हातून झाला असला तरी त्यांनी दिलेला संदेश व तत्त्वज्ञान मात्र कधीच मरणारे नाही.''

अटलांटामधल्या रेव्हरंड मार्टिन ल्यूथर किंग (ज्यूनियर) यांच्या संदर्भातली नॅशनल हिस्टॉरिक साइट पाहणाऱ्यांना त्या माध्यमातून गांधीजींना मानवंदना दिसते. तिथे 'इंडियन कौन्सिल फॉर कल्चरल रिलेशन्स, दि नॅशनल फेडरेशन ऑफ इंडियन- अमेरिकन असोसिएशन्स, तसेच अमेरिकेतील भारतीय दूतावास यांच्या विद्यमाने देण्यात आलेला गांधीजींचा पुतळाही आहे. वेगवेगळ्या फलकांवर त्यांची उद्धरणे लावलेली आहेत. त्यापैकी एक असे आहे, ''अहिंसेत प्रचंड ताकद आहे. ती मनातून निर्माण व्हायला हवी. मनाविरुद्ध शरीराच्या पातळीवर घडणारी अहिंसा हा दुबळेपणा व भ्याडपणाच म्हणायला हवा. त्यात काही दम नसतो. ती कामगिरी काही चांगली म्हणता येणार नाही. आपण मनातल्या कुणाचे

वाईट चिंतीत असलो, द्वेष केला आणि वरकरणी सूडाने वागत नसल्याचे ढोंग केले तर त्याचे परिणाम आपलाच विनाश ओढवून घेण्यात होत असतात.''

दुसरे उद्धरण रेव्हरंड मार्टिन ल्यूथर किंग (ज्युनियर) यांचे आहे, ''महात्मा गांधींना मानवंदना द्यायलाच हवी. गांधीजींना टाळून मानवतेची प्रगती होणार नाही. ते जगले, त्यांनी चिंतन व कृती केली ते सारे जगाला शांतता व परस्परसामंजस्य मिळवून देणाऱ्या मानवी हक्कांच्या प्राप्तीचे स्वप्न पाहत. त्यांना विसरणे हे आपल्यासाठी संकट आणणारे ठरू शकेल.''

१९७६ पर्यंत अमेरिकन लोकांना नवी दिल्लीतले महात्माजींना समर्पित असलेले वस्तुसंग्रहालय पाहण्यासाठी, तिथले 'गांधी म्युझियम' व ग्रंथालय पाहण्यासाठी प्रवास करावा लागायचा. १९७६ मध्ये 'स्वामी प्रेमानंदाज महात्मा गांधी मेमोरियल फाउंडेशन'द्वारा स्थापन करण्यात आलेले 'गांधी मेमोरियल सेंटर' वॉशिंग्टन डी. सी. येथे खुले करण्यात आले. आता गांधीजींचा संदेश सायबरच्या माध्यमातून कुठेही वाचता येतो. 'दि इटर्नल गांधी मल्टिमीडिया म्युझियम'द्वारा त्यांच्या हुतात्मा होण्यासंदर्भातली वेबसाईट तयार केलेली आहे.

आम्ही सिमॉन विसेंथल सेंटरच्या 'म्युझियम ऑफ टॉलरन्स'मधले सगळेजण वांशिक भेद व वर्गभेदांवर मात करण्यासाठी नैतिक शिक्षण आणि विवेकजागृतीवर भर देण्याचा संदेश देत आहोत. आमच्या वाचक-प्रेक्षकांमध्ये विविध प्रकारचे तरुण आहेत. तीन प्रसिद्ध मूलभूत घटकांवर आमचा विश्वास आहे. सिमॉन विसेंथल यांनी म्हटले होते, ''व्यापक प्रमाणावर होणाऱ्या मानवी संहाराबाबात आपला विवेक जागा पाहिजे.'' दुसरा पाया म्हणजे रेव्हरंड मार्टिन ल्यूथर किंग (ज्यूनियर) यांना 'अमेरिकन गांधी' म्हटले जाते. तिसरा महत्त्वाचा आमचा पाया म्हणजे स्वतः महात्मा गांधी आहेत. एकविसाव्या शतकाच्या दुसऱ्या दशकात ९/११ रोजी न्यूयॉर्क आणि २६/११ रोजी मुंबईत झालेल्या दहशतवादी हल्ल्यानंतर या थोर व्यक्तींच्या उदाहरणातून आपल्याला मार्ग सापडू शकेल.

धार्मिकतेतून उफाळलेल्या दहशतवादामुळे आपली सुरक्षितता व मूल्ये धोक्यात आलेली आहेत. त्यावर मात करण्यासाठी प्रभावी रणनीती आखायला या मजबूत आधारांचा उपयोग आपल्याला करून घेता येईल, असे आम्हाला वाटते.

(लेखकांची माहिती : रब्बी अब्राहम कपूर हे सिमॉन विसेंथल सेंटरचे संचालक आहेत. लीबे गेफ्ट हे 'म्युझियम ऑफ टॉलरन्स'चे संचालक आहेत. इतिहासकार हॅरॉल्ड ब्रॅकमन हे या केंद्र व वस्तुसंग्रहालयाचे वरिष्ठ सल्लागार आहेत.)

(अनुवाद : नीला शर्मा)

नयना लाल किडवाई

पूर्वीच्या बंदिस्तपणाला छेद देत नयना लाल किडवाई या प्रतिष्ठित युनिव्हर्सिटी ऑफ हार्वर्डमधून 'बिझनेस ॲडमिनिस्ट्रेशन' या विषयातली पदव्युत्तर पदवी घेणाऱ्या पहिल्या भारतीय महिला ठरल्या. बँकेचा कारभार बघणाऱ्या हुकमी एक्का अशी त्यांची ओळख आहे. 'एचएसबीसी'च्या सर्व महत्त्वाच्या कारभारामागे त्यांचीच ऊर्जा असते. वाढीच्या नवीन क्षेत्रांकडे त्यांची बारीक नजर असते व त्याबाबत कुशलतेने बोलणी करण्याची त्यांना मनापासून आवड आहे.

बिर्ला व टाटा या भारतातील दोन मोठ्या उद्योगसमूहांना एकत्र आणून जागतिक पातळीचे 'इंडियन टेलिकॉम कंपनी' हे संयुक्तपणे एटी ॲण्ड टीबरोबरचे पाऊल उचलायला लावण्यात किडवाई यांचा सिंहाचा वाटा होता. भारतातल्या 'सेल्फ-एम्प्लॉइड वूमन्स असोसिएशन' यासारख्या संघटनांची उभारणी करण्यात त्यांचा सक्रिय सहभाग होता. त्याचप्रमाणे त्यांचे यजमान रशीद किडवाई यांचे व्यवस्थापन असलेल्या 'डिजिटल पार्टनर्स' या 'ना नफा' तत्त्वावर चालणाऱ्या संघटनेची उभारणीही त्यांनी केली आहे.

बुद्धिमान, चैतन्यदायी व समस्यांमधून हिकमतीने मार्ग काढण्याची क्षमता असलेल्या नयना लाल किडवाई या आशियातील सर्वाधिक प्रभावी व्यक्तिमत्त्वाच्या महिला आहेत. दोन मुलांची आई असलेल्या किडवाई या घर व कामकाज यात तर विलक्षण संतुलन साधतातच, शिवाय वेळात वेळ काढून गिर्यारोहण, वन्यजीवनाचे निरीक्षण यांसारख्या आवडीही मेहनती वृत्तीमुळेच जोपासू शकतात.

'व्यवसाय हा नैतिकता ठेवून करता येत नाही, ही समजूत चुकीची आहे. मला हे ठाऊक आहे, की कुणाचाही व्यवसाय चांगला नफा मिळवून देण्याजोगा भरभराटीला आणतानाच तो प्रामाणिकतेने आणि सच्चेपणाने करता येणे पुरेपूर शक्य आहे.'

"व्यवसाय हा नैतिकता ठेवून करता येत नाही, ही समजूत चुकीची आहे. मला हे ठाऊक आहे, की कुणाचाही व्यवसाय चांगला नफा मिळवून देण्याजोगा भरभराटीला आणतानाच तो प्रामाणिकतेने आणि सच्चेपणाने करता येणे पुरेपूर शक्य आहे."

M K Gandhi

एकटा माणूस : विश्वाचे आकर्षण

एखादी गुंतागुंतीची गोष्ट न समजणे जसे स्वाभाविक आहे, तसेच एखाद्या सोप्या गोष्टीचा अर्थ न लागणे किंवा चुकीच्या पद्धतीने तिचा अर्थ काढला जाणेही स्वाभाविक आहे. मला वाटते, की महात्मा गांधींकडे जरी खूप आदराने पाहिले जात असले तरी ते वरवरचे आहे. सगळ्यांनी त्यांना अजून पूर्णपणे समजून घेतलेले नाही. त्याचे कारण असेही असू शकेल, की त्यांच्या विचारांचे संदर्भच लक्षात न घेता कित्येकदा बोलले जाते; हे दुर्दैवच म्हणायचे. यातला विरोधाभास असा आहे, की स्वत: महात्माजी उत्तम संवादपटू होते. स्वत:ची मते पटवून देण्यासाठी साधी भाषा आणि प्रतीकवादाचे महत्त्व त्यांना चांगलेच ठाऊक होते. चरख्याशी त्यांना जोडून सतत जे पाहिले जाते आणि त्यातून ग्रामीण भारताचा विकास साधायचे महत्त्व त्यांना वाटायचे, त्याची आठवण जागी राहते. बाजारपेठतज्ज्ञांनाही यात मोठ्या प्रमाणात आपली ठळक छाप म्हणून मिरवण्याजोगे सामर्थ्य जाणवते.

स्वयंपूर्ण गाव होण्याबाबतचे तसंच तिथे जे पिकेल ते तिथेच राहू देण्याबाबतच्या त्यांच्या विचारांचे पडसाद हवामान बदलाच्या याकाळात उमटत आहेत. आपल्यामुळे वाढणाऱ्या प्रदूषणाचा परिणाम कमी करण्यासाठी शक्य तेवढे स्थानिक उत्पादनच वापरण्यावर भर देण्याची मोहीम जोर धरते आहे. हे पर्यावरणाच्या हिताचे तर आहेच, शिवाय यामुळे स्थानिक शेतकरी व उत्पादकांच्या माध्यमातून स्थानिक अर्थव्यवस्थेलाही पाठबळ मिळून ती वाढण्याची प्रक्रिया घडते आहे. गांधीजींच्या स्वदेशी व स्वयंपूर्णतेच्या तत्त्वांना यशस्वीपणे

अनुसरून काम करणाऱ्या एका संस्थेचे उदाहरण अगदी ताजे आहे.

ग्रामीण महिलांसाठी व्यवस्थापन प्रशिक्षण देणारी RUDI ही संस्था म्हणजे सेवा ग्राम महिला हाट (एस जी एम एच)तर्फे सुरू करण्यात आलेला प्रयत्न आहे. SEWA (द सेल्फ-एम्प्लॉइड वूमन्स असोसिएशन) या कामगार संघटनेची एस जी एम एच ही शाखा आहे. 'सेवा' ही गरीब परंतु स्वयंरोजगार करत असलेल्या बारा लाखांपेक्षा जास्त महिला सदस्यांची राष्ट्रीय संघटना आहे. तिची स्थापना १९७२ मध्ये झाली. सध्या तिचे काम भारतातल्या नऊ राज्यांमध्ये व गुजरातच्या चौदा जिल्ह्यांमध्ये चालते. एचएसबीसीच्या माध्यमातून आम्ही तीन वर्षांपूर्वी सेवा ग्राम महिला हाटला मदत केली. ती अशासाठी, की त्यायोगे नऊ RUDI केंद्रे उभारली जाऊन त्यांच्यामार्फत महिलांना उद्योजकीय कौशल्ये शिकवून तयार करता यावे. ही केंद्रे चालवण्यासाठी व कायमस्वरूपी व्यवस्था बघण्यासाठी हे आवश्यक होते.

स्थानिक पातळीवर उत्पादित मालापासून दर्जेदार खाद्य उत्पादन तयार करण्यासाठी प्रक्रिया आणि नंतर पॅकेजिंग करून हब्जच्या माध्यमातून विक्री करण्यासाठी RUDI केंद्रे ही सुविधा म्हणून कार्यरत आहेत. ही केंद्रे स्वयंपूर्णतेला उत्तेजन देण्यासाठी ग्राहकांमध्ये स्थानिक पातळीवर उत्पादित व तिथेच प्रक्रिया केलेल्या मालाच्या खरेदीबाबत जाणीवजागृती निर्माण करतात, जास्तीचा माल इतर क्षेत्रांमध्ये विकतात. उच्च दर्जाच्या व गुणवत्तापूर्ण असलेल्या मालाची रास्त दरात विक्रीची विश्वासार्हता जपल्यामुळे RUDI 'बेन', म्हणजे या केंद्रांवर प्रशिक्षण घेतलेल्या भगिनी स्थानिक बाजारपेठ ग्राहकांचे मन जिंकण्याची ताकद कमावतात. याखेरीज त्यांनी दलालांना यशस्वीपणे बाजूला सारत अधिक फायदा मिळवल्याने त्यांनी या केंद्रांना स्वतःच्या पायावर उभे केले आहे. असा थेट व दृश्य परिणाम हे या प्रकल्पाचे यशच म्हणायला हवे. यामुळे प्रशिक्षण प्राप्त RUDI बेन आर्थिकदृष्ट्या स्वतंत्र झाल्या असून त्यांना रोजगाराचा मार्ग उपलब्ध झाला आहे. शेतकऱ्यांनाही दलालांकडून होणाऱ्या शोषणाऐवजी एसजीएमएचमुळे चांगला फायदा मिळतो आहे. भरीस भर म्हणून शेतकरी किंवा मंडईतून थेट खरेदी करणाऱ्या किंवा पॅकेजिंग, छपाई व वाहतुकीच्या कामांमध्ये असलेल्या स्त्रियांना यातून रोजगार निर्माण झाला आहे.

स्त्री सदस्य गट तयार करण्याच्या पूरक कार्यक्रमांमध्ये गुंतलेल्या आहेत. या गटांना RUDI उत्पादनांचा खप वाढवण्यासाठी पथनाट्य, लोकगीतं व भित्तिपत्रके वगैरेच्या माध्यमातून संभाषणतंत्र शिकवले जाते. या प्रकल्पाचे मोजक्या प्रमाणात दिसणारे पण तेवढेच महत्त्वाचे फलित म्हणजे शहरी भागांमधल्या केंद्रांचाही वेगवेगळा परिणाम दिसून येतो आहे. इथे बाजारात होणाऱ्या विक्रीचे स्वरूपच पालटलेले दिसते आहे. दलालांवर विसंबण्याऐवजी शेतकऱ्यांना रास्त दर मिळण्याची हमी निर्माण झाल्याने त्यांच्याकडून उत्तम प्रतीचा माल ग्राहकांना मिळतो आहे.

RUDI केंद्रे गांधीजींच्या 'स्वदेशी' या तत्त्वावर चालतात. स्वतःच्या मुलखात उत्पादित

वस्तू, हा सही सही अर्थ लक्षात घेत या केंद्रांनी यशस्वी व्यवसाय प्रतिकृती तयार केली आहे. यातून लक्षात आलेले काही ठळक विशेष असे :

RUDI केंद्रांचा भर स्थानिक पातळीवर उत्पादित कच्च्या मालावर आहे. स्थानिकांना पुरेसे उपलब्ध करून दिल्यावर राहणाऱ्या जादा मालाचीच विक्री इतर क्षेत्रांत नेऊन केली जाईल, याबाबत ही केंद्र हमी देत असल्याने संबंधित गावकऱ्यांना खाद्यान्नाबाबत स्वयंपूर्णता प्राप्त झालेली आहे.

शेतकऱ्यांकडून RUDI बेन कच्चा माल थेट विकत घेत असल्याने दलालांना यशस्वीपणे टाळून उत्तम नफा कमावण्याची शेतकऱ्यांना खात्री वाटते.

केंद्रांवर प्रक्रिया व पॅकेजिंगबाबत उच्च दर्जाचे नियंत्रण ठेवल्याने तसेच आवश्यक त्या सर्व प्रक्रिया पार पाडल्यामुळे RUDI ची उत्पादने बाजारपेठेतल्या खासगी कंपन्यांशी टक्कर द्यायला सक्षम ठरत असून ती ग्राहकांना आवडू लागलेली आहेत.

RUDI हा स्थानिक ब्रॅण्ड म्हणून ओळखला जात असून, 'स्टार बझार'सारख्या किती तरी ठिकाणी राष्ट्रीय व आंतरराष्ट्रीय ब्रॅण्डशी टक्कर देत मोठ्या प्रमाणात विकला जात आहे.

RUDI बेनना मिळणारे नियमित उत्पन्न पाहून समाजात त्यांना आता आदराचे स्थान मिळते आहे व त्यांच्यापासून इतरजण प्रेरणा घेत आहेत. इतर व्यावसायिक कंपन्यांप्रमाणेच या बेनसुद्धा त्या त्या महिन्यात किती विक्री करायचीच याचा संकल्प करतात, त्यानुसार पावले टाकतात. ठरल्यानुसार सारे नीट घडतेय ना याचा हिशेब ठेवतात. परिणामकारकता अनेक पटींनी वाढवण्यासाठीचे त्यांचे हे प्रयत्न आहेत.

त्यातून समोर येणारे परिणाम हे गांधीजींच्या संकल्पनांची समर्पकता व व्यवहार्यता दाखवणारी प्रत्यक्ष उदाहरणेच तर आहेत.

गेल्या काही वर्षांत जगात काही प्रकरणे गाजली. टायको, एन्रॉन, वर्ल्डकॉम, मॅडॉफ आणि अगदी घरातले उदाहरण म्हणजे सत्यम. या प्रकरणांमुळे उद्योगांवरच्या सर्वसामान्य लोकांच्या विश्वासाला तडा गेला. अनेक तज्ज्ञांनी त्यावर असेही भाष्य केले, की आर्थिक पेचप्रसंगांमुळे व्यवसायांमधली पारदर्शकता नाहीशी झाली. व्यवसायक्षेत्रातल्या लोकांनी जबाबदार नागरिक होण्यासाठी आत्मपरीक्षण करून पारदर्शकता, प्रामाणिकपणा व इतरांच्या मतांचा आदर करण्यासाठी जोमाने प्रयत्न करण्याची गरज आहे. या संदर्भात गांधीजींचे शब्द आठवतात. ते म्हणाले होते,"कुणालाही आपला व्यवसाय फायद्यात चालवताना प्रामाणिकपणा व सत्यप्रियता जपणे सहज शक्य आहे."

कित्येक वर्षे मी बड्या उद्योजक व त्यातले शिक्षण देणाऱ्यांकडून वेळोवेळी चर्चा किंवा

त्यांच्या लेखनातून व्यवस्थापनातील रीतीभाती आणि नेतृत्वाचे मंत्र जाणून घेते आहे. या प्रक्रियेत मला सदैव गांधीजींचे नेतृत्वाबद्दलचे विचार, त्यांचे निर्दोष तत्त्वज्ञान आणि साध्या भाषेचा जगभर होणारा संमोहक परिणाम जाणवतो. किती तरी तज्ज्ञ तेच तर व्यवस्थापकीय परिभाषेच्या आधारे सांगतात. गांधीजींनी फक्त शब्दांनी न सांगता स्वत:च्या आचरणातून उदाहरण घालून दिले. अहिंसेच्या मार्गाने लढा देण्याचे त्यांचे डावपेचसुद्धा चौकटीपलीकडे जाऊन नवा विचार करण्याचेच उदाहरण आहे.

चुका कबूल करणे किती महत्त्वाचे आहे हे गांधीजींना नीट समजलेले होते. कितीतरी व्यवस्थापने चुका पटकन कबूल करायला धजावली नसल्याने अयशस्वी ठरलेली आहेत. कारण ते तशा संस्कृतीत वाढले आहेत, जिथे चुका कबूल करायला लोक घाबरतात. त्यामुळे आपल्या चुकांमधून धडे घेणे तर दूरच राहते. गांधीजींनी म्हटले होते, ''चुका करण्याचे स्वातंत्र्य नाकारणाऱ्या स्वातंत्र्याला काही अर्थ नाही.'' त्यांनी असेही म्हटले होते, ''स्वत:च्याच शहाणपणावर प्रचंड विश्वास ठेवणे यात शहाणपण नाहीच. अत्यंत समर्थही दुबळा ठरू शकतो अन् खूप शहाण्या माणसाकडूनही चूक होऊ शकते, हे लक्षात ठेवणे निरोगीपणाचे लक्षण आहे.''

वेगाने बदलणाऱ्या आजच्या या जगात काल शिकलेले झपाट्याने कालबाह्य होत आहे. दैनंदिन जीवनातल्या स्वानुभवाच्या शिकण्याची जागा कितीही चांगल्या प्रकारचे औपचारिक शिक्षण घेऊ शकत नाही. स्वत:त सुधारणा व सतत शिकण्याची भूक आपल्याला असली पाहिजे. याबाबत गांधीजींनी सांगून ठेवलेय, ''शिक्षणाचे सार दडलेय ते स्वत:तले सर्वोत्कृष्ट असेल ते बाहेर काढण्यासाठीच्या प्रयत्नांमध्ये. जणू उद्याच मरण येणार आहे, असे समजून जगा. आपण कधीच मरणार नाही, असे समजून शिका.''

सर्वोत्कृष्टतेचा ध्यास व खंबीर भूमिकेबद्दल ते म्हणाले होते, ''मत बनवण्यापूर्वी प्रत्येकाने खूप धीराने घेत व्यवस्थितपणे विचार करायला हवा. एकदा का कुठल्या बाबतीत दृढ निश्चय झाला की मग मात्र वाटेल त्या अडचणी आल्या तरी त्यावर ठाम राहायला हवे.'' त्यांचा याबाबतचा विचार आणि सर्वोत्कृष्टतेसाठी केलेल्या पाठपुराव्यामुळे त्यांना एवढी प्रचंड उंची प्राप्त झाली. ते म्हणायचे, ''परिपूर्णतेची कल्पना जपा. त्यासोबत प्रचंड उत्साहही असू द्या.''

खरे म्हणजे मी त्यांच्या संदर्भात जेवढे जास्त वाचते आणि त्यांनी व्यक्त केलेली मते समजून घ्यायचा प्रयत्न करते तेवढी मी त्यांच्या बहुपेडी प्रतिभेच्या दर्शनाने थक्क होते. यशस्वी वकील, थोर सामाजिक परिवर्तनकार, राजकीय नेता, व्यवसाय व व्यवस्थापन गुरू, थोर पत्रकार व संवादपटू यांसारखे त्यांचे पैलू तरी किती !

आपल्या सभोवतालचे जग अधिकाधिक गुंतागुंतीचे होत जाताना त्यांचे शब्द जीवनाच्या प्रत्येक क्षेत्रात समर्पक ठरणारे आहेत. परमोच्चतेचे मानदंड त्यांनी स्वत:च्या वागण्यातून

घडवले. अनेकांना ते अवघड वाटतील; पण आपल्याला जर गांधीजी प्रिय असतील आणि त्यांच्या पुढील तत्त्वानुसार चालायची तहान बाळगता आली तर वाटचाल सोपी होऊ शकते. ते म्हणाले होते, ''मी जर या जगात कशाला भीत असेन तर फक्त आतल्या आवाजाला.''

(अनुवाद : नीला शर्मा)

नारायण मूर्ती

एन. आर. नारायण मूर्ती यांनी उभी केलेली 'इन्फोसिस' ही आय. टी. कंपनी आपल्या देशाची मान उंचावणारी ठरली आहे. भारतातील माहिती तंत्रज्ञान सेवा ज्यावर मजबुतीने उभ्या करता येतील असे जागतिक दर्जाचे मॉडेल तयार करून त्याचा यशस्वीपणे विस्तार करणाऱ्या मोजक्या अग्रदूतांपैकी मूर्ती हे एक आहेत.

'मूल्य, मूल्य आणि मूल्य' हाच मंत्र मूर्तींनी इन्फोसिसमधल्या सहकाऱ्यांपुढे वारंवार उच्चारला.

मूर्ती हे जबरदस्त प्रेरणा देणारे आहेत! ते नेहमी म्हणतात, की मन आणि मनोवृत्ती यांच्यातील फरकाशी प्रगतीचे नाते आहे. खिशात अवघे काही हजार रुपये असूनही इन्फोसिस सुरू करण्यासाठी सोबत उडी घ्यायला काही मित्रांचे ते मन वळवू शकले यात आश्चर्य कसले?

त्यांना असे ठामपणाने वाटते, की पैशांची खरी शक्ती ही ते देण्याच्या सामर्थ्यात आहे. ते आणि त्यांच्या पत्नी सुधा ही साधी राहणी आणि मोठे मन असलेली माणसे आहेत. ते म्हणतात, ''सत्-असत्बद्दलची स्पष्टता हीच शांत झोपेसाठीची मऊ उशी आहे. झोपायला मऊ उशी असण्यासारखे आहे.'' मूर्तींना नक्कीच लहानग्यांसारखी गाढ झोप येत असणार.

उद्योगक्षेत्रातील नेत्यांमध्ये मूर्ती हे पारदर्शी आणि विवेक जपणारे नेते आहेत.

"मला असे खात्रीने वाटते, की शासनाने जर
हिंसेच्या बळावर भांडवलदारी चिरडायचा
प्रयत्न केला तर ते स्वतःला हिंसेच्या व्यूहात
ढकलल्यासारखे ठरेल. अशाने अहिंसेची भावना
रुजवणे कायमच अशक्य होईल."

व्यवस्थापनासाठी गांधीवादी विचारसरणी

गेल्या काही वर्षांमध्ये भांडवलदारी नेतृत्वाच्या मनात वाढत चाललेली हाव पाहून महात्मा गांधींची प्रतिक्रिया काय झाली असती, असे माझ्या मनात बऱ्याचदा येते. ब्रिटिश साम्राज्यवादाच्या नकारात्मक व लेनिनवादाच्या सकारात्मक प्रभावापोटी गांधीजींच्या मनात भांडवलशाहीबाबत स्वप्नरंजनात्मक संकल्पना होती. खासगी उद्योग व व्यक्तिगत मालकीबद्दल त्यांना हरकत नव्हती. किंबहुना, त्या वेळच्या नामांकित उद्योगपतींचा त्यांना स्वातंत्र्याच्या लढ्यासाठी पाठिंबा मिळत होता. बिर्लांच्या घरी ते कित्येकदा थांबत असत. एकदा तर ते असेही म्हणाले होते, की भांडवलशाही त्यांना मजुरांची शत्रू असल्यासारखी वाटत नाही. त्यांना असे वाटायचे, की इद्योजकांनी विश्वस्तांप्रमाणे वागावे. त्यांनी इद्योग, कर्मचारी, गुंतवणूकदार व ग्राहकांच्या हक्कांचे संरक्षण करावे. उद्योगक्षेत्रातील नेत्यांनी समाजासाठी आस्थेवाईकपणाची वागणूक ठेवावी, असेच त्यांना वाटायचे. शासन हे निर्जीव यंत्र असल्यासारखे त्यांना वाटायचे आणि व्यक्तींवर अनियंत्रित सत्ता गाजवण्याच्या शासनाच्या अधिकाराला त्यांचा विरोध होता.

गांधीजी एकदा म्हणाले होते, "मला असे खात्रीने वाटते, की शासनाने जर हिंसेच्या बळावर भांडवलदारी चिरडायचा प्रयत्न केला तर ते स्वतःला हिंसेच्या व्यूहात ढकलल्यासारखे ठरेल. अशाने अहिंसेची भावना रुजवणे कायमचे अशक्य होईल." १९४८च्या अखेरीस

त्यांना असे वाटू लागले, की शासनाकडून हिंसेचा तीव्रतेने आणि पद्धतशीरपणे पुरस्कार करण्यात येतो आहे. त्यांच्या तत्त्वज्ञानाच्या मुळाशी सत्य व करुणा होती. त्यांना असे ठाम पणाने वाटायचे, की उद्योगक्षेत्रासहित सर्व प्रकारच्या नेतृत्वावर प्रत्येक कृतीतून समाधानकारक, पारदर्शक आणि विश्वासार्हता जपण्याची जबाबदारी आहे.

मागचा काळ ओलांडत आता आपण वेगाने आजच्या काळात प्रवेश करू आणि या काळातल्या उद्योगक्षेत्रातल्या प्रशासकांचे गुरू याबाबत काय सांगतात ते पाहू. ते सगळे असेच म्हणतात, की उद्योगसंस्थांच्या व्यवस्थापनाने आणि संचालक मंडळाने विश्वस्तांची भूमिका बजावावी. भागधारक, कर्मचारी, गुंतवणूकदार व ग्राहकांच्या हिताचे रक्षण त्यांनी करावे. व्यवसायातील नेतृत्वाने प्रामाणिकपणा व सत्याची कास धरावी, असेच या गुरूंचेही म्हणणे आहे. त्यांच्या मते व्यवसाय चालावा तो समाधानकारकपणे, पारदर्शकता व विश्वासार्हता जपत. कुणाची विश्वासार्हता? तर प्रत्येक भागधारक, ग्राहक, कर्मचारी, गुंतवणूकदार, भागीदारीतील छोटे विक्रेते, स्थानिक शासन व समाज या सर्वांची. या गुरूंना असेही वाटते, की उद्योगक्षेत्रातील नेतृत्वाने लोभाला लगाम लावावा. आपल्याला दिसतेच, की या तत्त्वांची पायमल्ली करणाऱ्या नेतृत्वामुळे भांडवलदारीला कालिमा फासला जातो. औद्योगिक सामाजिक जबाबदारी हे शब्द आपल्या काळात निरर्थक ठरत आहेत.

गांधीजींची अशी धारणा होती, की सद्विवेक व संयमाच्या जोरावर बंधन घालणे व समतोल राखणे साधू शकते. या आधारे समाजाचे हित साधता येऊ शकते. गांधीजींचे असेही सांगणे होते, की श्रीमंत व शक्तिशाली मंडळींनी स्वतःला मर्यादा घालून घेतल्यास समाजातल्या दुर्बल घटकांचा आत्मविश्वास, उत्साह व ताकद वाढू शकेल. ते नेहमी आपला आतला आवाज ऐकण्यावर भर द्यायचे. आजचे व्यवस्थापनक्षेत्रातील गुरूही नेमके हेच तर सांगत आहेत. आजच्या बेलगाम बाजारकेंद्रित भांडवलदारीच्या काळात शक्तिशाली उद्योगनेतृत्वाला ते हेच सांगत आहेत.

गांधीजी त्यांच्या काळातील उद्योगक्षेत्रातील नेत्यांना बजावायचे, की कोणताही निर्णय घेण्याआधी थोडे थांबून स्वतःच्या विवेकाला विचारा, की या निर्णयामुळे गरिबांतील गरीब आणि दुर्बलांमधील दुर्बलांच्या चेहऱ्यावर हसू फुलणार आहे का? आजच्या उद्योगक्षेत्रातही निर्णय घेताना विशेषतः वरिष्ठ पातळीवरच्या व्यवस्थापनाने अशाच प्रकारच्या प्रयत्नांची पराकाष्ठा करायला हवी.

गांधीजींना विविधता हवी असायची. त्यांच्या स्वातंत्र्यलढ्यातही त्यांनी भारतातील वेगवेगळ्या भागांतील व समाजांतील निरनिराळ्या वर्गांतील लोकांना घेतले होते. स्त्री-पुरुष तसेच वांशिक समानतेवर त्यांचा भर होता. त्यांच्या स्वातंत्र्यलढ्याच्या मुळाशी हीच धारणा होती, की सर्व वंश समान आहेत आणि कुठल्याच वंशाला किंवा देशाला इतरांचे शोषण

करण्याचा मक्ता दिलेला नाही. त्यांनी महिलांना हाक देऊन त्या पुरुषांपेक्षा कणभरही कमी नसल्याची जाणीव त्यांच्यात निर्माण केली. जास्तीत जास्त महिला सार्वजनिक कार्यक्रमांमध्ये सहभागी झाल्या याचे त्यांनी स्वागत केले. आजचे व्यवस्थापन गुरूही याचीच 'री' ओढत आहेत. ते संघटित संस्थांचे यश विविधतेसाठी असलेल्या बांधीलकीच्या आधारे मोजतात. ठोस कृती, अल्पसंख्याकांवर लक्ष केंद्रित करणे, तसेच पुरुषांबरोबरच स्त्रियांनाही समान संधी, या गोष्टींना आता भांडवलदारीचे उत्तम प्रतिनिधित्व करणाऱ्या संघटित संस्थांच्या लेखी अतोनात महत्त्व प्राप्त झालेले आहे. किंबहुना, विकसित देशांमधील आपले बहुतांश ग्राहक आता आपल्या विविधतेसाठीची बांधीलकी व ठोस कृती यांबद्दल आग्रही आहेत.

गांधीजींच्या मनात निसर्गाबद्दल नितांत आदर होता. त्यांची राहणी निसर्गाशी एकतानता जपणारी होती. म्हणूनच तर त्यांनी नैसर्गिक पर्यावरणाच्या ऱ्हासापेक्षा, त्याचे जतन करण्यावर बेतलेल्या अर्थशास्त्रीय व्यवस्थेची भलावण केली. निसर्ग व समाजाच्या विविध घटकांमधील ऐक्य जपणाऱ्या जीवनपद्धतीवर त्यांचा भर होता. गेल्या तीन वर्षांमध्ये ज्यांचा बोलबाला झाला त्या संघटित शाश्वतता व पर्यावरणवादाला त्यांच्या कृतिकार्यक्रमात स्थान नव्हते. त्यांचा भर साधेपणा व परिश्रमाने जीवन जगण्यावर होता. त्यात दुसऱ्यावर किंवा निसर्गावर भार टाकून जास्त काही मिळवण्याला विरोध होता. आजचे पर्यावरणवादीही यापेक्षा वेगळे काय सांगत आहेत?

मानवतेबाबत त्यांना प्रचंड आस्था होती. एकदा ते म्हणाले होते, ''समजा माझ्याकडे खूप संपत्ती असती, मग ती वारसाहक्काने किंवा व्यापारउदीमातून का असेना, तरी ती मी माझी मानली नसती. माझे काय आहे, तर मानाने जीवन जगण्याचा हक्क. लाखो लोकांना तोही मिळत नाही. याशिवाय इतर संपत्ती ही समाजासाठी असायला हवी. समाजाच्या कल्याणासाठी ती वापरली जायला हवी.'' पाश्चिमात्य भांडवलदारी समाजाचाही मानवतावादाला महत्त्व देण्यावर भर असतो. तिथे ते आचरणातही आणले जाते. अलीकडची वॉरन बफेट आणि बिल गेट्स यांची उदाहरणे ही गांधीजींच्या विचारांनुसार केलेली सुरेख कृती ठरली आहेत. स्वतःच्या संततीपेक्षा समाजाच्या कल्याणासाठी संपत्तीचा उपयोग करण्याच्या या कृतीने जागतिक उदारीकरणानंतरच्या या काळात कित्येकांचे लक्ष वेधून घेतले आहे.

महात्मा गांधींच्या एका महत्त्वाच्या तत्त्वाने माझ्यावर खूप खोलवर परिणाम केला आणि इन्फोसिसच्या मूल्यप्रणालीला आकार देण्यातही फार मोठी भूमिका बजावली. ते तत्त्व म्हणजे नेतृत्व कसे असावे याचे उदाहरण आपल्या आचरणातून घालून देणे. इन्फोसिसने जे काही थोडेफार यश मिळवले आहे ते महात्माजींच्या या व्यवस्थापनतत्त्वाशिवाय शक्य झाले असते की नाही, कुणास ठाऊक! उद्योगक्षेत्रातील नेतृत्वासाठी हे तत्त्व का महत्त्वाचे ठरते ते स्पष्ट करतो.

महत्त्वाकांक्षा पूर्ण करण्यासाठी असलेल्या उद्दिष्टांमध्ये प्रचंड धैर्य, खूप कष्ट, सांघिक कार्य व त्याग यांचा समावेश असावा लागतो. कोणत्याही नेतृत्वाला त्याची माणसे अशा अफाट कष्ट व त्यागाला चटकन तयार होतील, तेही भविष्यात चांगले काही होण्याच्या आशेने, याबाबत खात्री कशी पटावी? त्यांची अशी बांधीलकी निर्माण होण्यासाठी त्या नेतृत्वालाही तेवढेच विश्वासपात्र असले पाहिजे. जेव्हा तुम्ही तुमच्या गटाला किंवा यंत्रणेला तुमचा स्वप्नाळू विचार स्पष्ट करून सांगत असता तेव्हा बहुतेक वेळा तो अलंकारिक किंवा स्वतःबद्दल मोठेपणाची जाणीव ठेवून व्यक्त केल्यासारखा वाटतो. त्यात यश मिळेलच याबाबत कोणताही ठाम पुरावा देता येत नाही. जेव्हा अपवादानेच कुणी गेलेल्या वाटेने किंवा पूर्णपणे नव्याच वाटेने तुम्ही तुमच्या गटाला घेऊन जात असता, तेव्हा अपयशाची शक्यता खूप जास्त असते. स्वातंत्र्यलढ्याच्या वेळी लाखो अनुयायी जसे महात्मा गांधींच्या मागोमाग चालत गेले, तसेच तुमच्या लोकांनी तुमच्या मागे यावे असे जर तुम्हाला वाटत असेल तर त्यांचा तुमच्यावर अढळ विश्वास आणि श्रद्धा असायला हवी.

असा विश्वास नेता कशा प्रकारे निर्माण करू शकेल? इन्फोसिसमध्ये आम्ही असा विश्वास निर्माण करण्यासाठी विविध प्रकारच्या साधनांचा उपयोग केला. खूप विचार आणि संशोधन केल्यावर संस्थास्थापनेच्या काही दिवस आधीच आमच्या लक्षात आले, की आपल्या स्वप्नपूर्तीसाठी वचनबद्ध असण्याचे प्रात्यक्षिक स्वतः करून दाखविल्याशिवाय आमच्या लोकांमध्ये विश्वास निर्माण करता येणार नाही. त्यासाठी स्वतःच्या आचरणातून उदाहरण घालून देणे किंवा बोलल्याप्रमाणे स्वतः वागणे गरजेचे आहे. शेवटी असे आहे, की तुमच्यासोबत काम करणारी हजारो माणसे जर तुम्हाला तुमच्या उद्योगाच्या महत्त्वाकांक्षी उद्दिष्टप्राप्तीसाठी नुसताच उपदेश करताना नव्हे, तर त्याप्रमाणे स्वतः वागताना पाहत असतील तर ते तुमच्या शब्दांना मान देऊ लागतात, तुमच्यावर विश्वास ठेवू लागतात.

गांधीजींना मिळालेल्या संदेशाशी ते मुळीच सहमत नसले, ती त्यांनी तो संदेश आणणाऱ्या दूताला आदर आणि सन्मानाने वागवले होते. ब्रिटिश राजवटीची धोरणे अमान्य असूनसुद्धा ते ब्रिटिश माणसांबाबत आदराची भावना दाखवत असत. अशीच विचारधारा संघासोबत काम करताना आवश्यक ठरते. इन्फोसिसमध्ये आम्ही हेच तत्त्वज्ञान प्रत्यक्षात आणण्यासाठी संकल्पना वाक्य तयार केलेले आहे : 'In God we trust, everybody else brings data to the table' कोणत्याही प्रश्नाकडे मुद्देसूदपणे पाहण्यासाठी गांधीजींचे तत्त्वज्ञान आम्हाला उपयोगी पडते. यामुळे पूर्वग्रहांवर विजय मिळवायला व प्रत्येक निर्णय योग्य पद्धतीने घ्यायला आम्हाला मदत होते.

एक गोष्ट माझ्या मनात तरी स्पष्ट आहे, आणि बहुधा तुमच्याही मनात असावी, ती अशी, की गांधीजींनी स्पष्ट करून मांडलेली मूल्ये कोणत्याही काळातील व कोणत्याही संदर्भातील संस्था किंवा संघटनेतील नेतृत्वाला लागू पडतात. त्यांची शिकवण अमलात आणली तर

संघटित प्रशासनाचा दर्जा आपण कमालीचा उंचावू शकू आणि जगभरच्या संघटना नेतृत्वाला हेवा वाटेल असे कार्य करू शकू, अशी आशा मला वाटते.

(अनुवाद : नीला शर्मा)

नरिंदर कपूर

एक विख्यात न्यूरोसायकॉलॉजिस्ट म्हणून नरिंदर कपूर यांचे न्यूरोसायकॉलॉजी आणि न्यूरोसायन्स या क्षेत्रांतील योगदान आजवर अद्वितीय असे राहिलेले आहे. बेलफास्ट व बोस्टन येथे शिक्षण घेतलेले कपूर हे सध्या सल्लागार न्यूरोसायकॉलॉजिस्ट म्हणून कार्यरत आहेत व ते केंब्रिज येथील ॲडनब्रुक हॉस्पिटलमधील न्यूरोसायकॉलॉजी विभागाचे प्रमुखही आहेत. त्याचबरोबर नरिंदर हे ब्रिटिश न्यूरोसायकॉलॉजिकल सोसायटीचे संस्थापक सदस्य व अध्यक्षही आहेत. नरिंदर यांना रुग्ण आणि मज्जातंतूचा आत्मचरित्रात्मक स्मरणशक्तीशी असलेला अन्योन्य संबंध यामध्ये विलक्षण रस आहे. आत्मचरित्रात्मक स्मरणशक्ती म्हणजे अशी स्मरणव्यवस्था, ज्यामध्ये एखाद्या व्यक्तीच्या आयुष्यातील सर्व घटनांची एकत्रितरीत्या साठवण केलेली असते.

अलीकडेच ते केंब्रिजमधील मायक्रोसॉफ्ट रिसर्च सेंटरसोबत छायाचित्रात्मक स्मरणशक्ती साधन या नूतन कल्पनेवर संशोधन करत आहेत, ज्याचा उपयोग अल्झायमरसारख्या आजाराने ग्रस्त रुग्णांची आत्मचरित्रात्मक स्मरणशक्ती सुधारण्यासाठी केला जाईल.

इंग्लंडमधील गांधी फाउंडेशनचे सक्रीय सदस्य असलेले नरिंदर कपूर यांचे असे म्हणणे आहे, की सध्याच्या आरोग्यसेवा क्षेत्रातील महत्त्वाकांक्षी व स्पर्धात्मक वातावरणात गांधीजींची सत्य व करुणा ही नीतिमूल्ये आहेत ती विसरता कामा नयेत.

“काळाच्या प्रवाहात सर्व काही संपून जाईल,
एकमेव सत्य तेवढे चिरकाल टिकून राहील.”

विज्ञान आणि वैद्यकशास्त्र यांच्याशी गांधींना जोडताना

जगप्रसिद्ध शास्त्रज्ञ आईन्स्टाइन याने गांधीजींच्या मृत्यूनंतर असे मत व्यक्त केले होते, की ‘पुढील काळातील पिढ्यांचा यावर विश्वासच बसणार नाही की गांधींसारखा एक हाडामांसाचा माणूस या पृथ्वीवर होऊन गेला.’ विसाव्या शतकातील या दोन महान व्यक्तिमत्त्वांमध्ये असलेल्या अशा प्रकारच्या इतरही संबंधित गोष्टींवर अनेक लेखकांनी विपुल लेखन केलेले आहे. त्यामध्ये आनंद (२००६) आणि सोरखाबी (२००५) यांचाही समावेश होता. याबाबत सोरखाबीने असे नमूद केले आहे, की आईन्स्टाइनला गांधीजींविषयी जरी अपार कौतुक, आदर होता, तरी त्यांच्या काही दृष्टिकोनांबाबत तो कमालीचा चिकित्सकही होता. एक म्हणजे त्यांचा हिटलरविषयी शांततावादी दृष्टिकोन आणि दुसरा म्हणजे आर्थिक विकास व आर्थिक फायदा यांसाठी यांत्रिकतेचा, तंत्रज्ञानाचा वापर न करण्याबाबतचा दृष्टिकोन.

ज्या वेळी आईन्स्टाइनने आपल्याला निसर्गाचे गूढ उकलून दाखवायला मदत केली, त्या वेळीच गांधीजींनी आपल्याला मानवी स्वभावाचा शांततामय मार्गाने समाजाच्या हितासाठी कसा उपयोग करून घेता येऊ शकतो हे दाखवून दिले आणि त्याद्वारे उत्तम नेतृत्वगुण व सर्जनशीलता यांचाही परिचय घडवला. (गार्डनर, १९९३, १९९५)

समाजमनावर मनोराज्य गाजवणाऱ्या या दोन महात्म्यांच्या योगदानाचा ठसा २१व्या शतकातदेखील लोकाच्या मनात व कृतीत जिवंत आहे, परंतु अजूनही वैज्ञानिक दृष्टिकोन आणि गांधीविचार यांतील संबंधांचा पद्धतशीर अभ्यास करण्याचा प्रयत्न झालेला दिसत नाही. शास्त्रज्ञ आणि डॉक्टर्स (वैद्यक तज्ज्ञ) यांना सतत तात्त्विक द्वंद्वांना सामोरे जावे लागते याविषयी अनेकांनी लेखन केले आहे, तसेच याबाबत बरीच जाणीवजागृतीही झालेली आहे.

आईन्स्टाइनला भौतिकशास्त्रातील कामगिरीसाठी नोबेल पुरस्कार मिळाला होता. त्याचबरोबर विसाव्या शतकातील आणखी एक नोबेल पुरस्कारविजेते डॉक्टर (वैद्यकक्षेत्रातील तज्ज्ञ) म्हणजे अल्बर्ट श्वाइत्झर. यांनादेखील आईन्स्टाइनप्रमाणेच गांधीजींबद्दल अतिशय आदर होता. श्वाइत्झरने असे म्हटले होते, की 'एखाद्याच्या मनात गांधींच्या एकूण पद्धतीबद्दल किंवा त्यांच्या प्रयोगांमधून त्यांना कितपत समाधान मिळाले याबद्दल शंका उपस्थित होणे अगदी स्वाभाविक आहे. परंतु तरीसुद्धा हे कोणीही मान्य करेल, की त्यांच्या महत्त्वपूर्ण कार्यामुळे बऱ्याच समस्यांवर तोडगे मिळाले आणि निर्विवादपणे हे स्पष्ट झाले, की नैतिकदृष्ट्या वा सत्याच्या मार्गाने केलेल्या कोणत्याही कृतीतून काहीही साध्य करता येते (श्वाइत्झर, १९३६, पृ. २३४).

सदर लेखाचा उद्देश असा आहे, की शास्त्रज्ञ, डॉक्टर्स यांची वर्तणूक आणि गांधी तत्त्वविचार यांमधील परस्परसंबंध व साम्यस्थळे स्पष्ट करणे. जागेच्या मर्यादेमुळे हे मी थोडक्यात मांडत आहे, परंतु त्याद्वारे अनेक महत्त्वाच्या संकल्पना व मूळ सत्ये उलगडतील.

विज्ञानातील गांधी

१२ फेब्रुवारी २०१० ला शुक्रवारी दुपारी एका जीवशास्त्रज्ञ स्त्रीने (जिला हार्वर्ड विद्यापीठाची पी.एच. डी. मिळाली होती) हंट्स व्हिले येथील अलाबामा विद्यापीठात विभागीय बैठकीत आपल्या तीन सहकाऱ्यांना अगदी थंड डोक्याने गोळ्या घालून ठार केले. यामध्ये गोपी कोडिला हा भारतीय वंशाचा अमेरिकन शास्त्रज्ञही मारला गेला, ज्याने भारतातील नागार्जुन विद्यापीठातून पदवी प्राप्त केली होती (वॅडमन, २०१०). ज्ञानार्जनाचे काम चालणाऱ्या एखाद्या पवित्र, अहिंसात्मक अशा ठिकाणी एखादी विलक्षण बुद्धिमान व्यक्ती अशा प्रकारची हिंसक कृती कशी काय करू शकते? आणि तेही काही निष्पाप माणसांच्या बाबतीत.

अशा भेसूर प्रसंगांमधून हेच दिसते, की मानसिक द्वंद्वात वा गोंधळात मानवी स्वभावाची मूळ वैशिष्ट्ये अचानक असंबद्ध, विसंगत वर्तन करू लागतात. म्हणजेच एखाद्या अपार बुद्धिमान किंवा उच्चपदस्थ व्यक्तिंमध्ये काही प्रसंगी एकाच वेळी चाणाक्ष बुद्धीचे व नकारार्थी भावनांचे कंगोरे दिसून येतात. या नकारार्थी भावना मग क्रोध, असूया, लालसा, सूड अशा कोणत्याही असू शकतात.

मला येथे हे मांडायचे आहे, की मानवी स्वभावाच्या असंबद्ध, विसंगतपणाची झलक शास्त्रज्ञांच्या वर्तनातही दिसून येते. आणखी स्पष्ट म्हणजे नाट्यमय भाग वगळून जरी वरील प्रसंग/घटना सांगायची झाली तरी त्यातील सत्य परिस्थिती बदलणार नाही.

गांधींच्या आत्मचरित्राचे नाव आहे – *'माझे सत्याचे प्रयोग'*. त्यातील पहिल्या काही पानांमध्ये त्यांनी लिहिले आहे, की 'माझ्या प्रयोगांबद्दल कोणतेही प्रमाण सिद्ध करणे किंवा प्रयोगांविषयी परिपूर्णतेचा निष्कर्ष मांडणे मला अशक्य आहे. एखाद्या शास्त्रज्ञाप्रमाणे मीदेखील असा दावा

करू शकत नाही. एखादा शास्त्रज्ञ प्रयोग करताना अत्यंत काळजीपूर्वक त्यातील लहानसहान गोष्टींचा व पुढील परिणामांचा विचार करतो, आणि तरीही शेवटी त्या प्रयोगाच्या निष्कर्षाबद्दल मात्र तो कधीही निःशंक किंवा निश्चित नसतो. अंतिम निष्कर्षाचा तो कधीही दावा करत नाही. आपल्या प्रयोगाविषयी तो सतत नवनवीन विचार करतच असतो. माझ्याबाबतीतही अगदी असेच आहे.' (गांधी, १९२७, पृ. १५) गांधींचे संपूर्ण आयुष्य हे त्यांच्या निरतिशय साध्या, सोप्या तत्त्वांभोवती गुंफलेले होते. त्यांच्या धार्मिकतेतूनही ते प्रतीत होत असे. ती तत्त्वे म्हणजे सत्य, प्रेम आणि स्वार्थत्याग. गांधींचे आणखी एक महत्त्वाचे तत्त्व म्हणजे कोणत्याही गोष्टीचा शेवट (निष्कर्ष) हा त्यातील हेतूला कधी तरीच न्याय देतो. त्यांच्यासाठी कोणत्याही गोष्टीच्या शेवटापेक्षा हेतूला अधिक महत्त्व येते. यासारख्या पायाभूत संकल्पना दररोजच्या विज्ञानात आणता येतील का?

सध्याच्या महत्त्वाकांक्षी आणि स्पर्धात्मक युगात अनेक शैक्षणिक संस्थांमध्ये सत्य व करुणा या गांधींच्या तत्त्वांना सहजरीत्या मुरड घातली जाते. याचे अत्युच्च टोक म्हणजे काही गोष्टी साध्य करण्यासाठी वा एखादे लक्ष्य गाठण्यासाठी सहजच सत्याचा विपर्यास केला जातो, अर्थाचा अनर्थ केला जातो आणि यातूनच मग विज्ञानाच्या क्षेत्रात फसवणूक, दांभिकपणा दिसून येतो (कॅटॅनो आणि ट्यूर्क, २००७, ब्लूमे, २००९).

आणखी स्पष्टपणे सांगायचे म्हटले, तर संशोधक हे कधी कधी इतके उतावीळ झालेले असतात, की आपल्या सहकारी संशोधकांच्या कल्पना व महत्त्वाच्या माहितीचा वापर ते स्वतःच्या संशोधनात करतात आणि ध्येय साध्य करतात. एखादा मोठा पुरस्कार मिळण्याच्या परिस्थितीत तर ते अधिकच घडताना दिसते.

याचे प्रसिद्ध उदाहरण म्हणजे विसाव्या शतकातील गुणसूत्र मांडणीचा (डी. एन. ए. स्ट्रक्चर) शास्त्रीय शोध, जो वॅटसन आणि क्रीक यांनी लावला होता. या शोधात सर्वाधिक महत्त्वाची बाब म्हणजे रोझालिंड फ्रँकलिन हिने तयार केलेले 'एक्स-रे क्रिस्टलोग्राफ यंत्र, ज्याद्वारे गुणसूत्रांच्या वळणावळणाच्या (हेलिकल) संरचनेविषयी अतिशय भक्कम पुरावा मिळाला होता. या शोधासाठी वॅटसन व क्रीक यांना नोबेल पुरस्कार मिळाला. मात्र फ्रँकलिनला विचारातही घेतले गेले नाही. या घटनेत असे दिसून आले होते, की वॅटसन व क्रीक यांनी एक्स-रे क्रिस्टलोग्राफमधून मिळालेली माहिती फ्रँकलिनच्या संमतीशिवाय वापरली होती. म्हणजेच काय, तर या घटनेत त्यातील शेवटाने (लक्ष्याने) त्यामधील साधनांना न्याय दिला का?

आजकालच्या देणगी मिळवण्याच्या जीवघेण्या स्पर्धेत आणि विद्यापीठांमधील पदांसाठीच्या ध्येय आणि लक्ष्य यांच्या बाबतीत प्रचंड दबाव वाढतोय. त्यामुळे हे ध्येय व लक्ष्य गाठण्यासाठी वा सफल करण्यासाठी वाटेल त्या मार्गाचा अवलंब करणे भाग पडत आहे. आणि यामुळेच तात्त्विक मूल्यांना सहजपणे मोडीत काढले जात आहे. सध्याच्या आधुनिक विज्ञानाच्या जीवघेण्या स्पर्धेत टिकाव लागण्यासाठी तात्त्विक पाया व नीतिमूल्ये यांचा आधार

घेणे कठीणतम बनत आहे (गार्डनर, २००७). अतिशय टोकाच्या घटनेत तर काही ज्येष्ठ शिक्षणतज्ज्ञांमध्ये ह्युब्रीस सिन्ड्रोम (ओवेन, २००७) विकसित होऊ शकतो– ज्यामुळे सत्ता, अतिआत्मविश्वास आणि मग्रुरी यांसारख्या भावना माणसाचा ताबा घेतात व त्यातून तत्त्वहीन वर्तन घडून येते. आणि उच्च शिक्षणात हे अनेकदा दिसून आलेले आहे.

फ्रँकफर्टने (२००५) त्याच्या *'ऑन बुलशिट'* या प्रसिद्ध/नावाजलेल्या पुस्तकात असे मांडले आहे, की शैक्षणिक संस्थांमध्ये चुकीच्या पद्धतीने सादरीकरण व अर्धसत्य या गोष्टी खोट्या वा लबाड गोष्टींइतक्याच प्रचलित असतात. आणि हे अशा वातावरणात घडताना दिसते, जिथे कोणीही व्यक्ती कोणत्याही विषयाचे अज्ञान पूर्णपणे किंवा अंशतःही मान्य करायला तयार नसते.

सर्वपरीने उघडपणा वा स्पष्टपणा आणि पारदर्शकता हे अशा 'बुलशिट' गोष्टींपासून दूर राहायला सहायक ठरतात. आपल्या जवळील माहितीची सहकाऱ्यांसोबत तसेच 'सिटिझन सायंटिस्ट्स' जे आताच्या इंटरनेट युगात मोठ्या प्रमाणात उपलब्ध आहेत, त्यांच्याबरोबर देवाणघेवाण करणे, त्यांच्यापुढे ती माहिती मांडणे, याद्वारे पारदर्शकतेची आपण अंमलबजावणी करू शकतो (सीएफ, हॉर्टन, २०१०).

नकारात्मक बाजूविषयी इथवर आपण भरपूर पाहिले... पण नाण्याच्या दुसऱ्या बाजूबद्दल काय? यामध्ये शास्त्रज्ञ स्वतः अपरिमित त्रास सोसून व स्वार्थत्यागातून सत्यासाठी आणि मानवजातीच्या कल्याणासाठी झगडत असतात. शूर आणि पथदर्शी अशा शास्त्रज्ञांच्या असामान्य योगदानामुळेच इतिहासाला पूर्णत्व लाभत असते. उदाहरणार्थ मेरी क्यूरी, जिला तिच्या रेडिएशनमधील अलौकिक कार्यासाठी नोबेल पुरस्कार मिळाला; परंतु याच रेडिएशनच्या विषारीपणाची बाधा होऊन तिचा मृत्यू झाला. मुळातल्या नीतिमूल्यांना सर्वत्रच एक अधिमान्यता असलेली दिसते.

आंतरराष्ट्रीय दृष्टिकोनातून संशोधन करताना किडर (१९९४) यांनी पुढील मूल्यांना अधोरखित केले– ज्यामध्ये प्रेम, सत्य, न्याय, स्वातंत्र्य, एकता, जबाबदारी, सहनशीलता आणि जीवनविषयक आदर या मूल्यांचा समावेश होतो. ग्रेट ब्रिटनमध्ये सार्वजनिक जीवनात अंगीकारण्यासाठी सात नोलन (Nolan) तत्त्वांची मांडणी केलेली आहे. १९९४ मध्ये पंतप्रधान जॉन मेजर यांनी सार्वजनिक जीवनातील आदर्शांचे (प्रमाणभूत मूल्ये) परीक्षण करण्यासाठी नेमलेल्या लॉर्ड नोलन यांच्या नावे ही तत्त्वे प्रसिद्ध आहेत. ही सात नोलन तत्त्वे म्हणजे निःस्वार्थीपणा, एकात्मता, वस्तुनिष्ठता, कर्तव्यदक्षता, स्पष्टपणा, प्रामाणिकपणा आणि नेतृत्व ही होत. मला असे मांडावेसे वाटते, की शास्त्रज्ञांमधील वर्तनदेखील याच तत्त्वांनी व विचारांनी शासित केले गेले पाहिजे. मग ते आपला सहकारी वा विद्यार्थी याच्या ई-मेलला प्रतिसाद देणे किंवा दुर्लक्ष करणे असो अथवा त्याच्या/तिच्या यशामागील तथ्य जाणून घेतल्याशिवाय एखाद्याचे पद पाहून किंवा मैत्रीखातर त्याला मान देणे किंवा झुकते माप देणे असो; ('व्यक्तिमत्त्वाचा प्रभाव' यापेक्षा 'गुणवत्तेला महत्त्व' देणे).

गांधीवादी मूल्ये आणि तत्त्वांची प्रचिती काही असामान्य, अद्वितीय प्रतिभेच्या शास्त्रज्ञांमध्ये अनुभवास येते, उदा. जोसेफ रॉट्ब्लट हे एक अणुभौतिक शास्त्रज्ञ (Nuclear Physicist) होते, ज्यांचे अणुबाँबनिर्मितीत महत्त्वाचे योगदान होते. त्याचबरोबर शांततेसाठी अथकपणे झगडणारा उमेदवार म्हणून या कामगिरीसाठी त्याला त्याच्या सहकाऱ्यासमवेत २००५ मध्ये नोबेल पुरस्कार बहाल केला गेला. विज्ञानाचा वापर शांततेसाठी करणे हे शास्त्रज्ञांनी नैतिक जबाबदारीचे काम मानले पाहिजे, यावर रॉट्ब्लट यांनी सातत्याने भर दिला (अंडरवुड, २००९). रॉट्ब्लट हे एक असामान्य दर्जाचे भौतिक शास्त्रज्ञ होते. त्यांचे 'पगवाश' संघातील सहकारी रॉबर्ट हिंडे हेदेखील विशेष प्रतिभासंपन्न असे प्राणिशास्त्रज्ञ होते, ज्यांनी तात्त्विकतेसंदर्भात विज्ञानाची एक वेगळी सूक्ष्म दृष्टी प्रदान केली (हिंडे, २००७). रॉट्ब्लट आणि हिंडे यांच्यासारखे आणखी शास्त्रज्ञ आपल्याला हवे आहेत, जे आपल्या अलौकिक बुद्धीच्या तेजाने व ताकदीने अहिंसेच्या मार्गावरून चालणारा, गांधीवादी तत्त्वविचारांचा प्रकाशझोत अविरत प्रकाशमान ठेवतील.

'व्यक्तिपूजा' वा 'एखाद्या व्यक्तित्वाची आराधना' ही बाब दुर्दैवाने जवळजवळ सर्वच राष्ट्रांमध्ये आढळून येते. राजेशाहीची किंवा राजघराण्यांची परंपरा असणाऱ्या राष्ट्रांमध्ये तर हे अधिकच दिसून येते, परंतु भारतासारख्या राष्ट्रांतही हे आढळते. तसेच तेथील शब्दकोशातही त्याला स्थान दिलेले आहे. माशेलकरांनी (२००५) म्हटल्याप्रमाणे भारतात 'सर्जनशील अनादर' या गोष्टीला चालना देण्याची गरज आहे. असे दिसते, की प्रामुख्याने भारतीय शिक्षणव्यवस्था आणि एकूणच समाज हा कोणत्या ना कोणत्या अशा विशिष्ट व्यक्तित्वाला पूजनीय मानतो किंवा व्यक्तित्वपूजेने प्रभावित आहे. मग ते गांधी असोत (या पुस्तकाद्वारे आपण या निष्ठेचा/पूजनीयतेचा प्रसार तर करत नाही आहोत ना? कारण स्वतः गांधींचा 'गांधीजन' (गांधीवाद) या कल्पनेला विरोध होता.) किंवा नेहरू घराणे असो किंवा एखादा साधू, फिल्मस्टार, एखादा निष्णात डॉक्टर किंवा एखादा विद्वान प्राध्यापक असो. भारतीय समाजातील जातिव्यवस्थेचे हे द्योतक आहे, की यामागे काही वेगळीच पार्श्वभूमी आहे, हे मला ठाऊक नाही. परंतु असे दिसते, की भारतात एखाद्या व्यक्तीकडे जेव्हा जेव्हा अशा भावनेने पाहिले जाते त्या त्या वेळी त्याच्यातील गुणात्मकतेकडे कायमच दुर्लक्ष होते किंवा गुणात्मकतेला दुय्यम लेखले जाते. इतकेच नाही, तर भारतीय शब्दकोशातदेखील या अविवेकी गोष्टीला आधार निर्माण केला गेला आहे. उदाहरणार्थ बहुतेक सर्व राष्ट्रांमध्ये 'VIP' हा शब्द आहे; तर भारतात त्याच्याही पुढे जाऊन 'VVIP' किंवा 'बडा साहेब' अशी शब्दयोजना आढळते. जगातील सर्वांत मोठी नोकरशाही भारतात आहेच, पण सर्वांत मोठी 'बडा साहेबशाही'देखील आहे.

वैद्यकशास्त्रातील गांधी

ऑल इंडिया मेडिकल इन्स्टिट्यूट, नवी दिल्ली येथील बाह्यरुग्ण विभागाच्या दारावर गांधींचे एक वाक्य लिहिलेले आहे : आपला रुग्ण हा आपल्यावर अवलंबून नसतो, तर आपण त्याच्यावर अवलंबून असतो. त्याची सेवा करून आपण त्याच्यावर कृपा करत नसतो, तर

उलटपक्षी आपल्याला सेवेची संधी देऊन तोच आपल्यावर कृपा करत असतो.

'मला खरोखरच अगदी मनापासून असे वाटते, की ते खूप महान डॉक्टर होते आणि अत्यंत बुद्धिमान. मी वेगवेगळे मुद्दे घेऊन त्यांच्याकडे गेलो आणि प्रत्येक वेळी त्यांनी चर्चेसाठी वेळ दिला. त्यांची वाट बघणे हे तुम्हाला अपेक्षितच होते. ते तुम्ही मान्यही केले. कारण तुम्हाला हे माहीत होते की ते तुम्हाला बोलण्यासाठी वेळ देणारच. त्यांना भेटण्यासाठीची प्रतीक्षायादी ही सुमारे वर्षभराची होती. हाइड (Hyde)मधील ते अत्यंत नावाजलेले डॉक्टर होते... आपली टोपी बाजूला सारून ते कामाला लागायचे. सामान्य आजारांवर उपचार करणारे ते एक अद्‍भुत डॉक्टर होते.'

रुग्णांनी व्यक्त केलेल्या अशा प्रकारच्या भावनांमधून वा भाष्यांमधून कोणत्याही डॉक्टरचा चांगुलपणाच आपल्याला दिसतो. मात्र हा डॉक्टर खास होता. त्याचे नाव होते हेरॉल्ड शिपमन आणि त्याने शेकडो रुग्ण मारले होते. रुग्णांना मारणारा तो काही एकमेव डॉक्टर नव्हता. परंतु अशा डॉक्टरांमध्ये तो सर्वाधिक कुविख्यात होता (डेव्हिस, २०१०). हेरॉल्ड शिपमनच्या प्रकरणावरून इंग्लंडमधील एकूण वैद्यकशास्त्रच वादाच्या भोवऱ्यात अडकले, त्याविषयी उलटसुलट प्रतिक्रिया उमटल्या. वैद्यकशास्त्राची एकूणच अंमलबजावणी आणि व्यवस्थापन याबद्दलच्या चर्चेचा महापूर उसळला. त्याचप्रमाणे दैनंदिन व्यवहारात आणि आव्हानात्मक क्षणी डॉक्टरांचे विचार व वर्तन यांचेही परीक्षण करण्यास या घटनेने भाग पाडले (बेकर आणि हरत्विझ, २००९).

वैद्यकीय व्यावसायाविषयी भाष्य करताना हाफेरटी (२००६) यांनी असे सुचवले, की ''वैद्यकशास्त्र हा एक नैतिक समूह आहे, वैद्यकीय व्यवसाय हा नैतिकतेची हमी देणारा आणि नैतिक बांधीलकी जपणारा असा व्यवसाय आहे.' (पृ. २१५२).

अलीकडे आरोग्यसेवेच्या क्षेत्रातही महत्त्वाकांक्षी व स्पर्धात्मक वातावरणाचा शिरकाव झालेला आहे. त्यामुळे वैद्यकशास्त्राकडे एक उद्योग म्हणून पाहिले जातेय, आणि भारतदेखील 'आरोग्य पर्यटन' (हेल्थ टूरिझम)च्या माध्यमातून भरपूर अर्थनिर्मिती करत आहे. याद्वारे अनेक परदेशी रुग्ण भारतात स्वस्तात उपचार करवून घेत आहेत. पाश्चात्त्य देशांत त्यासाठी भली मोठी किंमत मोजावी लागते.

गांधींच्या तत्त्वांपैकी एक अतिशय महत्त्वाचे तत्त्व म्हणजे कोणत्याही गोष्टीचा शेवट (अंतिम लक्ष्य) हा त्यातील साधनाला न्याय देतोच असे नाही. स्वातंत्र्य आणि ब्रिटिश सत्तेतून मुक्तता हे एक अनमोल बक्षीस होते; पण तरीही त्यांच्या दृष्टिकोनानुसार हा शेवट कौतुकास्पद असला तरी त्यातील साधनाला तो न्याय देत नाही. या बाबतीत ते साधन किंवा योजना म्हणजे भारताची झालेली फाळणी आणि त्यात उसळलेला हिंसाचार.

जिथे आरोग्यसेवा हा एक उद्योग समजला जातो व वैद्यकीय व्यवसाय खासगी पातळीवर

मोठ्या प्रमाणात केला जातो अशा ठिकाणी नैतिक द्वंद्व निर्माण होणारच. समजा, 'अ' प्रकारचा उपचार हा 'ब' प्रकारच्या उपचाराइतकाच किंवा त्याहून थोडा अधिक प्रभावी असेल आणि 'ब' प्रकारच्या उपचारातून डॉक्टरला अधिक फायदा मिळणार असेल, तर रुग्णासाठी त्याने यांपैकी कोणती उपचारपद्धती सुचवावी किंवा तो सुचवू शकतो? या दोन्ही उपचार पद्धतींबाबत तो डॉक्टर संपूर्णतः प्रामाणिक, पारदर्शक माहिती देऊ शकेल? या घटनेतील शेवट (रुग्णाला कृत्रिम अवयवरोपण) साध्य करतो का, ज्यामध्ये एक अत्यंत गरीब व्यक्तीला त्याने दान केलेल्या अवयवाच्या बदल्यात पैसे दिले की संपले का? त्या गरीब व्यक्तीच्या संदर्भात (ज्याला पैसे मिळाल्याने त्याचे कुटुंब भीषण दारिद्र्यातून बाहेर पडेल) हा शेवट त्यातील हेतूला परिपूर्णता देतो का? (कारण इतक्या कठीण शस्त्रक्रियेमुळे त्याला कदाचित आयुष्यभराचे दुष्परिणाम भोगावे लागतील.)

या अर्थातच खूप साध्या व अपरिपक्व अशा रूपरेषा झाल्या; पण याहूनही गुंतागुंतीच्या, मार्मिक रूपरेषा एखादा निर्माण करू शकतो. याविषयीचे एक उदाहरण म्हणजे दवाखान्यात उपचारविषयक निर्णय घेताना स्वतःच्या फायद्याचा विचार डोक्यात येणे. गांधींसाठी स्वार्थत्याग मग तो उपवास करणे असो वा भौतिक संपत्ती सोडून देणे असो हा स्वयंशिस्त आणि सत्याचा शोध या संदर्भात सर्वांत कळीचा घेता.

वैद्यकशास्त्रातील कायदेशीर बाबींमध्ये, जिथे प्रतिपक्षासोबत चर्चा करून साधारणपणे गुंते सोडवले जातात, अशा ठिकाणी आता आर्थिक दबावाद्वारे वा पैशाच्या माध्यमातून वैद्यकीय घटनांचे निकाल बदलले जातात. आणि पैसे कमावण्याचे हे एक साधन बनले आहे. याहूनही अधिक मार्मिक उदाहरण वैद्यकीय निदानाचे दिसून येते, ज्यामध्ये कायमच चुका घडत असतात.

२००९ मध्ये ब्रिटनमधील निष्णात डॉक्टरांना ॲब्देलबॅसेट अल मेगराही या लिबियन राष्ट्रवाद्याच्या जगण्याच्या शक्यतेबद्दलचे निदान करायला सांगण्यात आले. १९८८ मध्ये स्कॉटलंड येथे जे अमेरिकन विमान बॉम्बहल्ल्यात उडवले गेले व सुमारे २७० लोक त्यात दगावले त्या प्रकरणातला मेगराही हा आरोपी होता. अल मेगराही कर्करोगाने ग्रस्त होता. जेव्हा त्याच्याविषयी निदान करण्यास सांगण्यात आले, म्हणजे २००९च्या अगदी शेवटी, त्या वेळी काही डॉक्टरांनी असा निष्कर्ष काढला की तो काही महिनेच जगणार आहे. असे जरी दिसत असले, तरी या तज्ज्ञांना त्यांच्या सल्ल्यासाठी लिबियन शासनाने बरीच मोठी किंमत वा मोबदला दिला होता. (*डेली मेल*, ६ सप्टेंबर २००९). म्हणजेच येथे या आर्थिक प्रयोजनातून वैद्यकीय निकालावर पांघरूण घातले गेले होते का? किंवा एखादे शिक्षणक्षेत्रातील उदाहरण घ्या. समजा, तुम्ही वर्षानुवर्षे खपून एखादे पुस्तक लिहिता व त्यासाठी तुम्हाला भरघोस मानधन मिळते. मग त्या पैशांतून तुम्ही तुमच्या मुलांना एखाद्या उत्तम शाळेत प्रवेश घेता. पण जर कोणी तुम्हाला असा प्रश्न केला, की 'हे पुस्तक खरोखरच चांगले आहे का?' तर त्या वेळी तुम्ही तुमचे व्यक्तिगत परिश्रम आणि त्यातून मिळालेला आर्थिक फायदा या दोन गोष्टी परस्परांपासून

वेगळ्या करू शकता का?

नैतिकदृष्ट्या एखादे चांगले काम करण्याची संधी बहुतेकांना निवृत्तीच्या जवळपास अथवा निवृत्तीनंतरच मिळते. विकसित जगातील वैद्यक तज्ज्ञांना अशा संधी साधण्यासाठी प्रोत्साहित केले पाहिजे (ऑसमन, २००७; चिटहॅम, २००७).

असे अनेक डॉक्टर्स आहेत, ज्यांनी स्वतःचा सुरक्षित आणि आरामदायी घराचा परिसर सोडून दूरवर दारिद्र्यात जगणाऱ्या व आसपासच्या भयंकर रागांना बळी पडणाऱ्या लोकांच्या मदतीचे कार्य अंगीकारले आहे. (उदा. डॉ. उर्सुला स्क्मित्झ (युसुफझई, २०१०) सेरमॅक यांनी (२००२) असे सुचवले आहे, की मानसशास्त्राच्या शैक्षणिक विभागाने त्या त्या प्रदेशातील समूहांच्या मदतीसाठी वचनबद्ध राहायला हवे. यामागील मूळ संकल्पना अशी आहे, की इतर लोक तुमच्यासाठी काय करतात हे जोखत बसण्याऐवजी तुमचे आयुष्य इतरांच्या उपयोगी पडेल असे काही तरी करा (चिटहॅम, २००७).

उपसंहार

विज्ञान आणि वैद्यकशास्त्र ही दोन्ही क्षेत्रेदेखील पूर्णतः निर्दोष नाहीत अथवा चुकांपासून अलिप्त नाहीत. मग ती मानवप्रणीत माहिती वा ज्ञानासंदर्भातील चूक असो किंवा मानवी भावनाशीलतेची वा नैतिकदृष्ट्या घडलेली चूक असो. बहुतेक वेळा माहितीसंदर्भातील चूक सुधारण्यासाठीच प्रयत्न केले जातात (उदाहरणार्थ, आपल्याबरोबरच्या व्यक्तीचा परामर्श, वैद्यकीय शासनप्रणाली, हिशोबतपासणी, प्रकाशनाची वर्गवारी, पुरस्कार, इत्यादी). परंतु या तुलनेत भावनिक अथवा नैतिक चुका सुधारण्यासाठी फारच थोडे प्रयत्न केले जातात. ही परिस्थिती आपण कशी बदलू शकतो?

सर्वांत प्रथम म्हणजे शासन, नोकरी देणारे, देणगीदार संस्था आणि प्रत्येक व्यक्ती अशा सर्व स्तरांवर हे मान्य केले गेले पाहिजे की समस्या अस्तित्वात आहे, आणि त्याबाबत रीतसर जागृतीही केली पाहिजे. दुसरी महत्त्वाची बाब म्हणजे समस्येचे मोजमाप हे व्यक्तिगत तसेच प्रचाराच्या पातळीवर घेणे आवश्यक आहे. तिसरे म्हणजे वेगवेगळ्या योजना सुरू केल्या गेल्या पाहिजेत व त्यातून विज्ञान व वैद्यकशास्त्रातील व्यक्तींच्या वर्तनावर एखाद्या विशिष्ट मध्यस्तीचा प्रभाव पडतो का हे पडताळून पाहिले पाहिजे.

जर समजा स्वभावातील धटिंगणपणा, मग्रुरी, असत्य व अपारदर्शकता आणि लालसा या गुणधर्मांमुळे देणगी मिळवणे, एखाद्या नामांकित जर्नलमध्ये पेपर प्रसिद्ध होणे, नोकरी मिळवणे, ठरलेल्या वेळेआधीच पगार मिळणे किंवा वैद्यकीय व्यवसायाची घडी बसवणे, अशा गोष्टींची संभाव्यता कमी होत असेल तर अशा पद्धतीने वागण्यापूर्वी प्रत्येकजण एकदा तरी त्यावर विचार करेल का?

चौथी बाब म्हणजे आपल्याला या क्षेत्रात आणि कदाचित कायदा व राजकारण यासारख्याही

क्षेत्रांत अशा व्यावसायिकांची आवश्यकता आहे का? जे अशी एखादी भव्य शपथ घेतील जिचा मथितार्थ असेल– 'कोणतीही इजा न करता'. अशा तऱ्हेची शपथ ते पदवीधर झाल्यानंतर किंवा नव्या नोकरीवर रुजू होताना किंवा नोकरी करत असताना दर पाच वर्षांनी घेऊ शकतात. कदाचित काही साक्षीदारांच्या उपस्थितीत (जे शक्यतो त्यांच्या सहकाऱ्यांपैकी वा कुटुंबातील सदस्यांपैकी असतील) ते महत्त्वाच्या नैतिक तत्त्वांचे पालन करण्याबाबत वचनबद्ध होऊ शकतात.

नोबेल पुरस्काराचा स्वीकार करताना जोसेफ रॉत्ब्लटने (१९९५) असे विचार मांडले, की ''शास्त्रज्ञांनी नैतिक आचरणाला महत्त्व देण्यासंदर्भातील मार्गदर्शक सूत्रे मांडण्याची वेळ आली आहे. ती सूत्रे कदाचित स्वेच्छेने घेतलेल्या औपचारिक शपथेच्या स्वरूपात असू शकतात. प्रामुख्याने विज्ञानक्षेत्रातील आपली कारकीर्द सुरू करणाऱ्या नवतरुण शास्त्रज्ञांसाठी तर हे अधिकच महत्त्वपूर्ण ठरते.'' पुढील काळात इंग्लंडचे मुख्य विज्ञान अधिकारी सर डेव्हिड किंग आणि नोबेल पुरस्कारविजेते सर जॉन सल्स्टन यांनीदेखील रॉत्ब्लट यांच्यावरील कल्पनेला मान्यता दर्शवली. त्याचप्रमाणे २००८ मध्ये टोरांटो विद्यापीठातील काही पदवीधर विद्यार्थ्यांच्या संदर्भात या कल्पनेला मूर्त रूपही दिले.

जरी गांधींनी स्वतःला संत म्हणवून घेण्यास व कोणताही वारसाहक्क सांगण्यास विरोध दर्शवला होता, तरी मेंदूच्या ग्रहणशक्तीचे जे मज्जातंतुशास्त्र (न्यूरोसायन्स) आहे त्यातील दोन घटनांच्या बाबतीत मात्र केवळ मंद हास्य केले असते, ज्या गांधींपासून प्रभावित झालेल्या होत्या. त्यांपैकी पहिली घटना म्हणजे पाश्चिमात्य देशांत गांधींच्या नावाचे स्पेलिंग 'Gandhi' ऐवजी 'Gandi' असे चुकीच्या पद्धतीने लिहिले जाते. हा खरे तर शास्त्रीय अभ्यासाचाच विषय ठरलेला आहे ज्याचा आधार शुद्धलेखनतंत्रातील सूक्ष्म दृष्टी असा आहे (कॅम्पबेल आणि कोल्थर्ट, १९८४).

दुसरी घटना म्हणजे मेंदूतील काही विशिष्ट जीवपेशींना गांधींचे नाव दिले गेले आहे. यामागील कल्पना अशी, की आरशाप्रमाणे वर्तन करणारे काही मज्जातंतू मेंदूमध्ये असतात, जे एखाद्या कृतीला आरशासारखीच प्रतिक्रिया देतात किंवा प्रतिसाद देतात. या एकूण प्रक्रियेत सहानुभूतीच्या भावनेचा आभास होतो. त्यामुळे भारतीय वंशाच्या एका अमेरिकन मज्जातंतुशास्त्रज्ञाने (न्यूरोसायंटिस्टने) त्या मज्जातंतूंना 'गांधी न्यूरॉन्स' असे नाव दिले आहे (रामचंद्रन, २००८)!

(अनुवाद : शुभांगी जगताप)

वैज्ञानिक, लेखक, दुर्मिळ असे वैचारिक नेते व संस्था उभारणारे म्हणून पुष्प भार्गव यांना ओळखले जाते. आधुनिक भारतातल्या जैविक विज्ञान व जैविक तंत्रज्ञानाचे शिल्पकार म्हणून ते प्रसिद्ध आहेत. अनुवंशशास्त्र अभियांत्रिकी अशी संज्ञा त्यांनी तयार केली. भार्गव हे आधुनिक जैविक विज्ञानासंबंधी जगभरातल्या उत्कृष्ट प्रयोगशाळांपैकी एक मानल्या जाणाऱ्या 'सेंटर फॉर सेल्युलर ॲण्ड मॉलिक्युलर बायोलॉजी' (सीसीएमबी) या संस्थेचे संस्थापक व माजी संचालक आहेत.

'फ्रेंच लिजन ऑफ ऑनर' तसेच 'पद्मभूषण' या अलंकरणांसहित इतर अनेक गौरव व शोधवृत्तींनी त्यांना सन्मानित करण्यात आलेले आहे. त्यांच्या बौद्धिक उंची व विद्वत्तेची बरोबरी क्वचितच कुणी करू शकेल.

गतिमान वैचारिक नेते पुष्प भार्गव यांचे १२५ पेक्षा जास्त दीर्घ वैज्ञानिक लेख व विविध विषयांवरील ४०० पेक्षा जास्त इतर लेख प्रसिद्ध झाले आहेत.

त्यांनी संपादित केलेल्या अनेक गोष्टींच्या झळाळत्या यादीपेक्षाही देशाचे सन्माननीय नागरिक म्हणून त्यांना मान मिळतो तो त्यांचे अपवादात्मक धैर्य, मुलखाचा प्रामाणिकपणा व निष्पक्ष व्यावसायिक मनोवृत्तीसाठी.

पुष्प भार्गव

" आदर्श रोजच्या जगण्याचा भाग झाले नाहीत तर निरुपयोगी ठरतात."

मोहनदास करमचंद गांधींकडून गिरवलेले काही धडे

माझ्या आठवणीप्रमाणे महात्मा गांधीजींशी माझी एकदा भेट झाली त्या वेळी मी वाराणसीच्या क्वीन्स कॉलेजमधला अकरावी किंवा बारावीचा विद्यार्थी होतो. साधारण १९४० ते ४२ दरम्यानची ही गोष्ट. वाराणसीतल्या सिग्रा भागात पंडित सूर्यनारायण ठाकूर यांच्या घरात आम्ही राहत होतो. त्यांच्या शेजारी श्रीप्रकाश राहायचे. (नंतरच्या काळात ते राज्यपाल झाले होते.) गांधीजी त्यांच्याकडे एकदा राहिले होते. ते तिथे असताना शेजारचे म्हणून आम्हाला त्यांना भेटायला बोलावण्यात आले. ती संधीच होती. इतिहासाचा प्रवाह बदलण्याची सुरुवात केलेला तो माणूस. नंतरच्या काळात भावी पिढ्यांसाठी गौतम बुद्ध किंवा येशू ख्रिस्ताप्रमाणे मान्यताप्राप्त प्रतिमा ठरलेला. अशा माणसाला इतक्या जवळून, चालता-बोलता पाहिल्यावर भीतियुक्त आदर व प्रचंड कौतुक वाटले. मागचे आठवताना तेव्हाचा तो आदर व कौतुक का वाटले याची आता फोड करून सांगतो. त्या दोन्ही भावना अर्थातच अजूनही आहेत.

आधी कौतुकाबाबत. देश व जगाच्या पाठीवर जे काही घडते आहे ते लक्षात घेत गांधीजींच्या त्या भेटीचा अर्थ आज लावताना मला जाणवते, की त्यांच्यातले पुढील काही गुण मी तेव्हा लहान असतानाही माझ्यावर प्रभाव टाकणारे ठरले. त्या गुणांनी माझ्या मनाला कणखरपणा आणला, असे मला कित्येक प्रसंगी जाणवले. मी त्यांचे बोलणे प्रत्यक्ष किंवा नभोवाणीवरून ऐकायचो तेव्हा हे जाणवायचे.

त्यांच्यात साधेपणा व प्रामाणिकपणा होता. कदाचित मी तसा नसेन; पण हट्टीपणा वाटावा अशा त्यांच्या जीवनशैलीतल्या ठामपणाने मी प्रभावित झालो. तेव्हापासून मला सतत वाटत राहिले, की कधी तरी प्रामाणिकपणाचे फळ मिळते. त्याहीपेक्षा यामुळे मनात खोलवर समाधान वाटते. अप्रामाणिकपणामुळे जो काळजीचा घोर लागतो त्यापेक्षा हे चांगले.

पारदर्शकता हा गुण बघा. पंतप्रधान डॉ. मनमोहन सिंग यांनी २००५ मध्ये मला 'नॅशनल नॉलेज कमिशन'चा उपाध्यक्ष होण्याबाबत विचारणा केली होती. त्यांनी आमच्यापुढे ठेवलेल्या उद्दिष्टांपैकी एक होते, शासनाला अधिकाधिक पारदर्शक बनवण्यासाठी मदत करणे. शासन, नोकरशाही किंवा उद्योग यांच्यासह सर्वत्र आपल्याला भेडसावणाऱ्या समस्यांपैकी एक आहे ती पारदर्शीपणा नसल्याची. या संबंधात गांधीजींकडून शिकण्यासारखे आहे.

सत्यवादीपणा हा आणखी एक गुण. गांधीजी कधीच खोटे बोलत नसत. याच्या उलट चित्र सध्याच्या राजकारणी व नोकरशहांबाबत बघायला मिळते. तसे बघाल तर आज प्रत्येक जाहिरातीत खोटे सांगितलेले असते. जाहिराती व खरे बोलणाऱ्यांमध्ये खूप अंतर आहे. चांगल्या गोष्टींसाठी जाहिरातींची कधीच गरज नसते. लोकांना फक्त त्याबाबत समजणे महत्त्वाचे असते. मग त्यांच्यातली गुणवत्ताच उत्तम जाहिरात ठरते. या संदर्भात मला १९६० मध्ये गेराड पिल यांच्याशी झालेल्या माझ्या भेटी आठवतात. जगातल्या त्या वेळच्या सर्वांत जास्त लोकप्रिय अशा 'सायंटिफिक अमेरिकन' या विज्ञान नियतकालिकाचे ते मालक व प्रकाशक होते. ते म्हणाले, की ते नियतकालिक त्यांनी खरेदी करतेवेळी जाहिरातींवर भरपूर पैसा खर्च करूनही तोटाच होत होता. यांनी खरेदी केल्यावर एकच पाहिले, की त्यात प्रकाशित होणारा प्रत्येक लेख आगळावेगळा व सर्वसामान्य वाचकालाही भावणारा असावा. मी त्यांना शेवटचा भेटलो ते १९६० मध्ये, न्यूयॉर्कच्या त्यांच्या घरी. त्या वेळी 'सायंटिफिक अमेरिकन'चा जाहिरातींवरचा खर्च शून्य असल्याचे आणि तरीही ते जगभरातले सर्वांत जास्त खपाचे विज्ञान नियतकालिक असल्याचे ते म्हणाले. त्याच्या कित्येक भाषांमधल्या आवृत्त्या निघत होत्या अन् त्या वर्तमानपत्र विक्रेत्यांकडे सर्वत्र उपलब्ध होत होत्या.

विचारांची स्पष्टता हा एक गुण. नेमके काय हवे आहे ते गांधीजींच्या मनात स्पष्ट असायचे. भारताला संपूर्ण स्वातंत्र्य मिळावे, हे त्यांच्या मनात स्पष्ट होते. देशातल्या सर्व समस्यांच्या मुळाशी स्वातंत्र्याचा अभाव हेच एकमेव कारण असल्याचे त्यांच्यापुढे निःसंदिग्धपणे स्पष्ट होते.

अद्वितीय अशा इतिहास व वारशाचा उपयोग करून देशाच्या उभारणीसाठी काम करायचे तर पारतंत्र्य हा मोठा अडथळा असल्याचे त्यांनी हेरले होते. त्याबाबत काय करायला हवे तेही त्यांनी सांगितले होते.

पूर्वग्रह नसणे हाही त्यांचा एक मोठा गुण होता. त्यांच्या लक्षात आलेले होते, की प्रत्येक माणूस हा राष्ट्र, वंश किंवा जातीच्या लेबलाशिवाय जन्माला येतो. आज आपण पाहतो, की लोकांचे शोषण करण्यासाठी शोधल्या जाणाऱ्या राष्ट्र, धर्म, जात किंवा यांसारख्या भेदकारक निकषांना सिद्ध करायला कोणताच आनुवंशीय पुरावा नाही. मला आठवते, की १९५८ मध्ये जेव्हा मी माझ्या धर्माबाहेरच्या (असे लोक म्हणायचे. मी स्वतः कोणताच धर्म माझा मानत नाही.) तरुणीशी लग्न केले तेव्हा दोन्हीकडच्यांसाठी ती बातमी होती. नंतरच्या काळात माझ्या या विस्तारित कुटुंबातल्या कित्येक सदस्यांनी पूर्णपणे वेगळ्या धर्म, जात, समुदाय आणि राष्ट्रीयत्वाच्या जीवनसाथीबरोबर संसार सुरू केला, पण तेव्हा कुणालाही आश्चर्य वाटले नाही. माझ्या धाकट्या बहिणीच्या मुलीने 'जवाहरलाल नेहरू युनिव्हर्सिटी'तून भूगोलात पदव्युत्तर शिक्षण घेतले. तिने उत्तर पूर्वेकडल्या एका आदिवासी व्यक्तीशी लग्न केले. आम्हाला सगळ्यांनाच खूप आनंद झाला. किंबहुना अशा प्रकारचे कुटुंब असल्याचा आम्हाला अभिमान वाटतो. यासाठी आधारभूत ठरणारा पायाचा दगड ठेवला तो मात्र गांधीजींच्या विचारांनी.

लोकांमधल्या मूलभूत चांगुलपणावर विश्वास ठेवा आणि पाहा, की लोक कसे अंतःप्रेरणेने चांगले वागतात, ही त्यांच्या अहिंसेबाबतच्या बांधिलकीमागची मूळ भावना होती. इतर पशूंप्रमाणेच माणूसही मुळात समूहप्रिय असल्याचे व तो तसा नसल्यास ती विकृती आहे, असे पटवून देणारी वैज्ञानिक कारणे आज आपल्यासमोर अभ्यासकांनी ठेवलेलीआहेत.

भारतात असल्याचा व भारतीय असलेल्या सर्व गोष्टींचा अभिमान बाळगा. नंतर माझ्या लक्षात आले, की आपल्याकडे आहे तशी संपन्नता जगातल्या इतर कुठल्याही देशाकडे नाही. भारतीय असण्याबद्दल अभिमान बाळगण्यासारखे बरेच काही आहे.

भारतीय महिला एकमेवाद्वितीय आहेत. गांधीजींनी भारतीय महिलेची स्वतःची आगळीवेगळी ओळख निर्माण करून दिली.

गांधीजींना भेटल्यानंतर माझ्या मनात जो भीतियुक्त दरारा आणि आश्चर्य निर्माण झाले होते त्याबद्दल आता थोडेसे.

नंतरच्या काळात गांधीजींकडे बघताना आणि मागच्या घडामोडींचे सिंहावलोकन करताना अधिकार व ताकद यांच्यातला भेद माझ्या कारकिर्दीच्या सुरुवातीलाच माझ्या लक्षात येत गेला. गांधीजींकडे कसलेही अधिकार नव्हते, पण लोकांकडून समाजासाठी काम करून घेण्याची अफाट ताकद त्यांच्यात होती. त्यांच्या काळच्या कुणातही तशी ताकद नव्हती. माझ्या असेही लक्षात आले, की अधिकार हा स्थान किंवा पदानुसार ठरतो; मात्र ताकद नसेल तर तो फुकाचाच. यातले मर्म आपले शासन, नोकरशहा किंवा उद्योजकांच्या लक्षात येत नाही. मला कुणी उद्धट म्हटले तरी चालेल, पण अधिकार असणे यात काहीच अर्थ

नाही, असे मला सांगायचे आहे. मी जेव्हा हैद्राबादमध्ये 'सेंटर फॉर सेल्युलर ॲण्ड म ॉलिक्युलर बायोलॉजी' (सीसीएमबी)ची उभारणी करत होतो (जगातल्या सर्वोत्कृष्ट प्रयोगशाळांपैकी एक अशी या केंद्राची सध्या ख्याती आहे.) त्या काळात तीनदा राजीनामा द्यायला मी मागेपुढे पाहिले नाही. मला माझी वैज्ञानिकाची जागा पुन्हा हवीशी वाटायची. सीएसआयआरच्या मुख्यालयाच्या निर्देशानुसार सीसीएमबीच्या संचालकपदाची जबाबदारी सांभाळायला मला पुरेसे अधिकार मिळालेले होते. नंतरचे दोन राजीनामे तर जागतिक पातळीवरची बातमी ठरले आणि मला हवे होते त्याप्रमाणे शासनाने राजीनामा मान्य केला. गांधीजींकडून शिकलेल्या मूल्यप्रणालीमुळेच १९९४ मध्ये तीन राष्ट्रीय विज्ञान अकादमींकडून मिळणाऱ्या शोधवृत्ती मी नाकारू शकलो. माझ्या असे लक्षात आले, की त्या अकादमींकडे ताकद नव्हती आणि त्यांच्या असण्या-नसण्यामुळे देशाचे काही भले झाले नसते. त्यांना सामाजिक जाणिवा किंवा बांधिलकी नव्हती. त्यांची शोधवृत्ती घेऊन मी काहीच साध्य करू शकणार नव्हतो किंवा माझ्या कामामुळे त्या अकादमीही काहीच साध्य करणार नव्हत्या.

महात्मा गांधींकडून मी धैर्य शिकलो. त्यांनी आयुष्यभर जे धैर्य दाखवले ते स्तिमित करणारे होते. नौखालीला त्यांनी दिलेली भेट मला आठवते. अनेकदा माझ्या मनात असा विचार येऊन जातो, की संतापलेल्या सिंहाच्या पिंजऱ्यात गांधीजी निःशस्त्रपणे शिरले असते आणि त्याला ते शांत करू शकले असते. आपल्या मनात जर धैर्य असेल तर वागणुकीतही दिसते, हे मला पटले. एका प्रख्यात मानसशास्त्रज्ञाने मला सांगितले होते, की तुम्ही जर लहान मुलाचा हात हातात धरून अंधारातून वाटचाल करत असाल, तर तुम्ही भ्यायला आहात की नाही हे तुमच्या स्पर्शातून त्या मुलाला बरोबर समजते. तुम्ही घाबरलात तर मूलही घाबरते आणि तुम्ही घाबरला नाहीत तर मूलही घाबरत नाही. गांधीजींमध्ये दुसऱ्यांवर करण्याची ही जादू होती. धीर ठेवण्यासाठी ते दुसऱ्यांना प्रेरणा द्यायचे. भारतीय स्वातंत्र्यासाठी हजारो माणसे जीव द्यायला तयार झाली, इतकी निर्भयता त्यांनी त्यांच्यात आणली.

त्यांच्या अशा कित्येक गोष्टींचे तरंग माझ्या मनात उठतात आणि योग्य तेच करायला लावतात. योग्य म्हणजे माझ्या दृष्टिकोनातून योग्य असेल ते. योग्य वेळी योग्य तेच करावे. परिणामांची चिंता करू नये. तुम्ही बरेच काही गमावण्याची शक्यता असतानाही योग्य तेच करण्यासाठी खूप मोठे धैर्य असावे लागते.

ते जातील तिथे त्यांना मिळालेल्या प्रचंड आदराने मी खूपच दडपला जातो असे मला वाटते. त्यांचे ज्ञान, देशबांधवांबद्दल त्यांना वाटणारी बांधिलकी, आणि तीही स्वातंत्र्यप्राप्तीच्या आकांक्षेतून आलेली, तसेच त्यांच्यातला मूलभूत मानवतावाद यामुळे लोकांच्या मनात त्यांच्याविषयी परम आदराची भावना निर्माण होते. त्यांचे एक वाक्य मला आठवते आहे. त्यातून असे व्यक्त होत होते, की भारतीय स्वातंत्र्यासाठी ते जरी ब्रिटिशांशी लढत असले

तरी ब्रिटिशांबद्दल त्यांच्या मनात द्वेषभावना नव्हती. त्यांनी भारतावर राज्य करणे त्यांना रुचत नव्हते, आणि त्याचीही काही कारणे होती. जगभरातल्या मित्र राष्ट्रांमध्ये आज ब्रिटनही भारताचा मित्र आहे, हे घडू शकले त्यालाही गांधीजींचा वारसा कारणीभूत आहे.

इतक्या वर्षांमध्ये महात्मा गांधींबद्दल माझ्या मनात काही शंका आणि काळजी निर्माण झाली, तीही शेवटी व्यक्त करायलाच हवी.

आधी त्यांच्या सर्वधर्मसमभावाच्या संकल्पनेविषयी. सर्वधर्मसमभाव म्हणजे सहनशीलता असे त्यांना वाटायचे. मला प्रकर्षाने असे वाटते, की आपल्या धर्मानुसार जे हवेसे वाटते त्यापैकी काही देऊन टाकणे सर्वधर्मसमभावात अभिप्रेत आहे. आजच्या मूलतत्त्ववादी धार्मिक रेट्याच्या काळात शंभर टक्के निधर्मी समाज असणे हे अशक्यच वाटते. मला असे वाटते, की धर्म ही पूर्णपणे खासगी बाब असावी व त्यासंबंधीची जाहीर अभिव्यक्ती टाळली गेली तरच सर्वधर्मसमभाव अस्तित्वात राहू शकतो.

आता त्यांच्या अहिंसेच्या संकल्पनेबद्दल. मला असे वाटते, की अहिंसेचा प्रभाव विरोधकावर पडू शकतो. कारण विवेक व मानवता त्याच्या मुळाशी असते. पण हिटलरवर अहिंसेचा परिणाम कितपत होऊ शकेल? ही शंका मनात असूनही जर गांधीजींच्या बाजूने विचार करायचा झाला, तर आपल्या देशात आज डाव्या विचारसरणीच्या अतिरेक्यांनी हिंसाचाराचे थैमान घातले आहे त्याचे काय? याबाबत गरज आहे ती संवादाची आणि बेशिस्तीने न वागता सामोपचाराची पावले टाकण्याची. (मी वैयक्तिकरीत्या डाव्या अतिरेक्यांना या हिंसाचाराबाबत माफ करू शकत नाही.)

साधकबाधक विचार करता हे मान्य करायलाच हवे, की मोहनदास करमचंद गांधी हा अत्यंत महान व उदात्त असा माणूस आपल्या या पृथ्वीतलावर होऊन गेला. मानवतेसाठी आयुष्य वेचणाऱ्या या महात्म्याकडून मिळालेली शिकवण आपण आचरणात आणली तर आपण आपल्यातल्या प्रत्येकजणाचे आयुष्य अत्यंत समृद्ध करू शकू.

(अनुवाद : नीला शर्मा)

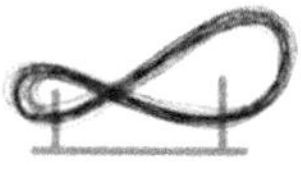

आर. गोपालकृष्णन

रतन टाटा यांनी म्हटल्याप्रमाणे गोपालकृष्णन यांनी ३१ वर्षे भारतातल्या सगळ्यात अधिक भारतीय असलेल्या बहुराष्ट्रीय कंपनीत काम केले, आणि आता ते भारतातल्या सगळ्यात अधिक बहुराष्ट्रीय असलेल्या भारतीय कंपनीत सेवा बजावत आहेत. प्रेमाने 'गोपाल' म्हणून ओळखले जाणारे गोपालकृष्णन सध्या 'टाटा सन्स' कंपनीत कार्यकारी संचालक - पदावर कार्यरत आहेत. १९९८ मध्ये 'हिंदुस्तान लीव्हर' कंपनीतून बाहेर पडल्यापासून ते 'टाटा सन्स' कंपनीत आहेत. 'हिंदुस्तान लीव्हर'मध्ये 'कॉम्प्युटर ॲनॅलिस्ट' म्हणून १९६७ मध्ये सुरुवात करून पुढे 'व्हाइस चेअरमन' या उच्च पदापर्यंत त्यांनी प्रगती केली.

गोपाल यांचे ज्ञान, कौशल्ये आणि त्यांना स्वारस्य असलेले विषय कॉर्पोरेट क्षेत्रातील बाबींच्या नैसर्गिक कक्षेच्या खूप पलीकडे जाणारे आहेत. शिक्षण आणि व्यवस्थापन हे विषयही त्यांना स्वारस्य असलेल्या विषयांच्या अखत्यारीत समाविष्ट आहेत. गोपाल हे दांडगे वाचक, मंत्रमुग्ध वक्तृत्व असणारे वक्ते आणि सखोल जाण असलेले लेखकही आहेत. गोपाल यांनी लिहिलेल्या सदरांना मोठ्या वाचकवर्गाचा उदंड प्रतिसाद लाभतो. *'द केस ऑफ बोन्साय मॅनेजर'* या त्यांच्या पुस्तकातून एखाद्या व्यक्तीला आपल्यातल्या सुप्त गुणांचा परिपूर्ण विकास साधायचा असेल तर त्यात अंतःप्रेरणा जी भूमिका बजावते त्याबद्दलचा उलगडा होतो. *'व्हेन द पेनी ड्रॉप्स : लर्निंग व्हॉट इज नॉट टॉट'* हे त्यांचे आणखी एक पुस्तक नेतृत्व करणाऱ्यांना स्वतःला समजावून घेणे आणि यशाच्या मार्गात स्वतःमुळेच जे अडथळे निर्माण होतात ते समजून घ्यायला साहाय्य करते.

''विश्वस्तपदाची संकल्पना लक्षात आली तर आपल्याला माहिती असलेला परोपकारीपणा नाहीसा होईल ...विश्वस्ताला जनतेशिवाय वारसदार नसतो.''

गांधी, गव्हर्नन्स आणि कॉर्पोरेशन

'नैतिकतेशिवाय व्यवसाय' हे आयुष्यातल्या सात पापांपैकी एक असल्याचे महात्मा गांधी यांनी यथार्थपणे सांगून ठेवले आहे.

उद्योगजगत हे एका वळणावर आहे. औद्योगिक क्रांतीच्या वेळी उद्योगजगताच्या दृष्टीने स्पर्धात्मक फायदा औद्योगिक मालमत्ता, भौतिक मालमत्ता यावर आधारलेला होता. गेल्या तीस वर्षांमध्ये स्पर्धात्मकता, माहितीची मालमत्ता, ज्ञानाची मालमत्ता यावर आधारलेली राहिली आहे. आता पुढचे युग जे काय म्हटले जाईल त्यात जाताना उद्योगजगतातील स्पर्धात्मकतेचा आधार नैतिक गुणवत्तेवर असेल का, असा विचार माझ्या मनात येतो.

अशा पद्धतीची कल्पना समजावून घेण्याच्या बाजूने पुष्टी देणारे अनेक पुरावे आज समाजात आपल्याभोवती आहेत. शेवटी व्यापार आणि उद्योग हे भांडवलशाहीच्या मूलतत्त्वांवर आधारलेले असतात, आणि तुम्ही जगात कुठेही गेलात तरी भांडवलशाही ही लोभ, हाव, अहंभाव आणि अशाच प्रकारच्या नकारात्मक पैलूंशीच संबंधित असते.

व्यापाराच्या सबंध इतिहासभर अनैतिकतेच्या घटना नियमितपणे घडलेल्या आहेत. १८५६ मध्ये जॉइंट स्टॉक कंपनीचा शोध लागल्यापासून अशा अनैतिकतेच्या घटना घडल्याच्या नोंदी आहेत. आता अशा अनैतिकतेच्या, अमानुषतेच्या घटना सर्रास दिसतात.

दोन लक्षणीय घटक

आपल्याला दोन घटकांना रोखठोकपणे सामोरे गेले पाहिजे. पहिला घटक म्हणजे जॉइंट स्टॉक कंपनी. हा प्रकार जगभरातील सर्व प्रकारचे समाज आणि देशांमधील सामाजिक आणि आर्थिक बदलांमधील महत्त्वाचा घटक म्हणून आता कायमचाच अस्तित्वात राहणार आहे.

दुसरा घटक म्हणजे वैयक्तिक मूल्यव्यवस्थेनुसार आचरण करणाऱ्या अधिकाधिक व्यक्ती समाजात आहेत. या व्यक्ती कुठल्या बाजूच्या आहेत आणि त्यांना कशा पद्धतीने काम करायचे आहे याचे प्रतिनिधित्व ही वैयक्तिक मूल्यव्यवस्था करते. स्वतःचे असे कॉर्पोरेट पर्यावरण-परिसर आणि संस्कृती असलेल्या अशा एखाद्या कंपनीत अशा व्यक्ती काम करू शकतात आणि ती संस्कृती त्यांच्या वैयक्तिक मूल्यांशी विरोध-संघर्ष असलेली अशी असू शकते. अशा व्यक्ती या दोन्ही संस्कृतींमध्ये सुसंवाद निर्माण करण्यासाठी धडपडतात. दुसऱ्या शब्दांत सांगायचे, तर व्यक्तीची वैयक्तिक मूल्ये आणि ज्यातून अर्थार्जन करता येते अशी त्या व्यक्तित्वाची कॉर्पोरेट मूल्ये या दोहोंमध्ये परस्परसंबंध असतो, एक वाढता उभयपक्षी संबंध असतो.

आपण उद्योगजगतात काम करतो तेव्हा आपली वैयक्तिक मूल्यव्यवस्था आणि संस्थात्मक मूल्यव्यवस्था या दोन्ही हाताळताना संघर्ष उद्भवतात. माझ्या अंतःप्रेरणा मला एक सांगतात, तर त्याच वेळी कंपनीचे पर्यावरण-परिसर मला दुसरेच काही तरी सुचवतात. माझ्या वर्तनातून माझा प्रभाव जिच्यावर पडतो ती कॉर्पोरेट मूल्यव्यवस्था आणि कॉर्पोरेशनच्या वर्तनातून प्रभावित होणारी माझी मूल्यव्यवस्था या दोहोंत सुसंवाद-सुसंगती साधणे हाच उद्योगाचे खरे स्वरूप काय आहे हे समजण्याचा एक महत्त्वाचा भाग असतो.

उद्योगविश्व हे काही केवळ व्यापार असलेले असे विश्व नसते. मानवी पैलू लाभलेले असे काही तरी त्यात असते. आज जगभर ज्या घटना घडत आहेत त्या हे विसरण्याची प्रवृत्ती आपल्यात आहे असे सुचवतात. 'टाटा' उद्योगसमूहासंबंधीच बोलायचे, तर आम्ही बरेच अनुभव घेतले आहेत, आणि त्यासंबंधीच 'कॉर्पोरेट विश्वस्तपद' या विषयासंदर्भात मला काही तात्पर्यार्थ मांडायचे आहेत.

उद्योग- एक समाजसेवक

कोणताही उद्योग हा समाजाचा सेवक असतो. या बाबतीत चित्र कधीही उलटे असू शकत नाही. उद्योगक्षेत्रातील धुरीण कसे वागतात हे पाहिले तर उद्योगाचे समाजावर नियंत्रण असते असे वाटू लागते. म्हणूनच प्रत्यक्षात उद्योगक्षेत्र हे समाजाचे खरोखरच एक सेवक असते.

'कळत-नकळत प्रत्येकजण कोणती ना कोणती सेवा देत असतो. ही सेवा करण्याची सवय

आपण जाणीवपूर्वक विकसित केली तर सेवा करण्याची आपली इच्छा हळूहळू अधिक भक्कम होत जाईल आणि त्यामुळे आपण केवळ स्वतःलाच आनंदी ठेवणार नाही तर सगळ्या जगालाच आनंदात ठेवू,' असे गांधीजींनी जे सांगून ठेवले आहे त्यामागे असामान्य दृष्टी आहे.

एकोणिसाव्या शतकाच्या अखेरच्या टप्प्यात स्वामी विवेकानंद अमेरिकेत शिकागो येथे धार्मिक विश्वसंमेलनात उपस्थित राहण्यासाठी गेले होते. स्वामीजी मानवी मूल्यांचे अतिशय कळकळीचे आणि स्पष्ट असे समर्थक म्हणून सुपरिचित झाले. याच काळात स्वामीजींची भेट जॉन डी. रॉकफेलर यांच्याशी झाली. रॉकफेलर यांनी त्या काळात सतत समृद्धीच्या दिशेने झेपावणाऱ्या इंधनाच्या उद्योगक्षेत्रातून प्रचंड धनसंचय केला होता.

जॉन डी. रॉकफेलर बहुधा स्वामीजी होते तेथे फारसे गंभीरपणे गेले नव्हते, म्हणजेच त्यांना स्वामी विवेकानंद यांना भेटण्यात खरोखरच काही स्वारस्य नव्हते. कोणी तरी भगवी वस्त्रे परिधान केलेला एक साधू शिकागोच्या लोकांना भारून टाकत आहे, असे रॉकफेलर यांना सांगण्यात आले होते. त्यामुळे कुतूहल म्हणूनच ते त्या ठिकाणी गेले असण्याची शक्यता आहे. रॉकफेलर यांनी प्रवेश केल्यावर स्वामीजींनी आपल्या टेबलापासून वरही पाहिले नाही. नंतर थोड्या वेळाने त्यांनी जॉन डी. रॉकफेलर यांच्याकडे पाहिले. सामान्य व्यक्तीसारखी वागणूक मिळण्याची त्यांना खरे म्हणजे सवयच नव्हती. ते आपल्या आसनावर बसले आणि पाठोपाठ संभाषण सुरू झाले. जॉन डी. रॉकफेलर यांच्याकडे प्रचंड संपत्ती असल्याचे स्वामीजींना स्पष्ट झाल्यावर त्यांनी रॉकफेलर यांना एक प्रश्न विचारला, ''इतर माणसांपेक्षा आपल्याकडे जर इतकी जास्त संपत्ती असेल तर आपण इतर माणसांपेक्षा तेवढेच हुशार आहात असे आपल्याला वाटते का ?' जॉन डी. रॉकफेलर म्हणाले, ''अर्थातच! मी इतरांपेक्षा शतपटीने हुशार नसतो तर माझ्याकडे इतरांपेक्षा शतपटीने संपत्ती नसतीच, नाही का ?''

स्वामीजींनी त्यांच्यापाशी विचार असा मांडला, की रॉकफेलर शतपटीने हुशार नसतीलही, ते केवळ तिप्पट हुशार असतील ! म्हणजेच केवळ तिप्पट हुशार असताना त्यांनी शतपटीने धनसंचय केला होता, तर त्याचा अर्थ बहुधा ही संपत्ती आणखी कोणाकडे तरी परत जावी याचे ते केवळ एक साधन होते. आपण याबद्दल विचार का करत नाही, आपल्या संपत्तीपैकी काही संपत्ती इतर माणसांसाठी ठेवण्याचा आपण विचार का करत नाही, असेच जणू त्यांचे प्रश्न होते.

स्वामीजींचे हे प्रश्न जॉन डी. रॉकफेलर यांना हास्यास्पद वाटले, त्यामुळे आपण आपली संपत्ती मिळवण्यासाठी कठोर परिश्रम केले आहेत, असे सुजाण उत्तर देऊन त्यांनी स्वामीजींचा निरोप घेतला. खरे तर अशी संपत्ती इतरांसाठी ठेवण्याचा त्यांचा यत्किंचितही हेतू नव्हता. मात्र, विलक्षण गोष्ट म्हणजे तीन आठवडे उलटल्यावर ते स्वामीजींना भेटायला

परत आले ते अगदी स्वेच्छेने. त्यांनी स्वामीजींच्या टेबलावर कागदाचा एक तुकडा फेकला. त्या कागदातील नोंदीनुसार पैशाची काहीएक रक्कम कुठल्याशा उदात्त हेतूसाठी त्यांनी देणगी म्हणून दिली होती. त्यांनी स्वामी विवेकानंदांना विचारले, ''मी आता हे काम केल्यावर तरी तुम्हाला आनंद वाटतोय?'' स्वामीजींनी प्रतिप्रश्न केला, ''मला आनंद का वाटावा ? आपल्यापाशी जी एकूण संपत्ती आहे त्यापैकी पुरेशी संपत्ती आपण बाजूला ठेवली आहे का, हा प्रश्न आपणच स्वतःला विचारायला हवा.''

या प्रसंगानंतर आणखी १५ वर्षे जावी लागली. म्हणजेच १९१३ साली जॉन डी. रॉकफेलर यांनी 'रॉकफेलर फाउंडेशन' स्थापन केले. या संस्थेने गेल्या अनेक दशकांमध्ये समाजात प्रचंड प्रमाणात चांगले काम उभे केले आहे. ही कथा विश्वस्तपदाचा मुद्दा स्पष्ट करते. तुम्ही बराच पैसा मिळवला असेल तर तो कोणाचा आहे ? तो पैसा तुमच्याकडे पूर्णपणे तुमच्या स्वतःमुळे आला, की पुन्हा समाजाला तो पैसा परत करावा यासाठी असलेले तुम्ही केवळ एक साधन आहात अशी काही शक्यता आहे ?

विश्वस्तपदासंबंधी गांधीजींचा दृष्टिकोन सखोल असा होता. त्यांनी म्हटले होते, ''विश्वस्तपदाची संकल्पना लक्षात आली तर आपल्याला माहिती असलेला परोपकारीपणा नाहीसा होईल . . . विश्वस्ताला जनतेशिवाय अन्य वारसदार नसतो.''

मी 'टाटा' उद्योगसमूहात सेवा बजावण्यासाठी दाखल झालो तेव्हा एक वस्तुस्थिती माझ्या लक्षात आली, आणि ती म्हणजे बहुधा जगातला पहिला चॅरिटेबल ट्रस्ट जमशेटजी टाटा यांनी १८९२ मध्ये स्थापन केला होता. म्हणजेच रॉकफेलर ट्रस्ट, अँड्र्यू कार्नेजी ट्रस्ट, फोर्ड फाउंडेशन ट्रस्ट आणि लॉर्ड लीव्हरहल्मे ट्रस्ट, हे जागतिक पातळीवरचे ट्रस्ट स्थापन होण्याआधी बऱ्याच वर्षांपूर्वी. हे सगळे ट्रस्ट विसाव्या शतकात अस्तित्वात आले.

जमशेटजी टाटा यांना 'जे. एन. टाटा एंडोमेंट ट्रस्ट' स्थापन करावा असे का वाटले ? १८८० च्या दशकात जमशेटजी टाटा कदाचित आंतरराष्ट्रीय निकषांनुसार इतके धनिक नसले तरी भारतीय निकषांनुसार चांगले धनिक होते. त्यांना त्या काळात कंपन्यांना फारसे माहिती नसलेले किंवा फारसे अंगीकारावेसे न वाटलेले ट्रस्टसारखे साधन स्थापन करावेसे का वाटले ? गुणी-बुद्धिमान भारतीयांना उच्च शिक्षणासाठी परदेशात जाता यावे आणि भारतात परत येऊन आपल्या देशाच्या प्रगतीसाठी काम करता यावे, असा या ट्रस्टमागील हेतू जमशेटजी टाटा यांनी व्यक्त केला होता.

एखाद्या समाजाची प्रगती घडवून आणण्याकरिता लागणारे अधिक चांगले लोक निर्माण होण्यासाठी चांगल्या लोकांची आवश्यकता असते आणि सर्वोत्कृष्ट लोक निर्माण होण्यासाठी उत्कृष्ट, अधिक चांगले लोक आवश्यक असतात, असे त्यांचे ठाम मत होते. १८९२ पासून आजपर्यंतच्या कालावधीत 'जे. एन. टाटा ट्रस्ट'ने ३००० पेक्षा अधिक भारतीयांना

परदेशांत पाठवले आहे. त्यामध्ये तीन मोठ्या व्यक्तींचा समावेश आहे. या तिघांपैकी एक व्यक्ती आण्विक ऊर्जा आयोगाची अध्यक्ष झाली, दुसरे सद्गृहस्थ 'वैज्ञानिक आणि औद्योगिक संशोधन मंडळा'चे डायरेक्टर जनरल आणि तिसरे सद्गृहस्थ तर भारताचे राष्ट्रपती झाले. 'जे. एन. टाटा ट्रस्ट'च्या माजी विद्यार्थी-विद्यार्थिनींपैकी अनेकजण सुविख्यात ठरले आहेत. तुम्ही चांगली माणसे निवडून त्यांना अधिक चांगले किंवा सर्वोत्कृष्ट होण्यात हातभार लावलात तर आपल्या देशाच्या राष्ट्रीय आर्थिक विकासामध्ये ते अतिशय महत्त्वाची भूमिका बजावू शकतात. उद्योगजगत समाजाचा सेवक कसे होऊ शकते हे स्पष्ट करणारे हे आणखी एक उदाहरण आहे.

नफा कमावण्याचा अंतिम हेतू हा काही केवळ लाभांश किंवा बोनस शेअर जाहीर करणे एवढाच नसतो. जे.आर.डी. टाटा यांनी म्हटल्याप्रमाणे जे लोकांकडून येते ते पुन्हा लोकांकडे परत गेलेच पाहिजे. कंपनी आपला नफा कोणाकडून मिळवते ? शेअरहोल्डरकडून मिळालेले भांडवल, ग्राहक-विक्रेत्यांबरोबर झालेली खरेदी-विक्री, वाहतूक कंत्राटदारांचा उपयोग करून घेणे आणि अशाच घटकांकडून कंपनीला नफा मिळतो. या नफ्यात जादा प्रमाण असेल तर ते कोणाच्या मालकीचे असते ? नफ्याचे हे जादा प्रमाण केवळ शेअरहोल्डर्सचे नसते तर ते सगळ्या संबंधित समुदायाचे असते, सगळ्या समाजाचे असते.

या जागतिकीकरणाच्या काळातल्या जगात, मला वाटते, असे म्हणता येईल, जगातल्या साडेसहा अब्ज ग्राहकांकडून जे येते ते कुठल्या तरी पद्धतीने जगातल्या साडेसहा अब्ज ग्राहकांकडे परत गेले पाहिजे. विश्वस्तपदाच्या संकल्पनेनुसार काम करतानाचे मूलभूत वैशिष्ट्य हे उद्योगाच्या खऱ्या हेतूशी संबंधित असते– समाजाकडून जे मिळते ते समाजाला परत करणे. तुम्ही समाजाकडून मिळालेले समाजाला परत करणार असाल तर लॉर्ड लीव्हरहल्मे यांनी सांगितलेल्या एका निश्चित अशा मनोभूमिकेनुसार तुम्हाला काम करायलाच पाहिजे.

लॉर्ड लीव्हरहल्मे हे 'युनिलीव्हर' कंपनीचे संस्थापक होते. त्यांचे म्हणणे होते, रस्त्यावर दगड बसवून फरसबंदीचे काम करणाऱ्या, दगडकामात कुशल असलेल्या गवंड्याची नम्रता धारण करून कार्यरत राहणे हे नेतृत्व करणाऱ्यापुढील जटिल काम असते. रस्त्यावर दगड बसवून फरसबंदीचे काम करणारा माणूस घाम गाळून काम करतो. रस्त्याच्या फरसबंदीचे आपले काम आपण संपवल्यावर दशकानुदशके लक्षावधी माणसे या रस्त्यावरून ये-जा करत राहतील, हे त्या माणसाला माहिती असते. अशा रस्त्यावरून जाणारी माणसे जे काही ते करत असतील त्यात आपले नशीब काढण्याचा प्रयत्न करत काळजात आशा आणि डोळ्यांमध्ये महत्त्वाकांक्षा घेऊन प्रवास करतील. मात्र, त्यांच्यासाठी ज्या माणसाने रस्त्याचे काम केलेले असते, ते कोणी केले आहे याचे विचार करण्यासाठी ते प्रवासी कधीही,

एकदासुद्धा थांबणार नाहीत. त्या दगडकामात कुशल असलेल्या गवंड्याचा मार्ग हा असा असतो, त्या प्रवाशांच्या एका अनामिक सेवकाचा.

मनुष्यजातीचा एक अनामिक सेवक असणे हा बराचसा नेतृत्व करणाऱ्याच्या विशेष लाभांचा-अधिकारांचाच एक भाग असतो. ती काही त्याची वाईट स्थिती नसते.

तशा स्वरूपाची कल्पना नेतृत्व करणाऱ्यांना झपाटून टाकते तेव्हा विश्वस्तपदाची संकल्पना तुमच्या दिशेने उसळून येते. ही संकल्पना नेतृत्वाला झळाळी देईल आणि हीच संकल्पना नेतृत्व अर्थपूर्णही करेल. आपल्यापैकी सगळ्यांनाच आपल्या आयुष्यात केव्हा तरी आपले डोके उशीवर अखेरचेच टेकावे लागते. हेच सत्य आपण मागे जो वारसा ठेवू त्यामुळे कोणाच्या तरी आयुष्यात मोठा फरक घडून येऊ शकतो, हे स्पष्टपणे आपल्याला लक्षात घ्यायला लावते, तुमचे नाव किंवा लौकिक नाही.

महात्मा गांधी म्हणाले होते, ''आनंदाच्या भावनेशिवाय दिलेली सेवा ही सेवा करणारा किंवा ज्या व्यक्तीला सेवा दिलेली असते ती व्यक्ती, कोणाच्याच दृष्टीने अर्थपूर्ण ठरत नाही. मात्र, आनंदी वृत्तीने दिलेल्या सेवेपुढे इतर सर्व सुखे, आनंद आणि मालकीच्या वस्तू निरर्थक ठरतात, एका शून्यात विलीन होतात.''

'टाटा' उद्योगसमूहातील कॉर्पोरेट स्वरूपाच्या सामाजिक जबाबदाऱ्या

मी 'टाटा' उद्योगसमूहात दाखल झालो तेव्हा एका गोष्टीने मला फार भारून टाकले. अंतर्गत भागातल्या ठिकाणी असलेल्या 'टाटा' उद्योगसमूहातील बऱ्याच कारखान्यांना मी भेटी द्यायचो... उत्तर प्रदेशातील एखादा खताचा कारखाना, पश्चिम घाटामधील जलविद्युत प्रकल्प, गुजरातमधील रासायनिक प्रकल्प अशा स्वरूपाचे. बहुतेक वेळा 'प्रेझेंटेशन्स'ची सुरुवात माझ्या कारकिर्दीच्या सुरुवातीस माझ्यासमोर करण्यात आलेल्या 'प्रेझेंटेशन्स'सारखीच व्हायची : व्यवस्थापनासमोरील आव्हाने काय आहेत? व्यवस्थापन त्या आव्हानांवर मात कशा प्रकारे करत आहे ? संबंधित व्यवस्थापन अगदी योग्य त्या पद्धतीने कामाला भिडलेले आहे आणि कंपनीचे हित योग्य त्या व्यक्तींच्या हाती सुरक्षित आहे, हाच त्या 'प्रेझेंटेशन्स'मागील अव्यक्त संदेश असायचा. मात्र ही 'प्रेझेंटेशन्स' नेहमीच एका विशिष्ट पद्धतीने संपायची, त्याने माझे लक्ष वेधून घेतले. ती विशिष्ट पद्धत, ते समान सूत्र होते, ते म्हणजे पुढील प्रश्नाचे उत्तर देणे- त्यांच्याभोवती असलेल्या समुदायाच्या बाबतीत ते काय करत होते ?

त्यामुळे जलविद्युत केंद्रात सहा माणसे असायची, की खताच्या मोठ्या कारखान्यात साठ मॅनेजर असायचे, की प्रचंड स्टील फॅक्टरीमध्ये सहा हजार मॅनेजर असायचे, या बाबीला खरोखरच काही अर्थ राहायचा नाही. सगळीकडे नेहमी एकच समान निकष असायचा-

आमच्याभोवतीच्या समाजासाठी आम्ही हे-हे करत आहोत, हे सांगून विषयाचा समारोप करणे. मी हे पाहून फार थक्क झालो.

मॅनेजर मंडळींनी आपापली 'प्रेझेंटेशेन्स' तशा पद्धतीनेच संपवली पाहिजेत, असे सांगणारे कोणतेही परिपत्रक 'टाटा' उद्योगसमूहाचे मुख्य कार्यालय ज्या 'बॉम्बे हाऊस'मध्ये आहे तेथून आलेले मी कधीही पाहिलेले नाही. समाजाच्या प्रगतीसाठी नफा मिळवणे हे आपले काम आहे, असा खरोखरच मनःपूर्वक दृष्टिकोन असलेली ती माणसे आहेत आणि त्यामुळेच केवळ ती माणसे असा परिपाठ ठेवतात. केवळ 'प्रेझेंटेशेन्स' करण्याऐवजी माणसे प्रत्यक्षात तसे करू शकतात आणि वागू शकतात. माणसे त्यावर विश्वास ठेवतात आणि असा विश्वास ठेवण्यासाठी त्यांना काही प्रयत्न करावे लागत नाहीत. ही एखादी विशिष्ट आदेश-सूचना देऊन घडवलेली घटना नसते. माणसे विश्वस्तपद आचरणात आणतात, कारण नेमक्या त्या कारणासाठीच त्यांचे तेथे अस्तित्व असते, यातच विश्वस्तपदावरील सुंदर भाष्य आहे असे मला वाटते.

त्यामुळेच अशा स्वरूपाच्या घटना म्हणजे उद्योगाचे निर्वाण असेल. त्यामुळेच उद्योगांना समाजात एक सन्माननीय स्थान मिळेल आणि उद्योगजगतातील लोकांनाही ताठ मानेने राहता येईल.

कॉर्पोरेशनची मालकी कोणाची असते ?

विश्वस्तपदाच्या संकल्पना मनात ठेवून आपण विचारू शकतो- कॉर्पोरेशनचा हेतू काय असतो ? समाजाकडून जे मिळालेले असते ते पुन्हा समाजाला परत करणे हाच तो हेतू असतो. 'सीईओ'ची (चीफ एक्झिक्युटिव्ह ऑफिसर) भूमिका काय असते, तर समाजाचा परिपूर्ण, निर्णायक सेवक असणे हाच तो हेतू असतो. 'सीईओ'च सगळी कामे करतो असे नाही; कंपनीतल्या हजारो-हजारोंच्या घाम गाळण्यामुळे कंपनीला ते साध्य करता येते. त्यांच्याबरोबर सुसंवाद साधण्याचे काम नेतृत्व करणाऱ्याचे असते. मात्र, आपली भूमिका प्रत्यक्षात दुय्यम समजून त्याच्यासाठी जे लोक काम करतात आणि कंपनी इतकी चांगली चालण्याच्या कामी हातभार लावतात, त्यांच्या श्रमांचे आपण विश्वस्त आहोत, या कल्पनेला चालना द्यायला 'महानायक'च लागतो.

'टाटा' उद्योगसमूहाबद्दलच्या लक्षणीय गोष्टींपैकी एक म्हणजे त्यांच्या शेअरधारणेची नमुनापद्धत. त्यामुळे दीर्घकालीन उद्देशाकडे लक्ष देत योग्य त्या गोष्टी योग्य त्या पद्धतीने 'टाटा' करू शकतात. 'टाटा सन्स' नावाची एक 'प्रायव्हेट' आणि 'अनलिस्टेड' कंपनी 'टाटा' कंपन्यांची प्रवर्तक म्हणून काम पाहते. अशा प्रकारे पालक कंपनी 'अनलिस्टेड' आहे, तर पुत्र आणि कन्या म्हणजेच अपत्य कंपन्या मात्र 'लिस्टेड' आहेत. उदाहरणार्थ, टाटा स्टील, टाटा कन्सल्टन्सी, टाटा मोटर्स, टाटा केमिकल्स, टाटा पॉवर इत्यादी.

परिणामतः पुत्र कंपन्या, नातू कंपन्या आणि पणतू कंपन्यांचे मिळून जवळपास तीस लाख शेअरहोल्डर आहेत. पालक होल्डिंग कंपनी 'टाटा सन्स' यांचे मुख्य शेअरहोल्डर म्हणजे विश्वस्त संस्थांची एक नियंत्रक योजना आहे. 'टाटा सन्स' ही अब्जावधी डॉलर्सचे मूल्य असलेली कंपनी आहे हे लक्षात ठेवायला हवे. म्हणूनच 'टाटा'च्या रचनेमध्येच निश्चित अशी मूल्ये गुंफलेली आहेत. ही मूल्ये तुम्ही आचरणात आणता तरी, किंवा मग तुम्ही या पठडीत न बसणारे असता.

ही संकल्पना तुम्हाला नम्रता आणि माणुसकी यांचा प्रत्यय देते आणि त्यामुळे तुम्ही कंपनी चालवू शकता, तरीसुद्धा त्याच वेळी समाजाचा एक सेवक होऊन राहण्याचाही प्रयत्न करता. अनेक 'टाटा' कंपन्यांमधून ही संकल्पना प्रसृत होऊ शकत असेल, तिचे आदानप्रदान होऊ शकत असेल तर नक्कीच ती खूपच महत्त्वाची आहे. मी रोज सकाळी उठून कामावर जातो, नफ्याचा एकेक जादा रुपया किंवा डॉलर मिळवण्यासाठी माझ्या प्रभावाच्या किंवा पदाच्या अंतिम मर्यादेपर्यंत धडपडतो. हेच काम करणारी आणखी ३,५०,००० माणसेही असतात. आम्ही हे काम करतो, कारण त्या जादा डॉलर्सपैकी दोन तृतीयांश डॉलर्स समाजकल्याणासाठी उपयोगात येत असतात.

सगळ्याच उद्योगजगताने विश्वस्तपदाचा कोणता ना कोणता तरी प्रकार अंगीकारावा असे मला वाटते. 'टाटा' जगभर ज्या कंपन्या आपल्या समूहात आणतात त्या कंपन्यांमध्ये या कल्पना पसरवण्याचा प्रयत्न करतात. हे काम त्यांच्यासाठी भारून टाकणारे आणि झपाटून टाकणारे आहे. विश्वस्तपदाची ही संकल्पना आणि 'टाटां'नी ज्या पद्धतीने ती आचरणात आणली आहे त्याबद्दल डेट्रॉइट, नॉर्थविच, इंग्लंड आणि सिंगापूरमधील आमच्याकडे हस्तांतरित झालेल्या कंपन्यांमधील मॅनेजर व्यक्तींशी मी बोललोय. हे शक्य आहे यावर त्यांचा विश्वासच बसत नाही. ही एक अगदी दुर्मिळ, वैशिष्ट्यपूर्ण प्रकारची औद्योगिक संस्था आहे आणि ती खरोखरच या संकल्पनेनुसार काम करत आहे, हे हळूहळू उलगडते.

उद्योगांना मानवी मूल्ये असू शकतात, आणि उद्योग म्हणजे लोभाचा अमानुष पाठलागच असला पाहिजे असे काही नाही. अशा स्वरूपाची माणसांची बांधिलकी, वचनबद्धता पुढच्या काळात या संकल्पनेनुसार वाढेल अशी आशा मी व्यक्त करतो.

गांधीजींनी ज्या मूल्यांचा वारसा मागे ठेवला आहे तोच आपल्याला मार्ग दाखवेल.

(लेखकाने आय. आय. एम., बंगलोर येथे दिलेल्या व्याख्यानाचे रूपांतर)

(अनुवाद : सुधाकर जोशी)

एका प्रसिद्ध जाहिरात कंपनीच्या कार्यकारी मंडळाच्या बैठकीला जे. आर. श्रीधर सभासद म्हणून उपस्थित राहतात, तेव्हा स्वतःच्या अपारंपरिक कल्पनांमुळे ते जणू सर्वांवर जादूच करतात.

आता नवीन तंत्रज्ञानाचे प्रशिक्षक म्हणून लोकांना त्यांच्या सवयीच्या विचारांच्या कैदेतून बाहेर काढायचा आनंद ते घेत आहेत, लोकांच्या मनात सुखद ताण निर्माण करत आहेत, गृहीतकांना आव्हान देत आहेत. कल्पनांचे स्फुल्लिंग चेतवायला लावून शक्यतांचे नवे जग त्यांच्यासमोर खुले करत आहेत.

त्यांना असे ठामपणे वाटते, की पूर्वग्रह, प्रश्नांकडे सवयीच्या दृष्टिकोनातून बघणे, भीती, चिंता व भूतकाळाच्या ओझ्याने आपले मन झाकोळले जाते. अशा मनाला नव्या, ताज्या दमाच्या कल्पना सुचतील तरी कशा? ज्याप्रमाणे आरसा स्वच्छ करण्यासाठी तो हातात स्थिर ठेवून त्याला ओरखडे येऊ न देता व्यवस्थित पुसले गेले पाहिजे, अगदी तसेच मनाला नितळ करण्यासाठीही बरयचदा बाहेरून मदत घेणे गरजेचे ठरत.

त्यांना असे वाटते, की त्यांच्या ग्राहकांना चांगल्या तऱ्हेने विचार करायला व चांगल्या कल्पना सुचायला मदत करून त्यांचे काम संपत नाही. त्यांचे काम आहे ते त्यांना त्या कल्पनांबाबत स्थिर ठेवून नावीन्यपूर्ण कल्पना सुचायच्या खेळात यशस्वी करण्यात. ती माणसे जिंकली की श्रीधर यांना आपण स्वतः जिंकल्यासारखे वाटते.

त्यांचे तत्त्वज्ञान असे आहे : ''गंभीर कामे कंटाळवाणी का असावीत?''

आर. श्रीधर

"ताकद ही शारीरिक क्षमतेतून निर्माण होत नसते,
ती दुर्दम्य इच्छाशक्तीतून येत असते."

गांधी हे कमकुवत मनाच्या लोकांसाठी नाहीतच

यापूर्वी मी गांधीजींवर लिहिले तेव्हा मी शाळेत होतो.

मी एका निबंधस्पर्धेत भाग घेतला होता. मला तेव्हा बक्षीस मिळाले नव्हते. मला बक्षीसपात्र निबंध बघायला सांगण्यात आले होते. मी लहान असलो तरी त्या वेळी हे माझ्या लक्षात आले होते, की तो निबंध लहान मुलाने नव्हे तर मोठ्या माणसाने लिहिलेला होता. (तो कदाचित त्या मुलाच्या आई-बाबा किंवा आजोबांनी लिहिला असेल.) त्यातला अप्रामाणिकपणा मला त्या वेळीही बोचला होता. माझा विरोध दुबळा होता. तो लगेच रोखला गेला.

त्या घटनेचा मी आजघडीला विचार करतो तेव्हा गांधीजींनी लहान असतानाही टाकलेल्या प्रभावामुळे थक्क होतो. लहान असूनही मला तो अप्रामाणिकपणा अजिबात सहन झालेला नसल्यामुळे मी त्याविरुद्ध आवाज उठवला होता. आबालवृद्धांवर गांधीजींचा कसा प्रभाव पडतो त्याचाच हा पुरावा आहे. गांधींना आजच्या काळातही कसे हृदयात जतन करून ठेवले जाते आणि त्यांच्या मूल्यांना जपले जाते याचाही हा पुरावा आहे.

एकविसाव्या शतकात गांधीजींच्या समर्पकतेबाबत मी लिहावे, असे पत्र डॉ. म
ाशेलकरांकडून आले. ते वाचल्यावर मी त्यांच्याबद्दल लोकांशी बोलू लागलो. इंटरनेटवर

त्यांच्याबद्दलची माहिती शोधू लागलो. त्यांचे आत्मचरित्र पुन्हा एकदा वाचायला घेतले. हा सगळा माझ्यासाठी पुनर्शोधाचा प्रवास होता. पुनर्शोध गांधीजींचा आणि माझा स्वतःचाही.

त्यांच्या हयातीनंतरही त्यांचा एवढा प्रभाव टिकून राहणे, तोही देशोदेशी बघायला मिळणे हे अविश्वसनीय आहे. त्यांच्याबद्दल जेवढे वाचत गेलो तेवढे माझ्या लक्षात यायला लागले, की आपल्या वेगवान बाजारकेंद्री समाजात ते योग्य ती संतुलित जाणीव निर्माण करू शकतात. प्रश्न आहे तो त्यांना आपल्या मनात प्रवेश करू देण्याचा.

गांधींबद्दलचा साचेबंद दृष्टिकोन

लोकांशी बोलताना माझ्या लक्षात आले, की बऱ्याचजणांचा गांधीजींबद्दलचा दृष्टिकोन अत्यंत कठोरपणाचा आहे. त्यातल्या सगळ्यांनीच गांधीजींबद्दलची पुरेशी माहिती मिळवलेली नव्हती. काही थोड्याजणांनी गांधीजींचा आणि त्यांच्या कामाचा सखोल अभ्यास केलेला होता आणि ते त्या बाबतीत व्यवस्थित बोलू शकत होते. ते गांधीजींच्या प्रतीक असण्याबद्दलचे विश्लेषण तर करू शकत होतेच, पण त्यातल्या आदर्शत्वापलीकडे जाऊन माणूस म्हणून त्यांच्यात काही बाबतींत असलेल्या दुबळेपणाबद्दलची भाष्य करू शकत होते.

माझ्या असेही लक्षात आले, की बऱ्याचजणांच्या मनातले पूर्वग्रह त्यांना गांधीजींची आजच्या काळातली समर्पकता नाकारायला भाग पाडत होते. त्यामुळे ते गांधींचा विषय व त्यांचे तत्त्वज्ञान कालबाह्य म्हणून झटकून टाकत होते किंवा संदर्भ सोडून बोलत होते. (समर्पकतेचा शब्दकोशातला अर्थ असा आहे, 'मुद्द्याला धरून किंवा मुद्याशी सुसंगत, योग्य).

दोन प्रतिक्रिया अभिनव होत्या :

"सत्याग्रह आजच्या काळात निरुपयोगी ठरेल."

"आपल्याला त्यांनी सांगितलेली मूल्ये वर्तमानाशी सुसंगत करून घेतली पाहिजेत."

सत्याला असे कसे सुसंगत करून घेता येईल? तसेच संवेदनशीलतेला ? धैर्याला ?

काय हवंय आजच्या लोकांना ? यश, पैसा, आरामात जगणे आणि शक्य झाल्यास काही वेगळे करून दाखवणे.

त्यामुळे आजच्या काळात सुसंगततेचा अर्थ निघतोय तो असा, 'मला यशस्वी करणार,

पैसे मिळवून देणार, आरामात जगायला उपयोगी पडेलस आणि माझी छाप पाडायला योग्य अस काही तरी!' बऱ्याचजणांना असे वाटते, की गांधीजी आज सुसंगत नाहीत, कारण त्यांचे तत्त्वज्ञान आता आपल्याला हवंय ते मिळवायला उपयोगी पडणारे नाही.

सत्याग्रह आणि अहिंसेपलीकडेही गांधीजींच बरच काही आहे

माझ्या मनात आले, की एकविसाव्या शतकाच्या दृष्टिकोनातून गांधीजींची समर्पकता समजून घ्यायची असेल तर मला सत्याग्रह व अहिंसेच्या पलीकडे जाऊन त्यांचा शोध घ्यायला हवा.

'Consciousness Collaborative' ('सद्‌विवेक मंडळ') या समविचारी माणसांच्या गटाचा मी सदस्य आहे. त्यातले बरेच सदस्य पन्नाशीच्या पुढचे आहेत. गांधीजी आणि त्यांच्या कार्याबद्दलचे त्यांचे ज्ञान हे साचेबंद नसावे असे मी गृहीत धरतो.

पहिला प्रयत्न म्हणून मी या मंडळातल्या सदस्यांना व काही जवळच्या मित्रांना विचारले,

"महात्मा गांधींचे नाव ऐकताक्षणी कोणती मूल्ये / गुण तुमच्या मनात येतात?"

त्यावर प्रतिक्रियांचा जोरदार पाऊसच पडला. काही मित्रांनी गांधीजींच्या झाकोळलेल्या बाजूचेही विश्लेषण केले.

आता माझ्याकडे गांधीजींच्या वैशिष्ट्यांची, मूल्यांची व अंगभूत गुणधर्मांची एक व्यापक यादी आहे.

अंत:प्रेरणेची तपासणी

त्यांनी जी गांधींची वैशिष्ट्ये नोंदवली होती तीच एकविसाव्या शतकातल्या किती तरी यशस्वी लोकांचीही आहेत. माझी अंत:प्रेरणा हे सांगते, की आपण या गुणवैशिष्ट्यांना गांधींशी जोडून न बघता समर्पकतेच्या दृष्टिकोनातून स्वतंत्रपणे त्यांची तपासणी केली तर काही चित्तवेधक गोष्टी हाती लागतात. त्यामुळे मी गांधींशी संबंधित सर्व वैशिष्ट्ये, मूल्ये व अंगभूत गुणधर्मांची यादी करून ऑनलाइन सर्वेक्षणाला सुरुवात केली. त्यातल्या प्रश्नात गांधीजींचा उल्लेख अजिबात केला नाही.

प्रश्न :

झंझावाती वेगाच्या, संघर्षपूर्ण व दहशतवादाच्या जगात पुढे जाण्यासाठी व स्वत:ची छाप टाकण्यासाठी वेगळे काही करून दाखवण्यासाठी काय लागते?

प्रतिसाद देणाऱ्यांनी त्यांना आजच्या काळात यशस्वी होण्यासंबंधात एखादे मूल्य निवडायचे होते आणि ते 'सुसंगत, खूप सुसंगत, थोडफार सुसंगत किंवा पूर्णपणे विसंगत वाटतय' ते लिहायचे होते.

२२६ लोकांनी या ऑनलाइन सर्वेक्षणाला प्रतिसाद दिला आणि प्रश्नाच्या अनुषंगाने वैशिष्ट्यांची श्रेणी नोंदवली. ते विविध वयोगटांतले होते. त्यात भारताबाहेरचेही बरेच होते. त्यांच्यात स्त्री-पुरुषांचे प्रमाण समान होते.

तुफान वेगाने बदलणाऱ्या, गोंधळलेल्या या जगात पुढे जाण्यासाठी या गटाला काय सुसंगत वाटले?

पाच सर्वोच्च गुणवैशिष्ट्ये या जगात पुढे जाण्यासाठी अत्यंत सुसंगत वाटली ती अशी :

उद्दिष्टाविषयीची स्पष्टता

'स्व'परिवर्तनासाठीची इच्छा

चुकीची कबुली देण्याचे धैर्य

अस्सलपणा

संवेदनशीलता

माझ्यासाठी ही सगळी गांधीजींचीच पाच गुणवैशिष्ट्ये होती.

एखाद्याने असाही मुद्दा मांडला, की 'स्व'परिवर्तनाची इच्छा त्याच्या बाबतीत बादच ठरते, कारण तो सहजासहजी न बदलणारा आहे. मला असे नक्की वाटते, की तो आपले उद्दिष्ट प्राप्त करण्यासाठी 'स्व' परिवर्तनाची इच्छा बाळगत असणार. उद्दिष्टापासून दूर नेणाऱ्या इतरांच्या मागण्यासंदर्भातलं 'स्व'परिवर्तन तो नाकारत असणार.

तरुणांना काय वाटत ?

२० ते ३० वयोगटातल्या तरुणांना काय वाटते ते जाणून घ्यायलाही मी उत्सुक होतो. त्यांचा प्राधान्यक्रम असा आहे :

आजच्या जगात यश मिळवून देणारे पाच सर्वोत्कृष्ट गुण :

उद्दिष्टाविषयीची स्पष्टता

अस्सलपणा

चुकांची कबुली देण्याचे धैर्य

चारित्र्य

'स्व'परिवर्तनासाठीची इच्छा

फक्त पैसे आणि ताकद म्हणजेच यश का?

यानंतर मी यशाची व्याख्या जाणून घ्यायच्या मागे लागलो. तीनजण असे आढळले, ज्यांनी यशाच्या व्याख्येचा स्वत:साठी नव्यान अर्थ लावायचा प्रयत्न केला होता. सर्वेक्षणासाठी दिलेल्या यादीपैकी उद्दिष्टाविषयीची स्पष्टता, अस्सलपणा, चुकांची कबुली देण्याचे धैर्य, चारित्र्य व 'स्व'परिवर्तनासाठीची इच्छा ही गुणवैशिष्ट्ये स्वत: आचरत असल्याचे त्यांनी म्हटलेले होते.

त्यांनी मला गांधीजींच्या एका चित्तवेधक उद्धरणाची आठवण करून दिली. (त्यांनी बहुधा १९४६ मध्ये हे वाक्य म्हटल्याच नमूद केलेल होत.)

"मी कुणालाच 'माझ्या पावलांवर पाऊल टाकून चाला', अस सांगत नाही. प्रत्येकान ज्याच्या-त्याच्या किंवा जिच्या-तिच्या आतल्या आवाजानुसार चालाव. ते ऐकण्याचा कान नसणाऱ्यान जे काही सर्वोत्कृष्टपणे आपल आपल्याला करता येतय ते कराव. इतरांच अंधानुकरण करण्याची गरज नाही."

हैद्राबादचे मुजीब खान, अहमदाबादचे किरण बीर सेठी व अमेरिकेतील डेन्व्हरच्या जेसिका पोस्नर या तिघांनीही त्यांचा आतला आवाज ऐकून त्यानुसार वाटचाल करत यश मिळवले. या तुफान वेगाने बदलणाऱ्या व गोंधळलेल्या जगात त्यांना वेगळे काही करून दाखवता आले. या तिघांपैकी मजीब व किरण यांनी गांधींपासून प्रेरणा घेतली होती.

स्वातंत्र्याची इभारणी चालू आहे

मुजीब हैद्राबादमध्ये 'भूमी' (BHUMI) नावाची एक स्वयंसेवी संस्था चालवतात.

हैद्राबादची सगळ्यात मोठी झोपडपट्टी असलेल्या रसूलपुरा भागात मोडकळीस आलेल्या शाळेत विद्यार्थी जमल्याचे दृश्य बघून हेलावलेल्या मुजीब व त्यांच्या स्वयंसेवकांनी त्यांना मदत करायचे ठरवले.

हे सगळेजण १४ ऑगस्ट २००६ रोजी मध्यरात्रीच्या ठोक्याला त्या जागी पोहोचले आणि 'स्वातंत्र्याची उभारणी चालू आहे' या शाळेचा जन्म झाला. या सगळ्यांनी शाळेतली धूळ आणि सभोवतालचे दगड-विटांचे तुकडे बाजूला करून सफाई केली. स्वयंसेवकांनी भिंती रंगवल्या. पायाभरणी करून तीन नव्या वर्गांसाठी भिंती उभारल्या.

भोवतालच्या बऱ्याचशा वेगळ्या आणि संशयास्पद वाटणाऱ्या समाजाला दुसऱ्या दिवशी सकाळी ते पाहिल्यावर सुखद आश्चर्य वाटल. कचऱ्याचे ढीग आणि धूळ नाहीशी झालेली. त्याऐवजी चकाचक रंगवलेली शाळा. त्यात तीन नव्या वर्गांची भर पडलेली.

प्रसिद्ध स्वातंत्र्यसैनिक केशवराव जाधवांनी त्या संस्मरणीय स्वातंत्र्यदिनाला ध्वजारोहण केले.

मुजीब म्हणतात, *''आपल्या ध्वजाला वंदन करण्याचा हक्क आपण विविध मार्गांनी कमावला आहे. आपल्याला आपल्याबद्दल आणि आपल्या राष्ट्राबद्दल वाटणारा अभिमान कुणीच लुटून नेऊ शकणार नाही.''*

इथे मला आणखी एक गोष्ट नमूद करायला हवी, की स्वयंसेवकांनी स्वतःच्या खिशातून हे सगळे घडवून आणले होते. त्यांना पुरस्कृत करणारे किंवा निधी देणारे कुणीही नव्हते. होता तो फक्त दृढ विश्वास आणि उत्कट इच्छा.

मुजीबने त्याच्यावरच्या गांधीजींच्या प्रभावाबद्दल म्हटले होते,

''गांधीजी स्वतःशी कायम खरेपणान जगले आणि त्यात त्यांनी भावनिकता येऊ दिली नाही.

जेव्हा कोणताही निर्णय घ्यायची वेळ येते तेव्हा मी फक्त मनाचंच ऐकतो. माझ्या प्रार्थनेत मी अशा मार्गदर्शनाची मनापासून कामना करतो, ज्यामुळे माझी कृती वज्रलेपासारखी व्हावी. खूप स्पष्टता व समजून घेण्याची शक्ती वाढावी, याचाच मी भुकेला आहे. त्यामुळे तर त्यांचं आयुष्य मला माझं आयुष्य मी सर्वोत्कृष्टपणे कसं जगावं त्याचीच शिकवण देत असतं.''

शालेय परिवर्तनासाठी संरचना स्पर्धा

किरण बीर सेठी या संरचनाकार (डिझाइनर) आहेत. त्या शिक्षिका आणि त्यानंतर मुख्याध्यापिका झाल्या. शैक्षणिक पुनर्रचनाकार म्हणून त्यांनी स्वतःला घडवल. एक वकील ज्या सामाजिक उद्योजकच झाल्या.

अहमदाबादेत २००१ मध्ये केवळ २७ विद्यार्थ्यांसह त्यांनी 'Reverside School' ही शाळा सुरू केली. क्षमता वाढवणाऱ्या संरचना प्रक्रियांचा नमुना आकृतिबंध तयार करणारी प्रयोगशाळा म्हणून आज 'रिव्हरसाइड स्कूल' ओळखले जाते. 'अपवादात्मक अध्यापन व परिवर्तनशील विद्यार्थी सहभाग,' यामुळे शक्य होते.

'तुमच्या अवतीभोवती जे बदल घडावेसे वाटतात ते तुम्ही स्वत:तच घडवा,' या गांधीजींच्या वाक्याने झपाटल्या गेलेल्या किरण यांनी एक मोठे पाऊल उचलण्याची मुहूर्तमेढ केली. त्यांनी एक राष्ट्रीय मोहीम हाती घेतली. देशभरच्या शालेय विद्यार्थ्यांना एका विशिष्ट गोष्टीत सहभागी होण्यासाठी ही मोहीम सुरू करण्यात आली. या अंतर्गत विद्यार्थ्यांना आपापल्या भागात राहून जीवनात काही बदल घडवण्याचा एक आठवड्याचा प्रकल्प करण्यासाठी प्रोत्साहन देण्यात आले.

आशावादी स्वभावाला अनुसरून किरण यांनी वीस हजार शाळांमधल्या एक लाख मुलांना सहभागी करायचे ठरवले. प्रत्यक्षात देशभरातल्या तीस हजारांपेक्षाही जास्त शाळा सहभागी झाल्या. या प्रकल्पाचे नाव होत, 'देणाऱ्या शाळेची संरचना'. नंतर ते नाव बदलून 'परिवर्तनासाठी शालेय संरचना स्पर्धा' असे करण्यात आले. तिच्यात हजारो शालेय विद्यार्थी सहभागी झाले. त्यांची शाळा, इयत्ता किंवा तुकडीच्या संघाद्वारे त्यांनी स्पर्धेत भाग घेतला. त्यांना त्यांच्या परिसरासंदर्भात नव्यान संरचना करण्यासाठी निमंत्रण देण्यात आले. काही सोप्या पण प्रभावी निकषांच्या आधारे विजेते निवडण्यात आले.

(किती लोकांवर परिणाम झाला, तातडीचा परिणाम, दीर्घकालीन परिणामासाठी अधिकाधिक प्रमाणातली अव्यक्त ताकद, राबवण्यासाठी सुलभ आणि जास्तीत जास्त पर्यावरण अनुकूलता यांसारखे काही निकष होते.)

विद्यार्थ्यांनी जमा केलेले हे प्रकल्प विविध भाषांमधले व अनेक प्रकारच्या रंजक गोष्टींची सुरुवात करणारे होते.

त्यांच्यात काय होते ?

कांदळ (मॅंग्रोव्ह) वाचवा

जेथे कुणीही पोहोचत नाही तिथे पोहोचा

लिंगावरून वर्गीकरण टाळा

बेघरांची काळजी व सुरक्षितता

बालविवाह रोखा

शिवाय यांचाही प्रस्ताव होता :

प्लॅस्टिक पिशव्या संकलन सप्ताह

मुलांना खेळण्यासाठी मैदान

सन्मानजनक पोशाख

थुंकण रोखा मोहीम

शाळेजवळ स्मशानभूमी असलेल्या एका गावातून एक प्रकल्प आलेला होता. तिथून मुलांना अंत्यविधी होताना दिसायचे. ते टाळण्यासाठी स्थानिक प्रशासकीय अधिकाऱ्यांना मध्ये भिंत घालण्याची विनंती करण्यात आली होती. जाहिरातींची भित्तिपत्रके चिकटवण्यासाठी ती भिंत दुपटीने वाढवायला सांगितलेले होते. हा प्रकल्पही एका आठवड्यात पूर्ण झालेला होता.

किरण यांना परिणाम हवा असतो आणि मजा म्हणून मुलांसाठी घेतलेल्या या स्पर्धेच फलित म्हणून उपाययोजना समोर आल्या होत्या.

किरण यांना विशेष 'गांधी पारितोषिका'ने गौरवण्यात आले आणि सर्व प्रकल्प २ ऑक्टोबरला म्हणजे महात्मा गांधींच्या जयंतीला मिळाले होते.

भारतातील ख्यातनाम संरचनाकार या स्पर्धेचे परीक्षक होते. त्यांच्यासोबत अमेरिकेतील कॉंटिनम, आय डी ई ओ व हॅस्सो प्लॅटनर इन्स्टिट्यूट ऑफ डिझाइन, स्टॅनफोर्ड यांसारख्या डिझाइन फर्मचे प्रतिनिधी होते. परीक्षणाच्या प्रक्रियेनंतर किरण यांनी स्टॅनफोर्डच्या डी-स्कूलशी चर्चा सुरू ठेवली आहे. पाठ्यक्रमाची संरचना करण्यात याचा काही उपयोग करून घेण्याचा प्रयत्न आहे तसेच 'हार्वर्ड स्कूल ऑफ एज्युकेशन'सोबत या अभ्यासाच्या परिणामाचे आकलन करण्याच्या दिशेने प्रयत्न चाललेले आहेत.

किरण यांनी हा प्रकल्प २०१०-११ दरम्यान वैश्विक पातळीवर न्यायचे ठरवले आहे.

त्या म्हणतात, ''परिवर्तनासाठी शालेय संरचना स्पर्धा हा प्रकल्प किंवा एखादी सुरुवात नाही.

'ही एक चळवळ आहे. अब्जावधी लोकांच्या आयुष्यावर परिणाम घडवण्याचा आम्ही

प्रयत्न करत आहोत. यासाठी कदाचित वर्ष-दोन वर्षे लागतील; पण मला याच वर्षात हे करायला आवडेल. किती तरी मुले मदत करण्यासाठी तयार आहेत. त्यांची आम्हालाही मदत होऊ शकते.''

डेनव्हर, अमेरिका नैरोबीतली झोपडपट्टी

आणखी काही उदाहरणे शोधताना मला अमेरिकेतल्या जेसिका पोस्नरची प्रेरणादायक गोष्ट समजली. ती विद्यार्थिदशेत असताना केनियातल्या नैरोबीमधल्या किबेरा या सगळ्यात मोठ्या झोपडपट्टीत पहिल्यांदा गेली होती. माणसाला राहायला योग्य नसलेली तिथली परिस्थिती आणि तरुणींची दु:ख बघून ती आतून पार हेलावली होती. तिने तरुणांच्या एका संघटनेबरोबर काम करायला सुरुवात केली. ही संघटना शिक्षण व बर करण्याच्या उद्देशाने नाट्याचा वापर करत होती.

त्यानंतर तिने जे केले ते कुणालाही सुचण्यापलीकडचे होते. तिने त्या झोपडपट्टीतल्या लोकांबरोबर राहायला सुरुवात केली.

तरुण सामाजिक उद्योजक म्हणून तिला २०१० चे 'डू समथिंग ॲवॉर्ड' मिळाले आहे.

छानशा अमेरिकन घरातल्या सुखसुविधांचा त्याग करून जेसिका त्या किबेरातल्या झोपडपट्टीत राहायला का गेली?

कशासाठी किरण बीर सेठीने देशभरच्या लहान मुलांकडून त्यांच्या भोवतालच्या समाजात परिवर्तन घडवून आणायच ठरवल?

१४ ऑगस्टच्या मध्यरात्री मुजीबन झोपडपट्टीतली पडकी शाळा पुन्हा नव्याने कशासाठी उभारली?

त्या तिघांना काय हवे ते करायच स्वातंत्र्य होते. त्यांनी ते वापरून गांधीजींनी सांगितल्यासारखे 'आतला आवाज' ऐकायचे ठरवले. हे तिघेही असे अपवादात्मक म्होरके होते, ज्यांनी त्यांच्या मनातल्या तीव्र इच्छेनुसार प्रत्येक कार्य करून दाखवले, त्याचबरोबर ते ते प्रत्यक्ष घडवण्याची बांधिलकी पाळली. ज्या मार्गांवर फारसे कुणी गेलेले नव्हते असे काट्याकुट्यांनी भरलेले मार्ग त्यांनी वाटचालीसाठी निवडले.

जेसिका, किरण व मुजीब हे आजच्या जगातले बहुतांश लोक यशासाठी निवडतात त्या मार्गाने जाणारे नाहीत. या तिघांपैकी दोघे तर गांधीजींपासून प्रेरणा घेऊन या मार्गावर निघाले. तिसरी मात्र गांधीजींची माहिती नसतानाही त्यांच्या मूल्यांनी प्रेरित होऊन निघाली.

ही निवड काही सोपी नव्हती; पण त्यांना ज्याबद्दल दृढ विश्वास वाटत होता त्याबाबत त्यांनी आतल्या आवाजानुसार वागायचे ठरवले. गांधीजींनी ज्याप्रमाणे खूप अडचणी आल्या तरी वाटचाल थांबवली नव्हती त्याचप्रमाणे या तिघांनीही थांबवली नाही. त्यांनी धीर सोडला नाही, कारण ते कमकुवत मनाचे नव्हते. त्यांनी आपापल्या परीने संघर्ष करत कसोटीचे क्षण व बिकट परिस्थितीला तोंड दिले; पण सगळ्यात महत्त्वाचे म्हणजे त्यांनी परिवर्तन घडवून दाखवले. गांधीजींकडून त्यांनी चिकाटीची प्रेरणा घेतली. अशी माणस बहुसंख्य नसतात. एखादाच गांधी किंवा मार्टिन ल्यूथर किंग निघतो.

त्यांनी यशाकडे जाणाऱ्या बहुसंख्यांच्या वाटेने जायचे नाकारूनसुद्धा आज ते 'यशस्वी' म्हणून ओळखले जात आहेत.

यासाठीच मी म्हणतो, की गांधीजी कमकुवत मन असणाऱ्यांसाठी नाहीत.

हे खर आहे, की जगातले बहुतांश लोक कमकुवत मनाचे आहेत. त्यांना जेव्हा हाती घेतलेल्या कार्याबद्दल पूर्ण ताकदीने विचार करता येईल तेव्हाच त्यांच्या मनाचा कमकुवतपणा ते कमी करू शकतील. गांधीजींचे शब्द, विचार व कृती आजच्या जगात सुसंगत ठरवण्यासाठी बांधिलकी असायला असामान्य धैर्याची गरज आहे. मुजीब, किरण व जेसिका यांच्यासारखी माणसे अनेकांना गांधीजींच्या मार्गाने जाण्याची प्रेरणा देणारी ठरू शकतात.

गांधीजी व त्यांच्या मार्गांचा खप आपण वाढवू शकत नाही. त्याचा उपयोगही होणार नाही. आयआयएममध्ये 'गांधींच्या मार्गाने नेतृत्व अभ्यासक्रम' चालवणेही समस्येचे उत्तर ठरू शकणार नाही. तशी वागणूक दिसायला त्या मार्गाने जाणारी हाडामांसाची माणसेच काम करताना दिसायला हवीत.

गांधीजींची मूल्ये लोकांना प्रेरणा देणारी ठरतात, याचे श्रेय गांधीजींना मिळाले नाही तरी काही बिघडत नाही. प्रत्येक काळात मूठभर कणखर हृदयाचे स्त्री-पुरुष नेहमीच त्यांच्या समाजाचे नेतृत्व करणारे निघतीलच. वस्तुस्थिती अशीही आहे, की त्यांच्यापैकी बरेचसे तरुण असतील आणि ते उज्ज्वल भवितव्यासाठी आशेचे किरण ठरतील.

"मी मेल्यावरसुद्धा शांत बसणार नाही"

नारायण देसाईंनी महात्मा गांधींच हे उद्धरण त्यांच्या 'महात्मा गांधी जिवंत आहेत' या लेखात वापरलेले आहे.

गांधीजी व त्यांचे तत्त्वज्ञान हे मुजीब, किरण व जेसिका यांच्यासारख्या शूरांच्या सुंदर कृतीद्वारे जिवंत राहीलच.

तर मग, एकविसाव्या शतकात गांधीजी सुसंगत ठरतात का?

हो, नक्कीच. त्यांची मूल्ये व तत्त्वज्ञान हे अजरामर आहे, स्थळ-काळाच्या सीमांना ओलांडणारे आहे.

चांगले परिवर्तन घडवू पाहणाऱ्या जगभरातल्या स्त्री-पुरुषांसाठी ते मार्गदर्शक म्हणून कायम राहतील.

(अनुवाद : नीला शर्मा)

आर. के. पचौरी

राजेंद्र पचौरी यांची १९८८ मध्ये हवामानबदलांसंबंधीच्या आंतरशासकीय समितीवर (इंटर-गव्हर्नमेंटल पॅनल ऑन क्लायमेट चेंज - आयपीसीसी) अध्यक्ष म्हणून निवड करण्यात आली होती. संयुक्त राष्ट्रांचा पर्यावरणासंबंधी कार्यक्रम व जागतिक हवामानशास्त्र संघटनेच्या विद्यमाने स्थापन करण्यात आलेल्या या समितीच्या अध्यक्षपदी त्यांना निवडले जाणे ही पर्यावरणशास्त्रज्ञ म्हणून त्यांनी केलेल्या प्रचंड कामगिरीला मिळालेली पावतीच होती. याही पलीकडे जाऊन पचौरी यांना २००७ मध्ये आयपीसीसीतर्फे अमेरिकेचे माजी उपराष्ट्राध्यक्ष अल गोर यांच्यासोबत शांततेसाठीचा नोबेल पुरस्कार संयुक्तपणे देण्यात आला, ती त्यांनी हवामानबदलांच्या विषयात केलेले नेतृत्व व धोरणात्मक पैलूंसंबंधी केलेल्या कामाला विशेष दाद होती. समस्त भारतीयांची मान त्यामुळे उंचावली गेली.

अत्यंत प्रतिष्ठेच्या समजल्या जाणाऱ्या टीईआरआय (दि एनर्जी ॲण्ड रिसोर्सेस इन्स्टिट्यूट) या संस्थेच्या नेतृत्वाची १९८१ पासून ते धुरा वाहत आहेत. 'टेरी'ने ऊर्जा, पर्यावरण व नैसर्गिक संसाधनांचे जतन या संदर्भात जागतिक दर्जाचे संशोधन केले असून, जागतिक स्तरावरही शासन, संस्था आणि उद्योगविश्वाला सल्ला व मार्गदर्शन देण्याचे काम ती करते.

पचौरी यांना 'पद्मविभूषण' या उपाधीने गौरविण्यात आलेले आहे. त्यांच्या या प्रचंड कार्य व प्रभावामुळे पर्यावरणासंबंधीची धोरणे निश्चित करणाऱ्यांच्या जागतिक प्रभावळीत त्यांना मानाची जागा मिळालेली आहे.

"जमीन कशी खणावी व मातीची काळजी कशा प्रकारे घ्यावी याचे भान नसणे म्हणजे स्वतः बद्दलचेच भान नसणे."

शाश्वत विकासासाठी गांधीवादी परिसंस्था व मार्ग

पर्यावरण व विकासाच्या जागतिक पातळीवरील आयोगाचे अध्यक्षपद भूषवताना नॉर्वेचे तत्कालीन पंतप्रधान डॉ. ग्रो हार्लेम ब्रुंडलँड यांनी शाश्वत विकासाची कल्पना सर्वप्रथम मांडली. तिच्या आधारे त्यांनी वैश्विक मानवी समाजाच्या विवेकबुद्धीलाच जागे केले. ब्रुंडलँड आयोगाच्या अहवालात अत्यंत साध्या शब्दप्रयोगाद्वारे केलेल्या व्याख्येत शाश्वत विकास म्हणजे पुढच्या पिढ्यांवर भार न टाकता वर्तमान पिढ्यांनी आपल्या गरजा भागवणे, असा अर्थ अधोरेखित केला आहे. या सूत्राचे वैशिष्ट्य असे, की त्यात गरजा हा शब्द वापरला आहे, मागणी नव्हे. कारण नवअभिजात अर्थशास्त्रात मागणीवरच भर दिलेला असतो. अर्थशास्त्रीय विश्लेषणाच्या पातळीवरचे महत्त्वाचे बदल ठरतात ते उत्पन्न, किंमत व यांसारख्या मुद्द्यांनुसार. गरज ही संकल्पना मूल्यांच्या आधारे जोखली जाण्याशी संबंधित आहे. आधुनिक अर्थशास्त्राला हे जवळचे वाटणारे नाही. मानवाच्या कल्याणासाठी मूल्यांचे महत्त्व अबाधित आहे. आर्थिक विषमता व संपत्तीच्या वितरणाचे मुद्दे यांचा अर्थ लावल्याशिवाय, तसेच मूल्यांकनाशिवाय काही खरे नाही. आर्थिक विषमतेबाबत आपण करत असलेल्या उपाययोजनाही मूल्यांची सांगड घातल्याखेरीज गतिमान करता येणार नाहीत. त्याचप्रमाणे वाढ व विकासाबाबत पर्यावरणाचा झालेला परिणाम आपण लक्षात घेतो तेव्हा आर्थिक उपाययोजना करताना बरीचशी माहिती कळते. ती माहिती वरवरचे पर्यावरणीय

परिणाम लक्षात आणून देणारी ठरते. आर्थिक स्वरूपाच्या अनेक बदलांमुळे पर्यावरणाचा ऱ्हास कसकसा झाला ते मोजण्यासाठी निकषही आपल्या हाती उपलब्ध नाहीत. उदाहरणच द्यायचे, तर पर्यावरणाच्या ऱ्हासामुळे प्रजातींचे कधीच भरून न निघणारे नुकसान होत असेल, तर त्याचे मूल्यांकन करून झालेल्या नुकसानीची भरपाई उपाययोजनांद्वारा शक्य होणार नाही.

महात्मा गांधीजींना औद्योगिकीकरण व शहरीकरणाबद्दल काय वाटायचे ते सर्वांना माहीतच आहे. भारतासारख्या देशात ग्रामीण विकासाला त्यांनी अग्रक्रम दिला होता, हेही सर्वांना माहीत आहे. त्याचप्रमाणे हेही ठाऊक आहे, की त्यांनी स्वच्छतेच्या प्रश्नांवर नवा प्रकाश टाकला. हजारो वर्षांपासून समाजात धर्म, जाती, वर्ग व आर्थिक प्रतिष्ठेचे वरवरचे मूल्यमापन यामुळे सीमा निर्माण झाल्या. त्यांनी वैश्विक स्वच्छतेला बाधा आणली. या सीमा तोडायचे काम महात्माजींनी केले. महात्माजींना विकासासाठी आवश्यक असलेल्या परिसंस्था व पर्यावरणाबाबतच्या पैलूंची जी माहिती होती ती त्यांना द्रष्टा ठरवणारी होती. मानवाने इतर क्षेत्रांमध्ये केलेल्या प्रयत्नांचीही अशीच माहिती त्यांना होती. पर्यावरणाबाबतचे मुद्दे व विकासाच्या वाटचालीत त्यांची होणारी मदत यासंबंधी गांधीजींचे जे विचार मी वाचले त्यातून मी त्यांची बौद्धिक जिज्ञासा पाहून थक्क झालो. त्यामुळे त्यांच्यापुढे व या अभ्यासासाठी स्वर्गीय टी. एन. खुशू यांना छात्रवृत्ती मिळाली, त्यांच्याही समोर मी मनोमन नतमस्तक झालो. डॉ. खुशू यांचा भारत सरकारच्या पर्यावरण विभागातील सचिवपदाचा कार्यकाळ संपल्यावर ते टी ई आर आय (टेरी) या संस्थेत सन्माननीय फेलो म्हणून रुजू झाले. त्यानंतर थोड्याच दिवसांच्या आत त्यांनी मला गांधीजींची काही उद्धरणे दाखवली. त्यातून गांधीजींना शाश्वत विकासासाठी लोकाभिमुख, गरिबाभिमुख व संवर्धनाचे महत्त्व जाणणारी सखोल जाण लक्षात येत होती. त्यांच्या शब्दाशब्दांतून पर्यावरणाचे मूल्य व निसर्गाने आपल्याला बहाल केलेल्या वारशाचे मूल्यांकन लक्षात येत होते. डॉ. खुशूंनी मला विचारले, की आर्थिक विकास व शाश्वतता यांची सांगड घालणाऱ्या गांधीजींच्या विचारांवर आधारित एक पुस्तक प्रकाशित करावे का? मी त्यासाठी त्यांना प्रोत्साहन दिले आणि त्यातून जे पुस्तक बाहेर आले ते म्हणजे *'महात्मा गांधी : ॲन अपोस्टल ऑफ अप्लाइड ह्युमन इकॉलॉजी'*.

अत्यंत लोकप्रिय ठरलेल्या या पुस्तकावर भारतभर व इतर देशांमधल्याही वाचकांच्या उड्या पडल्यामुळे याच्या आवृत्त्यांमागून आवृत्त्या निघाल्या.

आम्ही अलीकडेच प्रोफेसर जॉन एस. मूलक्कट्टूंशी संपर्क साधला. ते दक्षिण आफ्रिकेतील डर्बनमधील युनिव्हर्सिटी ऑफ क्वाझुलू नाटालच्या स्कूल ऑफ पॉलिटिक्समध्ये पीस स्टडीजच्या गांधी-लुथूलू अध्यासनात प्राध्यापक आहेत. त्यांना आम्ही डॉ. खुशूंच्या अभ्यासविषयावर आधारित आणखी एक पुस्तक प्रकाशित करण्यासाठी सहकार्य करायची

विनंती केली आहे. त्यांनी गांधीजींच्या पर्यावरणात्मक तत्त्वज्ञानासंदर्भात काही महत्त्वपूर्ण मुद्द्यांची भर घातली आहे. त्यांच्या मुद्द्यांचा रोख गांधीवादी तत्त्वज्ञानाच्या विशाल पटाकडे तसेच गांधीजींच्या जागतिक पातळीवरील दृष्टिकोनाकडे आहे.

विकासाबाबतची अशाश्वतता अनेक देशांपुढे मानव समाजासमोरचे मोठे आव्हान ठरते आहे. गांधीजींनी याकडे त्यांच्या काळात लक्ष वेधले होते. खरे म्हणजे 'हे जग प्रत्येकासाठी पुरेसे आहे, मात्र कोणाच्याही अधाशीपणाला ते पुरेसे ठरू शकणारे नाही' यावर गांधीजींचा विश्वास होता. हाच शाश्वत विकासाचा गाभा आहे. या संदर्भात ब्रुंडलँड आयोगाने बारकाईने काम केले आहे. नैसर्गिक साधनसंपत्तीचा वाढता वापर व त्याची उधळमाधळ याबद्दल गांधीजींना फार काळजी होती. याबद्दलचा एक किस्सा त्यांचा या संदर्भातील सुधारणावादी दृष्टिकोन व्यक्त करणारा आहे. जेव्हा गांधीजींना असा प्रश्न विचारण्यात आला होता, की त्यांना भारताची भरभराट ब्रिटनप्रमाणे व्हायला हवी आहे का, यावर त्यांचे उत्तर होते, "ब्रिटनने ही भरभराट मिळवण्यासाठी निम्म्या पृथ्वीची साधनसंपत्ती वापरली. भारताला अशी भरभराट मिळवायला किती ग्रहांची गरज भासेल?" याच उत्तरात ते पुढे म्हणाले होते, "पाश्चिमात्य देशांसारखे औद्योगिकीकरण भारताला परमेश्वरानेच नाकारले आहे." एक गोष्ट दिवसेंदिवस स्पष्ट होत चाललेली आहे, की विकासाची एकांगी संस्कृती उत्तर अमेरिकेप्रमाणे इतर देशांमध्येही फोफावते आहे. तिचे विघातक असे दूरगामी परिणाम संभवतात. त्यामुळे सर्व प्रजातींच्या अस्तित्वाला धोका निर्माण होऊ शकतो. प्रसिद्ध स्तंभलेखक थॉमस फ्रिडमन यांनी २००९ मध्ये दिल्ली येथे झालेल्या शाश्वत विकास शिखर परिषदेत बोलताना याकडे लक्ष वेधले, की जगात 'अमेरिकनां'ची संख्या जास्त आहे. त्यांनी हा मुद्दा स्पष्ट करण्यासाठी असे सांगितले, की अमेरिकेतील सरासरी प्रत्येक नागरिकाने उपभोग घेतलेल्या वस्तू किंवा सेवांची पातळी गाठायची महत्त्वाकांक्षा जर पृथ्वीवरच्या प्रत्येक समुदायाने ठेवली तर पृथ्वीवर कोणीही जिवंत राहू शकणार नाही, इतकी तिची दुरवस्था होईल. यावरून आठवले, की 'डब्ल्यूडब्ल्यूएफ इंटरनॅशनल'तर्फे प्रकाशित केल्या जाणाऱ्या नियतकालिकात नियमितपणे सजीवांच्या गणनेची सूची प्रसिद्ध केली जाते. त्यावरून पृथ्वीच्या नैसर्गिक साधनसंपत्तीबाबत मानवाने केलेली ढवळाढवळ स्पष्ट होते. या सूचीवरून असे लक्षात येते, की मानव समाजाने पृथ्वीच्या परिसंस्थेच्या क्षमतेबाहेर तिचा वापर केला आहे. याचे परिणाम १९८० च्या आरंभापासून मानवाच्या परिसंस्थेवर होताना दिसू लागले. सध्या पृथ्वीच्या परिसंस्थेवर पूर्वीपेक्षाही ३०% जास्त बोजा टाकलेला दिसून येतो. 'भारताला अशा ग्रहांची गरज भासेल' हे गांधीजींचे म्हणणे स्पष्टपणे मानव समाजाच्या परिसंस्थेचा परिणाम पृथ्वीच्या परिसंस्थेवर लादून अशाश्वतता निर्माण करण्याकडे लक्ष वेधणारे ठरले. त्यांनी काळानुसार निर्णय व बदलांची गरज अधोरेखित केली. त्यांनी शिकवलेला हा धडाही आज जगभर सर्वत्र गिरवणे गरजेचे झाले आहे. गांधीजी म्हणाले होते, "तंत्रज्ञानावर आधारित समाजापुढे दोन पर्याय असतात. पहिला म्हणजे प्रणालीतील त्रुटींमुळे उद्भवणारे महासंकट, व्यवधाने व आत्मवंचना घडेपर्यंत थांबणे. दुसरा पर्याय म्हणजे महाभयंकर संकट कोसळण्यापूर्वीच

प्रणालीतील दुरुस्तीसाठी संस्कृतींनी सामाजिक बंधने व संतुलन हे खबरदारीचे उपाय योजावेत.''

महाभयंकर संकट उभे ठाकल्यावरच आपण कृती करायला पुढे येतो. विज्ञान व ज्ञानाची आजवरची झालेली प्रगती आपल्याला याबाबत सावधगिरीचा इशारा देते आहे, की आपण विकासासाठी अडचणीचे ठरणारे आपले वर्तन बदलले नाही तर विनाश अटळ आहे. गांधीजींनी संकट येण्यापूर्वी त्याला थोपवण्यासाठी सामाजिक बंधने व समतोल साधून परिसंस्थेचा ऱ्हास टाळण्याचा जो पर्याय सांगितला होता त्याकडे आपण अजूनही लक्ष देत नाही. आपल्याला हेही ध्यानात घ्यायला हवे आहे, की हवामानबदलासंदर्भात संभवणाऱ्या महाभयंकर संकटाला थोपवण्यासाठी आज परस्परांशी सल्लामसलतीचा अयशस्वी प्रयत्न केला जातो आहे.

हरितगृह वायूंच्या (जीएचजी) माध्यमातून पृथ्वीच्या वातावरणाची घडी आपण अगोदरच विस्कटून टाकलेली आहे. औद्योगिक क्रांतीपूर्वी पृथ्वीच्या वातावरणात कार्बनडाय-ऑक्साइड तीन लाख कणांपैकी २८० एवढेच होते. हवाई येथील मौना लोआ प्रयोगशाळेच्या अहवालानुसार जुलै २०१० मध्ये हे प्रमाण एक लाखांमागे ३९०.०९ एवढे वाढलेले आढळले. असे असूनही आपण दगडी कोळशाचा फारसा चांगला नसलेला वापर थांबवला नाही, ऊर्जेच्या पुनर्वापराच्या मोठ्या स्रोताकडे दुर्लक्ष केले. या ठिकाणी एक महत्त्वाची गोष्ट सांगायला हवी. वॉशिंग्टन डीसीमधील सेंटर फॉर पब्लिक इंटिग्रिटी येथील 'थिंक टँक' म्हणून ओळखल्या जाणाऱ्या मंडळींनी अमेरिकेतील कंपूशाहीचे पितळ उघडे केले. कंपूशाही करून हे लोक देशातील हवामानबदलासंदर्भात कोणतेही धोरण किंवा कायद्याची आखणी करण्याच्या मार्गात अडथळा आणतात. थिंक टँकच्या विश्लेषकांनी दाखवून दिले, की ७७० पेक्षा अधिक कंपन्या व हितसंबंध जपणाऱ्या गटांकडून कंपूशाही गाजवणाऱ्या २३४० जणांना भाडोत्री पद्धतीने वापरून २००८ मध्ये संघराज्यांच्या बदलासंदर्भातील धोरणांमध्ये ढवळाढवळ करण्यात आली होती. यामुळे हा मुद्दा समोर आला, की जनहिताचा आदर, समानतेची खात्री व सर्वांना समान अधिकार, ही लोकशाहीतील मूलतत्त्वे प्रत्यक्षात आचरणात आणली जातात का? गांधीजी म्हणाले होते, ''लोकशाहीमध्ये शारीरिक, आर्थिक व आध्यात्मिक संसाधनांचा उपयोग समाजातील विविध थरांतील लोकांच्या कल्याणासाठी असावा, याच हेतूने कला व विज्ञानाचा उपयोग झाला पाहिजे.''

हवामानबदलासंबंधीच्या उपाययोजना अमलात आणायला प्रचंड विरोध दिसून येतो आहे, तरीही हरितगृह वायूंचे प्रमाण भविष्यात उणावलेले असेल, या दृष्टीने मानव समाजाकडून पावले टाकली जात आहेत. राहणीमान व वस्तू वापरायच्या पद्धतींमध्ये बदल करणारी नवी मोहीम सुरू झाली आहे, ती मानव समाजाला विकासाच्या शाश्वत पद्धतीकडे नेणारी

ठरू शकेल, अशी आशा करायला हरकत नाही. गांधीजी म्हणाले होते, ''भौतिक सुख व त्यात निरंतर वाढीसाठीचा शोध हे सैतानाचे रूप आहे. मी धाडसाने असे सांगू इच्छितो, की युरोपियन लोकांनी भौतिक सुखांची गुलामगिरी झटकून टाकली नाही तर त्यांना पुढे त्या ओझ्याखाली गुदमरायला होईल आणि मग त्यांना त्यांचा दृष्टिकोन बदलणे भाग पडेल.''

मानवाने अद्भुत शोधांच्या माध्यमातून साध्य केलेल्या प्रगतीमुळे होणारे फायदे, तसेच विज्ञान व तंत्रज्ञानाची शक्ती यांचे रूपांतर कधी काळी सैतानात व्हावे, असे कोणालाच वाटत नाही. त्याचप्रमाणे हेही खरे आहे, की पृथ्वीवरील वातावरणावर फक्त हरितगृहा वायूंचाच वाढता दुष्परिणाम होत नसून, त्यासाठी आपल्या परिसंस्थेतील इतरही किती तरी नकोशा गोष्टी वाढत चालल्याचा वाईट परिणाम होतो आहे. म्हणूनच विकसित देशांमध्ये भौतिक गोष्टींची सवय लागल्यामुळे बसणाऱ्या झळांपासून कसे मुक्त होता येईल याबाबत लक्ष एकवटले जाते आहे.

भारतात विकासाकडे नेणारा योग्य मार्ग तयार करण्यासाठीची वेळ अजून गेलेली नाही. भविष्यात आपल्याला मागे फिरायची वेळ येऊ नये अशीच वाटचाल करायला हवी. वास्तविक, भारताच्या सध्याच्या वेगवान वाढीचा दर पाहता परिसंस्थेबाबतच्या पाऊलखुणांचा संकोच होतो आहे, असेच म्हणायला हवे. हा पर्यावरणासंबंधीच्या जबाबदारीचा मुद्दा आहे. आपल्या आर्थिक हितांचा विचार त्या दृष्टीने करायला हवा. खनिज ऊर्जेचा वापर अशाच प्रकारे चालत राहिला तर आपल्याला त्याच्या आयातीवर अवलंबून राहावे लागेल. तसे झाले तर पर्यावरणाच्या दृष्टिकोनातून टिकाव लागणे तर मुश्किल होईलच, शिवाय त्यातून न झेपणाऱ्या आर्थिक विपत्तींनाही तोंड द्यावे लागेल. टेरी संस्थेने या संदर्भात सविस्तर अभ्यास केला आहे. त्यात ऊर्जाबचतीसाठीचे अवघड प्रारूप वापरले आहे. खनिज ऊर्जेच्या वापराची अशीच गत राहिल्यास २०३०-३१ मध्ये आपल्याला ७५ कोटी टन पेट्रोलियम व १३० कोटी टन कोळसा दर वर्षी आयात करावा लागेल, असा अंदाज अभ्यासक व्यक्त करतात. तेलाची जागतिक बाजारपेठ लक्षात घेता व दरांमध्ये सतत होणारी वाढ बघता एवढ्या मोठ्या प्रमाणावरची आयात भौतिक पातळीवर तर अशक्यच ठरेल. भारतीय अर्थव्यवस्थाही त्यामुळे डळमळीत होईल. ऊर्जेच्या संसाधनांची कौशल्याने हाताळणी व ऊर्जेचा पुनर्वापर ही पावले भारतीय समाजाच्या आर्थिक, परिसंस्थात्मक व सामाजिक हितांना जपणारी आहेत.

विकासाची सध्याची पद्धत उत्पन्न व संपत्तीच्या विषमतेला धरून आहे. यामुळेही शाश्वततेच्या संकल्पनेला अडथळा होतो. खोलवर रुजलेली वर्गव्यवस्था व आर्थिक विषमता असलेल्या समाजात स्थैर्य अशक्य आहे व तेथे शाश्वततेलाही फारसा वाव नाही. भारताला हिंसाचाराची वाढती भीती व देशाच्या बहुतांश भागांतील गरिबांशी आलेला तुटकपणा ही संकटे भेडसावत आहेत. श्रीमंत अधिक श्रीमंत होत जाणे व बहुसंख्य

गरिबांना लाजिरवाण्या परिस्थितीतून बाहेरच येता न येणे, अशा परिस्थितीत समाजाची प्रगती अशक्य आहे. 'आपण साधेपणाने राहिले तर बाकीच्यांना कमीत कमी जगता तरी येईल,' हे वाक्य गांधीजी बोलले असे अनेकजण सांगत असले तरी ते खरोखरच त्यांचेच वाक्य असल्याचा पुरावा मात्र कोठेही आढळत नाही. वारंवार उद्‌धृत केल्या जाणाऱ्या या वाक्यामुळे आपल्यापैकी प्रत्येकाने काही नैतिक मानके ठरवून त्यानुसार वागावे, आदरास पात्र होण्याजोगे वर्तन ठेवावे यासाठी प्रोत्साहन मिळते. 'इतरांमध्ये जे बदल घडावेसे वाटतात ते प्रथम स्वतःत घडवा,' या म्हणीवर गांधींचा पूर्ण विश्वास होता. ते स्वतः त्याप्रमाणे वागायचे. एकूण देशांतर्गत उत्पन्नाबाबतच्या आर्थिक प्रगतीसाठीच्या ठराविक उपायांवर अवलंबून राहू नये, कारण ते बिनचूक नाही, असे गांधीजींना वाटायचे. त्यांनी त्याबाबत कधी रोखठोकपणे सांगितले नाही. मात्र, त्यांच्या आचरणात व तत्त्वांमधून हे जाणवायचे, की उपभोग व उत्पादन तसेच एकूण देशांतर्गत उत्पन्नाच्या उपायांना दिले जाणारे प्राधान्य या संदर्भातील प्रचलित पद्धती त्यांना आवडत नाहीत. त्याबाबतची कळकळ त्यांच्या वागण्या-बोलण्यातून व्यक्त होत असे. 'तुम्ही जर चुकीच्या दिशेने जात असाल तर मग वेग असून उपयोग काय?' हे त्यांचे म्हणणे पूर्णपणे योग्यच होते.

गांधीजींच्या शब्दांमधील बुद्धीची ताकद आणि त्यांचा जाहीरपणे केलेला उच्चार या गोष्टी गांधीजींची दूरदृष्टी व द्रष्ट्या नेतृत्वाचा केवळ एक भाग होत्या. शंभर वर्षांनंतरच्या काळात काय घडेल याचा अदमास त्यांच्यातील द्रष्ट्या नेत्याला तेव्हाच आलेला होता. बोलल्यानुसार काटेकोरपणे वागण्याची जोरकस क्षमता त्यांच्यात होती. गरिबांच्या देशातसुद्धा धनदांडगे त्यांच्या श्रीमंतीचे प्रदर्शन असभ्य व विलासीपणे करत होते अन् क्षणभंगुर ठरणाऱ्या गोष्टींवर उधळपट्टी करत होते. त्या वेळी गांधीजींचे असे म्हणणे होते, की आपल्याकडील मालमत्तेचे आपण फक्त विश्वस्त असल्याप्रमाणे वागावे. त्यांचे हे सांगणे म्हणजे खासगी हित व लोकहित यांची सांगड घालायचाच प्रयत्न होता. औद्योगिकीकरणाच्या आरंभापासून अशाश्वत विकासाची सुरुवात झाली, याचे कारण खासगी पातळीवर नफा कमावणाऱ्यांनी त्या नफ्यासाठी पर्यावरण व नैसर्गिक साधनसंपत्तीवर त्यांच्या तात्कालिक उद्दिष्टांच्या होणाऱ्या दुष्परिणामांकडे साफ दुर्लक्ष केले.

उद्योगविश्वात नैतिक आचरणाच्या पातळीवर उंची गाठली गेली तर सामाजिक पातळीवरची उद्दिष्टे व मोठी जबाबदारी यांचा मेळ साधला जाऊन काही चांगले घडू शकेल. तसे झाले तर खासगी मालमत्तेचाही शाश्वत पद्धतीने वापर होऊ शकेल. असे झाले तर ते गांधीजींनी मांडलेल्या विश्वस्तपणाच्या संकल्पनेच्या साधारण जवळपास जाणारे ठरेल. त्यामुळे आर्थिक पातळीवर जगभर गेली तीन वर्षे खदखदत असलेला असंतोष कमी व्हायला मदत होईल. हा असंतोष निर्माण झाला आहे तोच मुळी काही खासगी कंपन्यांच्या नेतृत्वाने अनैतिकपणे मिळवलेल्या फायद्याचा परिपाक म्हणून. फायद्याचे अत्यंत संकुचित असे खासगी पातळीवरचे हित सांभाळताना या उद्योजकांनी सामाजिक मालमत्ता व सामाजिक हित

पणाला लावले. गांधीजींचा संदेश धोरणकर्त्यांच्या काना-मनात उतरवण्यासाठी एकत्रितपणे प्रयत्न झाल्यास शाश्वत विकासाची मोहीम सुरू केल्यासारखे तर होईलच, शिवाय त्यामुळे आपल्या घर व परिसरात मोकळी व शुद्ध हवा खेळू लागेल. आपल्या नद्या व तलावांमध्ये निर्मळ पाणी उपलब्ध होईल. संपूर्ण भूभागावर घनदाट जंगल व जैव विविधता नांदू शकेल. हवामानाच्या स्थिरतेसाठी ते आवश्यक आहे. या सगळ्याचा अभाव किंवा खालावलेला दर्जा मानवाच्या कल्याणात बाधा आणणारा व आपल्या आरोग्यासाठी घातक ठरेल.

(अनुवाद : नीला शर्मा)

राहुल बजाज

राहुल बजाज हे भारतातल्या आघाडीच्या दुचाकी निर्मात्या कंपनीचं नेतृत्व करतात. राष्ट्रीयत्वाची भावना आणि निर्भयता या दोन चाकांच्या आधारे प्रगती करणारे म्हणूनही ते ओळखले जातात. तल्लख व्यावसायिक बुद्धिमत्ता, औद्योगिक नेतृत्व, ठासून भरलेला देशाभिमान व देशाबद्दल विकासाच्या दृष्टिकोनातून बांधिलकी यासाठी त्यांची संपूर्ण भारतभर प्रशंसा केली जाते.

राहुल बजाज यांचा दानशूरपणा, सौजन्य व स्पष्टवक्तेपणा समोरच्यावर छाप पाडणारे ठरतात; मग ती संसद सदस्य म्हणून त्यांची कामगिरी असो किंवा भारतीय औद्योगिक संघाचे अध्यक्ष म्हणून जबाबदारी पेलणे असो. ही जबाबदारी त्यांनी एकदा नव्हे, तर दोनदा पेलली आहे.

जागतिक आर्थिक व्यासपीठावर त्यांची झालेली व्याख्याने संस्मरणीय ठरलेली आहेत. त्यांत विकसनशील जगाचा खरा आवाज ऐकायला मिळाला होता.

राहुल बजाज यांच्या अध्यक्षतेखाली 'जमनालाल बजाज न्यासा'कडून कित्येक वर्षांपासून गांधीजींच्या नीतिमूल्यांचा प्रसार करण्यासाठी व विधायक कार्यासाठी प्रयत्नांची पराकाष्ठा केली जाते.

असे हे 'हमारा बजाज' राष्ट्राबाबतच्या आपल्या सदसद्विवेकावर कायमच जोरदार प्रभाव टाकत असतात.

"कळत-नकळत आपल्यापैकी प्रत्येकजण कुठल्या ना कुठल्या स्वरूपात सेवाकार्य करतच असतो. आपण जर जाणीवपूर्वक ही सवय जोपासली तर सेवाकार्य करण्याची आपली इच्छा हळूहळू प्रबळ होत जाते. या कार्यातून आपण एकटेच समाधान पावत नसतो तर जगालाही मोठ्या प्रमाणावर काही तरी देत असतो."

आजच्या काळानुसार गांधीजींना समजून घेताना

मी गांधीवादी किंवा सामाजिक विचारवंत असल्याचा दावा करू शकत नाही. कारण माझ्या कुटुंबातील अगोदरच्या पिढीचा गांधीजींशी संबंध आला होता आणि त्यामुळे त्यांच्या आदर्श व मूल्यांचे संस्कार माझ्यावर जन्मापासूनच होत गेले. गांधीजींच्या विचारांनुसार चालणाऱ्या वर्ध्यातल्या काही संस्थांशी माझा सतत संपर्क असल्याने तो धागा जिवंत राहिला. त्या संस्थांमध्ये ते सारे आजतागायत आचरणात आणले जाते, तेवढ्याच सहजपणाने ते माझ्या बाबतीतही घडले.

मला नेहमी वाटायचे, की गांधीजींच्या विचारांचा वर्तमान व भविष्याच्या दृष्टीने नव्याने अर्थ लावावा. अनेकदा त्यांना आदर्शवादाच्या चौकटीतच बघितले जाते, आणि त्यामुळे ते वर्तमान व भविष्यकाळाच्या दृष्टीने अप्रासंगिक वाटू लागतात. काही मोजके समूह किंवा संघटनाही गांधीजींच्या विचारधारेनुसार खूप छान काम करत आहेत; पण आकडेवारी आणि प्रभावाच्या मर्यादांमध्ये त्या अडकून पडतात. असंख्य लोकांना गांधीजींचे महत्त्वच लक्षात आलेले नसल्याने त्यांनी गांधीजींना स्वतः:च्या आयुष्यातूनच हद्दपार केलेले आहे. त्यांच्या म ते त्यांना आदर्श मानावे एवढे थोर ते नक्कीच आहेत, पण त्यांच्या कल्पना आधुनिक जगात व्यवहारात उतरवता येण्याजोग्या अजिबात नाहीत.

या सगळ्याला पर्याय आहे का ? माझ्या आतला आवाज सांगतो, की नक्कीच पर्याय निघू

शकतो. तसा तो निघावा.

फ्रेंच भाषेत एक म्हण आहे, 'खूप गोष्टी आपण बदलायला गेलो तर सगळ्या तशाच राहतात.' अपेक्षित परिणाम त्यातून साधला जात नाही. तरी होते असे, की गांधीजी आपल्याला वारंवार हटकतात. या आधुनिक युगातही त्यांची आठवण वरच्यावर होते. जागतिक तापमानवाढीच्या या युगात आपल्याला शाश्वत विकासाचा नव्याने शोध घ्यायला सुरुवात करणे गरजेचे आहे. निष्ठुरपणे हिंसाचार घडण्याच्या या युगात- मग ते इराक, अफगाणिस्तान, काश्मीर किंवा छत्तीसगढमध्ये असोत- आपल्याला हिंसा सामर्थ्यहीन होताना दिसते. ती ऊठसूठ केली जाते आहे. आपल्याकडे डॉ. रघुनाथ माशेलकरांसारखे विद्वान शास्त्रज्ञ आहेत. त्यांना गांधीजी आणि स्वस्तातल्या अभियांत्रिकीत जवळचे नाते जाणवते. त्यातून ते कमीत कमी साधनांमधून जास्तीत जास्त लोकांसाठी जास्तीत जास्त देऊ पाहतात.

मला खात्री आहे, की गांधीजींच्या विचारांचा उमटलेला हा प्रतिध्वनी व त्या कल्पनांचा लवचिकपणा आहे. त्या आधारे एकेका मुद्द्याच्या मुळाशी जाऊन त्याचा अर्थ लागेपर्यंत थांबता कामा नये. सत्याचा हा शोध अखंडपणे व कठोरतेने चालवला पाहिजे.

दुसरे असे, की प्रसिद्ध गांधीवादी विचारवंत आणि माझे गुरू असलेले निवृत्त न्यायाधीश धर्माधिकारी अगदी मनापासून एक गोष्ट सांगायचे. ती अशी, की गांधीवाद नाकारण्याचा प्रयत्न सगळ्यात आधी खुद्द गांधींनीच केला होता, कारण त्यातला लवचिकपणा हरवल्यासारखा त्यांना वाटायचा. त्यांनी नेमके काय सांगितले, तर काही तत्त्वांवर आणि आवडीनिवडींवर आधारित बघण्याची पद्धत. ही गोष्ट आजच्या संदर्भातही पुरेपूर उपयोगी पडू शकणारी आहे. कुणी जर फक्त सत्य, अहिंसा व गांधीजींनी सांगितलेल्या सात प्रकारांच्या पापांचा (परिश्रमांशिवाय धन, सदसद्विवेकशून्य मौजमजा, मानवतावादाचा विचार न करता विज्ञानाचा वापर, शुद्ध चारित्र्याशिवाय ज्ञान, तत्त्वांशिवाय राजकारण, नीतीशिवाय व्यापार व त्यागाशिवाय पूजा) जरी विचार केला तरी त्याला आयुष्याची वाटचाल करण्यासाठी पुरेसा व्यापक आणि निरोगी दिशादर्शक मिळू शकतो.

मला असेही ठामपणे वाटते, की निरनिराळ्या प्रकारच्या किती तरी शक्ती आपल्याला गांधीजींच्या विचारांचा पडसाद असणाऱ्या जगात वेळोवेळी ढकलत असतात.

सोळाव्या शतकापर्यंत संपूर्ण जग निश्चितपणे गरीबच होते. पाश्चात्त्य राष्ट्रांनी विज्ञान, तंत्रज्ञान व वसाहतवादाचा उपयोग करून धनसंपन्न होईपर्यंत तीच अवस्था होती. ही निवड एकतर्फी पण टिकाऊ स्वरूपाची नव्हती. याशिवाय त्यासाठी आजतागायत हिंसेचा आधार घ्यावा लागतो आहे. जागतिकीकरण व त्याचे परिणाम आपल्या जीवनाच्या भौतिक व भौतिक नसलेल्याही पैलूंवर तसेच पर्यावरणावर होणे अटळ आहे. त्यामुळे अशी परिस्थिती निर्माण

होत चाललेली आहे, की पाश्चात्त्यांची उपभोगांबाबतची हाव स्वत: त्यांचादेखील घात करू शकते.

थोडा अधिक खुलासा करतो.

जागतिकीकरण जगाच्या अर्थकारणाला एकत्र यायला भाग पाडते आहे आणि जागतिक स्तरावर श्रमविभागणी करते आहे. याचाच अर्थ असा, की भेदांच्या आधारावरचे उत्पन्न हे उत्पादनक्षमतेच्या बळावरच दीर्घकाळपर्यंत टिकून राहू शकेल. अमेरिका, युरोप किंवा जपानमधली अर्थव्यवस्था गडगडण्याचे प्रकार माझ्या मते तात्पुरते नसून मोठ्या प्रमाणात एकूणच बदल होण्याची ती सुरुवात आहे.

यासोबतच पर्यावरणातही मोठे बदल होताना दिसत आहेत. मग ते जागतिक तापमानवाढीच्या रूपात असोत किंवा दैनंदिन गरजांच्या वस्तूंच्या दरवाढीबाबतचे असोत. विज्ञान व तंत्रज्ञानाद्वारे जरी या समस्यांची तीव्रता काहीशी कमी करण्याचे प्रयत्न होत असले तरी आपल्याला जुन्यातून नवीन निर्मिती करू शकायला योग्य अशा जगाकडे जायला हवे. ते जग सर्वांना परवडणारे ठरेल. मालाच्या पुरवठ्याबाबतची चणचण आपण आज ना उद्या नक्कीच नाहीशी करू शकू.

नवीन तंत्र व व्यवसायाचे उद्गाते स्वत:कडे असणे ही पद्धत सध्या जगभरच्या कंपन्यांमध्ये रुळली आहे. हे सारे ज्ञानकेंद्रित व नवीन कौशल्य जोपासण्यासाठी असते. कारण जुने ज्ञान व कौशल्य त्यांना आता कालबाह्य वाटतात. हे ज्ञानकामगार मूल्यांचा नवा अर्थ लावतात. ते जर नुसतेच जडवादी असतील तर ते गटात राहून फारसे उत्पादनक्षम ठरू शकणार नाहीत.

समाजात आता उपभोगवादाचे सामाजिक परिणाम लक्षात येऊ लागलेले आहेत. त्यामुळेच लोकांना कुठे तरी थांबण्याची गरज भासू लागली आहे. व्यक्तिगत किंवा कुटुंबाच्या पातळीवरील सुखसुविधा, उपभोग वाढवण्याच्या दिशेनेच बाजारपेठ चाललेली आहे. मॅस्लॉने सांगून ठेवलेला गरजांच्या उतरंडीचा सिद्धांत व्यवहारात दिसतो आहे. प्रश्न आहे तो हाच, की मूलभूत गरजांच्या तुलनेत लक्ष वेधून घेणाऱ्या प्रेरणा व त्यासाठीची आकडेवारी कशी प्रभावी ठरू शकेल ? पर्यावरण व संरक्षणाबाबतच्या कल्पनांवर खर्च करू इच्छिणाऱ्यांचा आकडाही वाढतो आहे. सीएफएल दिव्यांचा वाढता खपही याचेच उदाहरण आहे.

व्यापार पूर्वीपासून चालत आला तसा तो आता चालणार नाही. तो वेगळ्या पद्धतीने चालणे गरजेचे आहे, पण ते कसे हे पाहायला हवे.

जगाकडे आपण विशुद्ध किंवा सापेक्ष दृष्टिकोनातून बघू शकतो. दिशा योग्य असेल तर आपल्याला आनंदच होईल. प्रत्येकाने पूर्णपणे संतच झाले पाहिजे असे काही नाही. सरासरी

अप्रामाणिक माणसापेक्षा सरासरी प्रामाणिक माणूस केव्हाही बरा. म्हणून आपले जीवन जर का गांधीजींच्या विचारधारेनुसार असेल आणि त्यांचा प्रभाव आपल्यावर वाढता असेल तर मला वाटते, की इच्छित विकास घडू शकेल. गांधीजींची परंपरा आपण अशा तऱ्हेने पुढे चालवली तर त्यांच्या कल्पना व तत्त्वज्ञान अमलात आणणे सोपे जाईल.

सतत धोक्याचे इशारे जाणवत असूनही भवितव्याबाबत मी आशावादी आहे. माणसातील सहजभावनेने कासांड्राचे म्हणणे चुकीचे ठरवलेले आहे. माझी खात्री आहे, की सर्वत्र शिक्षण व माहितीचा प्रसार तसेच भांडवलाच्या उपलब्धतेमुळे समस्यांचे निराकरण करण्यासाठी तोडगा निश्चित सापडू शकेल. अशा रीतीने आपण पुढे सरकण्यात काही प्रमाणात यश मिळवले आहे.

थोडक्यात काय, तर गांधीजींच्या कल्पनांमधली आवश्यक ती ताकद व त्यांच्यातील दमदारपणा तसेच बदलणारी आर्थिक, पर्यावरणीय व सामाजिक परिस्थिती पाहता गांधीजींच्या कल्पनांनुसार पृथ्वीवर चिरस्थायी विकासाच्या दृष्टीने अनुकूल स्थिती निर्माण होते आहे असे मला वाटते.

(अनुवाद : नीला शर्मा)

रमा बिजापूरकर

रमा बिजापूरकर या भारतात वेगाने वाढत्या खरेदीदारांच्या वर्तनाचा अचूक अर्थ समजून घेणाऱ्यांपैकी एक आघाडीचे नाव आहे. देशातल्या सन्माननीय विश्लेषकांपैकी त्या आहेत. या विश्लेषणाचा संबंध बाजारपेठेची धोरणे व त्या संदर्भातल्या विषयांशी येतो तेव्हा ही विश्लेषणे मोलाची ठरतात. बाजारासंबंधीच्या डावपेचांबाबत सल्ला देण्याच्या त्यांच्या कामाची भारतातील व जागतिक पातळीवरच्या उच्च दर्जाच्या ग्राहकांकडून नेहमीच प्रशंसा केली जाते.

रमा या भारतातल्या काही अग्रगण्य कंपन्यांना स्वतंत्र संचालक म्हणून सेवा पुरवतात, तसेच त्या 'इंडियन इन्स्टिट्यूट ऑफ मॅनेजमेन्ट'साठीही याच पदावरून काम करतात.

सामाजिक-सांस्कृतिक दृष्टिकोन असणाऱ्या व अंतरंग जाणण्याची विलक्षण क्षमता असणाऱ्या भाष्यकार, अशीही रमा यांची विशेष ओळख आहे. *'वुई आर लाइक दॅट ओन्ली - अंडरस्टँडिंग द लॉजिक ऑफ कन्झ्युमर इंडिया'* या त्यांच्या नव्या पुस्तकाला प्रचंड यश मिळाले आहे.

चाकोरीबाहेर जाऊन विचार करण्याची त्यांची सवय व कित्येक गुंतागुंतीच्या मुद्द्यांचे तत्काळ आकलन होण्याची क्षमता, सर्जनात्मक जाणिवा व इतरांना जे दिसणार नाही ते बघण्याचे सामर्थ्य, यांसारख्या गुणवैशिष्ट्यांमुळे व्यक्ती किंवा व्यावसायिक म्हणूनही त्या खास वाटतात.

"स्वदेशीची माझी कल्पना मुख्यत्वे हाताने तयार केलेली खादी आणि जे जे काही आपल्या देशातच उत्पादित केलेले असेल त्याच्याशी जाऊन मिळते."

वैश्विक स्वदेशी

शब्द ज्या संदर्भात वापरले जातात किंवा ज्या घटनांमुळे ते घडतात त्यामुळे सांस्कृतिक अर्थ ल्यायलेले असतात. माझ्या पिढीचे व माझ्या सामाजिक वलयातले भारतीय अशा युगात वाढले जेव्हा भारतात परदेशी व्यवसायाला वाटा मोकळ्या होत्या. त्यांच्या तिशीच्या आसपास जागतिकीकरण ही नवी संज्ञा आलेली होती. आमच्यासाठी 'स्वदेशी' हा शब्द नकोशा सांस्कृतिक अर्थाने लगडलेला होता. उदारीकरणाच्या आधी हलक्या दर्जाच्या वस्तू, भयंकर सेवा व सर्वसंगपरित्यागासारखा दृष्टिकोन होता आणि 'हे आता पुरे' असे वाटायला लावणारे होते. उदारीकरणानंतर स्वदेशीचा अर्थ जागतिक दर्जाची वस्तू तयार करण्याची तहान नसलेले काही तरी, असा अर्थ घेतला जायचा.

भारताचा लाडका ठरलेला उदारीकरण हा शब्द १९९० मध्ये आला आणि त्याला छटा होत्या त्या स्वदेशीशी समांतर व विरोधीपणाच्या सांस्कृतिक अर्थाच्या. 'उदारीकरणा'च्या ज्या दंतकथा सांगितल्या जातात त्यात असेही आहे, की देश या नात्याने आपण कसे खंडित झालो होतो, आपला एकात्मिक चेहरा दाखवण्याची सोय राहिलेली नव्हती आणि उदारीकरणाने त्यातून आपल्याला वाचवले. फक्त वाचवलेच नाही, तर बलाढ्य शक्ती म्हणून होणारा आपला उदय बघणे साऱ्या जगाला भाग पाडले. नुसते एवढेच नाही, तर तुफान वेगाने होत असलेली आर्थिक वाढ बहुसंख्य गरिबांना त्यांच्या अवस्थेतून बाहेर काढून उंचावर नेऊन बसवणारी ठरली. याचबरोबर असेही झाले, की ज्या गरिबांना जागतिकीकरणाचा फायदा मिळालेला नव्हता त्यांच्याशी वाटाघाटी करण्यासाठी आपल्याकडे पैसा खेळू लागला. खऱ्या-खोट्या कुणास ठाऊक, पण अशा किती तरी कथा सांगितल्या जातात ज्यांच्यात जुन्या काळच्या उदारीकरणाच्या संघर्षाचे किस्से आहेत, ज्यांच्यात गांधीजी व त्यांच्या कल्पनांना केंद्रस्थानी ठेवण्यात आलेले आहे. मला मोहवणारी जागतिकीकरणाची कथा आहे ती आपल्या देशातल्या राखीव सुवर्णसाठ्याबद्दलची. ते परदेशात कसे नेण्यात आले होते आणि त्या

सार्वभौम संपत्तीचा वापर ऋण फेडण्यासाठी कसा करण्यात आला होता याबद्दलची ही कथा आहे. गंमत म्हणजे माझी आई एक गोष्ट सांगते, की स्वातंत्र्यलढ्यासाठी लोकांनी स्वतःकडचे सोने राष्ट्राला दान केले होते. या दोन्ही गोष्टींत मला साम्य वाटते.

माझ्या पिढीला त्यांच्या डोक्यातल्या कल्पना बदलण्यासाठी प्रचंड कष्ट घ्यावे लागले. आपल्याला जे 'चांगले' आणि 'छान' वाटत होते, त्या जागी नवे शब्द यायला हवेत. उदारीकरण या शब्दाचा सांस्कृतिक अर्थ थोडक्यात सांगण्यासाठी खाली कोष्टक दिलेले आहे.

याच्याकडून ⟶	याच्याकडे
धट्टीकट्टी गरिबी, समाधान व स्थैर्य (उदाहरणार्थ, वाढीचा 'हिंदूंचा दर')	जास्त कमवायला शिकणे. दुसऱ्यांपेक्षा मागे पडू नये याची काळजी घेणे (जर चीन, कोरिया व ब्राझील हे करू शकतात, तर आपण का नाही?)
स्वदेशी	आंतरराष्ट्रीय (परदेशी बाजारपेठेसाठी जागतिक दर्जाच्या वस्तू तयार करायला धडपडणे.)
स्वतःवर भरंवसा (कितीही किंमत पडली तरी)	आंतरराष्ट्रीय (जर हे खरेदीदाराला स्वस्त पडत असेल तर तयार करायचे नाही.)
आदर्शवाद, भावना	व्यवहारवाद (वास्तववाद)
दुर्बलांचे संरक्षण (सुरक्षिततावाद)	स्पर्धेत तारून नेण्याजोगी सक्षमता आणणे.

गांधीजींच्या स्वदेशी या संकल्पनेची जी काही माहिती आपल्याला आहे ती परदेशी वस्तू जाळण्याच्या संदर्भात. परदेशी भांडवल नाकारणे त्यात आले. जणू एका खोल विहिरीत राहण्यासारखे. जे काही आपल्याशी आहे त्यावरच भागवायचे. यात आत्मविश्वासाचा अभाव आहे. जेवढे कापड उपलब्ध आहे तेवढ्यातच आपले वस्त्र बेतून घेण्यासारखे हे आहे. शेजाऱ्याकडे जे पाहिले असेल ते आपल्यालाही मिळावे यासाठी महत्त्वाकांक्षा न बाळगणे, आपण तसेच किंवा त्याच्यापेक्षाही सरस होऊ शकलो तरीही. भारताच्या 'स्वदेशी'ची नवी संकल्पना व स्वतःवरचा विश्वास या गोष्टी तशा ओबडधोबड आहेत. चमकदार शब्द किंवा फॅशनेबल असे काहीच त्यात नाही. दुसरा एक वाक्प्रचार सांस्कृतिक अर्थ घेऊन जन्मला तो १९७० मध्ये. इंदिरा गांधींनी वेळोवेळी वापरलेला 'परकीय हात' हा तो शब्द. स्वदेशी या शब्दाला तशी काही सांस्कृतिक छटा नाही; मात्र या शब्दाने नवा सांस्कृतिक अर्थ उचलला आहे तो परक्या व्यक्तीबद्दलचा भयगंड यातून. तसेच आर्थिक विकासविरोधी, अशीही छटा त्याला आहे.

गमतीने आणि उपरोधानेसुद्धा सांगायचे, तर गेल्या काही वर्षांपासून भारतासमोर मोठ्या

समस्या होत्या त्या अन्नसुरक्षितता व ऊर्जासुरक्षिततेच्या. याच्याशी आपण सगळे सहमत होऊ. ते करताना आपल्या असे लक्षात आले, की जर आपण याबाबत स्वत:वर विसंबून काम करू शकलो नाही तर फारच बिकट समस्या आपल्यासमोर येऊन शकेल. भारताला स्वत:च्या जनतेचे पोट भरता आले पाहिजे आणि ऊर्जाही सुरक्षित ठेवता आली पाहिजे. यासाठी जागतिक पातळीवर अन्नधान्याच्या दरांत होणाऱ्या चढउतारांवर अवलंबून राहणे नको किंवा शक्तिमान तेल उत्पादकांवर विसंबून राहायला नको. भारताला पाण्यासाठी शेजाऱ्यांशी युद्ध न पुकारता आपल्या जलस्त्रोतांची सज्जता ठेवता आली पाहिजे. सहकाराचे नवे जग हे अजूनही जुनेच आहे, या कटू सत्याशीही बरेचजण सहमत होतील. सुरक्षा समितीत कुणीही आपल्याला थारा देणार नाही, आणि सहकारसुद्धा अधिक बलवानाचा बलवानाशीच होणार. बलवान व दुर्बळ यांच्यात तो होणे अशक्यच आहे.

असे वाटतेय, की स्वदेशी हा शब्दही आता राष्ट्रीयत्व व आत्मनिर्भरतेच्या नव्या सांस्कृतिक अर्थाची छटा घेऊन वावरणार आहे. मात्र त्यासाठी पट आणि संदर्भ असेल तो संपूर्ण विश्वाचा. स्वदेशी आता वैश्विक स्वदेशी, आत्मनिर्भर जागतिकीकरण बनू पाहते आहे. याचे एक उदाहरण व्यवस्थापनशास्त्रातील माणसे देतात. यात भारताने स्वत:साठी नवनवीन तंत्रज्ञान निर्माण करावे. ते अद्वितीय स्वरूपाचे असावे. हे तंत्रज्ञान उरलेल्या जगाच्या बाजारपेठेच्या नियमांना छेदणारे असावे; नवीन तंत्रज्ञान उलट बाजूने, असेही सांगितले जाते. नॅनो हे याचेच उदाहरण आहे. डॉ. रेड्डी यांच्या प्रयोगशाळेत संशोधनाच्या प्रक्रियेत असलेली बहुऔषधी गोळी (पॉलीपिल) चार भिन्न आजारांवरील औषधांना एकत्र आणणारी आहे. एका गोळीने चार प्रकारचे आजार बरे होत असल्याने नाट्यमय पद्धतीने उपचारांचा खर्चही कमी होईल, त्याचबरोबर ती घेणाऱ्यांची संख्या वाढेल. ही गोळी दुसरे उदाहरण आहे. वैश्विक स्वदेशीचे आणखी एक उदाहरण हे दर्शविते, की १०० % घरीच विकसित झालेली कल्पना बाहेर जाऊन जगभरात भारताला किती भव्य करू शकते. माहिती व तंत्रज्ञानाच्या क्षेत्रात आपण इतर देशांसाठी केवढे काम करत आहोत, यावरून काय लक्षात येते?

'द ८६% सोल्युशन' या विजय महाजन व कामिनी बंगा यांनी लिहिलेल्या पुस्तकात ८६% हा संदर्भ ज्या देशांमध्ये दरडोई वार्षिक उत्पन्न १०,००० डॉलर्सच्या खाली आहे अशा जगणाऱ्या लोकांच्या गणितावर आधारित आहे. जगभरातल्या ६०० अब्जांपेक्षा जास्त लोकांपैकी फक्त १४ %च लोक अशा देशांमध्ये राहतात जिथे हे प्रमाण १०,००० डॉलरपेक्षा जास्त आहे. या पुस्तकाच्या लेखकद्वयीपैकी एक असलेले विजय महाजन यांनी बऱ्याच वर्षांपूर्वी 'अहमदाबाद मॅनेजमेंट असोसिएशन'मध्ये एक विचारप्रवर्तक व्याख्यान दिले होते. त्यात ते म्हणाले होते, की ८६% जगाने समस्येला उत्तर शोधण्यासाठी १४% जगाची वाट बघणे थांबवले पाहिजे. आपल्याला आतापर्यंतच्या अनुभवांवरून हेही लक्षात आलेले आहे, की त्यांनी शोधलेल्या किती तरी उपाययोजना खूप खर्चिक आणि नासधूस करणाऱ्या होत्या. आपल्या समस्या सोडवण्यासाठी आपल्याला स्वत:च उपाययोजना शोधायला हव्यात.

जगातले कोणतेही प्रशासन किंवा 'वाद' (समाजवाद वगैरे अर्थाने) आपल्याकडे असलेल्या लोकशाही कार्यपद्धतीत निर्माण होणाऱ्या समस्या व त्याही विशिष्ट प्रकारची प्रशासकीय पातळीवरची आव्हाने असताना, सोडवू शकणार नाही. आपल्याला आपली परिस्थिती व आपल्या आदर्शवादाच्या कल्पनांच्या आधारे स्वतःच शोध घ्यायला हवा, त्याचबरोबर सी. के. प्रल्हाद यांनी म्हटल्याप्रमाणे पुढची स्वतःची व्यवहारोपयोगी कृती काय असावी ते शोधले पाहिजे. दुसऱ्या कुणावर विसंबून केलेल्या चलतीच्या कृतीपेक्षा आतून आपल्याला जाणवलेली चांगली कृती करायला हवी. कारण दुसऱ्याची चलती असणारी कृती आपल्याला अनुकूल ठरेलच असे नाही. मलेशिया जे करतो ते आपण का करू शकत नाही हे जाणून घेण्याची जेवढी आवश्यकता आहे, तेवढेच केरळ किंवा तामिळनाडूत जे होते ते उत्तर प्रदेश किंवा महाराष्ट्रात का घडत नाही हेही जाणून घेणे गरजेचे आहे. *'इंडिया - इकॉनॉमिक डेव्हलपमेंट अ‍ॅण्ड सोशल अपॉर्च्युनिटी'* या जीन ड्रेझ व अमर्त्य सेनलिखित पुस्तकाच्या प्रस्तावनेत म्हटलेले आहे, 'या कामाचा एक मुख्य गाभा असाही आहे, की भारताने भारताकडूनच स्वतःच्या अनुभवातूनच धडे घेण्याचे महत्त्व ओळखले पाहिजे. इतर देशांच्या यशातून शिकायच्या धड्यांइतकच हेही महत्त्वाच आहे.' त्यात लक्ष घेण्यात आलेली आणखी एक गोष्ट अशी, 'केवळ एखाद्या गोष्टीची नक्कल करण्यापेक्षा आपल्या एकत्रित अनुभवातून धडे घेणे यात खूप फरक आहे.'

मलाही असेच वाटते. वैश्विक स्वदेशी ही जशी एवढ्या व्यापक जगाकडून काही चांगले शिकण्याची बाब आहे तशीच ती आपल्या आतले जाणून घेऊन त्यातून शिकण्याचीही आहे. आपली शिक्षणव्यवस्था कितीही जरी भयानक वाटत असली, तरी हेही लक्षात घ्यायला हवे, की आपल्याकडचे अगदी ७० टक्के गुण मिळवलेले विद्यार्थीही जगाच्या वेगवेगळ्या भागांमध्ये काही चांगले करत आहेत. याचे कारण कदाचित असेही असू शकेल, की स्वतःची विचारशक्ती दडपून टाकणारी आपली शिक्षणपद्धतीच दुसऱ्यांकडून अधिक शिकण्यासाठी आणि जुळवून घेण्यासाठी प्रोत्साहन देते. मी एकदा एका कंपनीच्या मालकांना प्रश्न विचारला होता. त्यांनी शेतीविषयक रासायनिक बाबीसंबंधी बाहेर संशोधन करवून घेतले होते. भारतीय पदव्युत्तर शिक्षण घेतलेली किंवा डॉक्टरेट घेतलेल्या ज्या माणसांच्या सेवा त्याने घेतलेल्या होत्या ते जागतिक दर्जाच्या तोडीचे होते. त्यांच्याबद्दल मी विचारले तर त्याने उत्तर दिले, की ते त्या दर्जाचे नसतात. मात्र, त्यांच्यात उच्च शिक्षण घेण्याची अशी काही पात्रता असते, की आपण त्यांना जगातल्या सर्वश्रेष्ठ दर्जाच्या पातळीपर्यंत त्यांच्या कुवतीनुसार काही समजावून सांगितले तर ते त्यातून चटकन शिकतात. त्या माणसाने आणखी थोडा विचार करून मला हेही सांगितले, की तुम्ही महाविद्यालयात वीस विद्यार्थ्यांसोबत असलात आणि सगळ्यांमध्ये मिळून एकच फोटो स्पेक्टोमीटर असेल, त्यातूनही अभ्यासक्रमातला प्रयोग पूर्ण करायचा राहिला असेल, तर सगळेजण भराभर वेळेचा किती चांगला उपयोग करतात ते लक्षात येईल. प्रयोगाआधी प्रश्न कशा पद्धतीने स्पष्ट करावा तेही सांगतील. आपण जरी आपल्या शिक्षणपद्धतीची पुनर्रचना करायचे ठरवले तरी तिचा उपयोग परदेशी विद्यापीठाची

दारे उघडायला आणि नंतरच्या प्रगतीसाठी फारसा होणार नाही. तो काही वैश्विक स्वदेशी मार्ग ठरणार नाही. परदेशात घेतलेले शिक्षण आपल्या देशातली अर्थव्यवस्था, इथे नोकऱ्या निर्माण करणे वगैरेंसाठी शैक्षणिक धोरण ठरवायला पुरे पडू शकणार नाही. ते आपण आपल्यासाठी निर्माण करावे किंवा मग त्यांना आपल्यासाठी तयार करू द्यावे. आपल्याकडे काय आहे आणि काय नाही हे ते सांगणार नाहीत, त्याचप्रमाणे काय ठेवावे अन् काय काढून टाकावे तेही सांगणार नाहीत. ते काम आपल्यालाच करावे लागेल किंवा आपल्यासाठी दुसऱ्यांकडून ठरवून करवून घ्यावे लागेल.

वैश्विक स्वदेशी मार्ग हा असा आहे. एक अब्ज लोकसंख्येच्या राष्ट्रासाठी तुम्ही अंतर्गत सुरक्षेची रचना कशा प्रकारे करणार आहात ? लाखो प्रकारचे नियम करून आणि त्यांना तेवढ्याच पळवाटा असताना तर हे शक्यच नाही. कुमक वाढवण्यासाठी प्रचंड खर्च करून किंवा लोकचळवळींना मर्यादा घालूनही हे शक्य नाही. काही देशांप्रमाणे मुस्लिम नावांशी जोडलेल्या काहीजणांवर पाळत ठेवूनही हे शक्य नाही. आपल्याला गरज आहे ती भारताच्या हिताच्या कार्यपद्धती जगभरातून वेचून एकत्र आणण्याची, त्याचप्रमाणे आपल्या आतूनही असेच काही शोधण्याची. त्यांचा मिलाफ करून आपण वैश्विक स्वदेशी भावी कार्यपद्धतीचा तोडगा काढायला हवा.

स्वदेशीचा नवा अर्थ धुंडाळताना मला *‘लाइफ पॉझिटिव्ह’* या नियतकालिकात वाचलेल्या लेखापासूनही प्रेरणा मिळाली. त्यात म्हटल होत, ‘महात्माजीं’चे पणतू तुषार गांधी यांनाही खादीच्या आजच्या समर्पकतेबद्दल प्रश्न पडतात : ‘खादी ही आत्मनिर्भरतेचं प्रतीक म्हणून कुठवर टिकून राहणार ? शासनाच्या निधीवर तग धरून राहणारं ते बांडगूळच आहे. तिचा विकास व्हायलाही वाव नाही. उत्पादकतेसाठी विजेचा वापर करण्यात काय चूक आहे? खादीचे टी शर्ट करायला काय हरकत आहे?’ ‘खादीच काय ती खरी,’ असे कुणीही मानत नाही. रजनी बक्षी त्यांच्या *‘बापू कुटिर’* या पुस्तकात लिहितात,‘गांधींसाठी खादीचा संबंध अन्न, सामूहिक मूल्यांना प्रोत्साहन व गटागटांची संस्थात्मक कौशल्य वाढवणे यासाठी होता. गांधींनी खादीचा विचार केवळ वस्त्र म्हणून केला नाही, तर लाखो लोकांना गुंतवून घेणाऱ्या जगातल्या मोठ्यात मोठ्या सहकाराचं ते प्रतीक होतं.’ स्वदेशीबाबतही हेच म्हणायला हवे. त्यातले सार तेवढे घेऊन त्याचा संदर्भ वर्तमानाशी जोडायला हवा. खरे म्हणजे एके काळी गरजेची ठरलेली बाब आता पूर्णपणे नाकारण्याऐवजी तिला वैश्विक स्वदेशी हे रूप देऊ या. सभोवतालच्या जगाकडून ज्ञान व प्रेरणा घेऊच, शिवाय हे स्थानिक सामर्थ्य जागतिक व्यासपीठावर आणून आपली स्थानिक शक्ती वाढवू या.

(अनुवाद : नीला शर्मा)

सचिन तेंडुलकर

देशबांधवांचा लाडका आणि क्रीडाशौकिनांचा तर देवच असलेल्या सचिन तेंडुलकरचे नाव भारतातल्या प्रसिद्ध व्यक्तींच्या यादीत बरेच वरच्या जागी आहे.

साधेपणा, विनयशीलता व त्याच्या क्षमतेमुळे तो थोरांहून थोर ठरला आहे; पण याच गुणांमुळे क्रिकेटविश्वातली त्याची महानता लपून राहते.

उत्कटता, उत्कृष्टता, प्रयत्नांची पराकाष्ठा आणि वाहून घेणे हा त्याच्या आयुष्याचा गाभा आहे. खरे तर जगातल्या कोणत्याही तरुणाला यशाची सिद्धी मिळवून देणारा हा मंत्र आहे. हातातल्या बॅटला फटकाऱ्यांची भाषा बोलायला लावण्यावर त्याचा भर असतो. बॅटची भाषा आपल्याला कळते, असा ठाम विश्वास त्याला आहे.

सचिन जाईल तिथे त्याला भरभरून आदर आणि प्रेम मिळते. बऱ्याच देशांमधले क्रिकेटप्रेमी त्याने मैदानात पाऊल ठेवताच उभे राहून मानवंदना देतात. वयाच्या अवघ्या सोळाव्या वर्षी त्याने क्रिकेटविश्वात पदार्पण केल्यापासून या खेळाने कात टाकली, असे म्हणायला हरकत नाही.

त्याने भारताला जिंकायची आणि जगाला भारताकडे आदराने पाहायची सवय लावली. त्याला परमेश्वरी देणगी प्राप्त आहे आणि तो म्हणजे भारताला परमेश्वरानेच दिलेली देणगी आहे.

"माणसाला जसं व्हावंसं वाटतं
तसाच तो होत जातो."

अनादिअनंत मनोमूर्तीचा धावा करताना...

गांधीजींच्या प्रतिबिंबानं विशाल पट भरून गेल्यासारखा वाटतो. साबरमती नदीच्या काठी ते बसले आहेत. चेहरा धुण्यासाठी वाकले आहेत. पलीकडे बसलेल्या स्त्रीशी नकळतपणे त्यांची नजरानजर होते. ती साडी धुते आहे. बहुतेक त्या अंगावरच्या साडीखेरीज तिच्याकडे काहीच नसावे. म्हणून त्या सहावारी साडीच्या थोड्या भागाने कशीबशी अंग झाकत ती साडी धुवायला धडपडते आहे. पल्याड बसलेल्या अनोळखी माणसाशी नजरानजर होताच ती जाणवण्याइतपत अंग आकसून घेते आणि त्याची नजर टाळायला बघते. या सगळ्यातले मर्म क्षणार्धात जाणून घेत गांधीजी त्यांच्या खांद्याभोवती गुंडाळलेला पंचा काढतात आणि हळुवारपणे तिच्या दिशेने जाणाऱ्या पाण्याच्या प्रवाहात सोडतात. तो तिच्यापाशी जाताच ती घाईने तो ओढून घेते आणि अंगाभोवती गुंडाळून लाज झाकायचा प्रयत्न करते. त्यानंतरच या दयाळू माणसाकडे बघायला धजावते आणि तिचे डोळेच तिचे उत्तर देतात. गांधीजींच्या मुखावर करुणेने भारलेले स्मित तरळून जाते. सर रिचर्ड अ‍ॅटनबरोंचा 'गांधी' हा महाकाव्य ठरलेला चित्रपट पाहिल्यानंतर ही आठवण कायमसाठी माझ्या मनावर कोरली गेली आहे.

कुणाचेही चित्र पाहिले की त्याची छबी मनात कुठल्याशा स्वरूपात राहते. मला गांधीजींची आठवण होताच मनात कमालीची अनुकंपा आणि करुणेचा भाव जाणवतो. आईच्या मनात तिच्या बाळासाठी असावेत तसे हे भाव असतात.

गांधीजींची ओळख सगळ्यात आधी मला झाली ती मी शाळेत असताना. मी असेन तेव्हा सात-आठ वर्षांचा. इतिहासाच्या शिक्षकांनी स्वातंत्र्यसंग्रामात महात्मा गांधींनी केलेले

योगदान आणि त्यांच्या भूमिकेबद्दल अगदी थोडक्यात माहिती करून दिली होती. वर्षांमागून वर्षे पुढे सरकली आणि कळता होत गेलो तसतसे मला भारताच्या स्वातंत्र्यलढ्यात महात्मा गांधींनी बजावलेल्या मध्यवर्ती भूमिकेचे महत्त्व खोलात जाऊन कळू लागले. अगदी आजही जेव्हा मी विचार करतो, की 'अहिंसा' आणि 'सत्याग्रह' यांसारख्या अमोघ शस्त्रांच्या बळावर या एकट्या माणसाने ब्रिटिश साम्राज्यकर्त्यांच्या तावडीतून भारताला संपूर्ण स्वातंत्र्य मिळेपर्यंत कसे जेरीस आणले होते, तेव्हा मी पुरता थक्क होऊन जातो. कसे केले असेल त्यांनी हे ? त्यांच्यावर भाष्य करण्याची कुठलीही पात्रता माझ्याकडे नाही. तेवढी माझी लायकी नाहीच. तरीही एवढे नक्कीच म्हणावेसे वाटते, की एखादी व्यक्ती तिच्या आयुष्यात किती सर्वश्रेष्ठ पदाला जाऊ शकते, ते पाहून अवाक व्हायला होते.

शाळेतल्या त्या इतिहासाच्या तासांच्या खूप प्रभावी आठवणी आहेत. वसाहतवादी राजवटीने आपल्यावर लादलेल्या कुप्रसिद्ध मिठाच्या कराच्या प्रश्नाबाबत गांधीजींनी कसा विचार केला होता त्याबद्दलची आठवणही त्यांपैकीच एक. त्या संदर्भातला त्यांचा आणि त्यांच्या माध्यमातून संपूर्ण राष्ट्राचा निषेध नोंदवण्यासाठी त्यांनी वापरलेली पद्धत अत्यंत हुशारीची होती. तिला तोडच नाही. त्यांनी दांडीयात्रेची सुरुवात करताना जरी मोजकेच अनुयायी त्यांच्यासोबत असले तरीही यात्रा शेवटाला पोहोचेस्तोवर तिचे महाकाय मानवी लाटेत रूपांतर झालेले होते. 'ज्या साम्राज्यावर सूर्य कधीच मावळत नाही' अशी ख्याती पसरवण्यात आली होती, त्याचा पाया या लाटेने समूळ हादरवून सोडला. 'आधी केले, मग सांगितले' हे तर त्यांचे ब्रीदवाक्यच होते. त्यांनी त्यांची मते लोकांवर लादली असे कुठेच आढळत नाही. ते हलके हलके लोकांना उद्दिष्टाकडे वळवायचे. त्यासाठीची त्यांची पद्धत पाहिली तर स्पष्टपणे आपल्या लक्षात येते, की नेतृत्वाची देणगी त्यांना उपजतच आणि भरभरून लाभलेली होती. या आणि अशासारख्याच आणखी काही कारणांमुळे काहीजणांना अशी पश्चातबुद्धी होऊ शकते, की स्वातंत्र्य चळवळीतले महात्मा गांधींचे योगदान एकमेवाद्वितीय होते. एवढेच नाही, तर सर्व सजिवांना स्वातंत्र्याची जी आस लागलेली असते त्याच्या प्राप्तीसाठी राष्ट्राने कसे वागावे यासाठीचा पायंडाच जणू त्यांनी घालून दिला.

गांधीजींनी एके ठिकाणी लिहून ठेवलेय, 'जे साध्य झालेल आहे त्यात नव्हे, तर ते साध्य करण्यासाठीच्या प्रयत्नांमध्ये समाधान दडलेल असत... पुरेपूर परिश्रम हाच खरा विजय.' मलाही असेच वाटते. माझा याच्यावर अगदी शंभर टक्के विश्वास आहे. इच्छित ध्येयापर्यंत पोहोचण्यासाठीच्या मार्गावरची वाटचाल, ही प्रक्रियाच त्या सगळ्याचे मर्म आहे. हेतू शुद्ध असेल, सर्व बाजूंचा नीट विचार करून योजना आखलेली असेल आणि प्रयत्न जर प्रामाणिकपणे केलेले असतील तर बऱ्याचदा त्या सगळ्याचा एकत्रित परिणाम होऊन उद्दिष्टप्राप्ती घडून येते. जर तुम्ही तळमजल्यावर आहात आणि पन्नासाव्या मजल्यावर पोहोचणे हे तुमचे ध्येय असेल, तर प्रत्येक पायरीवर पाय ठेवत वरवर चढत जाणे आणि पुढच्या मजल्यावर जाण्याकडे आपले संपूर्ण लक्ष असले पाहिजे. शहाणपणाचे यांसारखे

किती तरी विचारमोती सभोवतालच्या माणसांकडून आपल्याला वेळोवेळी मिळत राहतात. आत्मसाक्षात्काराची प्रक्रिया आपल्या आत नव्याने सुरू होते तेव्हाही असेच काहीसे वाटते. काही तरी अनोखे सापडल्याचा क्षण येतो अन् जीवनाला त्या नवलाईतून आगळावेगळा अर्थ प्राप्त होतो.

माझ्या अत्यंत आवडत्या क्रिकेट या खेळाचा पुरेपूर आनंद उपभोगत माझा जगभर प्रवास होत असतो. त्यातून मला त्या आनंदाखेरीजही बरेच काही मिळते. माझ्या आजवरच्या आयुष्यात सुदैवाने काही अत्यंत थोर स्त्री-पुरुषांना मी 'याचि देही, याचि डोळां' पाहू शकलो आहे, त्यांच्याशी बोललो आहे. दक्षिण आफ्रिकेतल्या एका दौऱ्याच्या वेळी नेल्सन मंडेलांशी घडून आलेली भेटही अशीच अविस्मरणीय घटना आहे. ते आपल्यासमोर आहेत हे खरेच वाटत नव्हते. त्यांच्याबद्दलचा आदरयुक्त दरारा मनातल्या मनात मला 'त्यांच्यासमोर आपण कोण' असे वाटायला लावत होता.

त्या भेटीत मंडेला मला म्हणाले, "गांधींच्या भूमीतले तुम्ही आहात. नशीबवान आहात. त्यांच्या खोलवर प्रभावातूनच माझं अवघं जीवन फुललेलं आहे." ते शब्द ऐकताच मीही भारतीय असल्याच्या अभिमानाने फुलून आलो. महात्मा गांधींनी शिकवलेल्या बऱ्याच गोष्टी आजही लोकांना आठवतात. लोक त्यानुसार आचरण करतात. ते साहजिकच आहे. कारण ते विचार कशानेही नाश पावू शकत नाहीत. ते कोणत्याही काळात, कोणत्याही प्रसंगी सुसंगत ठरणारेच आहेत. एखादा माणूस त्याच्या आयुष्यात काय किमया करू शकतो आणि त्याचा सबंध जगावर कसा विलक्षण परिणाम होऊ शकतो हे गांधीजींच्या उदाहरणावरून पाहताना अक्षरशः मंत्रमुग्ध व्हायला होते.

गांधीजींच्या आयुष्यातल्या निर्भेळ साधेपणापुढे मी नतमस्तक होतो. एखादा माणूस निःस्वार्थपणे आपले आयुष्य त्या त्या वेळच्या ध्येयासाठी समर्पित करतो, त्या बदल्यात त्याची कोणतीच अपेक्षा नसते. हे आजघडीला किती दुर्मिळ आहे! ज्याला कोणत्याही भौतिक इच्छा आकांक्षा नाहीत किंवा कुणाकडूनही तिळमात्रही अपेक्षा न बाळगणारा माणूस माझ्या मते सर्वांत जास्त बलवान म्हणायला हवा. याचे नेमके विश्लेषण करू पाहता असे लक्षात येते, की जो न्यायासाठी उभा ठाकतो आणि केवळ सत्यावर विश्वास ठेवतो त्याला त्याच्या बदल्यात अतीव समाधान आणि आनंदाचा ठेवा प्राप्त होतो. आणखी एका वेगळ्या अर्थाने गांधीजींची शिकवण 'खेळाडू' या नात्याने माझ्यासाठी खूप मोठी आहे. "प्रामाणिक मतभेद असू शकतात," असे ते म्हणायचे. "तसं असणं हे प्रगतीचं उत्तम लक्षण आहे." खरेच आहे. क्रिकेट खेळाडू आणि संघातील एक सदस्य म्हणून आणि बऱ्याच वेळी कप्तानपदाची जबाबदारी पार पाडताना किंवा इतर वेळीही विधायक मतभेदांचे महत्त्व जाणवते.

विरोधी मताकडे जर सकारात्मकतेने पाहता आले आणि त्यातला विवेकी दृष्टिकोन तसेच

त्यामागचा कार्यकारणभाव समजून घ्यायचा प्रयत्न केला तर त्यातून नक्कीच पूर्णपणे वेगळा मार्ग निघू शकतो. फलंदाजी करताना तर त्या वेळच्या परिस्थितीनुसार असा दृष्टिकोन चांगलेच फळ देऊन जातो. या थोर माणसाच्या अशा वैचारिक शिकवणींचा विचार किंवा ही मूल्ये कुणालाही प्रतिबंध करत नाहीत, मर्यादा घालत नाहीत असेच लक्षात येते. उलट, जीवनाकडे बघण्याचे वेगवेगळे पैलू त्यामुळे सापडतात.

आपल्यातले काहीजण सध्याच्या काळात गांधीजींच्या विचारांचा, आदर्शांचा काय उपयोग, असा प्रश्न विचारतात. मी यावर असे म्हणतो, की आजच्याएवढी ही मूल्ये आणि हे आदर्श जागवायची गरज यापूर्वी निर्माणच झालेली नव्हती. जरा आपल्या सभोवताली नजर टाका. सर्वत्र काय चाललेले आहे ? स्वत:चा विनाश स्वत:च घडवणाऱ्या आजच्या जगाला वाचवायला सत्यावर आधारित जगणे, अहिंसा आणि एकात्मता या मूल्यांचीच सर्वाधिक गरज असल्याचे सरतेशेवटी लक्षात येते.

थोडक्यात काय, तर महात्मा गांधींचा संदेश समाजापर्यंत पोहोचवणे, त्याला जास्तच बळकटी देणे हे फक्त भारताच्याच नव्हे तर संपूर्ण जगाच्या दृष्टिकोनातून कधी नव्हे इतके महत्त्वाचे ठरते आहे. कारण त्यांचे विचार अजरामर आहेत. त्यांचा अभ्यास करणे आणि ते मनावर बिंबवण्याची गरज यापुढे वाढतच जाणार आहे.

(अनुवाद : नीला शर्मा)

देशातल्या कानाकोपऱ्यात उभे असलेले फोनचे पिवळे बूथ ही भारतीय दूरसंचार क्षेत्रातली पहिली क्रांती होती, आणि ती घडवून आणली होती सॅम पित्रोदा यांनी. 'सेंटर फॉर डेव्हलपमेंट ऑफ टेलिमॅटिक्स' (सी-डॉट) या संस्थेने भारतीय बनावटीचे तंत्रज्ञान वापरून चांगली कामगिरी करून दाखवली.

दूरसंचार, साक्षरता, पाणी, आरोग्य या क्षेत्रांतील भारतासमोरील आव्हानांना सामोरे जाण्याचा सॅम पित्रोदा यांना ध्यास आहे. या ध्यासाचे प्रतिबिंब त्यांनी उभारणी केलेल्या तंत्रज्ञानविषयक ध्येयांमधून दिसते.

त्यांच्या नेतृत्वातून उभ्या राहिलेल्या 'नॉलेज कमिशन'ने भारतीयांच्या बुद्धिवैभवाला दिशा देण्यासाठी एक नवी ब्ल्यू प्रिंट दिली आहे. पंतप्रधानांनी स्थापन केलेल्या 'नॅशनल इनोव्हेशन कौन्सिल'मध्ये पित्रोदांच्या पुढाकाराने 'नव्या शोधांचे दशक ' (२०१०-२०) यातून नव्या शोधांना चालना देण्याचे काम सुरू आहे.

सॅम पित्रोदा हे अनेक भूमिकांमध्ये दिसून येतात- कल्पक माणूस, उद्योजक, धोरणकर्ता. त्यांची कला त्यांच्या गणित आणि विज्ञानाच्या पार्श्वभूमीला पूरक ठरते. त्यांच्या चित्रांतून व्यक्त होते ते त्यांचे चिंतनशील मन, त्यांच्यात लपलेला विचारवंत.

सॅम पित्रोदा

"एखाद्या कल्पनेवर विश्वास ठेवणे आणि ती न
जगणे हा अप्रामाणिकपणा आहे."

गांधी : एकविसाव्या शतकाचा नेता

एकविसाव्या शतकात अनेक नव्या गोष्टी घडताहेत. जागतिकीकरण, मुक्त बाजारपेठ, उदारीकरण, माहितीचे युग, तंत्रज्ञान, नवे शोध आणि लोकशाहीचा उदय, त्याचबरोबर हिंसाचार, जहाल मतवाद, विषमतेमुळे येणारे प्रश्न, गरिबी, भेदभाव याचेही टोक गाठले जातेय.

या सगळ्या परिस्थितीत गांधीजींनी सांगितलेली समता, अहिंसा, सत्य, त्याग, प्रेम ही आदर्श तत्त्वे समाजाचा नैतिक आणि सामाजिक आधार आहेत.

गांधीजी म्हणजे भारताच्या राष्ट्रीय जाणिवांचा एक भाग आहेत आणि आपल्या स्वातंत्र्य चळवळीचे प्रतीकदेखील. स्वातंत्र्य चळवळीशी जोडले गेलेले त्यांचे संपूर्ण आयुष्य ही जणू असीम धैर्य, त्याग आणि चारित्र्याचीच कहाणी आहे.

माझे कुटुंब मूळ गुजरातचे, मात्र कामानिमित्त ते ओरिसात स्थायिक झालेले होते. पण गांधी आणि गुजरात यांच्याशी ते एका अदृश्य धाग्याने बांधलेले होते. माझी लहानपणची एक आठवण म्हणजे गांधीजी गेले तेव्हा घरातलाच एक माणूस गेल्यासारखे वातावरण आमच्याकडे होते. गांधींनी सांगितलेली मूल्ये पुस्तकात आणि नैतिकतेची उदाहरणे म्हणून आजही सांगितली जातात. ही सर्व मूल्ये इतक्या उंचीवर आहेत की रोजच्या जीवनात ती

खूप लांबची वाटतात. आता मात्र ती रोजच्या आयुष्यात आणली गेली पाहिजेत.

गांधी म्हटल्यावर अनेक प्रतिमा समोर उभ्या राहतात. राष्ट्रपिता, नेता, स्वातंत्र्यसैनिक, अहिंसक चळवळीचे प्रणेते, एक श्रद्धास्थान. माझ्यासाठी गांधी म्हणजे साधेपणाचे प्रतीक. त्याग, लोकांची सेवा, सर्वांसाठी प्रेम, वंचित घटक व अल्पसंख्याक यांच्यासाठी खरीखुरी आस्था, सार्वजनिक आणि वैयक्तिक जीवनात एकतानता, दोन्हीकडे सारखीच मूल्य पाळणे... वरवर बघायला ही सगळी मूल्ये सोपी-सरळ वाटतात, पण प्रत्यक्षात आणायला ती अतिशय अवघड असतात.

गांधींच्या आयुष्याकडे नीट बघितले तर आपल्या लक्षात येते, की चार पैलू त्यांनी खूप महत्त्वाचे मानलेः मान, अपमान, अभिमान आणि स्वाभिमान. या चार पैलूंमध्ये असलेला अर्थ म्हणजेच त्यांचे संपूर्ण आयुष्य. यातून जे काही व्यक्तिमत्त्व घडले आहे त्या व्यक्तिमत्त्वाने एका साम्राज्याचा पाया अस्थिर केला, त्याचबरोबर एका संपूर्ण राष्ट्राला नवीन स्वप्ने, नवीन आशा दाखवल्या. ही खरोखरच एक अनोखी क्षमता आहे. या चार पैलूंच्या पायावर उभे असल्यामुळेच केवळ स्वप्नातच असू शकेल अशी एक ‘आदर्श लोकप्रिय व्यक्ती’ घडली - तीही जमिनीवर पाय रोवून उभी असलेली. या पैलूंना कसलीही ‘एक्स्पायरी डेट’ नाही. त्यामुळे आजही यातले काहीही संदर्भहीन झालेले नाही. या सगळ्याच्या वर ते एक कमालीचे संघटक होते. त्यांना एक आंतरराष्ट्रीय दृष्टिकोन होता, पण तोही लोकांच्या आशा अपेक्षांची नाळ जोडून घेणारा.

गांधीजींबद्दल चर्चा करताना अनेकजण केवळ त्यांच्या आध्यात्मिक आणि मूल्यांवरच्या कडक निष्ठा याबद्दलच बोलण्याची चूक करतात. वास्तविक ऐतिहासिक व्यक्तिमत्त्वांचे मानसशास्त्र हा विद्वानांचा विषय आहे. इतरांसाठी काय महत्त्वाचे आहे, तर त्यांनी सांगितलेल्या गोष्टी रोजच्या व्यवहारात आणायच्या असतील तर काय करायचे, तेही त्यांच्या व्यक्तिमत्त्वाचे ओझे न घेता. गांधींकडे असलेली एक अद्वितीय क्षमता म्हणजे अवघड आणि गुंतागुंतीच्या अशा राजकीय-आर्थिक गोष्टी त्यांनी अशा पद्धतीने प्रत्यक्षात आणून दाखवल्या की भारतातल्या अगदी गरीब माणसालाही त्याच्याशी संबंध जोडता येईल. या संदर्भात सुप्रसिद्ध दांडीयात्रेच्या वेळेला त्यांनी केलेल्या मिठाच्या सत्याग्रहाचे उदाहरण द्यावेसे वाटते. वेगळ्याच पद्धतीने संवाद साधण्याचे त्यांचे कौशल्य असाधारण होते. यातूनच त्यांनी स्वातंत्र्य चळवळीच्या रूपाने एक इतिहास घडवला.

संघटक म्हणून असलेली त्यांची ताकद हा त्यांच्या व्यक्तिमत्त्वाचा अगदी महत्त्वाचा घटक आहे. गांधींना समकालीन असलेल्या जबरदस्त नेत्यांच्या मांदियाळीकडे पाहिले तरीही प्रत्येक व्यक्तीला बांधून घेऊन राजकीय आणि सामाजिक ताकद उभे करणारे गांधींचे संघटनकौशल्य उठून दिसते.

एक इंजिनियर म्हणून वैयक्तिक आणि व्यावसायिक पातळीवर मी नेमकेपणाने काही मुद्दे मांडून स्पष्ट करू इच्छितो. मला जेव्हा लोक विचारतात की आजच्या संदर्भात गांधीविचारांशी जोडून घेणारे तीन मुद्दे मी सांगतो. तसे तर तीनपेक्षा खूप जास्त आहेत, मात्र इथे मी त्यातल्या तीन मुद्द्यांविषयी सांगतो.

गांधींची सर्वांत मोठी ताकद म्हणजे त्यांचे संवादकौशल्य. या संवादकौशल्याच्या छायेखाली त्यांचे अवघे आयुष्य आणि त्यांचे कार्य व्यापले आहे. या सामर्थ्यामुळेच सार्वजनिक जीवनाच्या प्रत्येक लहानात लहान पैलूला ते स्पर्श करू शकले. जो माणूस असे म्हणतो, की 'माझे आयुष्य हाच माझा संदेश आहे,' त्याचा यापेक्षा अधिक प्रभावी संवाद काय असू शकतो? आताच्या अत्याधुनिक संपर्कसाधनांचा अभाव असलेल्या काळामध्ये गांधीजी स्वतःच्या बळावर सार्वजनिक परिस्थितीचा विचार करत होते. वास्तविक गांधीजी हे कुशल वक्ते नव्हते. त्यांच्या समकालीनांशी त्यांची तुलना केली तरी वक्त्याची खास कौशल्ये त्यांच्यात नव्हती, पण बोलण्यातला आशय सर्वोत्कृष्ट होता. त्यामुळेच, माझ्या मते, ते एक महान संवादक (communicator) होते.

धार्मिक, आर्थिक आणि सांस्कृतिक ध्रुवीकरणाच्या सध्याच्या काळात आपल्या स्थानिक घटकांकडे संवेदनशीलतेने बघून जागतिक पातळीवर संवाद घडवून आणणे आवश्यक ठरतेय. ही क्षमता गांधींकडे होती. कोणत्याही काळात या क्षमतेचे महत्त्व आहेच. त्यांचे संदेश इतरांपर्यंत पोचवण्यासाठी त्यांनी जी साधने वापरली त्यात *'हरिजन'* किंवा *'यंग इंडिया'* मधले लेखन असो, दांडीयात्रेसाठी हातात घेतलेले मूठभर मीठ असो, खादी विणण्यासाठीचा चरखा असो, शांततेची शपथ असो किंवा उपोषण, *'वैष्णव जन तो..'* सारखी भजने असोत- अशाच साध्यासुध्या गोष्टी त्यांनी प्रतीकरूपाने निवडल्या, ज्या अगदी गरीब आणि निरक्षरालासुद्धा समजतील.

त्यांची दुसरी ताकद म्हणजे असहकार चळवळ व सत्याग्रह यांसारख्या अभूतपूर्व कल्पना शोधण्याची त्यांची क्षमता. ब्रिटिश साम्राज्याची दडपशाही आणि हिंसाचाराला शह देण्यासाठी त्यांनी नवीन प्रकारच्या युद्धाची कल्पना आणली. हे युद्ध शांती, धैर्य आणि सहनशक्तीच्या जोरावर लढले गेले. एखाद्या आव्हानाला टक्कर देण्यासाठी नव्या कल्पना शोधणारे ते खरेखुरे कल्पक होते. स्थानिक लोकांना फायदा होण्यासाठी स्थानिक वस्तूंचा वापर, ही अजून एक नवी कल्पना. त्यासाठी भारतीय संदर्भातल्या आणि भारतीयांच्या गरजा पूर्ण करणारा चरखा आणि खादी या दोन गोष्टी त्यांनी आणल्या. ही गोष्ट आजच्या काळातही महत्त्वाची आहे. कारण यातूनच हे स्पष्ट होते की भारताकडे स्वतःची एक ताकद आहे. त्यातूनच काही नव्या गोष्टी कल्पकतेने सुचवाव्या लागतील, आणि आपल्या प्रश्नांवर उपाय सापडतील.

गांधीजींची तिसरी मोठी ताकद म्हणजे आत्मविश्वासातून निर्माण झालेले त्यांचे नेतृत्व.

या ताकदीमुळेच त्यांनी मोठे राजकीय धोके पत्करले. भारतीय माणसासाठी हितकारक असलेल्या गोष्टी त्यांच्या प्रत्येक कामाच्या मुळाशी होत्या. किंवा असे म्हणता येईल, की हे हित साधायचे होते त्यासाठीच त्यांनी प्रत्येक कृती केली. राजकारण आणि नेतृत्व हे त्यांनी एका उंचीवर नेऊन ठेवले. एकविसाव्या शतकासाठी नेतृत्व कसे असावे याचा एक आदर्श त्यांनी समोर ठेवला. हा आदर्श नैतिकता, तत्त्वे, हेतू आणि प्राधान्यता यांच्या माध्यमातून त्यांनी दाखवून दिला.

गांधींच्या आयुष्यातले काही पैलू आणि आजच्या काळातला त्यांचा संदर्भ असा विचार करताना एक जाणवते, की ते व्यापक होते. त्यांची सगळी कार्ये एकत्र केली तरी त्यांचे संपूर्ण कार्य हे किती तरी मोठे आहे याची जाणीव उरतेच.

या सगळ्यांपेक्षा महत्त्वाचे म्हणजे त्यांच्या बरोबरीचे सगळे नेते जेव्हा एकोणिसाव्या शतकाच्या अखेरीचे किंवा विसाव्या शतकातच्या मध्यावरचे नेते होते तेव्हा खरोखरच ते एकविसाव्या शतकाचे नेते होते. माहितीची संस्कृती त्यांना बरोबर कळली होती. म्हणूनच लोकांना एकत्र आणून चळवळ उभारण्यासाठी या माहितीचाच त्यांनी योग्य उपयोग केला. आजच्या आधुनिक माहितीयुगातल्या माणसाला जे जे माहीत असायला हवे ते सगळे पायाभूत घटक त्यांच्याकडे होतेच. आजच्या भाषेत ज्याला आपण ओपननेस, अक्सेसिबिलिटी, कनेक्टिव्हिटी म्हणतो ते सारे गांधीजींना आधीच माहीत होते. विकेंद्रीकरण आणि लोकशाहीकरणाचे महत्त्वही त्यांनी जाणले होते.

गांधीजींनी अंगीकारलेली सगळी मूल्ये त्यांनी कोणत्याही परिश्रमाशिवाय अंगीकारली असेच नेहमी दिसले. गांधीजींनी आपली शैली आणि वर्तन जाणीवपूर्वक घडवले असण्याची पूर्ण शक्यता आहे. कदाचित सार्वजनिकरीत्या आपल्या वर्तनाचा आविष्कार घडवण्याआधी ते पूर्णपणे आत्मसात करण्यासाठी त्यांनी काही काळ घेतला असण्याचीही शक्यता आहे. पण ती सारी तत्त्वे, मूल्ये त्यांच्या दैनंदिन जीवनाचा सहज भाग असण्याइतकी त्यांनी आत्मसात केली आणि मगच त्याचे सार्वजनिक जीवनात आविष्करण केले.

गांधी खरोखरच त्यांच्या काळातील आणि तरीही सार्वकालिक आहेत. आजही धैर्य, चारित्र्य, ठाम विश्वास, पावित्र्य, चिकाटी, त्याग, शिस्त, नेतृत्व, कल्पकता या साऱ्याचे आणि त्यापेक्षाही इतर अनेक गुणांचे ते प्रतीक आहेत.

(अनुवाद : श्रुती पानसे)

समीर ब्रह्मचारी

समीर ब्रह्मचारी हे असामान्य शास्त्रज्ञ व विज्ञानक्षेत्रातील किमयागार नेतृत्व आहे. सध्या ते 'कौन्सिल ऑफ सायंटिफिक अॅण्ड इंडस्ट्रियल रिसर्च'चे (सी.एस.आय.आर.) सरसंचालक आहेत. याआधी ते नवी दिल्ली येथे 'सेंटर फॉर बायोटेक्नॉलॉजी'चे नेतृत्व करीत होते. त्यांच्या मार्गदर्शनाखाली त्या केंद्राचे रूपांतर पुढे 'इन्स्टिट्यूट ऑफ जेनॉमिक्स अॅण्ड इंटिग्रेटिव्ह बायोलॉजी'त झाले.

भारताच्या लोकसंख्येतील जनुक विविधतेचा उपयोग जनुकशास्त्रासाठी करणारे ते पहिले भारतीय शास्त्रज्ञ आहेत. ह्युमन जिनोम ऑर्गनायझेशनवर त्यांची निवड झाल्यावर त्यांनी तिसऱ्या जगाकडून जनुकीय स्त्रोतांचे अनैतिक शोषण, यांसारखे मुद्दे जोरकसपणे जगासमोर मांडले.

औषधांच्या संशोधनाच्या क्षेत्रात त्यांनी नवा पायंडा सुरू केला. 'मुक्त स्त्रोत औषधीशोध' (ओपन सोर्स ड्रग डिस्कव्हरी) या नावाने तो ओळखला जातो. यात जगभरातील शास्त्रज्ञांच्या सहकार्यातून कमी खर्चिक औषधे शोधली जातात. त्यांच्या सीएसआयआर ८०० च्या पुढाकारामुळे ८० कोटी भारतीयांच्या सेवेसाठी प्रयत्न केले जात असतात. त्यासाठी किफायतशीर व सहज उपलब्ध होऊ शकतील अशा तंत्रज्ञानाची त्यांना गरज आहे.

समीर ब्रह्मचारी यांच्यात जुने पार मोडून काढणारी कल्पकता, नितांत संवेदनशीलता व कमालीची उत्कटता यांचा संगम दिसून येतो. इतरांसाठी हे फार अवघड आहे.

“तुम्ही केलेल्या कामातून कुठले फळ मिळेल ते सांगता येत नाही, पण काहीच केले नाही तर काहीच मिळणार नाही.”

mkGandhi

विज्ञान व तंत्रज्ञानावर आधारित उपायांच्या माध्यमातून समावेशक नवीन पद्धती

बऱ्याच वर्षांपूर्वी गांधीजींनी वैज्ञानिकांना वंचितांच्या गरजा भागवण्यासाठी सदोदित तत्परतेने प्रतिसाद देण्याबाबत प्रोत्साहित केले होते. वैज्ञानिकांना त्यांचे सांगणे होते, “तुमच्या प्रयोगशाळेत काही प्रयोग रात्रंदिवस चालले पाहिजेत. कोट्यवधी गरिबांसाठी तुमच्या मनात कळकळ असू द्या.”

‘समावेशक नवीन तंत्रज्ञान’ ही संज्ञा देशातील सगळ्यांच्या मनात आता पक्की रुजली आहे. ही संकल्पना म्हणजे दुसरे-तिसरे काही नसून गरिबांच्या गरजा भागवण्यासाठी आपल्या ज्ञानाचा उपयोग करून काही नवे घडवणे आणि त्याचा वापर करणे हे आहे. याचाच अर्थ असा, की समावेशक नवीन तंत्रज्ञान ही संकल्पना गांधीजींनी खूप पूर्वीच सर्वांच्या आधी मांडली होती.

देशाच्या सामाजिक-आर्थिक विकासासाठी विज्ञान व तंत्रज्ञान हे दोन मोठे चालक घटक आहेत. रोगांचे निर्मूलन, गरिबी दूर करण्याचे प्रयत्न व एकूण आर्थिक वाढीसाठीचे प्रयत्न यातून हे घटक मानवजातीला प्रगतीच्या दिशेने नेणारे आहेत. भारतीय विज्ञान व तंत्रज्ञानाने प्रचंड प्रगती करूनसुद्धा दुर्दैवाने मोठ्या संख्येने येथील जनता अद्यापही त्यापासून झालेले

लाभ व वैज्ञानिक प्रगतीपासून दुरावलेलीच आहे. याचे एक कारण म्हणजे साधनसंपत्तीच्या वितरणातील विषमता व तंत्रज्ञान सर्वांना उपलब्ध नसल्यामुळे प्रयोगशाळा व जनता यांच्यात निर्माण झालेले अफाट अंतर हे आहे.

भारतात 'कौन्सिल ऑफ सायंटिफिक अॅण्ड इंडस्ट्रियल रिसर्च' (सीएसआयआर) देशाच्या सेवेसाठी विज्ञान व तंत्रज्ञानाचा वापर करण्याच्या मोहिमेत सातत्याने आघाडीवर आहे. सीएसआयआरच्या प्रयोगशाळांनी याअगोदर तंत्रज्ञान उपलब्ध नसलेल्या गोष्टींसाठी पुन्हा नव्याने प्रयत्न करण्याची व राष्ट्रासमोर उभी ठाकलेली आव्हाने पेलण्याची वेळ आता आलेली आहे. जनतेसाठी तंत्रज्ञान विकसित करण्याची सीएसआयआरची फार जुनी परंपरा आहे. कित्येक बाबतीतील त्यांच्या जुन्या तंत्रज्ञानाचा उपयोग समाजाला आजही होतो आहे. सीएसआयआर जुन्या यशांना कुरवाळत बसून राहणाऱ्यांपैकी नाही. देशात जशी गरिबांची संख्या प्रचंड वेगाने वाढते आहे त्याच प्रमाणात समस्यांची संख्याही उत्तरोत्तर वाढते आहे. यावर मात करण्यासाठी नवीन तंत्रज्ञान शोधणे व त्यात वारंवार सुधारणेची भर टाकणे यासाठी सीएसआयआरकडून सदोदित प्रयत्न केले जात असतात. सीएसआयआरमार्फत अशाच नवीन तंत्रज्ञानाच्या पुनर्संशोधनावर आधारित 'सीएसआयआर ८००' हा कार्यक्रम अलीकडेच पार पडला.

सीएसआयआर ८०० हा कार्यक्रम अशा लोकांना डोळ्यांसमोर ठेवून आखण्यात आला ज्यांची रोजची कमाई 'एशियन डेव्हलपमेंट बँके'ने पुरविलेल्या माहितीनुसार १०० रुपयांपेक्षाही (दोन डॉलर्स) कमी होती. ८०० हा आकडा सीएसआरला कायमसाठी याची आठवण करून देण्यासाठी आहे, की त्यांचे काम समाजातील खास गटासाठी नसून मोठ्या प्रमाणावर असलेल्या गरीबवर्गासाठी असायला हवे. या कार्यक्रमामुळे देशाच्या आर्थिक भरभराटीसाठी सीएसआयआर व्यावसायिक रणनीती प्रारूपाचा वापर करणे निश्चित झाले. जीवनातील सर्व प्रकारच्या गरजा भागविण्यासाठी परवडणारे मार्ग शोधण्यासाठी सीएसआयआरतर्फे कल्पकपणे रणनीती निश्चित करण्याचे ठरले. हे समजून घेण्यासाठी आपण आरोग्यसेवेचे कळीचे क्षेत्र उदाहरणादाखल बघू या.

परवडणाऱ्या आरोग्यसेवा : कळीचा चालक घटक

परवडणाऱ्या आरोग्यसेवा हा मानवाच्या कल्याणासाठी, तसेच आर्थिक विकास या गोष्टींना गती देणारा कळीचा चालक घटक आहे. भारतातील औषधीशास्त्र उत्पादनांच्या संघटित उत्पादनाचे मूळ हे इ.स.पूर्व ८०० ते ९०० वर्षांपूर्वी असल्याचे आढळते. त्या वेळी आयुर्वेदाची मूलभूत संकल्पना ही औषधांसंबंधीच्या रचनाप्रणालीत सामावलेली होती. भारतातील औषधनिर्मिती उद्योग १९०१ मध्ये सुरू झाला. ही सुरुवात आचार्य पी. सी. रे यांनी कोलकता येथे 'बेंगॉल केमिकल अॅण्ड फार्मास्युटिकल वर्क्स'च्या रूपाने केली. असे असले तरी सर्वसामान्यांच्या आवाक्यात औषधे आली नव्हती.

भारतातील स्वामित्व हक्क व रचनेसंबंधीचा १९११चा कायदा (इंडियन पेटंट्स अॅण्ड डिझाइन अॅक्ट) बहुराष्ट्रीय कंपन्यांचा बाजूनेच बहुतांशी होता. औषधांच्या किमतीही आकाशाला भिडलेल्या होत्या यात आश्चर्य वाटायचे काहीच कारण नाही. १९७० मध्ये एक धाडसी निर्णय घेण्यात आला. पूर्वीच्या कायद्याऐवजी नवा स्वामित्व हक्क कायदा करण्यात आला व तो स्वामित्व हक्कांच्या प्रक्रियेपुरताच लागू करण्यात आला. देशाच्या इतिहासात हे वळण अत्यंत निर्णायक ठरले. या पायावरच नंतर भारतीय औषधे व औषधनिर्माण उद्योग पुन्हा मान वर काढून उभा राहिला.

सध्या भारतात औषधे तयार करणाऱ्यांची संख्या २४ हजारांपेक्षा जास्त असल्याची नोंद आहे. त्यांच्या उत्पादनांचे एकत्रित मूल्य १८० कोटी अमेरिकन डॉलर्स एवढे भरेल. (याचाच अर्थ वार्षिक वाढीचा दर बारा टक्के एवढा आहे.) जागतिक पातळीवर भारतीय औषधनिर्मिती उद्योग एकूण उत्पादनक्षमतेसंदर्भात चौथ्या क्रमांकावर व किमतीसंदर्भात तेराव्या क्रमांकावर आहे. जागतिक बाजारपेठेत सर्वांना उपयुक्त ठरणाऱ्या आपल्याकडील औषधींनी २२% हिस्सा व्यापला आहे.

भारतीय औषधनिर्माण उद्योगाने स्थानिक लोकांना किफायतशीर दरात आरोग्यसेवा पुरवण्यातही बाजी मारली आहे. सर्वांना उपयुक्त ठरणारी औषधे विकसित करण्यासाठी सीएसआयआरच्या प्रयोगशाळांचा सहभाग भारतीय औषध व औषधनिर्मिती उद्योगात फार मोठा आहे. सहज परवडणाऱ्या या औषधांमुळे फक्त भारतातच नव्हे तर जगभरातील कोट्यवधी लोकांना जीवनदान मिळायला मदत झाली आहे.

या संदर्भात अभिमानाने मान उंच करायला लावणारी एक आठवण आहे. दशकभरापूर्वी एच.आय.व्ही.-एड्सच्या संपूर्ण वर्षभराच्या प्रतिबंधात्मक उपचारांसाठी दहा हजार अमेरिकन डॉलर्स एवढा प्रचंड खर्च येत असे. औषधनिर्मिती करणाऱ्या भारतातील एका कंपनीने फक्त तीनशे अमेरिकन डॉलर्स एवढ्या कमी खर्चात उपचारसेवा पुरवण्याची तयारी दाखवली. यामुळे बौद्धिक मालमत्ता हक्क व गरिबांचे हक्क याबाबत जगभर मोठ्या वादाला तोंड फुटले होते. 'ट्रेड रिलेटेड आस्पेक्ट्स ऑफ इंटलेक्चुअल प्रॉपर्टी राइट्स' (टी. आर. आय. पी. एस.) म्हणजे बौद्धिक मालमत्ता हक्कांसंबंधीचे व्यापाराशी संबंधित पैलू लक्षात घेऊन सार्वजनिक आरोग्याबाबतचे बंधन पाळणाऱ्या देशांसंदर्भात त्या वेळी नवा वाद सुरू करण्यात आला होता. त्यानंतर दोहा येथील जाहीरनाम्याच्या माध्यमातून टीआरआयपीएस विरुद्ध सार्वजनिक आरोग्य अशी तेढ न राहता समेट घडवून आणण्यात आला. त्या वेळी अशी तरतूद करण्यात आली, की जीवनदायी औषधे स्वामित्व हक्कप्राप्त असली तरी ती सर्वांना, अगदी गरीब राष्ट्रांनाही उपलब्ध व्हायला हवीत.

सीएसआयआरच्या प्रयोगशाळेत एचआयव्ही-एड्सच्या प्रतिबंधात्मक उपचारांसाठी कल्पकतेने केल्या गेलेल्या रसायनांच्या विकासकार्याची सुरुवातीची प्रक्रिया आधी झाली

होती, हे या संदर्भात लक्षात घेण्याची गरज आहे. सीएसआयआर फक्त भारतातीलच नव्हे, तर जगभरातील गरिबांच्या आरोग्याबाबतच्या हक्कांसाठी कशा प्रकारे काम करते त्याचे हे ठळक उदाहरण आहे.

औषधांसंदर्भातील शोध महागडे तर ठरतातच; शिवाय शोध लागला तर लागला, असे अनेकदा घडते. नवीन औषध विकसित करण्याचा व ते बाजारपेठेत उतरवण्याचा खर्च प्रत्येक औषधामागे कमीत कमी ८० कोटी डॉलर्सपासून १५० कोटी डॉलर्सपर्यंत येऊ शकतो. नवीन औषधांचा शोध घेऊन त्यांचा विकास करायला साधारणपणे १२ ते १५ वर्षांएवढा कालावधी सर्वसाधारणपणे लागतो. अभ्यासावरून असे लक्षात येते, की स्वामित्व हक्कांतर्गत उत्पादन करायच्या मर्यादित कालावधीत जेमतेम ३०% नवीन औषधांच्या विक्रीतूनच त्यांच्यावर येणाऱ्या खर्चाची तोंडमिळवणी होईल इतपत उत्पन्न मिळू शकते. यामुळे गरिबांना भेडसावणाऱ्या क्षयरोगासारख्या रोगांवर मात करताना तर मोठेच आव्हान उभे ठाकते. क्षयरोगासाठी असलेल्या औषधांसाठी बाजारपेठेतून फक्त तीस कोटी अमेरिकन डॉलर्स एवढेच उत्पन्न मिळते. लाभ कमावणाऱ्या औषधनिर्मात्यांना यात घसघशीत नफा दिसत नाही. याचा परिणाम असा झाला आहे, की क्षयरोगाच्या उपचारांसंदर्भात नवीन अणूंच्या शोधांकडे पार दुर्लक्ष झालेले आहे.

बौद्धिक मालमत्ता हक्क पूर्णपणे डावलूनही चालणार नाही. आरोग्याकडे हक्क व व्यवसाय या दोन्ही दृष्टींनी बघताना सुवर्णमध्य गाठला जायला हवा. गरिबांसाठी औषधांचा शोध घेताना, विशेषतः क्षयरोगाबाबत, कल्पक तंत्रज्ञानाच्या उपायांची गरज आहे.

इतर क्षेत्रांमध्ये नावीन्यपूर्ण तंत्रज्ञानाला मोकळीक असल्याचे दिसून येते. मग हीच मोकळीक औषधे व औषधनिर्मिती उद्योगाबाबत का नसावी? यासाठी सॉफ्टवेअर उद्योगाची मदत घेता येईल का? लिनक्स हे मुक्त स्रोत सॉफ्टवेअर यासाठी उत्तम उदाहरण ठरू शकेल. लिनक्स हे परिवर्तनशील असल्याचे सिद्ध झालेले आहे. तसाच परिवर्तनशील दृष्टिकोन आपण औषधांच्या शोधांबाबत जोपासू शकू का?

मुक्त स्रोत औषधीशोध (ओपन सोर्स ड्रग डिस्कव्हरी – ओएसडीडी) : किफायतशीर आरोग्यसेवेच्या दिशेने पहिले पाऊल

आव्हान मिळाल्याने मुक्त स्रोत औषधीशोधाची कल्पना उचलून धरली गेली. यासाठी सीएसआयआरच्या गटाने इतर देशांना समान हेतूने एकत्र आणत पुढाकार घेतला आहे. आवश्यक त्या संदर्भात विकेंद्रीकरण असलेल्या वैश्विक व वेबवर आधारित अशा या व्यासपीठावर सर्वोत्कृष्ट कल्पक शोधकांना एकत्र आणले जात आहे. संसर्गजन्य रोगांसाठी प्रभावी औषधांचा शोध घेण्याची गुंतागुंतीची समस्या सोडविण्यासाठी त्यांना मदत केली जात आहे. विज्ञानाचा उपयोग कोणा एकाच्याच नियंत्रणाखाली करण्याच्या श्रेणीबद्ध प्रारूपाऐवजी

संमिलित सर्वांना समान संधी असलेल्या या प्रारूपाकडे विज्ञानाची ही वाटचाल म्हणजे कमालीचा बदल आहे.

अवघड असले तरी या दृष्टिकोनामुळे भौगोलिक सीमांची बंधने सैलावू शकतील. सर्वांना, विशेषतः गरिबांना परवडणारी आरोग्यसेवा पुरवण्याचा मार्ग शोधण्याची हीच सामर्थ्यशाली व परिपूर्ण ठरू शकणारी पद्धत होती. मुक्त स्रोत औषधीशोधांतर्गत क्षयावर लक्ष केंद्रित करण्यात आले आहे. याचा संबंध भारताशी जास्त आहे. येथे दर वर्षी सुमारे एक कोटी ऐंशी लाख रुग्ण क्षयामुळे दगावतात. भारतात दर तीन मिनिटांमागे दोन मृत्यू क्षयाच्या कारणांमुळे घडतात. मायक्रोबॅक्टेरियम ट्युबरक्युलॉसिस (एमटीबी) हा विषाणू क्षयरोग व्हायला कारणीभूत ठरतो. गरिबीमुळे संभवणाऱ्या तीन प्राथमिक रोगांपैकी एक क्षय आहे. जुलै २००८ पासून क्षयरोग दशकाची सुरुवात झाली. तेव्हापासून या संदर्भातील जनुके वैज्ञानिक समुदायाला माहीत झाली व उपलब्धही झाली. तरीही क्षयरोगावर एकाच एका औषधाची उपाययोजना अजूनही शक्य झालेली नाही.

मुक्त स्रोत औषधीशोधांतर्गत गुंतागुंतीच्या समस्येचे छोटे छोटे भाग करून निराकरणासाठी कार्यसंच तयार करण्यात आले. पूरक कौशल्यांचा परिणाम साधू शकणाऱ्या नोंदणीकृत सहभागी व्यक्तींकडून या कार्यसंचांनुसार काम सुरू झाले. संशोधनातून पुढे आलेले सगळे निष्कर्ष सहभागात्मक माहितीच्या आधारे चटकन कोणालाही उपलब्ध होऊ शकणाऱ्या पोर्टलवर मांडण्यात आले आहेत. क्षयासंदर्भात संशोधन करणाऱ्या कोणत्याही संस्थेला या निष्कर्षांचा उपयोग त्यांच्या कामासाठी करून घेता येईल (www.osdd.net).

२१ ऑगस्ट २०१० रोजी १२७ देशांमधील ४१८१ नोंदणीकृत सदस्यांनी आपली माहिती यावर सादर केली. अजूनही सर्व देशांचा सहभाग यात झालेला नसला तरी सध्या सहभागी होऊन सलोखा जुळलेल्यांमध्ये ए टु झेड (अल्बानियापासून ते झिंबाब्वेपर्यंतचे) देश आहेत.

यंदाच्या वर्षी दिल्लीत या नव्या मुक्त स्रोत औषधीशोध समुदायाचे सामर्थ्य दिसून आले. भारत व इतर देशांमधील विद्यार्थी कार्यकर्त्यांच्या तुकडीने वरिष्ठ वैज्ञानिकांच्या देखरेखीखाली वेब २.० या सहकारी पातळीवर काम करण्यासाठी असलेल्या साधनांचा पुरेपूर वापर केला. स्वतःच पद्धतशीरपणे त्यांनी अनेक प्रकारच्या कृतिकार्यक्रमांमध्ये भाग घेतला, टीपा लिहिण्याची कोडी सोडवली.

ठरलेल्या वेळेच्या आत त्यांनी एमटीबीसंदर्भात विविध प्रकारच्या उपाययोजना करण्यासाठी 'गूगल मॅप'सारख्या दृश्य साधनांचा वापर केला. मुक्त स्रोत औषधीशोध क्षयासंबंधी शरीरावर रासायनिक प्रक्रिया घडविणाऱ्या नकाशाच्या दस्तऐवजात सुमारे ३५०० प्रकारची प्रथिने, ३००० पेशी व १४०० प्रकारच्या प्रतिक्रियांबाबतची माहिती नोंदवण्यात आली. विषाणूंच्या चयापचयासंबंधी क्रियेचा हा सर्वसमावेशक नकाशा आहे यात शंकाच नाही.

या कार्यक्रमाला नाव होते 'कनेक्ट टु डीकोड' (सी २ डी) व एमटीबी कारक जनुकांचा नकाशा तयार करण्याचा हा प्रथमच करण्यात आलेला प्रयत्न होता. समावेश, तपासणी व या कामाला प्रसिद्धी मिळवून देण्यात आली. 'सी २ डी'तील निष्कर्षांमध्ये अत्यंत महत्त्वाची माहिती आहे. तिचा प्रभावी वापर केल्यास या रोगाला कशामुळे बळी पडले जाते त्याबाबतची कार्यप्रणाली समजू शकेल. त्याचा उपयोग नवीन औषध तयार करण्यासाठी होऊ शकेल.

हा उत्साह म्हणता म्हणता सर्वत्र पसरला. इतरही लोक मग त्यात सहभागी होऊ लागले. इन्फोसिस टेक्नॉलॉजीनेही सीएसआयआरच्या मुक्त स्रोत औषधीशोधकार्यात भागीदार म्हणून काम सुरू केले. यातून ११ एप्रिल २०१० रोजीच्या आंतरराष्ट्रीय संघटनासाठी पाठिंबा जाहीर झाला. नवीन औषधांच्या निर्मितीत यामुळे नवा पायंडा पडू शकेल व विकसनशील राष्ट्रांसाठी परवडणाऱ्या आरोग्यसेवांचा प्रसार घडू शकेल अशी आशा वाटते.

या छोट्या छोट्या प्रयत्नांच्या विशाल पाऊलखुणा काळाच्या पाठीवर आपले वेगळे अस्तित्व दाखवतील अशी अपेक्षा आहे. विकसनशील देशांमधील कोट्यवधी गरिबांसाठी परवडणाऱ्या आरोग्यसेवा पुरवण्याचे बराच काळ साध्य न होऊ शकलेले लक्ष्य आता जागतिक पातळीवरील मुक्त सहकार्यातून समर्थपणे गाठता येऊ शकेल.

गांधीजी आज हयात असते तर नक्कीच त्यांनी सार्वजनिक आरोग्याच्या कल्याणासाठी वैश्विक सहकार्यातून केलेल्या या मुक्त स्रोत औषधीशोधामार्फत मिळवलेल्या यशाबाबत आनंद व्यक्त केला असता. या पद्धतीद्वारा 'लोकांच्या, लोकांसाठी व लोकांनी' केलेल्या प्रयत्नाला नक्कीच दाद दिली असती.

(अनुवाद : नीला शर्मा)

सैयद हसनैन

भरभराटीला येणाऱ्या जैव विज्ञानातील वैज्ञानिक, नामवंत संस्थाचालक, साहसाने संस्थेची उभारणी करणारे म्हणून सैयद हसनैन यांचा भारताच्या विज्ञान जगतातील तरुण व आघाडीचे नेतृत्व म्हणून नावलौकिक आहे.

मलेरिया व क्षयासारख्या गरिबांच्या आजारांबाबत हसनैन यांनी पथदर्शी काम केलेले आहे. उदाहरणच द्यायचे तर क्षयाच्या रोगजंतूंसंदर्भात त्यांनी 'मॉलिक्युलर एपिडेमिओलॉजी' व 'फंक्शनल बायॉलॉजी' या विषयांत केलेल्या अभ्यासामुळे भारतभर या रोगामुळे निर्माण झालेल्या तणावाच्या परिस्थितीकडे लक्ष दिले गेले. या अभ्यासामुळे क्षयाबाबत चिकित्सेच्या क्षेत्रात लक्षणीय प्रगती घडली व त्यासाठीची औषधे निर्माण व्हायला गती मिळाली.

'सेंटर फॉर डीएनए फिंगरप्रिंटिंग'चे (सी. डी. एफ. डी.) संचालक व आपल्या दर्जासाठी प्रसिद्ध असलेल्या हैद्राबाद विद्यापीठाचे उपकुलगुरू या नात्याने त्यांच्या झगमगत्या गुणवत्तेचा परिचय सर्वांना झालेला आहे.

भारताच्या पंतप्रधानांच्या वैज्ञानिक सल्लागार समितीचे ते सदस्य आहेत. भारतातील सर्वच विज्ञानक्षेत्रांसंबंधीच्या प्रशिक्षण संस्थांचे ते 'फेलो' असून 'थर्ड वर्ल्ड ॲकेडमी ऑफ सायन्सेस' व 'जर्मन ॲकेडमी सायन्सेस'साठी ते 'फेलो' म्हणून निवडले गेलेले आहेत.

"सोने किंवा चांदी नव्हे, तर आरोग्य
हीच सर्वांत मोलाची संपत्ती आहे."

सर्वांना परवडेल असे आरोग्य : भारताला गुलाबी क्रांतीची गरज आहे

आरोग्याबाबत महात्मा गांधींचे विचार :

महात्मा गांधींनी ३४ विचारगर्भ लेखांची मालिका गुजरातीत लिहिली. १९१३ मध्ये जानेवारी ते ऑगस्ट महिन्यादरम्यान हे लेख 'इंडियन ओपिनियन' या नियतकालिकात आठवड्यातून एकदा प्रसिद्ध झाले होते. नंतर ते *'आरोग्याबाबत सर्वसामान्य माहिती'* या शीर्षकाने प्रसिद्ध झाले. आरोग्याबाबत गांधीजींच्या मतांचे प्रतिबिंब असणाऱ्या या लेखांची तुलना आधुनिक काळातल्या इंग्लंड व इतर पाश्चात्त्य देशांमधल्या औषधोपचार पद्धतींशी केली जाते ती आपल्या पारंपरिक उपचारपद्धतींसकट. निरोगी माणूस कसा असावा याची मोठी सविस्तर व्याख्या गांधीजींनी केलेली आहे : "ज्याचं शरीर सर्व रोगांपासून मुक्त असतं, ज्याला रोजची कामं करताना थकवा जाणवत नाही, जो दररोज १० ते १३ मैल सहजपणे चालू शकतो, ज्याचं मन आणि जाणिवा सुसंगत व स्थिर असतात तो निरोगी." ही मते त्यांच्या वर्षानुवर्षांच्या व्यक्तिगत अनुभवांतून तयार झालेली होती. प्राथमिक आरोग्य केंद्रांमध्येही सर्वसामान्य लोकांचे चांगल्या आरोग्याबाबतचे अज्ञान आणि भोळसट समजुतींपासून मुक्त करायचे कार्य व्हायला हवे. 'प्रतिबंध हाच रोगोपचारापेक्षा महत्त्वाचा' मानला जायला हवा.

संसर्गजन्य रोगांचे आव्हान

मला भर द्यायचाय तो प्रतिबंधात्मक काळजीच्या महत्त्वाबाबत आणि संसर्गजन्य आजार झालाच तर लवकरात लवकर त्याचे निदान करून त्याला आटोक्यात आणायच्या मुद्द्यावर. संसर्गजन्य आजारांच्या ऐतिहासिक नोंदी जेव्हापासून सापडतात तेव्हापासून पाहिले तर असे लक्षात येते, की जगातली आजवरची सर्व युद्धे एकत्र केली, अगदीच ताजे उदाहरण म्हणजे इराण व अफगाण यांच्यातलेसुद्धा, तरी त्यांच्यात मारल्या गेलेल्यांच्या आकड्यापेक्षाही संसर्गजन्य रोगांमुळे मृत्युमुखी पडलेल्यांची संख्या जास्त आढळते. दर वर्षी नवीन विषाणूंचा उदय होताना दिसतो. त्यांना संपवलय अस वाटेपर्यंत त्यांच्यात थोडाफार बदल होऊन पुन्हा ते आलेले दिसतात. 'सार्स'चा (एस. ए. आर. एस.) विषाणू, स्वाइन फ्लू, औषधांना न जुमानणारा क्षय आणि अलीकडेच लक्षात आलेला एन. डी. एम.-१सुपर बग वगैरे उदाहरणे असे दर्शवितात, की किती तरी संसर्गजन्य रोगांचा उगम भारतातच होतो असे कितीही जरी खापर फोडले तरी भौगोलिक सीमांना या संसर्गजन्य विषाणूंच्या दृष्टीने काहीही अर्थ नसतो. क्षय, एचआयव्ही-एड्स व मलेरिया आजवर असंख्य लोकांचा जीव घेणारे ठरले आहेत आणि तेही त्यांच्या ऐन उमेदीच्या वयात. अगदी अलीकडेच झालेल्या अभ्यासाच्या आधारे असे दिसते, की चीन व अमेरिकेनंतर सर्वांत जास्त संख्येने आरोग्य चिकित्सक असलेला, म्हणजेच जगात तिसऱ्या क्रमांकाचा देश भारत हा आहे. अमेरिकेच्या खालोखाल नर्स आणि दाई यांची सेवा उपलब्ध असलेलाही भारत हा दुसऱ्या क्रमांकाचा देश आहे. त्याचप्रमाणे सामाजिक आरोग्य कार्यकर्ते असणाराही जगात तिसऱ्या क्रमांकाचा देश (नायजेरिया व पाकिस्ताननंतर) भारतच ठरतो. 'हुश्श' म्हणायला लावणारी ही आकडेवारी असतानाही १२० कोटींच्या अवाढव्य लोकसंख्या असलेल्या आपल्या देशात संसर्गजन्य जिवाणूंमुळे अत्यंत गंभीर समस्यांना तोंड द्यावे लागते.

प्रत्येक माणसामागे आरोग्याची काळजी घेणाऱ्या व्यावसायिक तज्ज्ञांची कमतरता असणे, ही समस्या आहेच. भारत हा एचआयव्ही-एड्सबाबत जगातला तिसऱ्या क्रमांकाचा देश ठरला आहे. दक्षिण आफ्रिका व नायजेरियापाठोपाठ भारताचा क्रमांक लागतो. प्रौढांमध्ये जरी एचआयव्ही-एड्स बाधितांची संख्या तुलनेने कमी दिसत असली (जगात ८५वा क्रमांक) तरी त्याखालच्या वयाचे एकूण मिळून हा आकडा प्रचंड होतो. क्षय व कुष्ठरोगाबाबत भारत जगात पहिल्या क्रमांकावर तर मलेरियाबाबत सहाव्या क्रमांकावर, म्हणजे सहारा-आफ्रिकेच्या उपखंडाच्या बरोबरीने भारत आहे. जपानी एन्सेफिलिटिस व अर्भकांमधल्या धनुर्वातासारख्या रोगांमध्ये भारताचा क्रमांक चीनच्या पाठोपाठ लागतो, पण एकूण धनुर्वाताच्या रोग्यांचा विचार करता आपण पुन्हा वरच्या क्रमांकावर जाऊन पोहोचतो. कॉलरासारख्या जलजन्य आजाराबाबत नियंत्रणासाठी सोपे उपाय योजले गेल्याने

आणि स्वच्छतेच्या चांगल्या सवयी अंगी बाणल्यामुळे आपला क्रमांक जागतिक पातळीवर चक्क अकरापर्यंत खाली घसरतो. त्याचप्रमाणे विकसित देशांमध्ये जास्तीत जास्त प्रमाणात आढळलेल्या स्वाइन फ्लूबाबतही आपला क्रमांक जगात खूपच खाली, म्हणजे ४१ वा लागतो. ही आकडेवारी म्हणजे धोक्याची घंटा समजायला हवी. भारताने कितीही प्रगती केलेली असली तरी सार्वजनिक आरोग्याबाबतची अवस्था केवढी दारूण आहे हेच यावरून दिसते.

संसर्गजन्य जिवाणूंनी निर्माण केलेल्या दहशतीला तोंड देण्यासाठी भारत सज्ज झाला आहे का ?

घनता व लोकसंख्या या दोन्ही बाबतीत भारतासारख्या मोठ्या आकाराच्या देशात आजारांच्या बाबत दक्षतेने पाळत ठेवण्यासाठी कोणतीच व्यवस्था नाही. चीनने मात्र प्रचंड लोकसंख्येचा बोजा असतानाही लक्षणीयरीत्या दक्ष राहून एका दशकभरात रोगांमध्ये घट आणलेली आहे. संसर्गजन्य ठरणाऱ्या साथीच्या रोगांबाबत तिथे हेवा वाटावी अशी पाळत ठेवणारी व्यवस्था विकसित करण्यात आली आहे. हे परिवर्तन घडायला कारणीभूत ठरली ती २००३ मध्ये तिथे आलेली 'सार्स'ची साथ. जगातली महासत्ता म्हणवणाऱ्या चीनपुढे ते मोठेच आव्हान होते. तिथल्या शासनाने झटपट उचललेली पावले व संस्थेच्या पातळीवर नव्याने उभारलेली यंत्रणा व नव्या सुविधांच्या बळावर 'चायनीज ॲकेडमी ऑफ प्रिव्हेंटिव्ह मेडिसिन'ला बरेच काही साध्य करता आले. मोठ्या प्रमाणात आर्थिक गुंतवणूक करून नव्याने प्राथमिक आरोग्य केंद्रांची फेररचना करण्यात आली. त्यांना 'चायनीज सेंटर्स फॉर डिसीज कंट्रोल ॲण्ड प्रिव्हेन्शन' (सी. सी. डी. सी.) या नावाने ओळखले जाते. विविध पातळ्यांवरचे प्रशासन थेट खेड्यापाड्यांपर्यंत पोहोचले. ही केंद्रे अमेरिकेतील अटलांटामधल्या सीडीसीच्या धर्तीवर होती. या केंद्रांना खास त्यांच्यासाठी लागणारी साधने तर पुरवण्यात आलीच, शिवाय प्रशिक्षित मनुष्यबळही पुरवण्यात आले. सार्वजनिक आरोग्य, प्रयोगशाळांमधील निदान व माहिती तंत्रज्ञानाने हे मनुष्यबळ संपन्न होते. 'द चायना इन्फर्मेशन सिस्टीम फॉर डिसीज कंट्रोल ॲण्ड प्रिव्हेन्शन' (आय. एस. डी. सी. पी.) ही चीनमधली नवीन राष्ट्रीय पद्धत आहे. इंटरनेटवर आधारित या पद्धतीमुळे नव्या व पुन्हा पुन्हा पसरणाऱ्या आजारांबाबत बित्तंबातमी कळते. सीसीडीसींच्या दरम्यान असलेल्या इंटरनेट कनेक्टिव्हिटीमुळे लगेच त्या त्या वेळच्या आजारांवर पाळत ठेवता येते आणि ज्यांची तत्काळ खबर द्यायलाच हवी त्या रोगांवर नियंत्रणही ठेवता येते. प्रतिबंधाविषयीचे कायदे व संसर्गजन्य रोगांबाबतचे उपचार यासंबंधीच्या कायद्यांमध्ये सुधारणा घडवून चीनमध्ये मोठे बदल करता आले. माध्यमातून जुन्या व नव्या संसर्गजन्य आजारांबाबत इंटरनेटच्या माध्यमातून माहिती देणे कायद्याने सक्तीचे करण्यात आले आहे.

याउलट, भारतासारख्या जागतिक पातळीवर चीनचा प्रतिस्पर्धी ठरणाऱ्या देशाने या बाबतीत

काय खबरदारी घेतली ? क्षयासंदर्भात भारत सर्वांत जास्त ग्रस्त असताना व इतर संसर्गजन्य आजारांबाबत धोक्याच्या पातळीच्या कक्षेत आलेला असतानाही आपल्याकडे सार्वजनिक आरोग्यासंबंधीच्या पायाभूत सुविधांमध्ये हवी तशी सुधारणा झालेली नाही. आपल्याकडे चिकित्सक प्रतिजैविके (ॲन्टिबायोटिक्स) वापरतात. ती टाळता येणे शक्य असते. 'पब्लिक हेल्थ फौंडेशन ऑफ इंडिया'ने या संदर्भात चांगले प्रयत्न सुरू केले, पण त्यामुळे ज्या प्रमाणात व ज्या वेगाने परिवर्तन घडायला हवे होते ते मात्र साध्य होऊ शकले नाही.

आपल्याला सार्वजनिक आरोग्यव्यवस्थेत वाढ करायची गरज असून त्याच्या जोडीला माहिती व तंत्रज्ञान तसेच आपल्या स्वतःच्या 'स्वास्थ्य नेट'ची उभारणीही करायला हवी.

विजेत्यांकडून आपण काही बोध घ्यायला हवा. त्याही आधी पहिली आणि सगळ्यात महत्त्वाची गोष्ट करायला हवी, ती म्हणजे आपले सरकार चालवणारे नेते व सरकारी नोकरांना संसर्गजन्य जिवाणूंमुळे उद्भवणाऱ्या धोक्यापासून राष्ट्रीय सुरक्षिततेला कसा धोका पोहोचतो त्याचे शिक्षण द्यायला हवे. राज्यकारभार चालवताना निरनिराळ्या ठिकाणी सार्वजनिक आरोग्यसंस्थांची साखळी उभारून त्यांच्या माध्यमातून नव्याने आलेल्या किंवा पुन्हा येणाऱ्या विषाणूंसंदर्भात पाळत ठेवण्यासाठी मोठ्या प्रमाणात गुंतवणूक करण्याच्या हेतूने राजकीय शक्तीचा अभाव जाणवतो. आरोग्यचिकित्सा पुरवणारे व या नव्याने उभारल्या जाणाऱ्या सार्वजनिक आरोग्य संस्था या दोहोंमध्ये समन्वय साधायला हवा. यातून वेगवेगळ्या प्रकारची टेहेळणी करता येईल. त्यामुळे देशभरातल्या संसर्गजन्य रोगांची परिस्थिती त्या त्या वेळीच समजू शकेल. यासाठी कायद्यात जर सुधारणा करायची असेल तर त्या तयारीला आताच लागले पाहिजे.

माहिती व तंत्रज्ञानाच्या क्षेत्रात जागतिक मान्यता मिळालेल्या आपल्याकडील नेतृत्वाच्या कामाचा उपयोग करून घेऊन आपण 'स्वास्थ्यनेट'ची उभारणी करायला हवी. विषाणूबाबत पाळतीसाठी प्रयोगशाळेशी परस्पर जोडलेल्या अतिप्रगत व्यवस्थेचा उपयोग तज्ज्ञांच्या अनुभवांच्या आधारे करता येईल. गूगलच्या सर्च इंजिनद्वारे एन्फ्लुएन्झाच्या साथीचे निदान करता आले होते. त्याचप्रमाणे आपल्या देशात पसरणाऱ्या साथीच्या आजारांबाबत, त्यांच्या पुन्हा येण्याबाबतची पाहणी करण्यासाठीची यंत्रणा विकसित करण्यासाठी आपल्या माहिती व तंत्रज्ञानक्षेत्रातल्या जाणकारांना प्रशिक्षण द्यायला हवे. इतिहासात डोकावूनही चिकित्सा व माहिती यांचा मेळ घालत क्षयासारख्या रोगाच्या सूक्ष्मजीवांच्या संसर्गासंदर्भात माहितीचा साठा निर्माण करायला हवा. आपण फार मोठ्या कार्याच्या दिशेने प्रयत्न करायला हवेत. त्यायोगे संसर्गजन्य आजारांबाबतची इत्थंभूत माहिती मिळायला हवी. 'द नॅशनल नॉलेज नेटवर्क' (एन के एन) हे आजारांबाबतची टेहेळणी व सार्वजनिक आरोग्य हे दोन्ही मुद्दे

एकत्रितपणे हाताळून काम करण्यासाठी आदर्श व्यासपीठ ठरू शकेल.

चला, आता गुलाबी क्रांतीकडे वळू या

एम. एस. स्वामिनाथन यांनी सुरू केलेली 'हरित क्रांती', आणंदचे प्रसिद्ध वर्गीस कुरियन यांनी सुरू केलेली 'धवल क्रांती', याचबरोबर माहिती व तंत्रज्ञानासारख्या काही तंत्रज्ञानाधारित क्रांतीचा आपल्याला सार्थ अभिमान वाटतो. अंतराळ व आण्विक क्रांतीही महत्त्वाची ठरते. ऊर्जेसाठी देशाला अन्य पर्याय उपलब्ध करून देण्यासाठी अणूसंबंधी कार्याचे स्थान आगळेवेगळे गणले जाते. या सगळ्या क्रांत्यांना आपल्या देशाला पूर्वीपेक्षा उंच नेऊन ठेवण्याचे श्रेय जाते. मात्र, वेगाने वाढणाऱ्या लोकसंख्येचे स्वास्थ्य टिकवण्यासाठी राजकीय नेतृत्वाकडून पुढाकार घेतला गेला नाही तर या सर्व क्रांत्या फोल ठरतील.

आपण 'गुलाबी क्रांती' या संपूर्णपणे नव्या संकल्पनेचे बीज रोवू या. नवीन राजकीय भूगोलातील बी. आर. आय. सी., चिंडिया किंवा जी-८ व इतर राष्ट्रे वगैरे संकल्पनांसह भारताचा जागतिक शक्ती म्हणून नव्यानं उदय होत असताना आपल्याकडची ८० कोटी एवढी जबर लोकसंख्या जर दिवसाला जेमतेम २० रुपयांपेक्षाही कमी उत्पन्न मिळवत असेल तर महात्मा गांधीजींचे सर्वसमावेशक व निरोगी भारताचे स्वप्न कसे बरे पूर्ण होणार ? चला तर मग, त्यांना नुसता जगण्याचाच नव्हे, तर स्वास्थ्यपूर्ण आयुष्य जगण्याचा हक्क मिळवून देऊ या. आरोग्यपूर्ण गुलाबी क्रांती आणण्यासाठी महात्माजींच्या तत्त्वज्ञानानुसार 'प्रतिबंध हाच सर्वश्रेष्ठ उपचार' सार्थ ठरवत त्यासाठी आवश्यक ती प्रणाली उपलब्ध करून देऊ या.

'गुलाबी क्रांती'चा संकल्प करून भारतातील खूप खूप वाढलेल्या लोकसंख्येतील वंचितांना परवडेल असे आरोग्याचे स्वप्न खरे ठरवू या.

(अनुवाद : नीला शर्मा)

शोभना रानडे

शोभना रानडे यांनी त्यांच आयुष्य तळागाळातल्यांसाठी, त्यातही विशेषतः महिला व मुलांसाठी समर्पित केलेले आहे.

१९४२ मध्ये आगाखान पॅलेस या ठिकाणी महात्मा गांधींचे भाषण झाले होते. ते ऐकायला शोभनाताई गेल्या होत्या. तो प्रसंग त्यांच्या आयुष्याला कलाटणी देणारा ठरला. गांधीजींच्या 'भारत छोडो' आंदोलनाचा बोलबाला सुरू असताना शोभनाताईही स्वयंसेवक म्हणून त्यात सामील झाल्या.

गांधीजी त्यांना आशीर्वाद देताना म्हणाले, ''निर्भयपणे जगा.'' ते शब्दच त्यांच्या पुढच्या वाटचालीसाठी मार्गदर्शक ठरले. त्यांचे जीवितकार्य व एकूणच जीवन यांवर महात्मा गांधी व विनोबा भावे यांचा सखोल प्रभाव आढळतो.

शोभनाताईंच्या कामामुळे त्यांना अनेक मानसन्मानांनी गौरवण्यात आलेले आहे. सामाजिक कार्याच्या क्षेत्रात त्यांनी महत्त्वाच्या विविध जागा भूषवल्या आहेत. महाराष्ट्रात 'एस.ओ.एस. बालग्राम'ची स्थापना त्यांनी केली.

पुण्यातल्या 'गांधी राष्ट्रीय स्मारक समिती'च्या सचिव या नात्याने काम करत असताना त्यांनी महिलांचे सबलीकरण, विकास व समता यांच्यासाठी स्वतःची शक्ती सतत पणाला लावलेली दिसून येते.

"अहिंसेसाठी लढा देताना व मोठी कामगिरी
करायची वेळ येईल तेव्हा स्त्री ही पुरुषापेक्षा अधिक
कार्यक्षम असल्याचे लक्षात येते."

गांधी आणि महिला सबलीकरण

स्त्रीला कायम गरीब, दुबळी आणि दीन लेखले जाते.

महात्मा गांधींनाच सगळ्यात आधी लक्षात आले, की सेवाकार्य हे जीवितकार्य समजून करताना स्त्रीच पुरुषाची खरीखुरी सहकारी होऊ शकते. विधायक कार्यक्रमांमध्ये स्त्रियांची सेवा सामावून घेणारे तेच पहिले पुरुष होते. म्हणूनच त्यांनी स्त्रियांना काळोखातून बाहेर येऊन स्वराज्याच्या लढ्याकरता सत्याग्रह करण्यासाठी पुकारले.

गांधीजींना 'अबला' हा शब्द अजिबात आवडत नसे. ते स्त्रियांसाठी 'महिला' (सामर्थ्यशाली ही छटा जाणवत असल्याने) हाच शब्द वापरायचे. माझी पिढी नशीबवानच म्हणायची. कारण गांधी आणि विनोबा असे दोन नेते आम्हाला निर्भयतेचे धडे देण्यासाठी होते. स्वत:पुरते जगण्याची सीमा ओलांडून उन्नती करून घेण्याची प्रेरणा त्यांनीच आम्हाला दिली. गांधीजींनी जाहीरपणे सांगितले होते, की महिला आपल्याला अहिंसेचाच अवतार असल्यासारख्या जाणवतात. त्यांचे असेही मत होते, की आत्मविश्वास व आत्मबळाच्या जोरावर स्त्रीशक्ती ही राष्ट्रनिर्मितीसाठी विलक्षण ताकद ठरू शकते. इतिहासात तर हे सिद्ध करणाऱ्या अनेक महिला होऊन गेल्या आहेत. स्वातंत्र्यलढ्याच्या काळातही घराबाहेर येऊन त्यांनी पुरुषांच्या बरोबरीने निदर्शनांमध्ये भाग घेतला. स्वेच्छेने अंगावरच्या सोन्याच्या साखळ्या व बांगड्या राष्ट्रीय निधीसाठी दान केल्या. स्वेच्छेनेच खडतर तुरुंगवासही

भोगला. खादीची प्रतीकात्मकता व त्यामागचा विशिष्ट अर्थ लक्षात घेऊन स्वत: खादी वापरायला सुरुवात केली. देशाच्या कोनाकोपऱ्यात हे घडले. स्वातंत्र्य मिळवण्यासाठी त्यांनी बजावलेली भूमिका विशिष्ट प्रेरणेने भारलेली होती आणि स्वत: गांधीजींनी त्यांची दखल घेतलेली होती.

हे सगळे पाहता कुणाच्याही मनात हे आल्यावाचून राहणार नाही, की जोवर मानव अस्तित्वात आहे तोवर गांधीजींची समर्पकता कायम राहणार आहे. मानवाच्या कल्याणासाठी त्याची सध्याची परिस्थिती सुधारावी म्हणून जागतिक शांतता स्थापन करणे, तणाव दूर करण, हिंसा व परस्परांच्या विध्वंसाऐवजी गांधीजींनी सांगितलेले आदर्श आचरणात आणणे यासाठी प्रयत्न केले जात आहेत. जगातील संसाधनांचा योग्य वापर केला गेला तरच शांततेची संस्कृती जोपासता येईल, हा विचार सध्या स्वप्नवत वाटत असला तरी गांधीजी मात्र संपूर्ण हयातभर हेच स्वप्न पाहत होते.

गांधीजींचे कस्तुरबांशी कमी वयात लग्न झाले. दोघेही जवळपास एकाच वयाचे होते. ६२ वर्षांच्या त्यांच्या दीर्घ सहजीवनाच्या जोडीला गांधीजींनी केलेले 'सत्याचे प्रयोग' त्यांना माणूस म्हणून पूर्णपणे बदलून टाकणारे ठरले.

कस्तुरबांच्या मृत्यूनंतर त्यांनी जाहीरपणे कबुली देऊन टाकली, की सत्याग्रहाचे तंत्र त्यांना त्यांच्या पत्नीकडूनच दक्षिण आफ्रिकेत शिकायला मिळाले. ते ईश्वराजवळ प्रार्थना करायचे, की जर पुनर्जन्म असेल आणि ते स्वत: पुन्हा एकदा जन्मणार असतील तर परमेश्वराने कृपा करून कस्तुरबा हीच सहचारिणी दुसऱ्या जन्मातही द्यावी. त्यांना चार मुले होती पण मुलगी मात्र नव्हती. मात्र, अनेकजणी त्यांच्या मानसकन्या झाल्या आणि आपापल्या कार्याने त्या प्रसिद्ध झाल्या. उदाहरणच घ्यायचे तर मीरा बहन (मॅडलिन स्लॅड) ही इंग्रज मुलगी. '*द स्पिरिट्स पिलग्रिमेज*' या आत्मचरित्रात या मुलीने लिहिले आहे, "मी प्रवेश करताच किंचित तांबूस वर्णाची ती आकृती उठून उभी राहिली, माझ्यासमोर आली. मला काहीच सुचेनासं झालं. मी झटकन गुडघ्यांवर बसले. त्या हातांनी हळुवारपणे मला उठवत उभं केलं आणि आवाज आला, "तू माझी मुलगी होशील?".... मला एक हसरा चेहरा वात्सल्यभरल्या नजरेन माझ्याकडे पाहताना दिसला. होय, ते महात्मा गांधीच तर होते." मीरा बहन समर्पित वृत्तीचे चालतेबोलते प्रतीक होत्या. मनाने त्या हिंदूच होत्या. गांधीजींनी त्यांना धर्म बदलायला अजिबात प्रवृत्त केले नाही. प्रत्येकाने आपापल्या धर्माच्या मूलभूत तत्त्वांनुसार जगावे, या दृष्टिकोनातून हे खूप महत्त्वाचे होते आणि तेच त्यांनी इतर धर्मांबाबत पाळले. मीरा बहन या खरोखरच विसाव्या शतकातल्या मीराबाईच होत्या, असे म्हणावे लागेल. जे. पी. नारायण यांनी त्यांच्या आयुष्याच्या शेवटच्या काळात लोकांसमोर हे मान्य केले होते, की त्यांच्या पत्नी प्रभावती यांचे उदाहरण आणि प्रेरणा त्यांच स्वत:च जीवन बदलणारी ठरली आणि हे सगळ गांधीवादाच्या प्रभावामुळे घडले. सरोजिनी नायडू तर भारतीय स्त्रीचे

विलक्षण बोलके उदाहरण होत्या. विशेषत: १९३० मध्ये त्यांनी गांधीजींच्या ऐतिहासिक दांडीयात्रेत भाग घेतल्यानंतर तर विशेषच. लुईस फिशरही म्हणाले होते, की मिठाच्या सत्याग्रहानंतर भारतान खरखुर आध्यात्मिक स्वातंत्र्य मिळवल आहे. कपूरथळाच्या राजकन्या असलेल्या राजकुमारी अमृत कौर गांधीजींच्या विचारधारेकडे १९१५ च्या आरंभी ओढल्या गेल्या आणि त्यानंतर त्यांना राजकारण तसच भारताच्या स्वातंत्र्याबाबत रस निर्माण झाला. नव्या भारताच्या निर्मितीसाठी त्यांनी सुचेता कृपलानी, अरुणा असफ अली, मुथुलक्ष्मी रेड्डी, विजयालक्ष्मी पंडित वगैरेंसारख्या महिला स्वयंसेवकाच्या तुकडीला प्रशिक्षण दिले.

२२ फेब्रुवारी १९४४ रोजी कस्तुरबांचे निधन झाले. त्यांच्या स्मारकासाठी जमलेल्या निधीतून गांधीजींनी 'कस्तुरबा गांधी राष्ट्रीय स्मारक न्यासा'ची स्थापना केली. याची उद्दिष्टे होती ग्रामविकास व महिलांची सेवा. या न्यासाची व्याप्ती गांधीजींनी महिलांपुरतीच मर्यादित ठेवली. स्त्रीशक्ती जागृत करून तिला ज्ञानसंपन्न करणे, हेच ध्येय त्यांनी यासाठी ठेवले. कारण संपूर्ण देशाच्या जागृतीसाठी ते त्यांना आवश्यक वाटत होते.

स्त्रीशक्तीवर असलेल्या गांधीजींच्या विश्वासामुळेच त्या भारतात लोक चळवळीत पुरुषांच्या बरोबरीने सहभागी झाल्या. असे उदाहरण जगात विरळाच आढळेल.

(अनुवाद : नीला शर्मा)

सडेतोड विचार मांडणारे लेखक म्हणून सुधींद्र कुलकर्णींच नाव घेतले जाते. माजी पंतप्रधान अटलबिहारी वाजपेयी यांचे सल्लागार म्हणून त्यांनी काम केले आहे. भारताच्या विकासासंदर्भात त्यांनी अनेकदा पडद्यामागून, पण महत्त्वाची भूमिका बजावली आहे. भारताचे माहिती तंत्रज्ञान धोरण ठरवण्यातही त्यांचा महत्त्वपूर्ण सहभाग आहे.

सुधींद्र कुलकर्णी हे आज विचारवंत म्हणून ओळखले जात असले तरी मुळात ते कार्यकर्ते आहेत. मुंबई येथील 'ऑब्झर्व्हर रिसर्च फाउंडेशन' (ओआरएफ)चे ते अध्यक्ष आहेत. 'समृद्ध भारतासाठी कल्पना आणि कृती' हे या संस्थेचे ब्रीदवाक्य आहे. 'समृद्ध भारत' हेच सुधींद्र यांचे स्वप्न आहे आणि ध्येयसुद्धा!

“आपली संस्कृती उच्च आहे असे समजणारी
कोणतीच संस्कृती जगू शकणार नाही.”

चरख्याचे संगीत

गांधीजी विज्ञान, तंत्रज्ञान, यंत्रे आणि आधुनिकतेच्या विरोधात होते का? गांधीजी आज असते तर सर्वच माणसांना फायदेशीर ठरलेल्या इंटरनेटला त्यांनी विरोध केला असता का? एकविसाव्या शतकातल्या विज्ञान आणि तंत्रज्ञानाने जी देणगी दिली आहे त्या नॅनो तंत्रज्ञान, कृत्रिम बुद्धिमत्ता अशा गोष्टींबद्दल गांधीजी काय म्हणाले असते?

एकदा ‘गांधीयन इंजिनियरिंग’ या विषयावर रघुनाथ माशेलकर बोलत होते. त्यांचे ऐकत असताना माझ्या मनात कुतूहल निर्माण झाले, की खरेच, गांधीजींचे या विषयावर मत काय असू शकले असते? या भाषणाचा विषय काहीसा वेगळा वाटत असला तरी त्याचा आशय त्या महात्म्यालादेखील सुखावून गेला असता.

अतिशय दु:खद पद्धतीने गांधीहत्या झाली त्याला आता सहा दशके उलटून गेली, तरीही असे काही समज बाकी आहेतच. हे गैरसमज दूर करणे हा या निबंधाचा उद्देश नाही, किंवा एकविसाव्या शतकात खादी आणि चरख्याचा संबंध काय हे सांगणे हाही या लेखाचा उद्देश नाही. उलट, विज्ञान आणि तंत्रज्ञान यातील इंटरनेट व इतर साधने आणि अहिंसा, स्वावलंबित्व, सहकार आणि नैतिकतेचा आदर्श यांच्या संबंधातून गांधीवादी दृष्टिकोन कसा दिसून येतो हे इथे मांडायचे आहे.

महात्मा समजून घेताना भारतातल्या अनेक बौद्धिक आणि राजकीय कार्यकर्त्यांचे जे झाले ते माझ्याही बाबतीत घडले. अनेकदा माझ्या विचारांत बदल झाले. १९६९ साली मी बारा वर्षांचा होतो. विद्यार्थिदशेत होतो. त्या वेळी एका भाषणात बोलताना मी म्हटले होते, की ‘शास्त्रज्ञ हे सत्याच्या शोधात असतात. त्याचप्रमाणे गांधीजीदेखील सत्याच्या शोधात होते.’ त्यानंतर जेव्हा मी आयआयटी-मुंबईत शिकत होतो तेव्हा मी मार्क्सवादी विचारांकडे ओढला गेलो. गांधीजींची

विज्ञान-तंत्रज्ञान या विषयावरील भूमिका चुकीची आहे आणि त्यांचे विकासाचे मॉडेल तर मध्ययुगीन आहे, असे माझे मत झाले होते. 'माझ्या चरख्यातून निघणाऱ्या प्रत्येक धाग्यात मी देव बघतो,' हे गांधीजींचे विधान मला निरर्थक वाटू लागले.

परंतु काही वर्षांतच 'मार्क्स ते महात्मा' असा माझा प्रवास झाला. गांधीजींचे आयुष्य आणि त्यांचे साहित्य याचा मी जो काही अभ्यास केला होता त्यातून मला वर्गवाद तर समजलाच, त्याबरोबरच विज्ञान, तंत्रज्ञान, विकास आणि संस्कृती (civilisation) या विषयांवर त्यांनी मांडलेले विचारसुद्धा समजले.

गांधी ते महात्मा : हे कसे घडले?

गांधीजींचा विज्ञान आणि तंत्रज्ञान या विषयांवरचा दृष्टिकोन समजून घ्यायचा असेल तर हे लक्षात घ्यायला हवे, की त्यांनी संपूर्ण जीवनात जे काही सांगितले आणि जे काही केले आहे, त्यामागे एकच सखोल चिंतन होते. ते असे, की प्रत्येक कृतीत आणि मानवी जीवनाशी संबंधित प्रत्येक बाबीत सत्य आणि अहिंसा ही मूल्ये कशी जपता येतील? भांडवलवाद आणि साम्यवादाने याची कधीच दखल घेतली नव्हती. पश्चिमेकडून आलेल्या या दोन्ही वादांनी विचारांची नैतिकता आणि नियंत्रण हे कधीच विचारात घेतलेले नाही. गांधीजींच्या काळातही भांडवलवाद आणि साम्यवादातून आलेली विषमता, अन्याय आणि हिंसा अस्तित्वात होतीच.

समाजात काहीही बदल घडवून आणायचे असतील तर व्यक्तीने स्वतःत बदल घडवून आणणे आवश्यक आहे हे गांधीजींना कळले होते. स्वातंत्र्ययुद्धासाठी त्यांनी लोकांना हाक दिली ती धर्म आणि नैतिकतेच्या भाषेतच दिली. ग्रामीण जनतेशी बोलताना ते म्हणायचे, की स्वराज्य मिळवायचे असेल तर आधी आपल्याला आत्मिक संघर्ष करावा लागेल. आपण देवाचे सेवक आहोत. (त्यांच्या दृष्टीने सत्य म्हणजेच देव.) आपल्याला ब्रिटिश सरकारशी (kingdom of Satan - दानवांचे राज्य) लढायचे आहे. या युद्धात शस्त्र कोणते वापरायचे आहे तर नैतिकतेचे. असे बोलल्यावर लोक त्यांच्याशी सहजपणे जोडले जायचे. कारण गांधीजींमध्ये ते रूप पाहायचे ते संतयोद्ध्याचे. संतवृत्तीच्या स्त्री-पुरुषांबद्दल भारतीयांच्या मनात एक वेगळीच आदराची भावना असते. यामुळेच गांधीजी महात्मा बनले. रवींद्रनाथ टागोरांनी त्यांना महात्मा ही पदवी आदरपूर्वक दिली म्हणून नव्हे, तर लक्षावधी सर्वसामान्य भारतीयांच्या हृदयात त्यांनी स्थान मिळवले होते म्हणून.

गांधीजींच्या काळातदेखील पश्चिमेकडून यांत्रिकीकरणाच्या रूपात अनेक नव्या गोष्टी येत होत्या. त्याला गांधीजींचा विरोध होता. त्यासाठीच तर त्यांनी चरखा नावाचे एक 'नैतिक यंत्र' आणले. त्याला गती दिली. ही एक नव्या प्रकारची आर्थिक विकासाची संकल्पना होती. त्याचबरोबर माणूस आणि निसर्ग यात एक नाते जोडले जात होते. चरख्यातून येणारी खादी हे केवळ एक वेगळ्या प्रकारचे वस्त्र नव्हते, तर तो 'स्वदेशी'चा विचार होता. या वस्त्राचे मानवी मूल्यांशी नाते जोडले होते.

चरखा या एका गोष्टीतून गांधीजींनी तीन प्रकारचे संदेश दिले. पहिला आर्थिक संदेश होता. तो असा, की लाखो गरीब भारतीयांचा वस्त्र विणण्याचा पारंपरिक व्यवसाय इंग्लंडच्या मँचेस्टरमधल्या गिरण्यांनी हिसकावून घेतला आहे.

दुसरा सांस्कृतिक संदेश होता तो म्हणजे जे श्रीमंत आहेत त्यांनीही चरख्यावर सूत कातावे. त्यांची ही कृती म्हणजे देशातल्या गरीब बांधवांसाठी केलेला त्याग होता. या एका कृतीतून ते एकमेकांशी जोडले जात होते.

तिसरा संदेश होता आध्यात्मिक. अहिंसा आणि स्वत्वाची जाणीव या कृतीतून होत होती. ते म्हणायचे, की 'साधी राहणी आणि उच्च विचारसरणी' याचे हे प्रतीक आहे.

गांधीजींनी चरख्याला न्याय आणि शोषणमुक्त जगासाठीचे जागतिक प्रतीक बनवले. १९२० मध्ये त्यांनी असहकार चळवळ सुरू केली तेव्हा परदेशी मालावर बहिष्कार घातला. तेव्हा स्थानिक, स्वदेशी वस्तूंचे महत्त्व लोकांच्या मनावर ठसले. आणि त्याच वेळी ब्रिटिशांपर्यंत हे पोचले, की जगाच्या पाठीवर असलेल्या दुबळ्या आणि गरीब लोकांचे शोषण करायचे आणि सैन्यदल-नाविक दलाच्या बळावर भौतिक जीवन उभारायचे. यातून कधीही शांततापूर्ण समाज निर्माण होणार नाही. हीच होती गांधीजींनी सांगितलेली वैचारिक क्रांती. चरखा आणि खादीच्या माध्यमातून आणलेली वैचारिक क्रांती.

एका ठिकाणी गांधीजींनी लिहिले आहे, की 'चरखा हे व्यावसायिक युद्धाचे प्रतीक नाही तर व्यावसायिक शांतीचे प्रतीक आहे. हे चांगुलपणा आणि स्वावलंबनाचे प्रतीक आहे. या प्रतीकाच्या संरक्षणासाठी जगाला घाबरवून टाकणाऱ्या कोणत्याही नाविक दलाची गरज नाही किंवा नैसर्गिक साधनसंपत्तीचे शोषण करण्याचीही गरज नाही.' आपल्याला आधुनिक जगातला असा कोणी नेता माहीत आहे का, की ज्याने एखाद्या साध्या यंत्राच्या साहाय्याने साऱ्या मानवजातीची संस्कृती घडवली आहे?

'चरख्याच्या संगीता'चा अर्थ

अशा प्रकारे चरख्याचे स्थान हे गांधीजींच्या आर्थिक, सामाजिक आणि नैतिक तत्त्वज्ञानाच्या मध्यभागी आहे. गांधीजी म्हणायचे, ''चरख्यामुळे निर्माण होणारे हे संगीत म्हणजे आत्म्याचे औषध आहे.'' ते असेही म्हणायचे, की ' ते जागतिक प्रेमाचेही संगीत आहे. माझ्या स्वप्नात, झोपेत, सर्व काळ सूत कातणाऱ्या या चाकांचाच विचार असतो. ही चाके म्हणजे तलवार आहे माझी. ज्या कोणी अनामिकाने ही वस्तू तयार केली त्याला मी मनोमन हात जोडतो.' त्यांनी असेही म्हटले आहे, की 'सूत कातताना त्यातच मला प्रत्यक्ष देव दिसतो'. त्यांच्या या प्रिय चरख्याबद्दल एकदा त्यांनी अशक्य वाटणारे असे विधान केले होते, की 'सूत कातताना जर मला मृत्यू आला तर बरे होईल'. त्यांची खरोखर अशी इच्छा होती.

या महात्म्याने 'चरख्याचे संगीत' अशी संकल्पना का बरे वापरली असेल, याचा मी विचार करायचो. एका पुस्तकात याचे काही अंशी उत्तर मला सापडले. या पुस्तकामध्ये मला या संकल्पनेच्या जवळपास जाणारा मजकूर दिसला. हंगेरियन मानसशास्त्रज्ञ मिहाली सिक्स्जेन्टमिहायली यांचे *'फ्लो : द सायकॉलॉजी ऑफ ऑप्टिमल एक्स्पीरियन्स'* हे ते पुस्तक. त्यांच्या मते एखादी कृती एकाग्रतेने चालू राहण्यात 'प्रवाह' मदत करतो. मग तो प्रवाह ही एक मानसिक स्थितीच बनून जाते. त्या कृतीत मनापासून तन्मय होण्यासाठी संगीत हे माध्यम बनते. त्यांच्या मते संगीतकाराने संगीत देणे ही म्हणूनच खूप मोठी गोष्ट आहे. संगीतातूनच संस्कृती घडत जाते.

चरखा कातताना गांधीजींना येणारा आध्यात्मिक अनुभव हा काही वेगळाच होता. तो त्यांना गरिबांच्या अगदी जवळ घेऊन जात असे. १९२४ च्या *'यंग इंडिया'* मध्ये ते लिहितात, 'मला असे जाणवतेय, की सूत कातत असताना मी गरिबांच्या जवळ जातो, म्हणजेच देवाच्या जवळ जातो. सूत कातण्याचे हे चार तास माझ्यासाठी सर्वांत फायदेशीर असतात. कारण या चार तासांत कोणतेही वाईट विचार माझ्या मनात येत नाहीत. मी गीता, कुराण, रामायण वाचतो तेव्हा माझे मन भटकत असते, पण जेव्हा मी सूत कातायला बसतो तेव्हा मन एकदम स्थिर होऊन जाते.'

गांधीजी तंत्रज्ञानाच्या विरुद्ध होते का?

गांधीजी खरेच विज्ञान आणि तंत्रज्ञानाच्या विरुद्ध होते का? हा गैरसमज निर्माण होण्याचे कारण म्हणजे त्यांच्या साहित्याचे वरवर केलेले वाचन - जसे मी माझ्या विद्यार्थिदशेत केले होते. सर्व धार्मिक ग्रंथांप्रमाणेच त्यांच्या साहित्याचेही सखोल वाचन करावे लागते. काही वेळा काही वाक्यांनी वाचणाऱ्यांची दिशाभूलसुद्धा होऊ शकते. उदाहरणार्थ, १९०९ मध्ये *'हिंद स्वराज'*मध्ये प्रकाशित झालेल्या एका लेखात असे म्हटले आहे, की आधुनिक समाजात यांत्रिकीकरण हे एक मोठे पाप आहे. आता *'हिंद स्वराज'* हे त्यांच्या आत्मचरित्राइतकेच महत्त्वाचे आहे. कारण त्यातून त्यांचे विचार समजून घ्यायला खूप मदत होते. नीट समजून घेतले तर हे लक्षात येते, की हे वाक्य त्यांनी युरोपच्या संदर्भात म्हटले आहे. या यांत्रिकीकरणाच्या बळावर औद्योगिक क्रांती करत हे लोक आत्यंतिक लोभापायी वसाहती बनवत चाललेत, पण स्वत:च्याच ख्रिश्चन धर्मात काय सांगितलंय याचा त्यांना विसर पडत चाललाय. त्यांचे नैतिक अध:पतन होत आहे. त्यांनी युरोपीय लोकांना अशी विनंती केली, की अल्फ्रेड रसेल वॅलेस हे ब्रिटिश मानववंशशास्त्रज्ञ काय म्हणतात ते ऐका. ते असे मत मांडायचे की, विज्ञान कितीही प्रगत झाले तरी माणसाच्या मनातला तिरस्कार आणि अन्याय ते संपवू शकत नाही, तसेच युरोपची नैतिकता तर एक इंचभरानेही वाढवू शकत नाही.''

१९२७ मध्ये *यंग इंडिया*मध्ये त्यांनी एका लेखाचे शीर्षक दिले आहे *'पवित्र चरखा'*. त्यांचे शब्दही पाहा : ''पवित्र चरखा हेदेखील सुंदर यंत्रच आहे.'' १९१५मध्ये त्यांनी अहमदाबादला

सत्याग्रह आश्रमाची स्थापना केली ती 'सत्याग्रही शास्त्रज्ञ' घडवण्यासाठी, खादीचे शास्त्र तयार करण्यासाठी. गांधीजींनी त्यांना सांगितलं होते, की सर जगदीशचंद्र बोस यांना निसर्ग उलगडून सांगण्यासाठी त्यांच्या प्रयोगशाळांमधल्या रोपांच्या पानांकडे जितके एकाग्रतेने लक्ष द्यावे लागत असेल तशाच एकाग्रतेची या कामातही गरज आहे.

ग्रामीण तंत्रज्ञानासंदर्भातले काही शोध बघून ते इतके आश्चर्यचकित झाले, की अशा कल्पक लोकांना प्रोत्साहित करण्यासाठी त्यांनी १९२१ साली ५,००० रुपयांचे बक्षीस ठेवले. आठ वर्षांनंतर हेच बक्षीस त्यांनी वाढवून १ लाख केले. त्या काळात हे बक्षीस खूप मोठे होते.

एक असा लोकनेता, जो रोज आश्रमातील शौचालये साफ करत असे, त्या महात्म्याने एक दिवस सत्याग्रहींना सांगितले की 'स्वच्छता या विषयातले तुम्ही तज्ज्ञ व्हा.' त्यांच हे ध्येय होते, की 'सार्वजनिक स्वच्छतेचे पारंपरिक काम करणाऱ्यांची परिस्थिती बदलायला हवी, त्यांच्या कामाला प्रतिष्ठा मिळायला हवी, त्यांना आदर मिळायला हवा.' जेव्हा मी हे शब्द वाचतो त्या प्रत्येक वेळेला माझा गळा दाटून येतो. २०१०मध्ये युनायटेड नेशन्सने केलेल्या एका अभ्यासात असे लाजिरवाणे निरीक्षण नोंदवले आहे, की भारतात शौचालयांपेक्षा मोबाइल फोन्सची संख्या जास्त आहे. जवळपास ६६५ दशलक्ष भारतीय, त्यातही ग्रामीण भागातले जास्त, त्यांना आजही शौचालयांची सोय नाही.

गांधीजी स्वदेशीच्या वापराबाबत आग्रही होते, मात्र त्यांनी कधी आंधळेपणाने निर्णय घेतले नाहीत. वास्तविक ते आयुर्वेद आणि होमिओपॅथीचे पुरस्कर्ते होते. त्यांनी स्वतःही नॅचरोपॅथी आणि आहारशास्त्रासंबंधी काही प्रयोग केले होते. मात्र, लोकांचे दुखणे बरे करणाऱ्या आधुनिक औषधांना त्यांनी कधीच विरोध केला नाही. मलेरियावर उपयुक्त ठरलेले औषध क्विनाइन किंवा जखमा बरे करणारे औषध आयोडिन ही दोन्ही आधुनिक औषधे उपयुक्त होती, त्यामुळे गांधीजींनी त्यांना विरोध केला नाही. १९२४ साली सिंगर या शिवणयंत्राविषयी त्यांनी लिहिले, 'हा खूपच उपयुक्त शोध आहे. या साधनाविषयी एक रोमान्सही आहे. सिंगर यांची पत्नी कपडे शिवत असे. तिचे कष्ट त्यांनी बघितले. हे कष्ट हलके करण्याच्या दृष्टीने, अनावश्यक कष्ट कमी होण्यासाठी त्यांनी हे यंत्र बनवले आहे.'

गांधी साहित्यात 'रोमान्स' हा शब्द एका वेगळ्या अर्थाने येतो. 'खादीशास्त्र' नावाच्या एका दीर्घ निबंधात त्यांनी लिहिले आहे, की कोणत्याही गोष्टीचे विज्ञानात अथवा 'रोमान्स'मध्ये रूपांतर होऊ शकते, जर त्यामागे एखादी वैज्ञानिक किंवा 'रोमान्टिक' इच्छा असेल तर. मानवाशी मैत्री करणाऱ्या यंत्रांविषयी त्यांना वाटणारे 'रोमॅन्टिक अट्रॅक्शन' त्यांनी व्यक्त केले आहे. या यंत्रांमध्ये काही परदेशी यंत्रांचाही समावेश आहे. गांधीजी मायक्रोस्कोपमधून कुष्ठरोगाचे जंतू पाहत आहेत, असा एक सुंदर फोटो १९४० साली सेवाग्राम आश्रमात काढला होता. तो फोटो आपण कधी विसरू शकतो का?

१९३६ साली एका जपानी माणसाने त्यांना असे विचारले होते, की तुमचा यंत्रांना विरोध आहे का? त्या वेळी त्यांनी सांगितल होत, की मी यंत्रांच्या विरोधात नाही, पण यंत्रांचे गुलाम व्हायला मात्र माझा सक्त विरोध आहे. १९४० मध्ये डॉ. राममनोहर लोहिया (जे नंतर समाजवादी चळवळीचे पुढारी झाले.) यांनी त्यांना विचारले होते, की औद्योगिकीकरणाबद्दल तुमचे काय मत आहे? यावर गांधीजी म्हणाले होते, की मला वाटते, वीजनिर्मिती, जहाजबांधणी, लोखंडकाम, यंत्रनिर्मिती आणि यासारखे उद्योग खेड्यांतले हस्तव्यवसाय व्हावेत. १९४५ मध्ये गांधीजी आणि नेहरू यांच्यात स्वातंत्र्योत्तर भारत कसा असावा यावर एक चर्चा झाली होती. त्या संदर्भात ५ ऑक्टोबरला त्यांनी नेहरूंना एक मोठे पत्र लिहिले. त्यामध्ये गांधीजींनी असे सांगितले होते, की विषमता निर्माण करणाऱ्या मोठ्या शहरांना माझा विरोध राहील. काही थोडे लोक राजवाड्यांत राहताहेत आणि बरेचसे लोक झोपड्यांमध्ये राहताहेत, हे कधीच योग्य ठरणार नाही. त्यांनी कायम स्वावलंबी अशा खेडेकेंद्रित विकासाला महत्त्व दिले.

गांधीजींनी नेहरूंना लिहिलेले हे पत्र अनेकार्थाने महत्त्वपूर्ण आहे. स्वतंत्र भारतात गावे सुदृढ करण्यासाठी आधुनिक तंत्रज्ञानाचा उपयोग करावा, असे मत त्यांनी मांडले आहे. 'माझ्या स्वप्नात एक आदर्श असे खेडेगाव आहे.' ते लिहितात, 'माझ्या आदर्श खेडेगावात अतिशय बुद्धिमान लोक असतील. ते प्राण्यांसारखे अस्वच्छ वातावरणात आणि अंधारात राहणार नाहीत. स्त्री-पुरुष सर्वच स्वतंत्र असतील आणि जगातल्या इतर कोणाहीप्रमाणे स्वत्वाने राहतील. प्लेग, कॉलरा, कांजिण्या असले काहीही तिथे नसेल. कोणीही आळशी नसेल, कोणीही ऐषारामात जगणारे नसेल. प्रत्येकजण आपल्या श्रमाचा वाटा उचलेल. मी खोलात जाऊन संपूर्ण चित्र इथे मांडत नाही. तिथे रेल्वे, पोस्ट आणि टेलिग्राफ ऑफिस अशा गोष्टी नक्कीच असतील. '

पोस्ट आणि टेलिग्राफ? जेव्हा मी प्रथम हा परिच्छेद वाचला तेव्हा मला खूपच आश्चर्य वाटले, खूपच आनंद झाला. १९४० च्या मध्यावर ते जर पोस्ट आणि टेलिग्राफला मान्यता देत असतील तर आता एकविसाव्या शतकातले ते आधुनिक माहितीयुगाचे एक उत्साही 'चॅम्पियन' ठरले असते. मला असेही वाटते, की हे आपले राष्ट्रपिता आज असते तर त्यांनी *'यंग इंडिया'* आणि *'हरिजन'* नक्कीच इंटरनेटवर प्रकाशित केले असते. ते रोज जितकी पत्रे हाताने लिहायचे त्यापेक्षा जास्त त्यांनी ई-मेल केली असती. डिजिटलायझेशनचा आग्रहही त्यांनी धरला असता. इंटरनेटबद्दल त्यांनी काय म्हटले असते? ते नेहमीच म्हणायचे, की 'क्लासेस'पेक्षा 'मासेस'साठी जे काही तंत्रज्ञान आहे ते चांगलेच आहे. त्यामुळे हे माध्यम त्यांना नक्कीच उपयुक्त वाटले असते. एका अर्थाने संपूर्ण जग हे एक 'ग्लोबल व्हिलेज'च तर झालंय ना!

इंटरनेट युगात 'खादी'चा अर्थ

आजकाल फारच कमी लोक खादी वापरतात आणि त्याहून कमी लोक चरख्यावर सूत कातताात. त्यामुळे खादीमागचा अर्थ आता खरेच बदललाय. चरखा या संकल्पनेतून गांधीजींनी तीन प्रकारचे संदेश दिले : आर्थिक, सांस्कृतिक आणि आध्यात्मिक. वास्तविक, ही अशी

मूल्याधारित व्यवस्था होती, ज्यामुळे नव्या भारताची आणि नव्या जगाचीही रचना होऊ शकेल. पण सध्या जग उलट्या दिशेने चाललेय. सध्या जगात वाढलेली विषमता आणि गरिबी आपल्याला दिसतेच आहे. माणूसच माणसाचे शोषण करतोय. ते आजही कोणाला थांबवता आलेले नाही. गांधीजींच्या वेळेला ज्याचा विचारही करता येत नव्हता इतक्या मोठ्या प्रमाणावर निसर्गाचे शोषण वाढले आहे. आपल्या ग्रहाला धोक्यात टाकेल या पातळीपर्यंत ते गेले आहे. मोठ्या प्रमाणावर विध्वंस घडवून आणण्यासाठी, नवी शस्त्रास्त्रे तयार करण्यासाठी विज्ञानाचा उपयोग होत आहे. नवीन प्रकारचे हिंसाचार घडत आहेत. आधुनिक तंत्रज्ञानाचा वापर करून धार्मिकतेच्या नावावर दहशतवाद फोफावत आहे.

त्यामुळे तंत्रज्ञानाची नवी परिभाषा शोधायला हवी आहे. ही परिभाषा म्हणजे चरखा होऊ शकत नाही, आणि त्याची गरजही नाही. गांधीजींनी स्वत:च हे सांगितले होते, की जेव्हा नवीन जास्त चांगला पर्याय सापडेल तेव्हा हा चरखा मी वापरणार नाही.

इथेच इंटरनेटचे महत्त्व कळते. गांधीजींना आनंद होईल अशा अनेक गोष्टी इंटरनेटमध्ये आहेत. जगभरातल्या सामान्य माणसाला सक्षम करण्याचे सामर्थ्य इंटरनेटमध्ये आहे. देशांतर्गत आणि जगभर पसरलेले असे हे माध्यम आहे. कोणतीही एक कंपनी, एखादा समाज किंवा कोणत्याही एका देशाची मालकी यावर नाही. हे माध्यम सर्वांचे आहे, आणि गांधींजींच्या चरख्याप्रमाणे ते कोणीही वापरू शकते. इंटरनेटचा सांस्कृतिक प्रभाव हा तर क्रांतिकारक आहे. इंटरनेटवरच्या सोशल नेटवर्किंग साइट्सवर माणसे मैत्री करतात, एकमेकांशी बोलतात. अशा प्रकारे इंटरनेट हे जगभरात शांती, चांगुलपणा आणि प्रेम निर्माण करणारे साधन बनले आहे. स्वातंत्र्य आणि लोकशाही ही गांधीजींना आवडणारी दोन मूल्येसुद्धा यातून दिसून येतात.

केवळ माहिती तंत्रज्ञानच नाही तर विज्ञान तंत्रज्ञानातल्याही अनेक गोष्टी गांधीजींना भावल्या असत्या, कारण त्या संपूर्ण मानवजातीला हितकारक अशा आहेत. डॉ. माशेलकर यांनी सांगितलेली 'गांधीयन इंजिनियरिंग' ही संकल्पनादेखील खूपच चांगली आहे.

गांधीजींच्या चरख्याने नवीन जग निर्माण करण्यासाठी नवीन आशा दाखवली. त्याचप्रमाणे आपण जर शास्त्रज्ञ, तंत्रज्ञ, राजकारणी, प्रशासकीय अधिकारी, व्यावसायिक, शिक्षणातील व्यक्ती, धार्मिक नेते किंवा कार्यकर्ते असे कोणीही असलो तरी आपण २१ व्या शतकात आशेचे नवे धागे मजबूतपणे विणू शकतो का?

आपल्याकडून जगाला सकारात्मक उत्तर हवे आहे.

(अनुवाद : श्रुती पानसे)

सुनील गावस्कर

सुनील गावस्करांना त्यांचे चाहते प्रेमाने 'सनी' म्हणतात. त्यांनी देवदत्त प्रतिभेच्या साह्याने भारतीय क्रिकेटमध्ये सूर्यासारखे तेज निर्माण केले. त्यांची फलंदाजी रोमॅण्टिक काव्यासारखी सुखान्ताचा अनुभव देणारी – देशाला विजयी करणारी ठरली. ज्या प्रकारे ते चेंडूची काळजी घेत फटकाऱ्यांनी त्याला हवेत उंच विहार करायला लावत ती फलंदाजीची पद्धत 'अहिंसे'ची छटा ल्यायलेलीच तर होती.

त्यांची खेळी एवढी तंत्रशुद्ध असायची की त्यांना बाद केल्यावर गोलंदाजाचा आनंद गगनात मावेनासा होई. अचूकपणे साधलेली एकाग्रता व मुत्सद्दीपणाने बजावलेली कर्णधारपदाची कामगिरी ही त्यांची वैशिष्ट्ये आहेत. अत्यंत धोरणीपणाने, मनकवड्याप्रमाणे गोलंदाजांच्या मनात चाललेले डावपेच त्यांना वाचता येत असत. भारतीय क्रिकेट खेडाळूंना त्यांनी निर्भय व्हायला तसेच निर्धारपूर्वक आत्मविश्वासाने आव्हानांचा मुकाबला करायला शिकवले.

हा सद्गृहस्थ जेव्हा 'सभ्यपणान खेळण्याविषयी' बोलतो तेव्हा सारे जग कानांत प्राण आणून ऐकत राहते. ते फक्त त्यांच्या संघातल्या खेळाडूंसाठीच नव्हे तर अगदी तेंडुलकरसारख्या आजच्या थोर खेळाडूंसाठीही आदर्श ठरले.

लिटल मास्टर, महानायक!

"देवाला भावते ती आपल्या कामांची भारंभार संख्या नव्हे तर गुणवत्तापूर्ण कामगिरी."

हे क्रिकेट नव्हे !

महात्मा गांधींना क्रिकेटबद्दल नेमके काय वाटायचे ? क्रिकेटच्या इतिहासाबद्दल मला थोडीफार माहिती आहे, परंतु गांधीजींना क्रिकेटबद्दल कितपत रस होता ते मात्र मला सांगता यायचे नाही.

इतिहासकार सांगतात, की हा खेळ इंग्रजांनी शोधून काढला. उपखंडावर सत्ता गाजवताना त्यांनी रयतेला त्यांच्या स्वत:च्या आवडीनिवडी शिकवल्या. राजे-महाराजेही या खेळासाठी पाठिंबा देत राहिले. ते त्यांच्यासाठी चांगलेही होते. कारण त्यांच्यापैकी बरेचजण उच्च शिक्षणासाठी इंग्लंडला जात आणि त्यांना क्रिकेटमध्ये रुची निर्माण होत असे. महाराजे खेळण्यासाठी मैदानावर उतरले की संपूर्ण नगर त्यांचा खेळ बघण्यासाठी जमा व्हायचे. यामागचे साधे कारण असे होते, की बघणाऱ्यांना क्रिकेटमधले फारसे काही कळत नसले तरी ते टाळून सत्ताधाऱ्यांना नाखूष करणे त्यांना नको होते.

बहुतांश महाराजे क्रिकेट खेळत असताना वेगळे नियम असायचे. महाराजे बाद झाल्यावर तो निर्णय देताना पंचांवर आभाळ कोसळल्यासारखी स्थिती निर्माण व्हायची. धावा काढण्यासाठी स्वत: न धावण्याचे स्वातंत्र्यही महाराजे घ्यायचे. महाराजांसाठी धावण्यात धन्यता मानणाऱ्या सेवकांना ते त्यासाठी नेमायचे. महाराजांना चेंडू टाकताना जलदगती गोलंदाजसुद्धा अचानकच तऱ्हेतऱ्हेन मंदगतीने चेंडू टाकू लागायचे.

हे असे सारे असताना गांधीजींना या खेळाविषयी काय वाटायचे ते जाणून घेणे नक्कीच रोचक ठरेल. तोही असा खेळ, जो महाराजे खेळायला आले की सगळेजण हातातली कामे सोडून मैदानाला चिकटून राहत.

आताही फारशी वेगळी स्थिती नाही. स्वातंत्र्य मिळून साठ वर्षे उलटून गेल्यावरही भारतीय संघ खेळत असताना लाखो लोक कामे सोडून त्यातच रमलेले असतात. प्रगत तंत्रज्ञानामुळे काम करता करताही खेळात काय घडतंय यावर अधूनमधून लक्ष ठेवता येते.

क्रिकेट हा खेळ सुरू झाला त्या काळी 'सभ्य, सुसंस्कृत माणसांचा खेळ' (जंटलमन्स गेम) म्हणून ओळखला जात होता. किंबहुना इंग्लिश भाषेत तर 'हे बरोबर नाही' हे सांगण्यासाठी 'हे क्रिकेट नव्हे' असा वाक्‌प्रचार वापरला जातो.

त्या काळी इंग्लिश क्रिकेटमध्ये दोन भिन्न प्रकारचे गट होते. एका गटात हा खेळ प्रेमापोटी खेळणारे आणि त्यासाठी मोबदला न मिळणारे खेळाडू होते. त्यांचा उल्लेख 'सभ्य गृहस्थ' म्हणून केला जाई. दुसरा गट त्याच खेळावर गुजराण करणाऱ्यांचा होता. त्यांना खेळण्याबद्दल त्या हंगामाचे पैसे मिळत. प्रत्येक खेळासाठी मोबदला मिळे. त्यांना 'खेळाडू' असे संबोधले जायचे.

इंग्लंडमध्ये बऱ्याच मैदानांवर सभ्य गृहस्थांनी व खेळाडूंनी प्रवेश करण्यासाठी आणि तिथून जाण्यासाठी स्वतंत्र मार्ग घेतले. सभ्य गृहस्थ बाद झाल्यावर स्वतःहून निघून जात. खेळाडू मात्र बाद झाले तरी पंचांच्या लक्षात न आल्यास संधी घेऊन खेळत राहत.

गांधीजींनी प्रत्येक खेळाडूकडून सभ्य गृहस्थ होण्याची अपेक्षा केली असती. अर्थात काही सभ्य गृहस्थ असेही असत जे संधीचा फायदा घ्यायला बघत. पंचांना जर नीट दिसण्याजोगी परिस्थिती नसेल व ते योग्य तो निर्णय देऊ शकत नसले तर असे सभ्य गृहस्थ संधिसाधूपणा करत. मात्र हळूहळू तेही यापासून दूर होत गेले. कारण त्या खेळातून मिळणाऱ्या पैशावर त्यांचा उदरनिर्वाह अवलंबून नसल्याने संधीचा गैरफायदा घेणे किंवा चुकीचे वागण्याची गरजच नाही, असा विचार त्यामागे होता.

काही सभ्य गृहस्थांची भत्त्याची कमाईच मुळी व्यावसायिक खेळाडूंपेक्षा जास्त होती, हे लक्षात आल्यावर सभ्य गृहस्थ व खेळाडू हा भेद १९५० च्या सुरुवातीला दूर झाला. त्याचबरोबर स्वतंत्र प्रवेशद्वार आणि ड्रेसिंगरूम्सचा भेदही संपुष्टात आला. मात्र त्यानंतर पंचांवरच नव्हे तर एकूण खेळाबाबतही भलताच ताण निर्माण झाला. पंचही माणूसच असतो. त्याच्याकडून थोडीशीही चूक झाली तर खेळाडू बाद ठरवल्यावरही थांबून राहत. पंचांच्या लक्षात चूक आलीच व त्यांनी पुन्हा निर्णय मागे घेतला तर यासाठी वाट बघत. क्षेत्ररक्षण करणारेही असा विचार करत, की पंचांना प्रत्येक वेळी बाद झालेले स्वतःहून जाणवेल असे नाही. त्यामुळे कित्येकदा फलंदाज बाद नसतानाही ते तो बाद असल्याचे 'अपील' करत राहत. यामुळे जुन्या गोष्टी संपल्या असल्या तरी खेळाच्या मैदानावर नवेच ताण उपस्थित होऊ लागले आणि खेळाडूंवरचा विश्वास नाहीसा होत चालला. विजेता संघ सर्वश्रेष्ठ ठरू लागला आणि खेळाला सरस ठरवणारी खेळभावनाच त्यातून पार निघून गेली.

गांधीजींनी खेळाडूंना प्रोत्साहन देताना कदाचित असे सांगितले असते, की जिंकायच्या ईर्ष्येने खेळणे ठीक आहे, परंतु गैरफायदा न घेता योग्य पद्धतीनेच खेळा. खेळाडूंना जर माहीत झाले, की आपण बाद आहोत, तर गांधीजींनी त्यांना पंचांच्या ते लक्षात आणून देण्याविषयी सांगितले असते. त्याचप्रमाणे फलंदाज बाद नसल्याचे माहीत असतानाही तो बाद असल्याच अपील करायला क्षेत्ररक्षण करणाऱ्या संघाला सांगितले असते. पंचांना शिव्या घालणे किंवा दुसऱ्या संघाच्या खेळाडूंविरुद्ध कृती तर गांधीजींना अजिबात चालली नसती. खेळ अशामुळे जास्तच रंगतदार ठरला असता. खेळाडूंची उपजत कौशल्ये पणाला लागली असती. त्यामुळे खेळ जास्तच आनंददायी, जास्तच बघण्याजोगा झाला असता आणि त्याच्यातल्या ताणतणावांना अजिबात थारा उरला नसता.

गांधी तत्त्वज्ञान भारतीय जीवनपद्धतीच्या दृष्टिकोनातून अजूनही फारच छान आहे. तंत्रज्ञानाच्या अविश्वसनीय प्रगतीमुळे जग लहान लहान होत चालले आहे, मात्र त्याच्यातला चांगुलपणा दिवसेंदिवस नष्ट होत चालला आहे. सर्वश्रेष्ठ असण्याकडे लक्ष देताना साधनाचा विसर पडतो आहे.

क्रिकेटला सध्याच्या काळात सभ्य गृहस्थांचा खेळ म्हणणे धारिष्ट्याचे ठरेल, इतके वाद त्या संदर्भात आहेत.

क्रिकेटला चिकटलेल्या अर्थकारणाला भुलून तरुण वाहवत चालले आहेत. हा फार मोठा धोका आहे. अशा वातावरणात डोके शांत ठेवणे त्यांना दिवसेंदिवस कठीण होत चालले आहे. खेळाडू व व्यवस्थेच्या या कमजोरीचा फायदा घेऊ पाहणारे खलनायक मुबलक आहेत. ते यातल्या मिळेल त्या संधीचा दुरुपयोग करायला टपलेलेच आहेत. आयोजक मंडळीही अर्थकारणाचे शिरजोर होणे आणि मूल्यांचा ऱ्हास, या दोन्हींचा धोका पत्करत आहेत. यामुळे खेळाची हानी ठरलेलीच आहे. एकात्मता, परिश्रम व 'गरजेपुरतेच मिळण्याची आकांक्षा' ही गांधीजींची मूल्येच खेळाची यातून सुटका करायला उपयोगी पडू शकतील.

गांधीजींना या खेळाबद्दल काय वाटायचे किंवा याचा विचार तरी त्यांच्या मनाला कधी शिवला की नाही, ते मला ठाऊक नाही. मात्र, मला पक्की खात्री आहे, की आज जे चालले आहे ते त्यांनी नाकारले असते. त्यांना यातून बाहेर पडून तरुणांनी राष्ट्रनिर्मितीसाठी काही केलेले बघायला आवडले असते, जे क्रिकेट नसते !

(अनुवाद : नीला शर्मा)

सुरेश तेंडुलकर

भारतातल्या प्रसिद्ध अर्थतज्ज्ञांपैकी एक असलेले सुरेश तेंडुलकर हे पंतप्रधानांच्या अर्थविषयक सल्लागार समितीचे अध्यक्ष तसेच 'नॅशनल कमिशन ऑन स्टॅटिस्टिक्स'चे अर्धवेळ अध्यक्ष आहेत.

हार्वर्ड युनिव्हर्सिटीतून अर्थशास्त्रात पीएच.डी. केलेले तेंडुलकर भारतीय नेत्यांच्या अर्थविषयक मतांवर महत्त्वाच्या आर्थिक प्रकरणांबाबत शांतपणे पण मोठाच प्रभाव टाकणारे ठरले आहेत.

'सेंटर फॉर डेव्हलपमेन्ट इकॉनॉमिक्स'चे कार्यकारी संचालक, 'नॅशनल कमिशन ऑन स्टॅटिस्टिक्स'चे सदस्य, पहिला निर्गुंतवणूक आयोग, पाचवा केंद्रीय वेतन आयोग, रिझर्व बँक ऑफ इंडियाचे केंद्रीय संचालक मंडळ यांसारख्या विविध पदांवरील भूमिका बजावताना कित्येक राष्ट्रीय मुद्द्यांबाबत व्यूहरचना व धोरणांना आकार देण्यासाठी तेंडुलकरांचा प्रभाव त्यावर पडलेला जाणवतो.

भारताच्या विकासाबाबतचे मुद्दे व धोरणांबाबत त्यांनी केलेल्या लेखनात उदारमतवाद व जागतिकीकरणाचाही विचार केलेला आहे. या सर्वच लेखनात त्यांची सखोल विद्वत्ता दिसून येते. स्थूल अर्थशास्त्रीय धोरण व भारतातील गरिबी, तसंच सामाजिक वैशिष्ट्यांबाबतचं त्यांचं लेखन नावाजलं गेलं आहे.

"दुसऱ्याची एखादी गोष्ट बदल करून आत्मसात करणं म्हणजे नक्कल नव्हे. उलट, त्याचा अर्थ नको असलेले रोखण्याची मानसिक ताकद व आत्मसात करण्याचे सामर्थ्य."

महात्म्याला समजून घ्यायचा प्रयत्न

मोहनदास करमचंद गांधी, ज्यांना सर्वत्र महात्मा असे म्हटले जाते, त्यांचे व्यक्तिमत्त्व मानसशास्त्रीयदृष्ट्या अत्यंत गुंतागुंतीचे व बहुपेडी होते असे मानले जाते. आंदोलनकर्ता म्हणून असलेल्या त्यांच्या उत्कट वृत्तीकडे निरखून पाहिले तर तिचा संबंध सामाजिक, राजकीय, सांस्कृतिक व आर्थिक अशा मोठ्या पटाशी असलेला जाणवतो. त्यांना समजून घ्यायचा कुठलाही प्रयत्न अपुराच किंवा निष्पक्ष राहत नाही, एवढे नक्की. माझ्या बाबतीत तर हे जास्तच खरे ठरते, कारण मी त्यांना पाहिले किंवा ऐकलेले नाही. खेदाने सांगतो, की मी त्यांचे अनेक खंडांमध्ये मावणारे लेखनही कधी गांभीर्याने पुरेसे वाचलेले नाही. ही कबुली देऊन त्यांना समजून घेण्याचा व त्याचा अर्थ लावण्याचा मर्यादित प्रयत्न करायचा आहे. त्यासाठी मला प्रचंड भावलेले आणि तरीही कोड्यात टाकणारे त्यांच्या बहुपेडी व्यक्तिमत्त्वाचे पैलू विचारात घ्यायचे आहेत. त्या पैलूंमध्ये विशेष जाणवतात ते आयुष्यभर शिक्षक असलेले आणि अर्थशास्त्राचे मर्म जाणू पाहणारे विद्यार्थी होणारे गांधीजी. या निवडक विषयापुरते बोलायचे तर माझ्या मते महात्माजी सामाजिक-राजकीय बदलांची विलक्षण जाण असलेले उद्योजक होते. जगन्मान्य असलेल्या त्यांच्या सामाजिक न्यायाबद्दलच्या आस्थेमुळे उद्योगासंदर्भातही ते खोलवर विचार करून पाठपुरावा करणारे होते. हे थोडे अधिक स्पष्ट करतो.

अर्थतज्ज्ञ बहुधा उत्पादक उद्योजकतेकडे लक्ष देतात. कल्पकतेने नव्या उत्पादनांची योजना

करणे, त्यासाठीची तयारी, प्रक्रिया, एकत्रीकरण किंवा बाजारकेंद्री पद्धतींचा ते विचार करतात. त्यामुळे उत्पादकता फोफावते, आर्थिक घडामोडी वाढतात. त्याचा परिणाम समाजाचे कल्याण करायच्या प्रक्रियेत होतो. १९९० मध्ये अर्थतज्ज्ञ विल्यम बाडमोल यांनी असे सुचवले होते, की या संकल्पनेचा विस्तार करून तिच्यात सर्जनशील, नावीन्यपूर्ण व हुशारीने शोधलेल्या पद्धती शोधणाऱ्यांचाही समावेश करावा. सामाजिक मान्यता, प्रतिष्ठा, सामर्थ्य व पैसा यांच्यामुळे असे काहीजण प्रेरित झालेले असतात. या व्यापक व्याख्येत अनेक गोष्टींचा समावेश होतो. त्यात असेही येतात ज्यांना अपारंपरिक साधनांचा वापर करून समाजात काही बदल घडवण्याच्या कल्पनेने झपाटलेले आहे. ते बदल चांगले किंवा वाईटही असू शकतात. यात पारंपरिक उत्पादक कामांप्रमाणेच अनुत्पादक बाबींचाही समावेश होतो. उदाहरणार्थ, कृत्रिम टंचाई निर्माण करून फायदा घेणारे. त्याचप्रमाणे एके ४७ रायफलींसारखी विध्वंसक साधने निर्माण करणारेही येतात. सामाजिक-सांस्कृतिकप्रमाणे राजकीय हितसंबंधाचा विचार करणारे उद्योजकही यात येतात.

संवादाची प्रक्रिया समजून घेण्यासाठीची तहान भागवायला उपयुक्त ठरते म्हणून आयुष्यभर शिक्षक म्हणून राहणाऱ्या माणसाला आयुष्य पुढे सरकताना तेच अवघड वाटू लागले. यात मला त्यांचे सर्वाधिक काम भावले आणि ज्याने मला कोड्यातही टाकले, ते म्हणजे या खंडप्राय विशाल देशाच्या कोन्याकोपऱ्यात पोहोचण्याच्या तयारीने जास्तीत जास्त लोकांपर्यंत जाऊन भिडण्याची त्यांची वृत्ती. त्यांच्या व्यक्तिमत्त्वात करिष्मा नव्हता, शब्दांची फेक करण्याची कौशल्येही नव्हती, ज्यायोगे त्यांनी लाखोंना मंत्रमुग्ध केले असते. त्यांच्याकडे अत्याधुनिक दृक्-श्राव्य साधनेही नव्हती, ज्यांच्या साह्याने पटकन आणि जास्तीत जास्त लोकांपर्यंत ते पोहोचू शकले असते. अविकसित, संथ गतीच्या, खर्चिक व सहजासहजी न मिळणाऱ्या वाहतुकीच्या साधनांवर व तशाच अवस्थेतल्या संवाद यंत्रणेच्या आधारे त्यांना काम भागवावे लागायचे. या सगळ्यावर मात करत ते बहुतांश अशिक्षित असलेल्या जमावांशी संवाद साधण्यात यशस्वी व्हायचे. त्यात भाषा, वंश, धर्म, समाज किंवा आर्थिक स्थिती यांपैकी काहीही आड येत नसे.

ही अशक्य कोटीतली करामत ते कशाच्या बळावर करायचे ? या कोड्याची उकल करायचा मी प्रयत्न करतो तेव्हा महात्माजी माझ्या कल्पनेत येतात ते संवादप्रक्रियेचा आजीवन विद्यार्थी म्हणून. माझ्या लक्षात येते, की संवादाच्या त्यांनी अपारंपरिक व नावीन्यपूर्ण अशा किती तरी तऱ्हा शोधून काढल्या होत्या. मौखिक किंवा मुद्रित स्वरूपातल्या पारंपरिक संवादसाधनांचा त्यांनी वापर केला. मात्र त्यांची भाषा स्पष्ट, साधी, सोपी व समजू शकणारी या वैशिष्ट्यांमुळे खास गांधीछाप म्हणून ओळखली गेली. त्यांनी किती तरी वेगळ्या पद्धतीही वापरल्या. भाषणात गरीब जनतेचा दरिद्रीनारायण असा उल्लेख ते करायचे त्यांच्याशी संबंध जोडून घ्यायचे, त्यांच्यापर्यंत पोहोचण्याचा प्रयत्न करायचे. मिठासारख्या अत्यंत क्षुल्लक वाटणाऱ्या वस्तूंचा प्रतीकरूपाने ते मोठा खुबीने वापर करायचे. त्या माध्यमातून

भल्यामोठ्या अडचणींवर मात करण्यासाठी नावीन्यपूर्ण कृती सांगायचे. ते जे बोलायचे त्यानुसार स्वत: तर कठोरपणे आचरण करायचेच. एवढेच नाही, तर बहुसंख्य सर्वसामान्यांबरोबरच बुध्दिजीवी व व्यावसायिकांनाही अहिंसा व असहकार यांसारख्या अत्यंत अवघड व अपारंपरिक साधनांचा वापर करायची प्रेरणा द्यायचे. ते आचरण हिंसक वादावादीच्या वेळी खूप महत्त्वाचे ठरायचे. त्या वेळच्या परिस्थितीत इतर व्यवहार्य पर्यायांऐवजी ही साधने वापरणे केवढे अवघड गेले असेल याची कल्पनाही करवत नाही. त्यांनी मात्र वसाहतवादी सशस्त्र सत्ताधाऱ्यांची पाळेमुळे याच साधनांनी उखडून टाकली. आपल्या चुका जाहीरपणे कबूल करण्याचे अचाट धाडस त्यांनी दाखवले आणि त्यांचे परिमार्जन करण्यासाठी उपवास केले. विरोधाभास वाटला तरी हे सत्य आहे, की दीर्घकाळ मौनाच्या माध्यमातूनही त्यांनी प्रभावी संवाद साधला. याही पलीकडे जाऊन त्यांनी त्यांच्या सार्वजनिक जीवनाप्रमाणेच खासगी जीवन व वागणेही निष्ठुरपणे खुले व पारदर्शक ठेवले. लोकांना त्या सगळ्याची चिकित्सा करता यावी, टीका करता यावी यासाठी हे होते. हा प्रयोग मात्र काहीसा अतिरेकी होता; पण अशा वागण्यामुळेच त्यांना कमी लेखणाऱ्यांच्या मनातही त्यांच्याविषयी आदर निर्माण झाला.

माझ्या मते विशुद्ध मोकळेपणा व पारदर्शक आयुष्य तसेच वर्तन ही संवादासाठी त्यांची प्रभावी साधने ठरली. त्यामुळे त्यांच्याबद्दल विश्वासार्हता निर्माण झाली. त्यांची अकृत्रिमता व ते मनापासून करत असलेले प्रयत्न लोकांच्या मनात भरले. अशा या असामान्य साधनांचा उपयोग करत संवाद साधून त्यांनी भाषा, वंश व सामाजिक-सांस्कृतिकदृष्ट्या भिन्न गटांना एकत्र आणले. ब्रिटिश वसाहतवाद्यांकडून सत्ता काढून घेत, स्वातंत्र्य मिळवण्यासाठी या सगळ्यांना एकत्र करण्याचे अशक्य कार्य करून दाखवले.

मला हेही सांगावेसे वाटते, की त्याच अपारंपरिक साधनांचा वापर करत त्यांनी भारतीय समाजाला युगानुयुगांच्या धर्म व जातींबाबतच्या पूर्वग्रहदूषित कल्पनांमधून मुक्त करण्याची अवघड समस्याही सोडवली. मात्र, ब्रिटिश सत्ताधाऱ्यांच्या तावडीतून देश स्वतंत्र करण्याबाबत त्यांना जसे नावाजले जाते तसे सामाजिक परिवर्तनाच्या त्यांच्या या प्रयत्नांकडे फारसे पाहिले जात नाही. परंतु हेही खूपच अवघड व थोर असे सामाजिक संदर्भातले साहसी कार्य होते. त्याची गणना अपयशात कुणी करत असले तरी ते येरागबाळ्यांना येणाऱ्या अपयशासारखे मात्र नाही. त्या अपयशाला एक सोनेरी किनार होती. कारण त्यापूर्वी तेवढ्या मोठ्या पातळीवर त्या प्रकारचा प्रयत्न कुणी केलेला नव्हता. या प्रयत्नाला मर्यादित यश मिळालेले असले, तरी त्या थक्क करणाऱ्या साहसी उद्योगामागे जी उत्कट भावना दडलेली होती तिची दखल घ्यायलाच हवी. शेकडो वर्षांपासूनच्या त्या पूर्वग्रहदूषित कल्पनांना बदलणे सोपे नव्हते. त्यांनी मात्र या समस्येच्या मुळांना उखडून टाकण्यासाठी वेळखाऊ आणि कष्टांचा असा सामाजिक जागृतीचा मार्ग निवडला. या बाबतीत त्यांना करायचे होते तेवढे करता आले नाही. कारण राजकीय स्वातंत्र्यप्राप्तीच्या मोठ्या कार्यात ते गुंतलेले होते. किंवा

त्या समजुती समाजमनात इतक्या पक्केपणाने ठाण मांडून बसलेल्या असतील, की त्यांना कमकुवत करणे त्यांना सबंध हयातीत शक्य झाले नसेल. स्वातंत्र्यप्राप्तीच्या कार्याबाबत त्यांच्या तथाकथित अनुयायांनी साधा व राजकीयदृष्ट्या झटपट पोहोचवणारा मार्ग निवडला. तो मार्ग फारसे कष्ट न घेता तसा कायदा करता यावा असा ठराव पास करून घेण्याचा होता. त्यांना परिवर्तनासाठीच्या चळवळीत सामाजिक जागृतीसाठी सक्रिय भाग घेणे, पाठिंबा देणे, त्यासाठी राबणे वगैरे नको होते.

सामाजिक परिवर्तनाची उत्कट इच्छा असलेले गांधीजी विचारवंत कार्यकर्ता होते. भारतीय समाजाला पारंपरिक उतरंडीतून बाहेर काढून सामाजिक, धार्मिक, राजकीय व आर्थिक बाबींसंदर्भात परस्परांमध्ये देवाण-घेवाण घडावी असे त्यांना वाटत होते. अंत्योदयाला त्यांचा असलेला पाठिंबा याचाच अर्थ तळागाळातल्या, अगदी समाजाच्या शेवटच्या टोकाला असलेल्याही सामाजिक प्रतिष्ठा व आत्मसन्मान मिळवून देण्यासाठी उन्नत करण्याची सामाजिक कृती होती.

व्यावसायिक प्रशिक्षण घेतल्यावर मी अंत्योदयाचा अर्थशास्त्रीय दृष्टिकोनातून अर्थ लावण्याचा प्रस्ताव मांडला. त्यांनी त्यासाठी वापरलेल्या साधनांचा अर्थही मला लावायचा होता. हे दोन्ही विषय अर्थातच जसे वेगळे दिसतात तसे ते नाहीत. राजकीयदृष्ट्या पाहता इतिहासात ज्यांची वंचित समाज म्हणून गणना केली गेलेली आहे त्यांचे मोठ्या प्रमाणात सबलीकरण व्हायला हवे. लोकशाहीत जसे भाषणस्वातंत्र्य, विशिष्ट वयानंतर मतदानाचा अधिकार, घटनेच्या आधारे संरक्षण दिले जाते, तसेच हेही घडावे. निवडणुकांमध्येही निरीक्षकांकडून तेवढेच महत्त्व दिले जावे. अंत्योदय म्हणताना त्यांची सामाजिक उन्नती होण्यासाठी आर्थिक प्रगती फारशी महत्त्वाची नसल्याचे म्हटले जात असले तरी तळागाळातल्यांची आर्थिक प्रगती झाल्यास समाजाचा त्यांच्याकडे बघण्याचा दृष्टिकोन काहीसा मवाळ होतो.

व्यावसायिकदृष्ट्या महत्त्व मर्यादित असले तरी अंत्योदयाचे प्रतिध्वनी अर्थशास्त्रविषयक लेखन करणाऱ्या अनेकांच्या लेखनात उमटलेले दिसतात. उदाहरणेच द्यायची तर टिबोर स्किटोव्हस्की (१९६४), तत्त्वज्ञ जॉन रॉल्स (१९७१), व्यवस्थापन गुरू सी. के. प्रल्हाद व अभियंता शास्त्रज्ञ आर. ए. माशेलकर (२०१०) यांची देता येतील. मजुरी किंवा वेतन, मालमत्तेतून होणारे उत्पन्न, वस्तू व सेवांचा उपभोग यांसारख्या आर्थिक पारितोषिकांचे असमान वाटप होताना जगभर हे निदर्शनाला आले आहे. समानता व न्याय या संकल्पनांमध्ये अंत्योदयाच्या विचाराचे प्रतिबिंब दिसते, हे यावरून लक्षात येते. नामवंत व्यावसायिकांच्या लेखनात आर्थिक पारितोषिकांबाबत सुयोग्यतेचा मुद्दा बाजारकेंद्री अर्थव्यवस्थेच्या संदर्भात दिलेला असतो. तिथे आर्थिक पारितोषिकांचे वाटप तळागाळातल्या माणसांसकट वाढत्या लोकसंख्येचे जीवनमान उंचावण्याच्या दृष्टिकोनातून अटळ मानले गेलेले असते. अर्थतज्ज्ञांना आर्थिक उत्तेजन हे सर्वत्र गरजेचे वाटते. ते जसे आर्थिक

क्षेत्राच्या उन्नतीसाठी अधिक काम करण्याच्या दृष्टीने महत्त्वाचे तसेच आर्थिक शिडीच्या सगळ्यात खालच्या पायरीवर असलेल्या गरिबाच्या दृष्टीनेही महत्त्वाचे. समतेसाठी हे पारितोषिक समाजाकडून त्याला मिळायला हवे. भेदाचे आकलन स्पष्टपणे असणारे अर्थतज्ज्ञ काळजीपूर्वक एक फरक ओळखतात. कार्यक्षेत्रासंबंधीची असमानता आर्थिक विकासात साधन म्हणून वापरली जाते. मात्र, कार्यक्षेत्राखेरीज असलेली विषमता समाजाच्या आर्थिक प्रगतीला खीळ बसवणारी ठरू शकते. दुर्दैवाने दोन्ही प्रकारच्या विषमता बाजारकेंद्रित अर्थव्यवस्थेत एकाच वेळी असतात. प्रामाणिक व अप्रामाणिक जसे समाजात एकाच वेळी असतात, त्याचप्रमाणे हेही आहे.

दरडोई उत्पन्नाच्या वाढीच्या अंगाने जेव्हा आर्थिक प्रगतीचा विचार करण्यात आला तेव्हा कार्यक्षेत्रासंबंधीची असमानता ही कार्यक्षेत्रासंबंधी नसलेल्या असमानतेबाबत वरचढ होते, असे लक्षात आले. ही प्रक्रिया गरिबी दूर करण्याच्या कामात साधन म्हणून शक्तिशाली भूमिका बजावते आहे असे लक्षात आले. तेव्हा गांधीजींच्या अंत्योदयाच्या संकल्पनेचा विचार आर्थिक अंगाने करण्यात आला. वाढत्या लोकसंख्येचा विचार करून प्रत्येक कामगारामागे उत्पादकता वाढवण्याची कल्पना आली. त्या कामगाराला उत्पादक रोजगारासाठी शाश्वत ठरू शकेल असे साधन द्यायचे. यात गरीबही आले. त्यांचे जीवनमान सुधारण्याचा विचार आला. शासन या प्रक्रियेला वेग देऊ शकते. त्यासाठी वाढता महसूल सामाजिक क्षेत्रांना दिला जावा. कौशल्ये व शैक्षणिक विकासासाठीचा निधी दिल्यास आर्थिकदृष्ट्या वंचितांना त्याचा उपयोग करून पुन्हा उत्पादकता वाढवण्यासाठी काम करता येईल. या प्रक्रियेत आर्थिक उत्तेजन अटळ ठरते. नामवंतांच्या लेखनात समानतेची संकल्पना वितरणाच्या संदर्भात दिसते. काही निकष किंवा तत्त्वांवर हे वितरण आधारलेले दिसते. या मार्गाने कमी प्रमाणात आर्थिक विषमता दिसते. ती समाजाकडून खपवून घेतली जाते. अंत्योदयाची कल्पना वितरणात समानतेच्या दृष्टिकोनातून महत्त्वाची ठरते.

अर्थतज्ज्ञ स्किटोव्हस्की असे सुचवतात, की समाजात काही प्रमाणात असमानता चालू शकते. आर्थिक शिडीच्या सगळ्यात खालच्या पायरीवर असलेल्याच्या जगण्याबाबत भले होण्यासाठी काही केले जात असेल तर ती असमानता मान्य केली जाते. हे एक प्रकारे अंत्योदयाचा आर्थिक बाबतीत विचार करून दिलेले स्पष्ट मत आहे. तत्त्वज्ञ जॉन रॉल्स यांच्या भेदाच्या तत्त्वज्ञानातही असाच प्रतिध्वनी उमटलेला दिसतो. त्यांच्या न्यायाच्या सिद्धान्तातला हा महत्त्वाचा भाग आहे. त्याचप्रमाणे अशीच कल्पना उत्पन्नाच्या पिरॅमिडच्या तळाशी चाचपणी करण्याच्या सांगण्यातही दिसते. ही कल्पना व्यवस्थापन गुरू सी. के. प्रल्हाद यांनी मांडली आहे. आधुनिक व्यवस्थापनाचा व उत्पादनतंत्राचा वापर करून ते वस्तू व सेवांची किंमत खाली आणायला सांगतात त्याच वेळी त्यांची गुणवत्ता मात्र तशीच राखायला किंवा शक्य झाल्यास वाढवायला सांगतात. गांधीवादी अभियांत्रिकी व गांधीवादी नवीन तंत्रज्ञानाची चर्चा शास्त्रज्ञ आर. ए. माशेलकर यांनी २००८ च्या सुरुवातीस

ऑस्ट्रेलियन ॲकेडमीत झालेल्या त्यांच्या 'प्रेस्टिज इनोव्हेशन लेक्चर'मध्ये केली होती. तेही अंत्योदयाच्या कल्पनेने प्रभावित झालेले दिसले. प्रल्हाद व माशेलकर यांनी 'हार्वर्ड बिझनेस रिव्ह्यू' (जुलै-ऑगस्ट २०१०) मध्ये संयुक्तरीत्या लिहिलेल्या निबंधात भारतीय संयुक्त क्षेत्रातली उदाहरणे देत अंत्योदयाची कल्पना विस्ताराने आणि चित्रांच्या साह्याने स्पष्ट केलेली आहे.

प्रल्हाद-माशेलकर (पी-एम) या दोघांच्या कल्पना स्किटोव्हस्कीच्या समतेच्या कल्पनेशी रंजकपणे जुळणाऱ्या आहेत. पी-एम यांच्या विधानात दोन वेगळ्याच गोष्टींचे सविस्तर वर्णन आहे. पहिली आहे ती समृद्धीच्या वातावरणात वापरली जाणारी संसाधन-आर्थिक उत्तेजनाची व प्रगत औद्योगिक राष्ट्रांमध्ये संसाधनांची विपुलता असण्याची. दुसरी आहे ती अशी, की २१ व्या शतकात वेगाने वाढणाऱ्या बाजारपेठा या आर्थिक व लोकसंख्येच्या दृष्टीने संथपणे वाढणाऱ्या समृद्ध औद्योगिक देशांमध्ये दिसण्यापेक्षा त्या लोकसंख्या व आर्थिकदृष्ट्याही आशियातल्या वेगाने वाढणाऱ्या कमी उत्पन्नाच्या देशांत फोफावताना दिसतात, हे निदर्शनाला आलेले आहे. याआधारे ते २१ व्या शतकात परवडणे व वातावरणाची शाश्वती यांच्या बळावर नवीन तंत्रज्ञानाबाबतच्या कार्यक्रमांची पुनर्बांधणी करण्याबद्दल सांगतात. सहा दशकांपूर्वी तंत्रज्ञानासोबतच गांधीजींचा विचार त्यांच्या अंत्योदयाच्या संकल्पनेसोबत करण्यात आला. अर्थशास्त्राच्या दृष्टिकोनातून कुठलीही वस्तू अथवा सेवा परवडणे हे त्याची किंमत व खरेदी करणाऱ्याच्या आर्थिक बळाशी संबंधित बाब आहे. त्यांची कमाई किती होते यावर ते ठरते. त्यासाठी पुढील काही तार्किक मार्ग सुचवलेले आहेत, ज्यायोगे वस्तू अथवा सेवा घेणे परवडू शकणारे ठरेल. एक तर पैशांची आवक वाढवायला हवी किंवा दर कमी करायला हवेत, किंवा या दोन्हींचा मिलाफ करायला हवा. आपण जसे अगोदरच पाहिले आहे, की उत्पादकतेवर आधारित रोजगारांच्या संधी निर्माण करणे, ते करताना प्रत्येक कामगाराकडून उच्च प्रमाणात उत्पादकता घडेल हे पाहणे. यामुळे आर्थिक विकास साधून खरोखरच घरोघरचे उत्पन्न वाढू शकते.

पी-एम यांनी गांधीजींच्या मनातल्या तीन प्रकारच्या नवीन तंत्रज्ञानाबद्दल लिहिले आहे. व्यवसाय गतिमान करण्याच्या कल्पनांमध्ये बदल, नव्याने एकत्रीकरण व माहीत असलेल्या तंत्रज्ञानाचे संकलन कल्पकतेने करून त्यातून नवीन तंत्रज्ञानाची निर्मिती करणे यामुळे उत्पादनासाठी लागणाऱ्या संसाधनांची तसेच बाजारात विक्रीसाठी ठेवल्या जाणाऱ्या वस्तूंच्या किमतीतही घट होऊ शकेल. आर्थिक विकास साधताना घरटी उत्पन्नवाढीचा मुद्दा लक्षात घेत किमतीत घट करणे, यामुळे पुढची उपलब्धता व परवडणे या गोष्टी साधता येतील. हे म्हणजे परस्परांना पूरक ठरणारे चांगल्या तऱ्हेचे वर्तुळ पूर्ण करत अंत्योदय साकार करणे ठरेल. या संदर्भात स्किटोव्हस्की काही निकष सुचवतात, जे अनेकांना समता याअर्थी माहीत आहे. ते म्हणतात, की जी अर्थशास्त्रीय पद्धती अथवा व्यवस्था समतेच्या किंवा तिच्या जवळपास जाणाऱ्या कल्पनेच्या आधारे, जीवनावश्यक गरजांच्या आधारे वितरणाचा विचार

करते, तिच्यामुळे सर्वसामान्यपणे त्या गरजा पूर्ण होण्याचे समाधान मिळते. इथे हे लक्षात घ्यायला हवे, की समानतेच्या किंवा त्या कल्पनेच्या जवळपास जाणाऱ्या कल्पनेच्या आधारे गरजपूर्ती करताना परवडणे व उपलब्धता वाढवायला हवी. हे करताना पी-एम यांनी सुचवलेल्या तीन प्रकारच्या नवीन तंत्रज्ञानाचा विचार करायला हवा. आर्थिक विकासाच्या प्रक्रियेत जीवनासाठी लगेचच्या गरजांमध्येही बदल झालेले दिसतात. त्या वाढलेल्याही दिसतात. त्यात नव्या वस्तू व सेवांची भर पडलेली दिसते. पी-एम यासाठी भारतातल्या मोबाइलद्वारे होणाऱ्या संवादसेवेचे उदाहरण देतात.

गांधीजींची अंत्योदयाची संकल्पना जाणून घेताना मला हे सांगता यायचे नाही, की ज्या महात्माजींनी खडतरपणाबद्दल सतत सांगितले व ते स्वतःही तसेच आयुष्य जगले, त्यांना अर्थशास्त्राचा अशा प्रकारे लावलेला अर्थ आवडला असता की नाही. मात्र, या रूपाने मी त्यांच्या स्मृतीला प्रामाणिकपणे वंदन करत आहे.

(अनुवाद : नीला शर्मा)

स्वाती पिरामल

स्वाती पिरामल या भारतातील आघाडीच्या यशस्वी महिलांपैकी एक आहेत. त्यांनी हार्वर्ड युनिव्हर्सिटीतून पदवी घेतलेली असून औद्योगिक धोरणांबाबत चिंतनशील वृत्तीच्या म्हणून त्या ओळखल्या जातात. त्या भारतीय औषधनिमर्मिती उद्योगाचे नेतृत्व करत आहेत.

'ॲसोकॅम'च्या (दि असोसिएटेड चेंबर्स ऑफ कॉमर्स ॲण्ड इंडस्ट्री ऑफ इंडिया) त्या अध्यक्ष झाल्या तेव्हा या संघटनेच्या ८७ वर्षांच्या इतिहासातील हे पद भूषवणाऱ्या त्या पहिल्या महिला ठरल्या.

पंतप्रधानांसाठी विज्ञानासंबंधी सल्लागार समितीच्या सदस्या म्हणून काम करताना त्या शिक्षण, संशोधन व नागरी धोरणांसंबंधी काम करणाऱ्या राष्ट्रीय पातळीवरील संस्थांसाठी निःस्वार्थपणे अमूल्य वेळ व बहुमोल सल्ला देत आलेल्या आहेत.

पुरस्कार व सन्मानचिन्हांनी ओथंबलेल्या त्यांच्या कपाटाची शोभा वाढवणारे प्रतिष्ठेचे 'नाइट ऑफ दि ऑर्डर मेरिट' हे सन्मानचिन्ह त्यांना २००६ मध्ये त्या वेळचे फ्रान्सचे राष्ट्राध्यक्ष जॅक्विस चिराक यांच्या हस्ते प्रदान करण्यात आले.

पिरामल यांनी वंचितांना आरोग्यसेवेचा लाभ मिळावा यासाठी १९८३ मध्ये 'गोपीकृष्ण पिरामल मेमोरियल हॉस्पिटल' या धर्मादाय रुग्णालयाची उभारणी केली.

"चिकाटीने प्रश्न विचारणे व निरोगी चौकसपणाने
माहिती मिळवत राहणे हे कुठल्याही गोष्टीचे ज्ञान संपादन
करण्यासाठी अतिशय आवश्यक ठरते."

रोगांचे ओझे कमी करण्यासाठी गांधीजींचा मार्ग

दर वर्षी कुणी ना कुणी प्रसिद्ध व्यक्ती त्याच्या किंवा तिच्यावरच्या गांधीजींच्या प्रभावाबद्दलची कृतज्ञता व्यक्त करायला पुढे येत असते. अर्थक्षेत्रापासून शिक्षणापर्यंत किंवा राजकारणापासून ते तत्त्वज्ञानाच्या क्षेत्रातल्या या व्यक्ती असतात. मार्टिन ल्यूथर किंग ते नेल्सन मंडेलांपर्यंत किती तरी लोकांनी महात्मा गांधींचा उल्लेख अत्यंत थोर पुरुष म्हणून केलेला आहे. गांधीजी ज्या शतकातले होते, तेवढ्यापुरतेच नव्हे, तर युगानुयुगांपर्यंतच्या त्यांच्या थोरवीची महती या लोकांनी गायिलेली आहे. गांधीजींनी सांगून ठेवले आहे, "माझे आयुष्य हे अदृश्य असे संपूर्णत्व आहे." त्यांच्या कार्यात, त्यांच्या दररोजच्या जगण्यात तीच नैतिक मूल्ये सामावलेली होती. कुणालाही त्यांची बरोबरी करता येणे शक्यच नाही, एवढी अगाध ऊर्जा त्यांच्यात होती. सबंध देशाची धुरा वाहत असतानाच ते त्यांच्या गावातल्या लोकांची काळजीही घेत होते अन् त्याच वेळी आश्रमातल्या शेळ्याही सांभाळत होते. कसे जमायचे हे त्यांना ?

थोडेसे मोठे कान असलेला हा छोट्या चणीचा अन् काहीसा बुजरा माणूस किती साधा होता! तीव्र बुद्धिमत्ता किंवा दांडगी स्मरणशक्ती नसतानाही त्यांनी स्वत:त बदल घडवत लोकांना खिळवून ठेवणाऱ्या व्यक्तिमत्त्वात कसे रूपांतर केले ? माणसाने प्रगती कशी करावी, याबाबत त्यांच्याकडून शिकायला मिळणाऱ्या या धड्यांबद्दलची चर्चा त्यांचे विरोधकही मान्य करतील. गांधीजींना आयुष्यात कित्येकदा त्यांच्यातल्या बऱ्याच कमतरता जाणवल्या,

तरीही 'आपल्या क्षमतांना कोणतीही सीमा असूच शकत नाही' असा ठाम विश्वास त्यांना होता.

१९९८ मध्ये औषधक्षेत्रात शोधकार्य करण्यासाठी जेव्हा आपल्या मंडळींनी सुरुवात केली, त्या वेळी लोक असेही म्हणाले, की भारतीय वैज्ञानिक शोधून शोधून असे काय शोधणार ? ते फक्त नक्कल करून सर्वसामान्य औषधेच काय ती तयार करू शकतात. पेटंटसाठी अर्ज कसा करायचा याची माहिती भारतीय वकिलांना नाहीच मुळी. औषधनिर्मिती नियमानुसार नियंत्रित करणाऱ्या 'यूएसएफडीए'सारख्या संस्थांकडून भारतीय औषधनिर्मात्यांचे लेखी पुराव्यांचे संग्रह सपशेल नाकारले जातील. भारतीय चिकित्सालयांमध्ये जागतिक दर्जाच्या प्रमाणांनुसार रचना नसते. त्या दर्जाची सत्त्वपरीक्षाही तिथे घेतली जात नाही. हे टीकाकार असेही म्हणाले, की औषधक्षेत्रातील शोधकार्य खूपच जोखमीचे असते. शंभर कणांपैकी (मॉलिक्यूल) केवळ एखादाच कण तिसऱ्या पायरीपर्यंत पोहोचू शकतो. हीच ती तिसरी पायरी नियमानुसार नियंत्रण करणाऱ्यांच्या मान्यतेसाठी महत्त्वाची ठरते. याशिवाय असेही म्हटले गेले, की भारत हा फक्त सर्वसामान्यांसाठीची औषधे तयार करण्यापुरते बरे काम करू शकतो. शोधकार्य वगैरेच्या भानगडीत त्याने पडता कामा नये. सर्वसामान्यांसाठीची औषधे देशात तयार करून ती सामान्य जनतेला स्वस्तात उपलब्ध करून देण्यापुरतीच सेवा फक्त इथे व्हावी. भारतात औषधनिर्मितीबाबत नियमांनुसार नियंत्रणाचे कामही कासवाच्या गतीने चाललेले असते.

'आपल्या कुवतीला अंत नसतो' हे गांधीजींचे शब्द कानांवर पडेपर्यंत औषधनिर्मिती क्षेत्रातल्या शोधकार्यात अडचणींचे डोंगर जाणवत होते. गांधीजींचे शब्द कानामनात घोळू लागले. 'आयुष्यात खरोखरच आपल्याला काय करायचेय ते शोधले पाहिजे, 'स्वधर्म' शोधला पाहिजे. जर सगळ्याच गोष्टी प्रतिकूल असतील तर सर्व शक्ती एकवटून त्यातून मार्ग काढण्यासाठी झटले पाहिजे.

आता एका दशकानंतर मला ते सारे आठवताना माझ्या भावना पुन्हा उचंबळून येत आहेत. आपल्या वैज्ञानिकांनी त्या वेळी जगात कुणीही त्यापूर्वी न पाहिलेला तो कण शोधून काढला होता. पेटंटबाबतचा मुद्दा ठासून मांडू शकणाऱ्या वकिलांचीही तेव्हा उणीव होती आणि ते आव्हानच होते. तशी एक महिला वकील इंग्लंडमध्ये सापडलीही. ती बाळंतपणाच्या रजेवर होती. आमची बाजू लढवायला ती तयार झाली. परदेशातल्या एका औषध नियामक मंडळात काम करणारी एक महिला जेव्हा म्हणाली, की तिला आमचा औषधविषयक लेखी पुरावा संग्रह 'अभ्यासण्यात धन्यता वाटेल', तो क्षणही अविस्मरणीयच होता. 'यू. एस. एफ. डी. ए.'कडून प्रथमच मान्यता मिळालेल्या त्या शोधकार्याचा असाही अर्थ निघत होता, की भारतात नव्याने शोधण्यात आलेले ते औषध सबंध जगभरातल्या लोकांच्या उपयोगी पडण्याची शक्यता होती. आज आमच्या खात्यावर १५ आणखी नव्या कणांची

भर पडलेली आहे. हे सारे कशामुळे घडून आले, तर आपल्या वैज्ञानिकांनी स्वत:ची क्षमता नाट्यमय रीतीने सुधारल्यामुळे. चार खंडांमधले चिकित्सक आपण शोधून काढलेल्या औषधांच्या परिणामांचा पडताळा सध्या घेत आहेत. आपले मंडळ एकमेव असे आहे ज्यात रॉयल सोसायटीचे तीन सदस्य आहेत आणि हा वैज्ञानिक विद्वत्तेचा पुरावा आहे. कणाच्या संशोधनकार्यात आपल्याला येणारा खर्च पाश्चात्त्य देशांच्या एकदशांशच फक्त आहे. याचाच अर्थ असा, की आपण जास्तीत जास्त लोकांना परवडू शकेल असे औषध बनवण्याइतपत सक्षम लवकरच झालेलो असू. याचाच संबंध डॉ. माशेलकरांच्या 'गांधीवादी अभियांत्रिकी' या संकल्पनेशी जोडायला हवा. ही संकल्पना 'मूठभरांपेक्षा' जास्तीत जास्त लोकांसाठी कमीत कमी साधनांतून पुरेपूर उपलब्ध करून देण्याची आहे.

अजूनही काम संपलेले नाही. बरेच काही इथून पुढेही करायचे आहे. कदाचित तिसऱ्या पायरीपर्यंत पोहोचल्यावरही कण अयशस्वी ठरू शकतील. स्पर्धा तीव्र होऊ शकेल. कायदे मंद गतीने पुढे सरकत असतील. चिकित्सकांना अधिक प्रशिक्षणाची गरज भासू शकेल. पावलागणिक संथपणाची अडचण भासू शकेल; पण गांधीजींची शिकवणच आम्हाला पुढे नेत राहील. ते म्हणाले होते, 'सर्व शक्ती एकवटून मार्ग काढण्यासाठी झटलं पाहिजे.'

भारतात आरोग्याबाबत काळजी कशी घेतली जाते, याबाबतच्या मोठ्या प्रमाणावरील सर्वेक्षणाचा पुरावा हे आपल्यापुढील सर्वाधिक मोठे आव्हान आहे. काही खेड्यांमध्ये तर दहा-दहा वर्षांत डॉक्टर फिरकलेले नाहीत. संसर्गजन्य आजार व जुनाट रोग अशी दुहेरी आपत्ती दुर्दैवाने आपल्यावर कोसळत असते. आजारांमुळे देशाचे अब्जावधी रुपये खर्ची पडतात. प्रकृती बरी नसल्याच्या कारणाने कामावर गैरहजर राहण्याचे प्रमाणही वाढत चालले आहे. आर्थिकदृष्ट्या जगात सर्वशक्तिसंपन्न होऊ पाहणाऱ्या भारत देशात माता व बालकांच्या मृत्यूचा दर अजूनही खूप जास्त आहे. ७० टक्कयच्या वर माता व बालकांना रक्तक्षय झालेला आढळतो. खरे म्हणजे हा रोखता येऊ शकतो. तरीही ही स्थिती आहे. मधुमेह, हृदयविकार व मेंदूच्या दुर्धर विकाराचे (स्ट्रोक) प्रमाणही लक्षणीयरीत्या वाढते आहे. बर्ड फ्ल्यू व स्वाइन फ्ल्यूसारखे जगाला संपूर्णपणे नवे असणारे आजार साथीसारखे फैलावत आहेत. एचआयव्ही, एचपीव्ही आणि औषधाला न जुमानणारे सूक्ष्म जिवाणू आणि विषाणूजन्य संसर्गांवर मात करण्यासाठी नव्याने किती तरी मोहिमांचा बोजा वाढतो आहे.

चारही बाजूंनी ही आव्हाने अंगावर घेत काम करण्यासाठी भारतीय वैज्ञानिकांमध्ये नवीनच समर्पित वृत्ती दिसते आहे. ते त्यांच्या 'स्वधर्मा'चा शोध घेत मदतीसाठी पुढे येत आहेत. हा फरक देशासाठी चांगला परिणाम घडवणारा आहे. दु:ख हलके करणे व सेवेचा मार्ग अनुसरणे हे मोठे लक्ष्य ठरत आहे. आरोग्यासंबंधीच्या मोठ्या समस्यांवर उपाय शोधण्यासाठी भारतीय वैज्ञानिक कदाचित त्यांच्या परसदाराकडे नजर वळवतील. तेथे ते सूक्ष्म जिवाणू किंवा विषाणूंबाबत काही नवे शोधायचा प्रयत्न करतील, नवी प्रतिरोधके

किंवा, कॅन्सरविरोधी औषधे शोधायचा आटापिटा करतील. या सगळ्याची मदत फक्त भारतीयांनाच नव्हे, तर संपूर्ण जगाला स्वस्तात उत्तम औषधे मिळवून देण्यासाठी होऊ शकेल.

प्रत्येक माणसाला त्याची काही भूमिका नेमून दिलेली असते का? लंकेचा राजा, राक्षसराज रावणाविरुद्धच्या भगवान रामाने पुकारलेल्या युद्धात सेतू बांधण्यासाठी चिमुकली खारही पुढे सरसावली होती. त्या वेळी वानरांनी तिला सांगितले होते, की बाजूला हो, मोठमोठे दगड उचलून समुद्रात भरावासाठी ते टाकण्याचे काम मोठ्यांनाच करू दे. भगवान रामाने स्वतः मध्यस्थी करून तो वाद थांबवत सांगितले होते, की खारीने टाकलेले छोटेसे खडेदेखील सेतू उभारणीसाठी मोलाची मदत ठरेल. त्यांनी तिला आशीर्वाद दिले होते. असे म्हणतात, की त्यांनी त्यासाठी तिच्या पाठीवरून फिरवलेल्या हाताच्या बोटांची आठवण करून देण्यासाठीच काळे-पांढरे पट्टे दिसतात. लोकांच्या आयुष्यात फार मोठा बदल घडवण्यासाठी छोट्यात छोटे प्रयत्नही किती महत्त्वाचे ठरतात याची आठवणच ते देतात.

गांधीजींनी मोठमोठ्या शस्त्रांशी लढा देण्यासाठी स्वतःकडचे अगदी लहानसे 'अहिंसा' हे शस्त्र उचलले. भारतीय वैज्ञानिक रोगांचा भार कमी करण्याचे भले मोठे आव्हान पेलतील का? 'मानवी क्षमतांना सीमा नाहीच' यावर आपण विश्वास ठेवायलाच हवा. ज्ञानाला कृती आणि काळजी घेण्याच्या वृत्तीची जोड दिली तर आपलाही भविष्यकाळ उज्ज्वल असू शकतो. प्रचंड आव्हानांवर मात करण्यासाठी आपल्याला या छोट्याशा माणसाकडून प्रेरणा घ्यायला हवी. त्याने लोकांसाठी मनात प्रेम, निःस्वार्थपणा यांच्या बळावर सेवेच्या मार्गावर चालण्याचा प्रयत्न करत चक्क इतिहासच बदलून टाकला.

(अनुवाद : नीला शर्मा)

टी. रामसामी

टी. रामसामी (सचिव, विज्ञान आणि तंत्रज्ञान शाखा) हे एक वैज्ञानिक आणि उत्कृष्ट विज्ञान व्यवस्थापक आहेत. त्यांच्या सेंद्रिय रसायनशास्त्रातील अग्रेसर भागीदारीने त्यांना प्रतिष्ठित शांती स्वरूप भटनागर पारितोषिकापासून फेलोशिप ऑफ द वर्ल्ड अकॅडमी ऑफ सायन्स (TWAS) असे अनेक बहुमान मिळवून दिलेले आहेत.

सेंट्रल लेदर रिसर्च इन्स्टिट्यूटने त्यांच्या अलौकिक नेतृत्वाखाली असतानाच जागतिक नेतृत्वाचा दर्जा कमावला. त्यांनी नेतृत्व केलेले द लेदर टेक्नॉलॉजी मिशन हे आजही भारतीय सरकारद्वारे स्वीकृत अनेक मंडळांपैकी एक सर्वांत यशस्वी आणि प्रभावी मंडळ म्हणून गणले जात आहे.

विज्ञान आणि तंत्रज्ञान शाखेत असताना रामसामी यांनी त्यांच्या अत्यंत कल्पक बुद्धिमत्तेने इनोव्हेशन ऑफ सायन्स परस्यूट फॉर इन्स्पायर रिसर्च (INSPIRE) हा कार्यक्रम आखला, जो भारतातील लक्षावधी उत्तम तरुणांच्या मनाला वैज्ञानिक संशोधनाकडे आकर्षित करेल. आणि असेच त्यांचे अनेक अभिनव उपक्रम आहेत.

साधी राहणी आणि उच्च विचारसरणी अशा व्यक्तिमत्त्वाचे रामसामी हे खरोखरच महात्मा गांधींच्या शिकवणुकीचे मूर्तिमंत स्वरूप आहेत.

"जे अर्थशास्त्र एखाद्या व्यक्तीच्या अथवा राष्ट्राच्या नैतिक हिताला इजा पोहोचवते ते अनैतिक आणि त्यामुळे पापकृत्य असते."

गांधीवादी विचारधारा : राष्ट्रीय विकासासाठी उपायशास्त्राची गरज

नेते हे त्यांच्या विचारप्रक्रिया आणि प्राधान्यांमुळे व्यवस्थापकांपेक्षा भिन्न असतात. व्यवस्थापक हे त्या त्या पिढीतील लोकांना खूष करणारे निर्णय घेतात, तर नेते आजच्याच नव्हे तर भविष्यकाळातील लोकांचेसुद्धा कल्याण होईल अशा विचारांची साथ देत जगतात. गांधीजी हे असे नेते होते, ज्यांनी नेहमी जगातील वर्तमान आणि येणाऱ्या पिढीतील लोकांच्या कल्याणाची काळजी केली. त्यांनी भारताच्या सर्वांगीण विकासामध्ये तंत्रज्ञानाची भूमिका समजून घेतली. त्यांची भारताबद्दलची स्वप्ने उदात्त होती आणि कार्यपद्धती सहज होती. त्यांनी सामाजिक आव्हानांचे तोडगे शास्त्रज्ञांकडून जाणून घेतले.

विज्ञान : त्याच्या विस्तारित व्याख्येमधून

नवीन शोध तेव्हा लागतात जेव्हा ज्ञानाच्या नवीन पैलूंची भर घातली जाते. संशोधनशास्त्र हे जगातील सर्व शास्त्रज्ञांना चेतना देते. शास्त्रज्ञ असा प्रश्न विचारतात, की विज्ञानासाठी अनुकूल काय आहे? आधुनिक समाजात असा पण प्रश्न विचारला जातो, की विज्ञान कशासाठी अनुकूल आहे? ज्यांना समाज तोंड देत आहे अशा अडचणींवर उपाय शोधण्यासाठी होणारा विज्ञानाचा वापर हा तितकाच चिकित्सक होत चालला आहे. विज्ञानाची विस्तारित व्याख्या ही शोध आणि अडचणींवरील उपायांचे मोजमाप या दोन्हींना समाविष्ट करते.

विज्ञान, तंत्रज्ञान आणि नवसंशोधन : राष्ट्रीय समृद्धीचे तीन आधारस्तंभ

नवसंशोधन आणि राष्ट्रीय उत्कर्ष यांमधील जवळच्या दुव्याचे परीक्षण केले जात आहे. विद्वत्तेने पुढे आणलेले वैज्ञानिक संशोधन प्रगत ज्ञानाचा शोध पुढे चालू ठेवते. त्याचबरोबर नवसंशोधन आणि तंत्रज्ञान हे त्यांची उपयुक्तता आणि इतर सामाजिक मोजमापातून पुढे येते.

नवनिर्माणाची प्रक्रिया बहुतांश वैज्ञानिकांचे लक्ष वेधून घेत आहे. लोकांसाठी सोयी निर्माण करणे हा नवसंशोधनाचा उद्देश गांधीवादी विचारसरणीतूनच उगम पावतो. तंत्रज्ञानातील संशोधन आणि विकास हे लाभदायक आणि उपयुक्त ज्ञान मिळवण्याचा प्रयत्न करते. बाजारपेठेतील घटक तंत्रज्ञानाचे महत्त्व त्याच्या बाजारपेठेतील स्पर्धात्मकतेवरून ठरवतात. गांधींनी तंत्रज्ञानाला महत्त्व त्याच्या मानवी कल्याणात भर घालण्याच्या क्षमतेसाठी दिले.

ज्ञान हे जागतिक विज्ञान, तंत्रज्ञान आणि नवसंशोधन क्षेत्रांचे उत्पादन आहे, पण त्याचबरोबर ते भरभराट आणि लोककल्याण यांना प्रेरित करण्यासाठी लागणारे महत्त्वाचे साधनही आहे. ज्ञानाची निर्मिती, व्यवसाय आणि सामाजिक सोयी यांतील आंतरिक दुवा हा याआधी होता त्यापेक्षा आज अधिक घट्ट झाला आहे. राष्ट्रीय भरभराटीमध्ये वैज्ञानिक क्षेत्राचा हातभार हा त्याच्या काम निर्माण करण्याच्या आणि सामाजिक सोयी पुरवण्याच्या क्षमतेवरून मोजला जातो. जशी वैज्ञानिक प्रकाशने ही शोधविज्ञानाच्या मोजमापाची चांगली दर्शक आहेत, तशी राष्ट्राची सामाजिक मिळकत हे उपायशास्त्राचे उत्तम परिमाण आहे. गांधींनी उपायशास्त्रासाठी ही प्रमाणे बरीच वर्षे आधी ठरवली आहेत.

गांधी : उपायशास्त्राचे सार्वत्रिक समर्थक

तंत्रज्ञानाच्या आगमनाने या सपाट जगातील भौगोलिक अंतरे आकुंचन पावली आहेत, पण त्याचबरोबर सामाजिक अन्याय विस्तार पावले आहेत, ज्यामुळे या विश्वाचा समतोल बिघडला आहे. आर्थिक असमतोलाशी निगडित सामाजिक चिंता वाढत आहेत. लोकांचे दरडोई खर्च आणि त्यांची खर्च करण्याची क्षमता यामधील तफावत वाढत चालली आहे. एककेंद्री उत्पादन हे वर्तमान जागतिक परिस्थितीत महत्त्वाचा घटक असणाऱ्या तंत्रज्ञानासहित उत्पादन प्रमाणाची अर्थव्यवस्था यावर आधारित आहे का? गांधीवादी अर्थशास्त्रात एककेंद्री उत्पादनातील धोक्याची पूर्वसूचना दिलेली आहे. गांधींच्या मते तंत्रज्ञानाने अकेंद्रित उत्पादनावर भर देऊन लोकांना सबळ बनवले पाहिजे. कमी भांडवल आणि तांत्रिक कौशल्याचे महत्त्व यांना अनुसरून तंत्रज्ञानाचे आकारमान असण्याच्या गरजेवर त्यांनी भर दिला.

७ सप्टेंबर १९३४ साली गांधींनी *'हरिजन'* मध्ये लिहिले (*'इंडिया ऑफ माय ड्रीम्स'* मधून घेतलेले),

> ‘अंदाजे नऊ कोटींचे चामडे आणि कातडे दर वर्षी भारतातून निर्यात केले जाते आणि त्यातून बरेचसे घडवलेल्या वस्तूंच्या स्वरूपात पुन्हा भारतात परत येते. याचा अर्थ फक्त मालाचाच नव्हे तर बौद्धिक कलेचासुद्धा ऱ्हास होतो. कातडीपासून चामडे बनवण्याचे आणि रोजच्या वापरात गरजेच्या असणाऱ्या चामड्याच्या असंख्य वस्तू बनवण्याचे आपल्याला मिळायला हवे असणारे प्रशिक्षण आपण गमावतो.’
>
> हे १००% स्वदेशी आवडणाऱ्या व्यक्तीसाठी काम आहे आणि तांत्रिक कौशल्याचा पुरेपूर वापर करून एक मोठा प्रश्न सोडवण्याची संधी आहे.

गांधी हे समाजातील व्यवसायाचे तुच्छ आणि अन्य अशा होणाऱ्या वर्गीकरणाच्या विरोधात बोलले होते. तांत्रिक कौशल्याचा योग्य वापर करून राष्ट्रीय प्रश्न सोडवण्याचा त्यांचा प्रयत्न होता. चामड्यासंबंधित तंत्रज्ञानात त्यांनी समाजात असलेल्या असमतेला भरून काढण्यासाठीचे साधन पाहिले. त्यांची दृष्टी आणि मार्ग सर्वांचे कल्याण यावर केंद्रित होते. सध्याचे नवसंशोधन आणि तंत्रज्ञान यांचे जागतिक प्राधान्य समृद्धी निर्माण करणे हे आहे. गांधींनी त्याच्या नफ्याची विभागणी आणि समाजातील विषमतेला भरून काढण्याच्या भूमिकेला महत्त्वाचे मानले.

उपायशास्त्राद्वारे सामाजिक विभाजन मिटवणे : भारतीय चर्मक्षेत्राचे उदाहरण

गांधींनी हे खेदाने सांगितले होते, की चामडे बनवण्याच्या उद्योगाने कोट्यवधी लोक आनुवंशिक अस्पृश्य बनले. माझ्या हे लक्षात आले, की मी चर्म तंत्रज्ञानाच्या अभ्यासाची निवड एका प्रकारे त्यांच्या विचारांनी प्रभावित होऊनच केली. १९६० सालच्या भारतातील सामाजिक परिमाणानुसार चर्म तंत्रज्ञानाचा अभ्यास करण्याचा निर्णय हा वादग्रस्तच होता. आता ती परिस्थिती बदलली आहे. सामाजिक रूपावली आणि धारणा बदलल्या आहेत. तंत्रज्ञानाला जेव्हा उत्पादनसंधीच्या अर्थशास्त्राची जोड मिळते तेव्हा त्याच्या क्षमतेने सामाजिक रूपावली बदलता येते, हे सिद्ध करण्यासाठी इथे एक उदाहरण म्हणून भारतीय चर्मउद्योग क्षेत्राचे पृथक्करण मांडले आहे.

१९४७ साली कच्चे चामडे आणि कातडे हे भारतातील निर्यात केल्या जाणाऱ्या घटकांपैकी मुख्य घटक होते. चामडे आणि कातडी गोळा करणे आणि त्यांची निर्यात करणे हा भारतातील चर्मउद्योग क्षेत्राचा महत्त्वाचा उद्योग होता. चामडे आणि कातडी गोळा करण्यावर लागलेल्या सामाजिक कलंकामुळे या क्षेत्रात उद्युक्त असणाऱ्या लोकांची संख्या ५०,००० इतकी मर्यादित राहिली. २००० साली करण्यात आलेल्या अंदाजानुसार २.५ दशलक्षांपेक्षा जास्त लोकांना भारतीय चर्मउद्योग क्षेत्रात रोजगार होता. २०१० मध्ये भारताच्या व्यापारात मुख्यतः मूल्यवर्धित तयार मालाच्या निर्यातीचा समावेश होता. हे क्षेत्र आता सामाजिक कलंकाच्या त्रासातून मुक्त झाले आहे.

२४ एप्रिल १९४८ रोजी द सेंट्रल लेदर रिसर्च इन्स्टिटट्यूट ऑफ कौन्सिल ऑफ सायन्टिफिक ॲन्ड इन्डस्ट्रियल रिसर्चची स्थापना झाली. या संस्थेतील संशोधन आणि मद्रास विश्वविद्यालय यांचे सहकार्य अगदी सुरुवातीपासून घडवून आणलेले होते. सध्या ६०% पेक्षा जास्त भारतीय चर्मउद्योग CSIR संशोधन प्रयोगशाळा आणि स्थानिक विश्वविद्यालय यांच्या सामर्थ्यवान भागीदारीतील माजी विद्यार्थी चालवत आहेत आणि आधार देत आहेत. भारतीय चर्मउद्योग क्षेत्रातील बदल आणि परिवर्तन यात प्रबोधिका-संशोधन-उद्योग या त्रिमूर्तीच्या प्रौद्योगिक भागीदारीने हातभार लावला आहे.

भारतीय पादत्राणे उद्योगामध्ये तंत्रज्ञान अंगीकारल्यामुळे हजारो महिलांसाठी रोजगार उत्पन्न झाला आहे. वेल्लोर प्रदेशात बेताचीच शैक्षणिक पार्श्वभूमी असलेल्या महिलांसाठी जवळपास ५०,००० नोकऱ्यांची निर्मिती सात वर्षांत झाली आहे. पादत्राणे उद्योगक्षेत्रात स्त्रियांना पुरुषांच्या बरोबरीने संधी मिळाल्याने कुटुंबाच्या एकूण मिळकतीत वाढ झाली आणि परिणामी, शाळेत दाखला घेणाऱ्या मुलांच्या संख्येतही वाढ झाली.

तामिळनाडू प्रदेशात क्षमतेपेक्षा जास्त प्रमाणात झालेली चर्मउद्योग क्षेत्रातील तीव्र वाढ ही तेथील स्थानिक पर्यावरणाला आव्हानात्मक ठरली. १९९६ साली तामिळनाडूमध्ये सर्वोच्च न्यायालयाला हस्तक्षेप करावा लागला आणि ४०० चर्मशोधक धंदे बंद करण्याचा आदेश द्यावा लागला. बंद करणे हा सौम्य पर्याय होता. त्याचा परिणाम जवळपास २,५०,००० रोजगारांवर झाला. योग्य पर्यावरणीय तंत्रज्ञान अमलात आणल्याने पर्यावरण सातत्याने चांगले ठेवण्याचे अनुकूल उपाय नऊ महिन्यांच्या कालावधीत पुरवण्यात आले. रोजगार वाचवला गेला. आज या राज्यात चर्मउद्योग क्षेत्र शून्य द्रव्य निस्सारण तंत्रज्ञानावर कार्य करण्यास समर्थ आहे आणि तरीही जागतिक बाजारपेठेत मूल्याच्या बाबतीत स्पर्धेत टिकून आहे. अशा नवसंशोधन आणि योग्य पर्यावरण तंत्रज्ञान उपायांसाठी CLRI हा मुख्य उगम आहे.

भारताने चर्मउद्योगातील तांत्रिक प्रशिक्षण गमावले याबद्दल गांधीजी झुरत होते. आता आपण ते गमावत नाही. चर्मउत्पादन क्षेत्रातील फेरबदलांमुळे मोठ्या प्रमाणात रोजगारनिर्मिती झाली आहे. प्रशिक्षण प्रणाली कार्यरत आहेत. वेशभूषेच्या बाबतीत पूर्वानुमान करण्यामध्ये भारत अग्रभागी आहे. मूल्यवर्धित उत्पादनांची रचनाक्षमता ही अधिक पटीने सुधारली आहे.

भारतातील शास्त्रीय प्रकाशनांनी जगातील उच्च दर्जाच्या पत्रकांचेदेखील लक्ष वेधून घेतले आहे. रसायनांपासून ते जीवप्रक्रियेपर्यंतच्या सर्व चर्मउद्योग कारखान्यांची रूपावली बदलणारे आमूलाग्र नवसंशोधन केले गेले आहे. चामड्याची अल्पावधीसाठी जोपासना करण्यासाठी लागणारे सामान्य मीठ, केस आणि आंतरिक तंतुमय पदार्थ काढण्यासाठी लागणारे एमिलेसिस यांसाठी जीवशास्त्रीय विकल्प हे नवसंशोधित उपायशास्त्रामुळे शक्य झाले आहेत. चर्मसंबंधी नवसंशोधनात भारत आघाडीवर आहे.

भारतातील मूल्यवर्धित उत्पादनांचे सरासरी मूल्य सध्याच्या जागतिक सरासरीपेक्षा जवळपास १.८-२.५ पटीने जास्त आहे. हे क्षेत्र तंत्रज्ञानाद्वारे दुबळ्या ग्रामीण शेतकऱ्यांची उच्च दर्जाच्या वेशभूषा बाजारपेठेशी सांगड घालते. भारताच्या विकासामधील चर्मसंशोधनातील उपायशास्त्र ही एक यशस्वी कथा आहे.

उपायशास्त्राद्वारे ग्रामीण-शहरी भेद भरून काढणे : तंत्रज्ञानाची रूपावली

जरी जमीन, पाणी, उपयुक्त जनावरे आणि इतर नैसर्गिक देणग्यांची दरडोई उपलब्धता ही ग्रामीण जनसंख्येच्या बाजूने आहे, तरी तंत्रज्ञान आणि उत्पादन प्रमाणाच्या अर्थव्यवस्थेतील मनुष्यनिर्मित बदलांनी शहरी समाजांना प्राधान्याने प्रबळ केले आहे. ग्रामीण-शहरी भेद हा तंत्रज्ञानातील बदलांचा परिणाम आहे, आणि आता ही एक जागतिक चिंता झाली आहे. विकास लोकांच्या मागे येण्याऐवजी लोक विकासाच्या दिशेने धाव घेत आहेत. शहरीकरणातील आव्हानांच्या निरसनासाठी तंत्रज्ञानाचे आकारमान ठरवणे हे निर्वाणीचे आहे.

जेव्हा भांडवलाची गरज ही छोट्या उद्योजकांची गुंतवणूकक्षमता आणि स्थानिक अर्थव्यवस्थेचे आकारमान यांच्या मर्यादेत असेल तेव्हा तंत्रज्ञान ग्रामीण भागात आर्थिकदृष्ट्या अर्थपूर्ण होईल. यासाठी तंत्रज्ञानाच्या आकारमानाच्या अनोख्या रूपावलीची गरज आहे. जागतिक खपासाठी, उत्पादननिर्मिती करण्यासाठी ग्रामीण अर्थव्यवस्थेत वापरण्यायोग्य तंत्रज्ञानाचा विकास करण्याचे आव्हान मोठे आहे. ग्रामीण आधार उत्पादनसंधीची अर्थव्यवस्था आणि विविध वस्तूंच्या उत्पादनाची संधी देऊ करते. उत्पादनसंधीची अर्थव्यवस्था यामधील नवसंशोधन संपत्ती वितरणाची क्षमता देऊ करते, जेव्हा उत्पादन प्रमाणाची अर्थव्यवस्था संपत्ती निर्माण करण्याचे फायदे देऊ करते.

समतोल आणि सुसूत्रित वाढीसाठी उत्पादनसंधीची अर्थव्यवस्था : तामिळनाडूची कथा

तामिळनाडूमधील विविध प्रदेशांची अर्थव्यवस्था अल्प प्रमाणातील गुंतवणुकींना संधी देणाऱ्या आर्थिक उद्योगांवर अवलंबून राहत आली आहे. या पृथक्करणासाठी तिरुचिरापल्ली आणि वेल्लोर प्रांत निवडले आहेत. १९९३ सालचा संदर्भ ठेवता तामिळनाडूमधील काही निवडक प्रदेशांच्या दरडोई उत्पन्नस्तरामध्ये परिवर्तन घडले. वेल्लोर आणि तिरुचिरापल्लीच्या दरडोई उत्पन्नाच्या वाढीचे प्रमाण चेन्नई जिल्ह्यापेक्षा अधिक आहे. वेल्लोर आणि तिरुचिरापल्ली जिल्ह्यांमधील अर्थविषयक रेखाचित्रास तेथील छोटे आणि मध्यम द्योगधंदे अधिक शीघ्रगतीने बदलवत आहेत आणि याचा पुरावा तेथील दरडोई उत्पन्नाच्या ढीची तामिळनाडू आणि देशातील दरडोई उत्पन्नाशी तुलना करता आलेल्या प्रमाणावरून े. या निवडलेल्या दोन जिल्ह्यांतील बदलणारी अर्थव्यवस्था ही उत्पादनसंधीच्या व्यवस्थेच्या पक्षाची बाजू आणि शहरी भागाकडे होणाऱ्या स्थलांतराचा ओघ

थांबवण्यामागील तिची भूमिका सिद्ध करते.

अंबूरसारखे तुलनात्मकदृष्ट्या लहान गाव, जे त्याच्या अर्थव्यवस्थेसाठी बहुतांशी चर्मउद्योग क्षेत्रावर अवलंबून असते, हे त्याच्या दरडोई उत्पन्नाच्या स्तराच्या बाबतीत जागतिक पातळीवर चर्मभूमी म्हणून ओळखल्या जाणाऱ्या वेल्लोर जिल्ह्याहूनही अधिक नेत्रदीपक बदलांखालून गेले आहे.

अलीकडील जागतिक अर्थविषयक पेचप्रसंगातून घेतलेला बोध

उत्पादनसंधीची अर्थव्यवस्था ही रचना, अकेंद्री उत्पादन आणि खप यांस संधी देऊ करते, तर उत्पादन प्रमाणाची अर्थव्यवस्था ही रचना, एककेंद्री उत्पादन आणि अकेंद्री खप यावर आधारित आहे. हे क्वचितच शक्य आहे, की मोठ्या भांडवलाच्या साहाय्याने समर्थन केलेली शहरी अर्थव्यवस्थेची निर्मिती ज्यांची खरेदी करण्याची क्षमता मर्यादित आहे अशा गरीब ग्रामीण लोकांना परवडेल. दुसऱ्या बाजूला, तंत्रज्ञानासोबत कमी भांडवलाने साहाय्य केलेली अकेंद्री उत्पादनास समर्थन करणारी उत्पादनसंधीची अर्थव्यवस्था आर्थिकदृष्ट्या अर्थपूर्ण आहे. मग, ग्रामीण भागातील श्रमिक मोठ्या आकारमानाच्या अर्थव्यवस्थेतील खरेदीक्षमतेशी जोडले जातील. ज्या अर्थव्यवस्था स्थानिक उत्पादन आणि खप यांवर अवलंबून आहेत त्या जागतिक पेचप्रसंगांना अधिक चांगल्या प्रकारे सामोरे गेल्या.

गांधीवादी अभियांत्रिकीमधील उत्पादनसंधीच्या अर्थव्यवस्थेची समर्पकता

उत्पादनसंधीची अर्थव्यवस्था या रचनेचे महत्त्व गांधींनी हेरले होते. त्यांनी म्हटले, जेव्हा उत्पादन आणि खप स्थानिक होतील तेव्हा उत्पादनाला वेगाने अमर्याद किमतीला घेऊन जाण्याचा मोह नाहीसा होईल. सर्व निरंतर अडचणी आणि समस्या, ज्या आजच्या अर्थशास्त्रातसुद्धा निर्माण होतात, त्या मग अंत पावतील.

निष्कर्ष

काहींसाठी विज्ञान हे अप्रत्यक्ष आहे आणि सर्वांसाठीच तंत्रज्ञान हे प्रत्यक्ष आहे. उपायशास्त्र हे समाजाशी संबंधित समस्यांना सोडवण्याची क्षमता देऊ करते. असे उपाय सामाजिक आणि आर्थिक दोन्ही दृष्ट्या योग्य असले पाहिजेत. भारतीय चर्मउद्योग क्षेत्राचा रीतसर अभ्यास देशाच्या जलद आणि व्यापक वाढीच्या कार्यसूचीची गरज संबोधित करण्यासाठी काही देऊ शकेल.

२३ मार्च १९२१ साली *'यंग इंडिया'*मध्ये गांधींनी म्हटले होते, 'भारताला गरज आ भांडवलाचे काही हातांमध्ये केंद्रीकरण होण्याची नव्हे, तर त्या भांडवलाचे या देशा १९०० मैल लांब आणि १५०० मैल रुंद बनवणाऱ्या त्या ७.५ लक्ष गावांमध्ये सह

पोहोचेल असे वितरण करण्याची.’

जाणाऱ्या प्रत्येक दिवसागणिक गांधीजी हे या सपाट पण असमतोल जगाचे एकमेव भवितव्य ठरत आहेत. उत्पादनसंधीच्या अर्थशास्त्राला मदत करणारे उपायशास्त्र हे गांधींच्या आव्हानाला खरे उत्तर दिसते आहे. माझ्यासाठी ते सामाजिक जाणीव असलेल्या शास्त्रज्ञांसाठीचे वैश्विक आदर्श आहेत.

(अनुवाद : मृणाल धोंगडे)

विजय भटकर

वैज्ञानिक, संशोधक, नवीन तंत्रज्ञान निर्माता, उद्योजक, लेखक, विचारवंत, तत्त्वज्ञ आणि शिक्षणतज्ज्ञ. हे वर्णन आहे विविध भूमिका बजावणारे भारतातले सर्वमान्य विज्ञान तंत्रज्ञान नेते विजय भटकर यांचे. **PARAM** (परम) या श्रेष्ठतम संगणकाचे (सुपर कॉम्प्युटर) रचनाकार म्हणून ते सगळ्यांना माहीत आहेत. भारताला ज्ञानाची महासत्ता म्हणून घडवण्यासाठी त्यांनी आपली अथक ऊर्जा दिली आहे.

विजय भटकर यांना असंख्य राष्ट्रीय व आंतरराष्ट्रीय सन्मान व पुरस्कार, व्यावसायिक शोधवृत्ती व लोकमान्यता प्राप्त झालेली आहे. त्यांना भारत सरकारतर्फे 'पद्मश्री' व राज्य शासनातर्फे 'महाराष्ट्रभूषण' या अलंकरणांनी गौरवण्यात आलेले आहे.

विजय भटकर हे मळलेल्या वाटा सोडून नव्या वाटा तयार करणाऱ्या संस्था उभारण्यात अग्रणी राहिले आहेत. 'सेंटर फॉर डेव्हलपमेंट ऑफ ॲडव्हान्स्ड कंप्युटिंग' (सी-डॅक) तसेच 'इलेक्ट्रॉनिक्स रिसर्च ॲण्ड डेव्हलपमेन्ट सेंटर' व 'इंडियन इन्स्टिट्यूट ऑफ इन्फर्मेशन टेक्नॉलॉजी' यांसारख्या संस्थांच्या उभारणीद्वारे त्यांनी राष्ट्रीय पातळीवर आघाडीची कामगिरी केलेली आहे. विजय भटकर यांनी आठ पुस्तके आणि ऐंशीहून जास्त शोधनिबंध लिहिलेले आहेत. सर्व भारतीय भाषांनी युक्त प्रणालीचा समावेश संगणकात करून देणे आणि सामुदायिक पातळीवर शिक्षण सुलभ करून देणे यांसाठीच्या प्रयत्नांमध्ये त्यांचा फार मोठा वाटा राहिलेला आहे.

"माणसाच्या उपजत वृत्तींचा विचार करता विचारांइतकीच कृतीही महत्त्वाची आहे."

महात्माजींना पाठवलेले ई-मेल

प्रिय महात्मा गांधी,

हे मेल तुम्हाला मिळेल की नाही, ठाऊक नाही. का नाही मिळणार? तुम्ही महात्मा आहात, आणि ३० जानेवारी १९४८ या दुर्दैवी दिवशी तुमची व्यक्तिगत जाणीव वैश्विक जाणिवेत सामावली गेली. ती जाणीव स्थलकालातीत होऊन आज सर्वत्र व्यापून राहिलेली आहे. या अर्थाने तर तुम्ही माझ्यातही आहात. फार पूर्वी तुम्ही राष्ट्राच्या स्वातंत्र्याच्या प्रवासात भारतीय जाणिवेचे प्रतिनिधित्व केले होते. भारत फक्त भूगोल किंवा इतिहास अथवा राज्यव्यवस्थेपुरताच मर्यादित नाही. आजचा भारत हा त्याच्या अद्वैत तत्त्वज्ञानामुळे उठून दिसतो. माणसाचे परमेश्वराशी असलेले तादात्म्य याबाबत तुम्ही सतत लिहिले. निरनिराळ्या श्रद्धा व धर्मांमधील एकात्मता विविध भाषा व बोलींमधील ऐक्य, हाच तर महात्मा बुद्ध व महात्मा गांधींचा आत्मा.

सध्या तुम्ही कुठल्या जगात आहात आणि तिथे कुठल्या प्रकारचे इंटरनेट व वेब उपलब्ध असतील ते माहीत नाही. त्या स्वर्गीय विश्वात कदाचित जाणिवांचेच वेब उपलब्ध असतील. संपूर्ण 'आभासी' (virtual) विश्वातल्या जाणिवांचं प्रतिनिधित्व करणाऱ्या वेबवरील 'गूगल' या संकेतस्थळ वाहिनीवर 'महात्मा गांधी' अशी अक्षरे टाइप करताच तीस लाख नोंदींची रांग तुमच्या मागे उभी ठाकते. मोबाइल, संगणक यांसारख्या जास्तीच्या बुद्धिमान उपकरणांची गरज आमच्याप्रमाणे तुम्हाला नाही. एक सांगतो, सध्या कोट्यवधी लोक वेबच्या माध्यमातून परस्परांशी जोडून आहेत. अंतराळाचा सखोल धांडोळा घेताना आम्ही

आंतरग्रहीय इंटरनेटचा प्रयोगही करत आहोत. अगदी आपल्या भारतातही पूर्वी कधी नव्हतो एवढे आता आम्ही इंटरनेटद्वारे परस्परांशी जोडले गेलो आहोत.

एके दिवशी मी वर्ध्याजवळच्या सेवाग्रामला गेलो होतो अन् तिथे अगदी साधा, आताच्या दृष्टीने पुरातन झालेला फोन बूथ बघायला मिळाला. तिथल्या त्या प्राचीन दूरध्वनी यंत्राद्वारे तुम्ही संपूर्ण भारताच्या हृदयाला हात घालत होता. तुम्ही बोलायचात आणि अख्खा देश ऐकायचा. अवघे जगसुद्धा. तुमचा विश्वास बसणार नाही, पण आता केवळ मोबाइलच्याच ६० कोटी जोडण्या आहेत आणि दर महिन्याला दोन कोटींची त्यात भर पडते आहे. तुम्ही याची कधी कल्पनाही केली नसेल. आम्ही सध्या आयटीमधली महाशक्ती आणि टेलिकॉममधले बलाढ्य म्हणून ख्याती मिळवली आहे. तुमच्या वेळी तर आयटी हा शब्दही अस्तित्वात नव्हता. इलेक्ट्रॉनिक्स तेव्हा अमेरिकेतल्या बेल लॅब्जमध्ये ट्रान्झिस्टरच्या शोधाच्या माध्यमातून नुकतेच जन्माला आलेले होते. इलेक्ट्रॉनिक्स हा शब्द तुमच्या लेखनात कुठेही आढळत नाही. विश्वास ठेवा अगर ठेवू नका, आयटी व टेलिकॉम मिळून आयसीटी या नावाने ओळखली जाणारी क्षेत्रे आमच्या राष्ट्रीय उत्पन्नात आज दहा टक्क्यांची भर घालत आहेत. माझ्या अंदाजाप्रमाणे २०२० सालापर्यंत हे प्रमाण शेतीच्या उत्पन्नाला मागे टाकत वीस टक्क्यांनी वाढलेले असेल.

गांधीजी, या आयटी क्षेत्राने भारत कधी नव्हता एवढा बदलून टाकला आहे. यामुळे आपल्याला स्वातंत्र्य मिळवून देणाऱ्या 'स्वदेशी' या शब्दाची नवी व्याख्या करणे आम्हाला भाग पडते आहे. आजघडीला आपल्या देशातून होणारी जास्तीत जास्त निर्यात ही सॉफ्टवेअर व आयटी सेवांची आहे. 'स्वदेशी' म्हणून अमेरिका व युरोपात जपल्या गेलेल्या स्थानिक नोकऱ्या व उद्योगातले सॉफ्टवेअर वापरणेच नव्हे, तर त्याची निर्मिती करण्याचे कामसुद्धा तुमच्या काळात तथाकथित प्रगत समजल्या जाणाऱ्या या देशांकडून आता भारत व चीनकडे वळवण्यात आलेले आहे.

गांधीजी, तुम्ही भरपूर लिखाण केलेले आहे. तुम्ही *'हरिजन', 'हिंद स्वराज', 'यंग इंडिया'* यांसारख्या मुखपत्रांमधून आणि तुमच्या अमर पत्रांमधून विपुल प्रमाणात लिहिले. आजच्या या इंटरनेट, वेब, गूगल, ई-मेल, फेसबुक व ट्विटरच्या युगात तुम्ही भारतीय, ब्रिटिश आणि जगभरच्या लोकांशी कशा प्रकारे संवाद साधला असता, असा विचार मनात येऊन जातो. तुमची स्वतःची वेबसाइट असती का, तेही सांगता येत नाही. लोकांनी तुमचे जीवन व तुमच्या काळावर आधारित काही वेबसाइट्स आणि सुरेख सीडीही तयार केल्या आहेत. तुम्ही ट्विट केले असते का? या पिढीतले काही राजकारणी या नव्या खुळामुळे गोत्यात आले आहेत. इंटरनेटची ताकद तुम्ही भारताला स्वातंत्र्य मिळवून देण्यासाठी नक्कीच उपयोगाला आणली असती, असे मला राहून राहून वाटते. बंदिस्त भिंतीत व दडपशाहीमुळे पिचली जाणारी जनता आता छळवादी राजवटीपासून स्वतःला मुक्त करून घेण्यासाठी इंटरनेटच्या

अद्‌भुत ताकदीचा वापर करते.

'स्वदेशी विज्ञान आंदोलना'तून जन्मलेल्या 'विज्ञान भारती'चा राष्ट्रीय अध्यक्ष म्हणून सध्याच्या भारतीय मानसिकतेत स्वदेशीची ज्योत तेवत ठेवण्यासाठी मला कमालीची धडपड करावी लागते आहे. अलीकडेच मला असे समजले, की ब्रिटनमध्ये सर्वांत जास्त नोकऱ्या पुरवणारी कंपनी 'टाटा' आहे; त्यात कोरस, जग्वार या टाटांनी विकत घेतलेल्या कंपन्यांमधील कर्मचारीही येतात. तसेच सॉफ्टवेअरमधली बलाढ्य ठरलेली टीसीएस संस्थाही सध्याच्या ब्रिटिश शासनाची धुरा भारतातून सॉफ्टवेअर सेवा पुरवणाऱ्या कंपन्या वाहत आहेत. अशा प्रकारे वर्तुळ पूर्ण झाले आहे. भारतीय संस्थांना या सेवा देण्याआधी ब्रिटिश सरकार व तिथल्या औद्योगिक क्षेत्राने बराच काथ्याकूट केला. अमेरिका व युरोपातून जर आपण भारतीय डॉक्टर, इंजिनियर, संशोधक व विद्यार्थी काढून घेतले तर त्यांच्या संस्था, उद्योग, महत्त्वाचे कामकाज व सेवा अडचणीत येतील अशी परिस्थिती आहे.

'स्वदेशी' या शब्दाची नेमकी व्याख्या करणे आज खूप अवघड झालेले आहे. उदाहरणासाठी संगणकच घ्या ना. चिप्स आणि सॉफ्टवेअरच्या भागांची संरचना भारतात होते. चिप्सची निर्मिती सिंगापूर व तैवानच्या फौंड्रीजमध्ये होते. हार्डवेअरची जुळणी चीनमध्ये होऊन पुन्हा तेथून ते भारतात निर्यात केले जाते. त्यावर अमेरिकेचा ब्रॅण्ड असतो. इथे सॉफ्टवेअर, मजकूर आणि ई-सेवा घालून मग त्याची अमेरिकेला निर्यात केली जाते. हे चक्र वेगळ्याच प्रकारचे आहे. चाक पूर्णपणे फिरते आहे. ते म्हणतात, जग गोल आहे. भारत, अमेरिका व युरोपियन देशांनी लवकरच त्यांच्या देशातल्या वस्तूंचा आग्रह धरणारे स्वदेशी आंदोलन छेडले तर आश्चर्य वाटायला नको. सॉफ्टवेअर ही काहीशी अद्‌भुत बाब आहे. ब्रिटिश कपड्यांची होळी तुमच्या काळात केली गेली तशी याची होळी करून ते नष्ट होणार नाही. खरे तर सॉफ्टवेअरच्या या वैशिष्ट्यामुळेच आम्ही सॉफ्टवेअरचा उद्योग उभारू शकलो. सॉफ्टवेअर दिसत नाही. त्याला स्पर्श करता येत नाही. ब्रिटिशांकडून वारसा परंपरेने चालत आलेला करही त्यावर लावता येत नाही. या करपद्धतीमुळे प्रगतीला खीळ बसत असते.

सध्याच्या परस्परावलंबी विश्वात स्वदेशीची जुनी व्याख्या धूसर होत चालली आहे. मी जेव्हा स्वदेशी 'सुपर कॉम्प्युटर'वर काम करत होतो तेव्हा मला हे प्रकर्षाने जाणवले. मी त्याला 'परम' हे नाव दिले. याचा अर्थ सर्वश्रेष्ठ. अमेरिकेने भारताला सुपर कॉम्प्युटर द्यायला नकार दिला होता. हवामानाच्या अंदाजापुरता उपयोग करायलाही नाही म्हटले. वास्तविक भारताच्या शेतीव्यवसायाच्या दृष्टीने ते महत्त्वाचे होते. भारताचे त्या वेळचे तरुण पंतप्रधान राजीव गांधी यांनी स्वदेशी सुपर कॉम्प्युटर तयार करण्यासाठी तेव्हा हाक दिली. त्या वेळी स्वदेशीचे महत्त्व आम्हाला पुन्हा एकदा पटले. अवकाश व आण्विक कार्यक्रमांसारख्या अत्यंत कठीण अशा तंत्रज्ञानावर जेव्हा निर्बंध घातले गेले तेव्हाही ते जाणवले. त्या बिकट परिस्थितीतून स्वदेशीच्या विचारांनीच आम्हाला वाचवले. आज आम्ही सुपर कॉम्प्युटर

तर तयार केलेला आहेच, शिवाय आमचे स्वतःचे उपग्रह अवकाशात पाठवले आहेत, वेगवान ब्रीडर रिॲक्टर तयार केले आहेत आणि कमी किमतीतली स्वयंचलित वाहनेही रस्त्यावर उतरवली आहेत. ही वाहने आम्ही जगभर निर्यात करतो. हे सारे तुमच्या स्वदेशी आंदोलनाच्या प्रभावामुळेच आम्ही करू शकलो.

बापूजी, तुम्ही शिक्षणाबाबत प्रचंड प्रमाणात लिहिले आहे. साक्षरता, प्राथमिक शिक्षण, महिलांचे शिक्षण, उच्च शिक्षण आणि नव्या प्रकारच्या शिक्षणाबद्दलही- ज्याला तुम्ही 'नई तालीम' असे नाव दिलेले होते. स्वातंत्र्यानंतर या क्षेत्रात बरेच काही घडले. साक्षरतेचे प्रमाण दुप्पट झाले. आता तर शिक्षणाच्या हक्कासाठीचे विधेयकही पास झालेले आहे. शाळांची संख्या मोठी आहे. त्या त्या प्रांताच्या भाषेसह राष्ट्रभाषाही तोडकीमोडकी का होईना, शिकवली जाते. इंग्लिश भाषा सर्वत्र शिकवली जाते आणि व्यवहारासाठीचे माध्यम म्हणून बऱ्याचदा तीच वापरली जाते. तुम्हाला खरे वाटणार नाही, पण येत्या काही वर्षांमध्ये आपला देश जगभरात सर्वाधिक संख्येने इंग्लिश बोलणाऱ्यांचा होईल! लंडनच्या रॉयल सोसायटीत एकदा माझ्या व्याख्यानानंतर मला प्रश्न विचारण्यात आला, की भारताला आयटी जादू कशी काय जमली? मी तत्परतेने उत्तर दिले, हे तर तुम्हा ब्रिटिशांमुळेच घडले. तुम्ही आमच्यावर इंग्लिश भाषा लादली. आमच्यावर शतकानुशतके राज्य करण्याच्या दुष्ट मनसुब्यापोटी जरी तसे केले असले तरी त्याचा परिणाम आता बरोब्बर उलटा झाला आहे. लवकरच आम्ही ब्रिटिशांच्या मुलांना शिकवणारही आहोत. फक्त गणित आणि विज्ञानच नव्हे तर इंग्लिश व्याकरणसुद्धा! आम्ही संपूर्ण भारताला संगणक साक्षर करण्याच्या प्रयत्नात आहोत. आयटीचा साधन म्हणून वापर करून हे काम आम्ही विलक्षण रीतीने करत आहोत. भौगोलिक अंतर, आर्थिक स्तर व भाषा वगैरेंसारखे अडथळे ओलांडून मी शिक्षण थेट घरापर्यंत पोहोचवण्याचा प्रयत्न करतो आहे.

तरुणांच्या या देशात सध्या २० कोटी विद्यार्थी शिक्षणप्रणालीशी जोडलेले आहेत. सध्या आमच्याकडे ४०० पेक्षा जास्त विद्यापीठे आहेत आणि पदवीधरांचे प्रमाण वाढावे या उद्देशाने आणखी एक हजार विद्यापीठे उभारायची योजना आहे. आयआयटी, आयआयएससी व आयआयएमसारख्या जागतिक दर्जाच्या संस्था इथे आहेत. उच्च शिक्षणाचे मोठ्या प्रमाणावर खासगीकरण झालेले आहे. लवकरच परदेशी विद्यापीठ विधेयकही संमत होऊन परदेशी विद्यापीठांसाठी इथे प्रवेश मोकळा होईल.

गांधीजी, ब्रिटनमध्ये सर्वाधिक श्रीमंत सध्या ब्रिटिशांपैकी कुणीही नाहीत; तर लक्ष्मी मित्तल व हिंदुजा यांच्यासारखे भारतीय सर्वाधिक धनाढ्य म्हणून तिथे वावरत आहेत. जगातील सर्वांत जास्त श्रीमंत व्यक्तींची यादी फोर्ब्जकडून केली जाते, त्यात भारतीय नावे आता दिसतात. दिवसाला एका डॉलरपेक्षाही कमी उत्पन्न असलेले लक्षावधी लोक असले तरी श्रीमंतीबाबतचे चित्र बदलत आहे. पन्नास कोटी गरीब लोकही भारतात आहेत; पण

आमच्याकडे मध्यमवर्गाची प्रचंड वेगाने वाढ होते आहे आणि त्यामुळे अवघ्या जगाचे लक्ष भारताकडे वेधले गेले आहे. भारत हा बरोबरीच्या अधिकाराने क्रयशक्ती असलेली जगातली चौथी महासत्ता ठरतो आहे. आपली अर्थव्यवस्था एक लाख कोटी अमेरिकन डॉलर्सच्या पुढे जाऊन लवकरच दोन लाख कोटींचा टप्पा गाठायच्या मार्गावर आहे. यालाच ३.५ ने गुणल्यास समान क्रयशक्ती साधेल. त्यामुळे भारत हा जगातल्या पाच देशांपैकी एक देश ठरेल.

गांधीजी, तुम्ही भारताबद्दल आणि इथल्या त्या वेळच्या सात लाख खेड्यांबद्दल नेहमी लिहीत असायचात. मात्र, आता आपला देश रोखता न येणाऱ्या शहरीकरणाच्या प्रक्रियेतून जातो आहे. काही दिवसांपूर्वी 'नॅशनल जिओग्राफिक'ने असे भाकित केले होते, की जगात सर्वाधिक संख्येने आणि वेगाने वाढणारी शहरे भारत व चीनमध्ये दिसून येण्याची शक्यता आहे. आपल्याकडची खेडी आता ओस पडू लागली आहेत आणि लोक जवळच्या नगरात, शहरात किंवा महानगरात स्थलांतरित होत आहेत. हे स्थलांतर अभूतपूर्व आहे. परिणामी, स्थलांतरितांचे लोंढे अन् झोपडपट्ट्यांची संख्या वाढून शहरांचे भुस्कट पडते आहे. दोन्हीकडून पंचाईतच आहे. लाखो खेडी राहण्याजोगी नाहीत आणि लोकसंख्येने भरभरून वाहणारी शहरेही राहण्यालायक उरलेली नाहीत.

महात्मा गांधी, मी तुम्हाला एम. जी. म्हटले तर चालेल का? तुम्हाला माहीत आहे का, भारतातल्या प्रत्येक मोठ्या शहरात एम. जी. रोड आहे. एवढेच नाही, तर तो त्या शहराच्या व्यापार व्यवसायाचे प्रदर्शनस्थळ ठरत असतो. तो दुकानांनी भरलेला असतो. तिथे नव्याने उभ्या राहिलेल्या मॉल्समध्ये वस्तू व कपड्यांची रेलचेल असते. मनोरंजनासाठी लोक तिथे फेरफटका मारत असतात. अशा रस्त्यांवरून फिरणे अवघड ठरते, पण तरीही लोकांना ते आवडते. एम. जी. रोड हे पुनरुत्थान झालेल्या भारताचे प्रतिनिधित्व करतात. तिथे वस्तू, कपडे, स्वयंचलित वाहने, फॅशन्स, रेस्टॉरंट्स, हॉटेले वगैरेंचा महापूर बघायला मिळतो. ज्या महात्मा गांधींच्या नावे हा एमजी रोड असतो त्यांचा आत्मा तिथून कायमचा निघून गेलेला असतो.

काही महिन्यांपूर्वी मी पुण्यातल्या एमजी रोडवरच्या एका मॉलमध्ये आंतरराष्ट्रीय दर्जाचा ब्रॅण्ड असलेले आतले कपडे घ्यायला गेलो होतो. तो ब्रॅण्ड जरी परदेशातला असला तरी मला खात्री होती, की ते कपडे भारतातल्या तमिळनाडूमधल्या थिरपूर या छोट्याशा गावात तयार झालेले असणार. एके काळी मूठभर वस्ती असलेल्या या ठिकाणी आता विश्वास बसणार नाही अशा दर्जाचा माल कुटिरोद्योगातून तयार होतो. इथून अब्जावधी आतले कपडे निर्यात होतात. इजिप्तमधला विशिष्ट प्रकारचा लांब धागा वापरून ते जपानी यंत्रावर इटालियन डिझाइनने विणले जातात. त्यांच्यावर अमेरिका व युरोपातल्या बहुराष्ट्रीय कंपन्यांचा छाप असतो. ही म्हणायची आपल्या स्वदेशीची जादू! पण अशी उदाहरणे विरळाच. किती तरी

खेड्यांमध्ये किंवा नगरांमध्ये कुठलाच उद्योग नाही. काहींमध्ये तेलगिरण्या, सूत कारखाने, साखर कारखाने आणि बऱ्याच खेड्यांमध्ये किंवा नगरांमध्ये सहकारी संस्था आहेत.

गांधीजी, मी लहान असल्यापासून तुम्ही माझे आदर्श आहात. स्वातंत्र्यसैनिकांच्या कुटुंबात मी जन्माला आलो. माझी आई आणि वडील या दोघांनाही तुम्ही देवासारखे वाटत होता. माझे पालक उच्चशिक्षित असूनही तुमच्या सूचनेखातर अकोल्या जिल्ह्यातल्या एका लहानशा खेड्यात राहायला परत आले. सेवाग्रामला त्यांची अन् तुमची भेट झाली होती. तिथून हे गाव शंभर किलोमीटर अंतरावर आणि काहीसे बाजूला आहे. शिक्षित माणसांनी भारतातल्या सात लाख खेड्यांमध्ये जावे, तिथली प्रगती साधावी असे तुम्हाला वाटायचे. ही खेडी जोवर आत्मनिर्भर व स्वयंपूर्ण होणार नाहीत तोवर मातृभूमीची खरी प्रगती साधणार नाही, असे तुमचे मत होते. भारतातली खेडी, ग्रामोद्योग तसेच मजूर व शेतकऱ्यांच्या गंभीर दशेबद्दल तुम्ही किती तरी लिहिलेले आहे. ३०० लोकसंख्या असलेल्या माझ्या गावाचा संघर्ष मी स्वतः पाहिला आहे. इथले शेतकरी व शेतमजुरांची दुर्दशा, अस्पृश्यता व वारंवार येणारे दुष्काळ यांसारखे बरेच काही पाहिले आहे.

तुमच्या अनेक निष्ठावंत अनुयायांप्रमाणे माझ्या वडलांनीही ग्रामसुधारासाठीच्या तुमच्या स्वप्नांचा पाठपुरावा केला. किती विलक्षण लढा होता तो! साठ वर्षांनंतर आता बरेच काही बदललेले आहे. मोठ्या प्रमाणावर भारनियमन होत असले तरी आता वीज आहे. माझ्या वडिलांचे दीर्घकाळचे स्वप्न अखेर एका माध्यमिक शाळेद्वारा पूर्ण झाले. कित्येक घरांमध्ये रंगीत टीव्ही आहे. तरुण मुले त्यांचे मोबाइल फोन, जीन्स आणि रीबॉकच्या नकली बुटांचे प्रदर्शन मांडताना दिसतात. मोबाइल आणि मोटारसायकलींच्या देखाव्यापेक्षा घरात स्वच्छतागृह असू द्या, असे लोकांना पटवताना मला आजच्या काळातही नाकी नऊ येते. किती तरी तरुण त्यांच्या आयुष्यातला हा महत्त्वाचा काळ राजकीय पुढाऱ्यांमागे धावताना खर्ची घालतात. खादीचे पांढऱ्या रंगाचे कुर्ते आणि गांधी टोपी घालून फिरणारे हे पुढारी आमच्या तरुणांना भराभर श्रीमंत व्हायचे माध्यम वाटतात. शेतकऱ्यांना त्यांच्या मुलांना इंग्लिश शाळेत घालायचे असते. प्रत्येकाला शहरात पळायचे असते. उपवर मुलींना शेतावर राबणारे तरुण नवरा म्हणून नको असतात. त्याऐवजी नव्याने स्थलांतरित झालेला कारखान्यातला कुणी कामगार किंवा ऑफिसातल्या कारकुनाची बायको होऊन गलिच्छ झोपडपट्टीत राहायची त्यांची तयारी असते. मला हेही मान्य करायला हवे, की माझ्या खेड्यातही बरेच काही बदलले आहे. महाराष्ट्रात तशा आदर्श ग्रामयोजना, संत गाडगेबाबा स्वच्छता अभियान, संत तुकडोजी महाराज तंटामुक्ती अभियान वगैरेंसारख्या बऱ्याच मोहिमा राबवल्या जातात. या ना त्या प्रकारे तुम्हीच त्यांचे स्फूर्तिदाते. खूपजणांना, काँग्रेस पक्षाच्या सध्याच्या नेत्या सोनिया गांधी यांनासुद्धा असे वाटते, की शेती व ग्रामीण विकासाला जास्तीत जास्त प्राधान्य द्यायला हवे. अटलबिहारी वाजपेयींसारख्या भाजपच्या द्रष्ट्या व सौम्य अन् स्थिर स्वभावाच्या नेत्यांनी तुम्हाला भारताच्या ग्रामीण भागाच्या

विकासासाठी पुढे केले. योजनांचा लाभ खऱ्याखुऱ्या लाभार्थींना अभावानेच होतो. त्यातला मोठा आर्थिक वाटा राजकीय स्वयंसेवक, नोकरशहा व दलालांकडूनच पळवला जातो. भ्रष्टाचार समाजाच्या सर्वच थरांमध्ये बोकाळला आहे. आपल्या अर्थव्यवस्थेतला निम्मा पैसा काळा आहे. त्यातल्या त्यात चांगली गोष्ट म्हणजे जगातल्या पहिल्या क्रमांकाच्या अर्थव्यवस्थेपेक्षा पाच टक्क्यांनी आपण याबाबत मागे आहोत.

गांधीजी, तुम्ही आम्हाला सोडून गेला होता त्या वेळी आमची लोकसंख्या ३५ कोटी होती. तीही काही कमी नव्हती. त्यातून ती फुगत फुगत आता १२० कोटी झाली आहे. सहा दशकांमध्ये आम्ही चौपट झालो आहोत. जगातली सर्वांत मोठी लोकशाही आमच्याकडे आहे. यासोबत येणाऱ्या काही समस्या तुम्ही हेरल्या होत्या. बहुपक्षीय लोकशाहीत आणखी काही समस्या आम्ही पुढे आणल्या आहेत. इलेक्ट्रॉनिक मतदानयंत्रे आहेत, तेवढे तरी बरे. त्यामुळे एवढ्या मोठ्या प्रमाणावर शांततामय परिस्थितीत आणि चांगल्या तऱ्हेने आम्ही निवडणूक प्रक्रिया पार पाडू शकतो. आतापर्यंत तीन मुस्लिम राष्ट्रपती आमच्याकडे होऊन गेलेत, आणि सध्या त्या पदावर एक महिला आहे. तुमच्या स्वप्नातले पंचायत राज आणि केंद्रीय सत्तेचे विकेंद्रीकरण आता प्रत्यक्षात आलेले आहे. माहितीचा अधिकार आता मिळालेला आहे. न्यायव्यवस्थेतही भ्रष्टाचार असल्याचे ऐकिवात असले तरी न्यायसंस्था बरीचशी चांगली व निष्पक्षपणे चालणारी आहे.

अनेक साहसी व प्रतिभावंत देश सोडून आता जगातल्या अमेरिका, युरोप, ऑस्ट्रेलिया व आफ्रिका खंडातल्या कोणत्याही देशात दिसू शकतात. परदेशांमध्ये राहणाऱ्या भारतीयांची संख्या दोन कोटींच्या आसपास असेल. ते वेगवेगळ्या पेहरावांमध्ये असतात. विद्यार्थी, शिक्षक, संशोधक, वैज्ञानिक, डॉक्टर, नर्स, टॅक्सीचालक व मजूर अशा रूपांमध्ये ते दिसतात. आमच्यातल्याच काहींनी तिथल्या राजकारणातही मुसंडी मारली आहे. भारतीय वंशाचे काहीजण अमेरिकेत राज्यपालपदावर, युरोपातल्या संसदेत खासदार म्हणून तर अमेरिकेतल्या विद्यापीठांमध्ये अध्यक्ष म्हणून कार्यरत आहेत. युरोपियनांप्रमाणे आम्ही ते देश जिंकायला किंवा लुटायला गेलेलो नव्हतो. तिथे राहून आम्हाला त्यांच्यासाठी संपत्ती कमवायची होती. आखाती देशांमध्ये आम्ही राष्ट्रउभारणीच्या कामात मदत करत आहोत. आमच्या कामगार व व्यावसायिकांची संख्या तिथे स्थानिकांपेक्षा कित्येकदा जास्त असते. 'वसुधैव कुटुम्बकम्' ही भावना देशवासीयांना निरंतर एकमेकांशी जोडून ठेवत असते. ते सातत्याने राष्ट्रनिर्माणासाठी प्रयत्नशील असतात आणि मनातून 'भारतीय' राहू इच्छितात. आपल्याकडे मोठ्या संख्येने तरुण आहेत. जास्तीत जास्त प्राचीन संस्कृती असलेला आपला देश जगातला सर्वाधिक तरुणांचा देश ठरतो आहे. मला असे जाणवते, की येणाऱ्या काही दशकांमध्ये लाखो भारतीय, अमेरिका, युरोप, ऑस्ट्रेलिया, अगदी जपान, चीन व कोरियात जाऊन राहतील. आखाती देश व आफ्रिकन राष्ट्रांबद्दलही सांगायलाच नको. अशा सगळ्या देशांमधल्या वयस्कर पिढीला या तरुणांचा आधार मिळणार आहे. मला खात्री आहे, तुम्हाला

हे नक्कीच आवडेल गांधीजी.

गांधीजी, विसावे शतक संपताना भारतातही इंटरनेटने हात-पाय पसरायला सुरुवात केली होती. त्यावरून मते विचारली जाऊ लागली. विसाव्या शतकावर सर्वाधिक प्रभाव कुणाचा होता, असा प्रश्न विचारला गेला. भारतातून मिळालेले उत्तर होते, महात्मा गांधी, तुम्ही! आणि का नाही? तुम्ही आजही लाखो भारतीयांच्या मनात घर करून आहात. आइनस्टाइन यांना जगाने शतकातली व सहस्त्रकातलीही सर्वांत प्रभावी व्यक्ती म्हणून मत दिले. आइनस्टाइन यांनी जगाबद्दलचा आमचा दृष्टिकोन पूर्णपणे बदलून टाकला होता. तरीही आइनस्टाइन यांनीच तुम्हाला सर्वांत मोठी मानवंदना दिली होती. ते त्यांचे शब्द आता सर्वत्र प्रसिद्ध आहेत. आइनस्टाइन यांच्यासाठी तुम्ही आदर्श होतात. तुम्हीच खरे विसाव्या शतकातील, नव्हे, दुसऱ्या सहस्त्रकातील सर्वांत प्रभावी व्यक्ती होतात. संगणकाच्या विश्वात तर तुमचा आयकॉन म्हणून वापर केला जातो, आणि तोही ऐऱ्यागैऱ्याकडून नाही, तर ॲपल कंपनीकडून. वर्षभरापूर्वी सिलिकॉन व्हॅलीतून प्रवास करताना तुम्ही मला ॲपलच्या होर्डिंगवर दिसलात. त्यावर लिहिलेले होते, 'जगात बदल घडवणारा थोर माणूस याच्यासारखा हाच!'

गांधीजी, ब्रिटनमध्ये तुम्ही शिक्षणासाठी गेला होता त्या वेळी तिथे आणि पश्चिम युरोपात तांत्रिक क्रांतीची सुरुवात झालेली होती. तुम्ही तिथल्या औद्योगिकीरणाच्या प्रक्रियेचे साक्षीदार होतात. भारतातल्या प्रचंड प्रमाणातल्या बेरोजगारीच्या समस्येवर उपाय म्हणून तुम्ही निर्जीव यांत्रिकीकरणाविरुद्ध पवित्रा घेतला होता. आपल्या भुकेल्या जनतेला रोजगार पुरवणे अत्यंत महत्त्वाचे होते. आधुनिक भारतासमोरही रोजगार ही समस्या आहेच. आधुनिक भारताचे विज्ञान व तंत्रज्ञानासंदर्भातील चित्र मात्र अगदी वेगळे आहे. आम्ही आता विज्ञान आणि तंत्रज्ञानासंदर्भातील मनुष्यबळ पुरवणारे सर्वांत मोठे निर्माते आहोत. भारतात अनेक बाबतीत निर्मिती सुरू झालेली आहे. भारतातले सुविख्यात वैज्ञानिक डॉ. आर. ए. माशेलकर यांनी 'गांधीवादी अभियांत्रिकी' ही एक नवीन संकल्पना मांडली आहे. कमीत कमीतून जास्तीत जास्त लोकांसाठी जास्तीत जास्त काही करणे, हे यात अभिप्रेत आहे.

महात्मा गांधी, २०१० हे वर्ष पार पडताना वाटले, तुम्ही पंचत्वात विलीन झालात त्याला आता ६२ वर्षांपेक्षा जास्त काळ लोटला आहे. भारताला स्वातंत्र्य मिळवून देण्यासाठी तुम्ही फक्त 'सत्य व अहिंसा' एवढाच मंत्र उच्चारत होतात. १५ ऑगस्ट १९४७ ला आम्हाला स्वातंत्र्य मिळाले आणि नियतीशी गाठ पडली. आजच्या काळात ताठ मानेने उभे राहताना मी सांगू शकतो, की स्वातंत्र्याच्या शतकमहोत्सवी वर्षापर्यंत आपला देश जगातली सर्वोच्च महासत्ता म्हणून नावारूपाला आलेला असेल. तुम्ही आम्हाला स्वातंत्र्य मिळवून दिले. यासाठी देशवासी तुम्हाला नमन करत असतील. भारताची अर्थव्यवस्था जगातली सर्वांत मोठी ठरणार यात मला शंकाच वाटत नाही. विज्ञान व तंत्रज्ञानाच्या क्षेत्रातही आम्ही जगाचे नेतृत्व करू. भारत हा जगासाठी संशोधन व विकासासाठीचे केंद्र झालेलाच आहे.

आम्ही उच्च शिक्षणासाठी मोलाची ठरणारी विद्यापीठे व संस्थाही उभारायच्या तयारीत आहोत. जगभरातले महत्त्वाकांक्षी अभ्यासक या ठिकाणी शिक्षण घेतील, अशी ही शिक्षणकेंद्रे थोर राष्ट्राची निदर्शक ठरतील. पूर्वी जगभरातले राजपुत्र, मठनिवासी व अभ्यासक आपल्या तक्षशिला आणि नालंदा या विद्यापीठांमध्ये शिकायला येत असत, त्या वेळी भारताची थोरवी जगाला मान्य होती.

पण भारताच्या विकासाचा लाभ गरिबातल्या गरिबाला म्हणजेच दरिद्री नारायणाला मिळू शकेल का? मला खात्रीपूर्वक काहीच सांगता येत नाही. काळ्या आईची मशागत करणारे अशाच आत्महत्या करत राहतील का, तेही नाही सांगता येत. जातिव्यवस्था, हिंदू व मुस्लिमांमधली धार्मिक स्वरूपाची दरी, तसेच जळणारे काश्मीर या समस्यांवर आपण विजय मिळवू शकू का, त्याचेही उत्तर माहीत नाही. एक मात्र आहे, तुमचा आदर्श समोर ठेवून आम्ही या बाबतीतला लढा सतत चालू ठेवू.

भारताला स्वातंत्र्य मिळाले तेव्हा 'नवजीवन ट्रस्ट'तर्फे 'माझ्या स्वप्नातला भारत' हे तुमच्या लेखन व भाषणांवर आधारित पुस्तक प्रकाशित करण्यात आले होते. आर. के. प्रभू यांनी त्याचे संकलन केले होते व डॉ. राजेंद्र प्रसाद यांची त्याला प्रस्तावना होती.

या ई-मेलमधून मी तुमच्यापर्यंत हे पोहोचवायचा प्रयत्न केला आहे, की भारत लक्षणीयरीत्या आणि कित्येक बाबतींत पूर्णपणे बदलला आहे. तुमच्या स्वप्नांपेक्षा बरेचसे वेगळे हे बदल आहेत. थोडक्यात, भारताचा आत्मा जपण्यासाठी आम्ही सतत प्रयत्न करत आहोत व यापुढेही करत राहू. हा आत्मा सत्य व अहिंसा, विविध भाषांविषयी आदर, संस्कृती व लोक यांच्यात आहे. जगभरातले वारे आत यावे म्हणून आम्ही घराच्या खिडक्या व दरवाजे उघडे ठेवू. मात्र, त्या वाऱ्यामुळे आमची पावले अस्थिर होऊन प्राचीन परंपरांपासून समूळ उखडली जाणार नाहीत याची काळजी घेऊ. या सगळ्यांतच मानव, निसर्ग व परमेश्वर यांच्यातली एकतानता सामावलेली आहे. माझ्यासाठी आणि माझ्यासारख्या लक्षावधी लोकांसाठी तुम्ही परमेश्वराचे प्रतीक म्हणूनच राहाल आणि सत्य व शांततेचा मार्ग आम्हाला दाखवत राहाल.

(अनुवाद : नीला शर्मा)

'कालातीत स्फूर्तिदाता' निर्मितीमागची कहाणी

२ ऑक्टोबर २००९ रोजी डॉ. माशेलकर यांना पुण्यातल्या आगाखान पॅलेस येथे निमंत्रित करण्यात आले होते. त्यांच्या हस्ते 'गांधीवादी दाम्पत्य' डॉ. अभय बंग व डॉ. राणी बंग यांना 'बा आणि बापू पुरस्कार' दिला जाणार होता. त्या वेळी त्या प्रसंगाच्या निमित्ताने ते 'गांधीवादी अभियांत्रिकी-थोड्यातून जास्तीत जास्त लोकांसाठी जास्तीत जास्त मिळवणे' या विषयावर बोलले.

काही महिने उलटले आणि एका गोष्टीने डॉ. माशेलकर यांना सुखद धक्का दिला. 'गांधी राष्ट्रीय स्मारक संस्थे'च्या ('Gandhi National Memorial Society' - जीएनएमएस) सचिव शोभनाताई रानडे त्यांना भेटायला आल्या. त्यांच्यासोबत जयश्री शहाडे होत्या. त्यांना सर्व सामर्थ्यानिशी प्रकल्प साकारण्यात अभिमान वाटतो.

डॉ. माशेलकरांच्या भाषणाने प्रभावित होऊन या दोघींनी मनोमन आखलेली योजना प्रश्नाच्या रूपाने प्रकट केली: ''तुमच्यासारखा शास्त्रज्ञ जर गांधीजींचं तत्त्वज्ञान आणि मूल्यं आजच्या काळात पुन्हा जिवंत करू शकतो, तर मग वेगवेगळ्या क्षेत्रांत याच दिशेने आपापला स्वतंत्र

विचार असणाऱ्यांना एका पुस्तकातून एकत्र आणलं तर किती छान होईल!'' यावर त्यांच्या उत्तराची वाट न पाहता दोघींनी लगोलग प्रश्न टाकला, ''कृपा करून तुम्हीच जर हा प्रकल्प पुढ रेटला आणि संपादनही केलंत तर ?'' या दोन्ही प्रश्नांची उत्तरे तुम्हाला या पुस्तकाच्या माध्यमातून मिळालेलीच आहेत !

जयश्री शहाडे यांनी सर्व व्यवस्थापकीय सहकार्य देण्याची जबाबदारी चटकन स्वत:कडे घेतली. त्यांनीच संपादकीय आघाडीसाठी त्रिवेणी गोस्वामी-माथुर या सुस्पष्ट विचारांच्या तज्ज्ञ विदुषीची मदत मिळवून दिली.

जीएनएमएसचे मानद अध्यक्ष अभय फिरोदिया व फिरोदिया फौंडेशन यांनी या पुस्तकासाठी मदत देण्याचे कबूल केले.

जीएनएमएसच्या ३०वर्षांच्या झगमगत्या प्रवासाला साक्ष ठेवून हे पुस्तक काढायचे ठरले. प्रसिद्ध गांधीवादी व भारतातील आद्य उद्योजकांपैकी एक स्व. एन. के. फिरोदिया यांच्या शताब्दी वर्षाचीही जोड याला मिळत होती.

अशा तऱ्हेने हा प्रकल्प सुरू झाला. पहिले काम होते ते अत्यंत नामांकित लेखकांची यादी करण्याचे. ते झटपट झाले. इतरांसाठी आदर्श ठरू शकणाऱ्या ४५ यशवंतांच्या नावांची सूची करणे काही अवघड नव्हते.

डॉ. माशेलकरांच्या कार्यालयातून धडाधड ई-मेल्स रवाना झाल्या. एकामागोमाग एक होकार येत गेले आणि लवकरच त्यांचा मेलबॉक्स खुषीने उत्तेजित करणाऱ्या उत्तरांनी तुंडुंब भरून गेला. किती तरी सुप्रसिद्ध व अत्यंत व्यग्र असणाऱ्या व्यक्तींनी मनाचा मोठेपणा दाखवत वेळात वेळ काढून या प्रकल्पासाठी लेखन पाठवण्याचे मान्य केले, त्याने खूप छान वाटले.

आता वेळ होती नामवंत व असा प्रकाशक निवडण्याची, जो केवळ भारतातल्याच नव्हे, तर जगभरातल्या वाचकांपर्यंत हे पुस्तक पोहोचवू शकेल. या पुस्तकाचे प्रकाशन २ ऑक्टोबर २०१० रोजी होणेही एकमताने ठरले.

मग या चमूने डॉ. माशेलकरांचे जावई, सुशील बोर्डे म्हणजे 'श्रीयुत सर्व काही शक्य' यांच्याकडे मोर्चा वळवला. या प्रकल्पाबद्दलची थोडक्यात माहिती ऐकताच त्यांचे डोळे लकाकले. लगेच त्यांनी खिशात हात घालून मोबाइल फोन काढला. त्यांनी त्यांचे मित्र व सकाळ पेपर्स आणि प्रकाशनाचे व्यवस्थापकीय संचालक अभिजित पवार यांना फोन लावला. अत्यंत प्रभावी युवा नेतृत्व असलेल्या अभिजित यांच्याकडून लगेच दुजोरा मिळाला: ''आपण हे करू या!'' केवळ संकल्पना व साकार करणाऱ्या नामवंतांची नावे ऐकताच त्यांच्या मनात या प्रकल्पाबद्दल विश्वास उत्पन्न झाला. त्यांचे सहकारी आशुतोष

रामगीर यांच्यावर हा प्रकल्प पार पाडण्यासाठी प्रकाशन प्रक्रियेची जबाबदारी सोपवण्यात आली.

लेखकांकडून लेख यायला लागले. ते बारकाईने वाचण्यात आले आणि त्यांच्यात दडलेले सखोल संदेश चमूच्या मनाचा ठाव घेऊ लागले. मग पुढच्या लेखांची वाट बघणे सुरू होऊन मेलबॉक्सकडे डोळे लागू लागले. या वळणावरच त्यांच्या लक्षात आले, की हे पुस्तक केवळ लेखांचा संग्रह ठरणार नसून यात प्रेरणेचा स्रोत होण्याची अपार क्षमता आहे. त्यांच्याकडून अगोदरच गांधीजींना पुन्हा जिवंत झालेले पाहण्याची सुरुवात झालेली होतीच.

या ठिकाणी लेखकांनी घेतलेल्या कष्टांचीही नोंद घ्यायला हवी. नव्हे, ते कष्ट नव्हेतच, तर त्यांची अतुलनीय बांधिलकीच होती ती! रुग्णालयातल्या बिछान्यावर पडून गुंतागुंतीच्या आजाराशी झगडत असताना या बांधिलकीचा मान राखणे यासाठी कमालीचे धैर्य लागते. कुटुंबात झालेल्या मृत्यूमुळे डोळ्यांत भरून येणारी आसवे पुसून लेखणी हातात धरायला खूप खंबीर आणि खरोखरच खूप मोठे मन लागते. प्रकल्पाबाबत आढळलेली अशी दृढता डॉ. माशेलकरांच्या मनाला स्पर्शून गेली.

यामुळे तर हे पुस्तक जागतिक दर्जाचे करण्याबाबतची उत्कटता आणखी वाढली. चमूकडून मग जागरणे घडू लागली. जयश्री या प्रकल्पाची अत्यंत बारकाईने व्यवस्था बघू लागल्या. चारूज ॲडव्हर्टायजिंगमधला सर्जनशील मनाचा कॉपी रायटर आनंद नायर येऊन मिळाला. त्रिवेणी त्यांची विलक्षण प्रतिभा व कमालीच्या क्षमतेने लेखांचे मूल्यवर्धन करत डॉ. माशेलकरांना त्या श्रेष्ठ कलाकृतींचे संपादन करण्यासाठी मदत करू लागल्या. संपादित झालेल्या संहिता पुढच्या मार्गाला लावण्याच्या कामात आशुतोष गढून गेले. सुशील तर हे सगळे आपलेच काम समजून त्यांच्या खास शैलीत सारे काही करत गेले.

डॉ. माशेलकरांच्या कार्यालयातली राधाकृष्णन, सिद्धेश्वर व संजय या सहकाऱ्यांची फळी प्रचंड मेहनत करत येणाऱ्या मजकुराच्या वेगासोबत तडजोड न करता काम करत राहिली. रोज रात्री दहा वाजता काम संपवायची वेळ किती तरी पुढे जात राहिली. सेतू ॲडव्हर्टायजिंगचे ऋग्वेद देशपांडे यांनी पुस्तकाचे मुखपृष्ठ व आतली सजावट स्वत: करण्याचा आग्रह धरला. लेखकांचे व्यक्तिमत्त्व त्यांच्या रेखाचित्रांमधून साकारण्याची कलात्मक कामगिरी पवन व त्यांच्या सहकाऱ्यांनी पार पाडली.

या पुस्तकाची अत्यंत संपन्न निर्मिती हीच यासाठी सुरुवातीपासून घेतलेल्या कष्टांचा पुरावा ठरणारी आहे. 'अजरामर स्फूर्तिदाता' गांधी यांच्या अगाध शक्तींची पुरेपूर ओळख या चमूला पटलेली आहे.

या संहितेने प्रसिद्धिमाध्यमांना आकर्षित केले आहे. हे पुस्तक घडत असताना चमूला

समाधान व कृतकृत्यता वाटली. त्यांना मनापासून वाटते, की हे पुस्तक लोकांना मदत करेल व प्रेरणा देणारे ठरेल. विशेषत: तरुणांना ज्यांच्याशी स्पर्धा करावीशी वाटेल अशा निरनिराळ्या क्षेत्रांतल्या आघाडीच्या व्यक्ती यात सापडतील. जी मूल्यं स्वीकारावीशी वाटावीत ती यात आढळतील.

ही सर्व प्रक्रिया आता आपल्याच हातात या पुस्तकाच्या रूपाने आहे.

हे पुस्तक कसे आहे ते आपणच ठरवायचे. चमूतले सदस्य मात्र या पुस्तकामुळे पूर्वीपेक्षा चांगले माणूस म्हणून घडायला सुरुवात झालेली आहे.

(अनुवाद : नीला शर्मा)

परिशिष्ट - संदर्भ सूची

I. Building a resurgent rural India - G.N Qazi

References :

1. MoPR (December 2004). Report of the Task Force Of Officials in charge of Panchayati Raj in States to examine the Centrally Sponsored Schemes,

2. MoPR, IRMA (April 2008). The State of Panchayats Report 2007-08, An Independent Assessment;

3. MoPR. (March 2006) Report of the Expert Group on Grassroots Level Planning;

4. MoPR (August 2007) Report of the Expert Committee on Grassroots level planning in areas not covered by Parts IX and IXA of the Constitution;

5. MoPR, Planning Commission. (November 2008) Report of the Empowered sub Committee of NDC on Financial and Administrative Strengthening of PRIs;

6. MoRD (August 2001) Report of the Task Force on Devolution of Powers & Functions upon Panchayati Raj Institutions.

7. MoPR-GoI (2008). Note on Devolution of Powers to Standing Committee on Rural Development. New Delhi, Ministry of Panchayati Raj.

8. MoPR (November 2006) Guidelines for the Backward Regions Grant Fund

9. MoPR (August 2006) National Capability Building Framework

10. MoPR, Planning Commission. (January 2009) Manual on District Planning,

11. Planning Commission. (August 2007) Report of the Committee to review modifications to be made in the existing guidelines of Centrally Sponsored Schemes on identifying a domain for the Panchayati Raj Institutions

12. Planning Commission: Eleventh Five Year Plan, Ch-10 (Decentralization and Strengthening of PRIs

13. Second-ARC (2007). Local Governance: An inspiring journey into the future. New Delhi, Second Administrative Reforms Commission, Govt of India.

14. Speech delivered by Shri Mani Shankar Aiyar at the International Conference on Federalism at Vigyan Bhavan on 5 November 2007

II. Science with Humanity: Towards affordable health care - M. K Bhan

References:

1. RUXIN JN. 1994, Magic Bullet: The history of Oral Rehydration Therapy. Medical History; 38: 363-397.

2. Jones G, Steketee R W, Black R E, Bhutta Z A, Morris S S, and the Bellagio Child Survival Study 2003, How many child deaths can we prevent this year? : Lancet 362; 65-71

III. Gandhi: An American Perspective - Museum of Tolerance

Authors: Rabbi Abraham Cooper ,Liebe Geft, Harold Brackman

References:

1. Sudarshan Kapur, Raising Up a Prophet: The African-American Encounter with Gandhi (Boston: Beacon Press, 1992).
2. Sean Chabot, "Crossing the Great Divide: The Gandhian Repertoire's Transnational Diffusion to the American Civil Rights Movement" (Ph.D. thesis, University of Amsterdam, 2003).
3. Sean Chabot, "Transnational Diffusion, and African-American Intellectuals in the Land of Gandhi," in Michiel Baud and Rosanne Rutten, eds., Popular Intellectuals and Social Movements: Framing Protest in Asia, Africa, and Latin America, International Review of Social History: Supplement 12 (2004), pp. 19-40.
4. Thomas F. Jackson, From Civil Rights to Human Rights: Martin Luther King, Jr., and the Struggle for Economic Justice (Philadelphia: University of Pennsylvania Press, 2007), Chap. 4: "The American Gandhi and Direct Action," pp. 98-122.
5. Srimati Kamala, Mahatma Ghandi: An American Profile (Washington, D. C.: Mahatma Gandhi Memorial Foundation, 1987).
6. Martin Luther King, Jr., Stride Toward Freedom: The Montgomery Story (New York: Harper and Brothers, 1958).
7. Michael J. Nojeim, Gandhi and King: The Power of Nonviolent Resistance (Westport, Connecticut: Praeger, 2004).
8. E. S. Ready, ed., Mahatma Gandhi: Letters to Americans (Mumbai: Bharatiya Vidya Bhavan, 1998).
9. Swami Vishwananda, "I Go Around With the Kings," in James E. Bristol, With the Kings in India: A Souvenir of Dr. Martin Luther King's Visit to India, February-March, 1959 (New Delhi: Gandhi National Memorial Fund, 1959), pp. 1-7.

IV. Bringing Gandhi to Science and Medicine - Narinder Kapur

References:

1. Anand Y. (2006). Albert Einstein and Mahatma Gandhi. New Delhi: National Gandhi Museum.
2. Ausman J. (2008). Profiles in volunteerism. Dr William B Walsh and SS HOPE. Surgical Neurology, 69: 325-326.
3. Baker R., & Hurwitz, B. (2009). Intentionally harmful violations and patient safety: the example of Harold Shipman. In: Hurwitz B, Sheikh A (Eds). Health Care Errors and Patient Safety. Oxford: Wiley-Blackwell, pp. 35-49.

4. Blume, M. (2009). Keeping up scientific standards. [Book Review]. Nature, 459: 645-46.
5. Campbell R, Coltheart M. (1984). Gandhi: The nonviolent road to spelling reform? Cognition, 17: 185-92.
6. Catano V, Turk J. (2007). Fraud and misconduct in scientific research: a definition and procedures for investigation. Medicine and Law, 26: 465-76.
7. Cermak, L. (2002). Amnesia for the past causes deficits in prospective planning. In: Stringer A, Cooley E, Christensen, A-L. (Eds), Pathways to Prominence in Psychology: Reflections of Twentieth-Century Pioneers. New York: Psychology Press, pp. 297-304.
8. Cheatham, M. (2007). Making your life count: Volunteerism. Surgical Neurology, 68: 114-115.
9. Davis, C. (2010). Doctors Who Kill. London: Allison & Busby.

V. Gandhian ecology and the path of sustainable development - R.K. Pachauri

References

1. Khoshoo, TN and Moolakkattu, JS. 2009. Gandhi and the Environment: Analysing Gandhian Environmental Though. Delhi: TERI Press, pp. 152.
2. Living Planet Report 2008. Switzerland: WWF International, pp. 48.
3. IPCC, 2007. Climate Change 2007: Synthesis Report. Contribution of Working Groups I, II and III to the Fourth Assessment Report of the Intergovernmental Panel on Climate Change, Core Writing Team, Pachauri, RK and Reisinger, A (Eds.) Geneva: IPCC, pp. 104.
4. TERI, 2009. India's energy security: new opportunities for a sustainable future, Paper submitted to the Hon'ble Prime Minister of India. pp. 28.

VI. An Attempt at Understanding the Mahatma - Suresh D. Tendulkar

References :

1. Rawls, John (1971) : A Theory of Justice, Cambridge, Mass. The Belknap University Press.
2. Prahalad, C.K. and R.A.Mashelkar (Jul/Aug 2010) : "Innovation's Holy Grail", Harvard Business Review.
3. Scitovsky, Tibor (1964) : "Equity", (chapter 16) in T. Scitovsky (1964) Papers on Welfare and Growth, pp 260-71, London, George Allen and Unwin.
4. Tendulkar, Suresh D. (2010) : "Inequality and Equity During Rapid Growth Process", (chapter 2) in Shankar Acharya and Rakesh Mohan (Eds) : India's Economy,

Performance and Challenges, Essays in Honour of Montek Singh Ahluwalia, pp 82-99, New Delhi, Oxford University Press.

[For interested readers, a technical discussion of some of the arguments on equity can be found in Tendulkar (2010)]

VII. A Gandhian Thought: Need for Solution Science in National Development - T Ramasami

References and Citations

1. Measuring innovation for national prosperity; Innovation framework report, www.ibm.com/ibm/governmental program/ innovframe2.pdf. 2004

2. Rivett, K., The economic thought of Mahatma Gandhi, The British Journal of Sociology, 10(1), 1959, 1-5.

3. Gandhi, M.K., Village industries, In India of My Dreams, Rajpal and Sons Publishers, Ed. 2009, pp.105

4. Indian leather sector network report – Sector overview and SWOT analysis, Sustainable industrial networks and its applications on Micro regional environmental planning (SINET), accessed through www.sinetinfo.com/pdf/chapters/leather1.pdf

5. Amudeswari, A., Ramasami, T., 1998 "Technology Innovation and Management in developing countries – a case study of Indian leather Industry" Paper presented at the International Conference on Technology policy and innovation held on 3-5 Aug 1998 by Center for Innovation, Technology and Policy Research http://in3.dem.ist.utl.pt/confpolicy/ex98/program.html

6. Kennedy, L., Cooperating for survival: tannery pollution and joint action in the Palar valley (India), World development, 27(9), 1999, 1673-1691.

7. Thanikaivelan, P., Rao, J.R., Nair, B.U., Ramasami, T., Zero discharge tanning: A shift from chemical to biocatalytic leather processing, Environmental Science and Technology, 36(19), 2002, 4187-4194.

8. Basu, A. Science publication indicators for India: Questions of interpretation, Scientometrics, 44(3), 1999, 347-360.

9. Madhumathi, M., Cheerla, S., Saravanabhavan, S., Thanikaivelan, P, Rao, J.R., Babu, N.K.C., Nair, B.U. Factors influencing the activity of enzymes and their kinetics – bioprocessing of skin, Applied Biochemistry and Biotechnology, 136(3), 2007, 265-278.

10. Data source: Department of Economics and Statistics, Government of Tamil Nadu

11. Gandhi, M.K., The curse of industrialism, In India of My Dreams, Rajpal and Sons Publishers, Ed. 2009, pp.35

12. http://www.gandhi-manibhavan.org/gandhiphilosophy/philosophy_village_villagedevelopeconomy.htm

www.timelessinspirator.com

'टाइमलेस इन्स्पिरेटर-रिलीव्हिंग गांधी' हे पुस्तक हा एक थोर पुरुषाच्या मूल्यांवर आधारित नवा प्रेरणास्त्रोत उपलब्ध करून देण्याचा उत्कट प्रयत्न आहे. प्रेरणांचा प्रसार करण्यासाठी शक्तिशाली मोहीम छेडण्याची ताकद या पुस्तकात आहे.

www.timelessinspirator.com हे आपल्यापैकी प्रत्येकाला या क्रांतिकारी मोहिमेत एकत्रितपणे सहभागी होण्यासाठीचे व्यासपीठ आहे. या माध्यमातून आपण आपले विचार, कल्पना व अनुभवांची देवाणघेवाण करत उज्ज्वल भवितव्यासाठीचे बळ मिळवू शकतो.

यात सहभागी होऊ या.
परिवर्तनासाठीची प्रेरणा जागवणारा जबरदस्त समाज घडवू या!

www.ingramcontent.com/pod-product-compliance
Lightning Source LLC
LaVergne TN
LVHW050838051026
849532LV00006BA/2015